அமீர் ஷாஹுல்

கேரளா மாநிலம், திருவனந்தபுரம் மாவட்டத்தின் பங்கோடு எனும் ஊரில் பிறந்தவர். பல ஆண்டுகள் புலன்விசாரணை நிருபராகப் பணியாற்றியவர். கிரீன் பீஸின் பரப்புரையாளர். அவர் கொடைக்கானல் பாதரச நஞ்சு வழக்கினை மிகவும் நெருக்கமாகக் கண்காணித்து வந்தார். அதன் விளைவுதான் 'பாதரசம் எனும் நஞ்சு' (Heavy Metal) என்ற நூல்.

ச. வின்சென்ட்

மதுரை, கருமாத்தூர் அருள் ஆனந்தர் கல்லூரியில் ஆங்கிலத்துறைத் தலைவராக இருந்து ஓய்வு பெற்றவர். நைஜீரிய நாவலாசிரியர் சினுவ அச்சிபியின் நாவல்களை ஆய்வு செய்து முனைவர் பட்டம் பெற்றவர். பல நூல்களை ஆங்கிலத்திலிருந்து தமிழுக்கும் தமிழிலிருந்து ஆங்கிலத்திற்கும் மொழியாக்கம் செய்திருக்கிறார். சுயமுன்னேற்ற நூல்கள், முதியோருக்கான நூல் ஆகியவற்றையும் எழுதியிருக்கிறார். எதிர் வெளியீட்டில் ஃபிராய்ட் முதல் கல்விக் கூடத்திலிருந்து விடுபடும் சமுதாயம் வரை என பதிமூன்று நூல்கள் வெளிவந்திருக்கின்றன. பொள்ளாச்சி அருட்செல்வர் மகாலிங்கம் மொழிபெயர்ப்பு மையம், நியூ சென்சுரி புக் ஹவுஸ், நம் வாழ்வு, சந்தியா பதிப்பகம், பன்முக மேடை முதலிய பதிப்பகங்கள் இவரது நூல்களை வெளியிட்டிருக்கிறார்கள்.

பாதரசம் எனும் நஞ்சு

ஒரு பன்னாட்டு நிறுவனம் கொடைக்கானலை
எப்படி நஞ்சாக்கியது

அமீர் ஷாஹுல்

தமிழில்
ச. வின்சென்ட்

பாதரசம் எனும் நஞ்சு
ஒரு பன்னாட்டு நிறுவனம் கொடைக்கானலை எப்படி நஞ்சாக்கியது

அமீர் ஷாஹுல்
தமிழில்: ச. வின்சென்ட்

முதல் பதிப்பு: ஜனவரி 2024

எதிர் வெளியீடு
96, நியூ ஸ்கீம் ரோடு, பொள்ளாச்சி - 642 002
தொலைபேசி: 04259 226012, 99425 11302

விலை: ரூ. 450

HEAVY METAL
How a Global Corporation Poisoned Kodaikanal
Ameer Shahul
Translated by S. Vincent

First Published in Tamil language by Ethir Veliyeedu.
This edition published by arrangement with Pan Macmillan India.
Copyright © Ameer Shahul 2023
First Edition: January 2024

Published by
Ethir Veliyeedu, 96, New Scheme Road, Pollachi - 2
email: ethirveliyedu@gmail.com
www.ethirveliyeedu.com

ISBN: 978-81-19576-75-3
Cover Design: Lark Baskaran
Printed at Jothy Enterprises, Chennai.

All rights reserved. No part of this book may be reprinted or reproduced or utilised in any form or by any electronic, mechanical or other means, now known or hereafter invented, including Photocopying and recording, or in any information storage or retrieval system, without permission in writing from the Publisher.

கொடைக்கானல் மக்களுக்கு

உள்ளடக்கம்

முன்னுரை: பாதரசத்திற்கு எதிரான ஒரு வழக்கு 11

பகுதி I: வாட்டர்டவுனிலிருந்து பாம்பார் சோலைக்கு

1. வாட்டர்டவுன் 23
2. சீஸ்பரோ – பாண்ட்ஸ் 26
3. கிளாரென்ஸ் போரெலின் மறைவு 30
4. கொடைக்கானல் 37
5. வெள்ளித்திரையிலிருந்து பாதரசத்திற்கு 41
6. பழனி மலைகளும் பாம்பார் சோலையும் 45

பகுதி II: ஒரு பேரழிவு திறக்கிறது

7. இந்தியாவில் தயாரிக்கப்பட்டது 53
8. எந்நேரமும் வெடிக்கும் நேரம் குறிப்பிடப்பட்ட வெடிகுண்டு 58
9. பாதரசத்தைக் கொட்டுமிடம் 62
10. எங்கு பார்த்தாலும் திரவ உலோகம் 68
11. கிரீன்பீஸ் X இந்துஸ்தான் லீவர் 75
12. கிறிஸ்டோபர் மார்டின் கோலோரன்ட் 83
13. சிறுநீர் மாதிரிகள் 88
14. இந்திய மக்களின் தீர்ப்பாயம் 92

பகுதி III: இந்தியாவில் யூனிலீவர்

15. உப்பு முதல் அழகுநிலைய சாம்ராஜ்யம் வரை 99
16. T. தாமசும், லீவரின் இந்தியாவுடன் உடன்படிக்கை பேச்சு 104
17. அன்னை தெரசாவும் ஆஷா டானும் 109
18. 'ஃபேர் & லவ்லி'யிலிருந்து 'டவ்'விற்கு 112
19. 100 பில்லியன் ரூபாய் கம்பெனி 117
20. பங்கா யுகம் 123
21. அளவு 30 130

பகுதி IV: அறிவியல், அத்தாட்சி, பகுத்தறிவு

22. எதிர்பாராத வலி 137
23. தடயங்கள் மிக்க பூஞ்சைப் பாசி 145
24. பாதரசம் ஊட்டப்பட்ட மீன் 151
25. DAE மீண்டும் வருகிறது 156

பகுதி V: பாதரசம் என்ற பெயர் கொண்ட நஞ்சு

26. ஹக்கில்பி குடும்ப அவலம் 163
27. பார்ட்டன் பூத்தும் கறுப்பு மாத்திரைகளும் 168
28. மினமாட்டா வளைகுடா மர்மம் 173
29. அலாய்ஸ் அல்சமீர் 182
30. மீன் பாதரசத்தை உண்கிறது, மனிதன் மீனை உண்கிறான் 188
31. அல்மேடனிலிருந்து புதிய அல்மேடனுக்கு 192
32. காய்ச்சல் வெப்பமானிகள், ஒளி விளக்குகள், பல்புகள் 196

பகுதி VI: கொடைக்கானலில் எழும் பாதரசம்

33. குப்பையைக் கொட்டும் குப்பை மேடு 201
34. நேரடி நடவடிக்கை 207
35. மும்பையில் ரெயின்போ வாரியர் 215
36. பங்குதாரர்களின் செயல் முனைப்பு 219
37. அலுவலக அறைகளிலிருந்து தொலைக்காட்சி நிலையங்களுக்கு 223

பகுதி VII: கிரீன்பீஸ் இந்தியாவிற்கு வருகிறது

38. "கிரீன்பீஸாக ஆக்குங்கள்" 229
39. ஃபிலிஸ் கார்மாக், எட்ஜ் வாட்டர் ஃபார்ச்சூன், கான்னிகின் 231
40. காதல் கால்வாய் 234
41. "நச்சு வாயு பரவுகிறது!" 238
42. ரெயின்போ வாரியரின் பிறப்பு 240
43. ஆனி லெயோனார்டும் தாஜ் மகாலும் 244

பகுதி VIII: நீதி மன்றங்கள்: சென்னை முதல் லண்டன் வரை

44. இந்தியன் எரின் ப்ரோகோவிச் 249
45. மோடி, முகமது, கிருஷ்ணன் 252
46. அடிப்படை பாதரசம் 257
47. வழக்கறிஞர் வைகை 260

48. தூங்கும் சிங்கம் 265
49. கொடைக்கானல் ஏற்காது 271

பகுதி IX: சுத்திகரிப்பதற்கான போராட்டம்

50. மீதிப் பாதரசம் 279
51. இந்திய அளவீடா, டச்சு அளவீடா? 284
52. NEERI-யும் கிளாட் அல்வாரிசும் 287
53. 25-இலிருந்து 20-க்கு 290
54. பசுமைத் தீர்ப்பாயம் 294

பின்னுரை: நச்சு கலந்த மரபுரிமை 299
குறிப்புகள் 307
முக்கிய நபர்கள் 331

முன்னுரை
பாதரசத்திற்கு எதிரான ஒரு வழக்கு

யூனிலீவர் பிஎல்சியின் தலைமைச் செயல் அலுவலர் பால் போல்மேன். அவருக்கு 2015ஆம் ஆண்டு கோடைகாலத்தில், கிரீன் நோபெல் பரிசு என்று அழைக்கப்படுகின்ற கோல்ட்மேன் சுற்றுச்சூழல் பரிசுபெற்ற ஐம்பது பேர் கடுமையான கடிதம் ஒன்றை எழுதினார்கள்.

அதற்கு ஒரு வாரத்திற்கு முன்னர்தான் ஐக்கிய நாடுகள் சுற்றுச்சூழல் நிரல் (UNEP) அவருக்குப் புவியின் காவலர் (Champion of the Earth) விருதை வழங்கியிருந்தது. சுற்றுச்சூழல், நிலைத்தன்மை ஆகிய துறைகளில் சாதனை புரிந்தவர்களுக்கு UNEP தரும் மிக உயரிய விருது அது. கடிதம் மின்னஞ்சலில் அனுப்பப்பட்டது. அதில் தமிழ்நாட்டின் கொடைக்கானலிலுள்ள தொன்மை வாய்ந்த தென்னிந்திய மலைவாழிடத்தை அழித்ததற்கு யூனிலீவர் பொறுப்பேற்க வேண்டும் என்று கேட்கப்பட்டிருந்தது. அங்கே 1980-களிலிருந்து பாதரசம் தொடர்பான நோய்களால் நூற்றுக்கணக்கானவர்கள் பாதிக்கப்பட்டிருந்தார்கள்.

போல்மேனுக்கு இக்கட்டான நிலை. நியூயார்க்கில் நடந்த ஐ.நாவின் நிலையான வளர்ச்சி இலக்குகள் (Sustainable Development Goals)-இன் உச்சிமாநாட்டின் இறுதி நிகழ்ச்சிகளின்போதுதான், மூன்று நாட்களுக்குப் பிறகு, அவருக்கான விருது வழங்கப்படவிருந்தது. இந்த மதிப்புமிகு கூட்டத்தில் 2030-க்குள் வறுமை, பசி, பாலினப் புறக்கணிப்பு ஆகியவற்றை ஒழிக்கும் உலகளாவிய சட்டம் ஐ.நா. பொதுச் சபையில் நிறைவேற்றப்படவிருந்தது. அப்போதைய ஐ.நா. தலைவரான பான் கி மூன்

குறிப்பிட்டது இதுதான்: 'இது எல்லா வகையான வறுமைகளையும் முடிவுக்குக் கொண்டு வரும் திட்டம். இந்தப் புவிக் கோளுக்கான, நமது இல்லங்களுக்கான திட்டம்.' அதன் பதினேழு இலக்குகளில் மூன்று யூனிலீவருடன் நேரடித் தொடர்புடையவை. 'பருவ நிலைச் செயல்பாடு', 'நீருக்குக் கீழே உள்ள உயிரினங்கள்', 'நிலத்தின் மேலுள்ள உயிரினங்கள்.'

அடுத்த நாளே போல்மேன் அதற்கான விடைகளைத் தந்துவிட்டார். தனது குழுமத்தின் தவறான நடவடிக்கைகள் சிலவற்றை ஒத்துக் கொண்டார். "பின்புலத்தைப் பற்றிச் சொல்ல வேண்டுமென்றால், 2001ஆம் ஆண்டிலேயே இந்த விஷயம் கவனத்திற்கு வந்தது. கடுமையான நடைமுறை வழிகளுக்குப் புறம்பாக, பாதரசக் கழிவுகள் கலந்த கண்ணாடித் துண்டுகளை உள்ளூர்க் கழிவுத் துண்டுகள் விற்பனையாளர்களுக்கு விற்றுவிட்டோம். எங்களுக்குப் பிரச்சினை தெரிந்தவுடன், தொழிற்சாலையை மூடிவிட்டு விசாரணையைத் தொடங்கினோம். அதன்பிறகு, கழிவையும், எந்திரங்களையும் எடுத்து நீக்கிவிட்டோம்."[1]

உலகின் நான்காவது மிகப் பெரிய நுகர்வுக் குழுமமான யூனிலீவரின் வரலாற்றில் முதன் முறையாக அந்தக் குழுமத்தின் மிக முக்கியமான தவறுகளை அதன் தலைவர் ஒத்துக்கொண்டார். இத்தவறுகள் போல்மேன் யூனிலீவரில் சேர்வதற்கு முன்னர் நடந்தவை.

ஆனால், போல்மேன் தனது விடையில் ஒரு முக்கியமான விஷயத்தைப் பற்றிக் குறிப்பிடவில்லை. பாம்பார் ஷோலா என்று உள்ளூர் மக்களால் அழைக்கப்பட்ட மிக மிருதுவான சுற்றுச்சூழல் அமைப்பாகக் கருதப்பட்ட ஓர் இயற்கைச் சோலையில் அபூர்வமான பல்லுயிரிகளைப் பெருமளவில் அழித்துப் போட்டதைப் பற்றி அவர் சொல்லவில்லை. பாம்பார் ஷோலா பிரேசில் நாட்டு அமேசான் காடுகளையும் ஆப்பிரிக்காவின் மடகாஸ்கரையும் தென்கிழக்கு ஆசியாவில் போர்னியோவையும் போன்றது. அங்கே ஆயிரக் கணக்கான அழிந்து கொண்டிருக்கிற, ஏறக்குறைய அழிந்துபோன உயிரினங்கள் மயிரிழையில் தப்பிப் பிழைக்கின்றன.

அதே சமயம் இருபது ஆண்டுகளாகப் பாதரசம் எனப்படும் நச்சுமிகு அடர் உலோகத்தைப் பயன்படுத்தி வெப்பமானிகளை உற்பத்தி செய்து வந்த, இப்போது மூடப்பட்டிருக்கிற

தொழிற்சாலையில் வேலை பார்த்த 500 முன்னாள் தொழிலாளர்கள் பாதிக்கப்பட்டிருந்ததை அவர் ஒப்புக்கொண்டார். அதிக அளவில் பாதரசத்தோடு புழங்கினால் அது கர்ப்பிணிப் பெண்களுக்கும் பிறந்த சிசுக்களுக்கும் வளர்ச்சிக் குறைபாடுகளை ஏற்படுத்தும், அல்செமிர் நோய் போன்ற சிறிது சிறிதாக உடலைச் சீரழிக்கும் கோளாறுகளை உண்டாக்கும் என்பது அனைவருக்கும் தெரிந்தது தான்.

ஆனால், போல்மேன் தனது தொழிலாளர்களுக்கு மோசமான உடல்நலத் தாக்கம் ஏற்பட்டதற்கான ஆதாரத்தை இன்னும் தேடிக் கொண்டிருந்தார். தனது குழுமத்திடம் இருக்கும் அறிவியல் சார்ந்த, மருத்துவ, தொற்று நோய்க்கான ஆதாரங்களை ஒத்துக் கொள்ளாமல் விடை எழுதினார்: "நாங்கள் இரண்டு முக்கியமான பிரச்சினைகளைப் பொறுப்புடனும் வெளிப்படையாகவும் கையாண்டிருக்கிறோம் என்று நாங்கள் நம்புகிறோம்: முதலாவது எங்கள் முன்னாள் தொழிலாளர்களின் உடல் நலம் பற்றியது. நீங்கள் சொல்லுவது போல அவர்களில் பலர் எங்கள் தொழிற்சாலையில் வேலை பார்த்ததின் விளைவாக உடல்நலம் குன்றிவிட்டதாகச் சொல்லுகிறார்கள். இரண்டாவது, தொழிற்சாலைப் பகுதியிலும், சுற்றிலும் சுற்றுச்சூழல் பாதிப்பு ஏற்பட்டது என்பதாகச் சொல்லுவது பற்றியது."

உள்ளூர் மக்களும், பன்னாட்டுச் சுற்றுச்சூழல் அமைப்பான கிரீன்பீஸ் என்ற அமைப்பினரும் யூனிலீவர் உள்ளூர் கழிவுத் துணுக்குகள் விற்பனையாளருக்கு விற்பனை செய்து பாதரசம் நிறைந்த கண்ணாடிக் கழிவைக் கண்மூடித்தனமாகக் கழித்து வந்திருக்கிறது என்று கண்டுபிடித்தனர். இந்தக் கழிவு தென்னிந்தியா முழுவதும் பயணித்துக் கண்ணாடிப் பீங்கான் குண்டுகளாகவும், பல்புகளாகவும், விளக்குகளாகவும், நுகர்பொருள்களாகவும் வீடுகளுக்குப் போய்ச் சேர்ந்துவிட்டது.

கோல்ட்மேன் பரிசு பெற்றவர்கள் சார்பாக, இந்தோனேசியச் சுற்றுச்சூழலியலாளர் யூவின் இஸ்மவதி உடனே போல்மேனுக்குப் பதிலடி கொடுத்தார். "கொடைக்கானல் பற்றிய எனது தனிப்பட்ட ஆராய்ச்சிகள் பல முகமைகளும், ஆய்வாளர்களும் நடத்திய ஆய்வறிக்கைகள், வெளியீடுகளைக் கண்டுபிடித்தது. அவை கொடைக்கானலில் பல உயிரினங்களைப் பாதரசம் பாதித்திருக்கிறது என்பதையும், கொடைக்கானல் ஏரியிலும்,

காட்டுப் பகுதிகளில் பாசியிலும், பூஞ்சையிலும் மிக அதிகளவில் பாதரசம் இருந்தது என்பதையும் காட்டின."

பாதரச மாசினால் கொடைக்கானலில் ஏற்பட்ட பேரழிவைப் பற்றிய ஆய்வுகளுக்குக் குறைவில்லை. அணு ஆற்றலுக்கான இந்தியத் துறையின் கீழ் இயங்கும் புகழ்மிக்க ஒரு அறிவியல் நிறுவனம், இங்கிலாந்தின் எக்சீட்டர் பல்கலைக்கழக கிரீன்பீஸ் ஆய்வுச் சோதனைக்கூடம், மன நலம், நரம்பு அறிவியல்களுக்கான தேசிய நிறுவனமான NIMHANS என்ற இந்தியாவின் முதன்மை நரம்பு நோய் நிறுவனம் ஆகியவையும் உலக அளவிலான பாதரச உற்றுநோக்கல் அமைப்பு (GMGS), ஐரோப்பிய ஆணையம் ஆகியவையும் நடத்திய ஆய்வுகளெல்லாம் இந்தப் பேரழிவைக் குறிப்பிட்டுப் பதிவு செய்திருக்கின்றன.

கிரீன்பீஸ் ஆய்வு மாசுபடுதல் அதிகமிருப்பதையும் சுற்றுச்சூழலுக்கு ஏற்பட்ட அழிவையும் வெளிப்படுத்திய இரண்டு ஆண்டுகளில் உலகிலேயே பாதரச மாசுபட்ட இடங்களில் மிக அதிகமாக ஆய்வு மேற்கொள்ளப்பட்ட இடமாகக் கொடைக்கானல் ஆகிவிட்டது. தொழிலாளர்களுக்கும் அங்கே வசிப்பவர்களுக்கும் ஏற்பட்ட உடல்நலக் கேடு, மீன்களில் பாதரசம் அதிகம் சேர்ந்திருப்பது, அடிமண்டிகளில் கரிமமற்ற வேதிப்பொருள்கள் ஆபத்தான கரிமப் பொருள்களாக மாறுவது, காற்றில் பாதரசம் பரவுதல், சுற்றுச்சூழல் அமைப்பில் பாதரசத்தின் அழிவுத் தாக்கம் முதலானவற்றைப் பற்றி இந்த ஆய்வுகள் மேற்கொள்ளப்பட்டன. பல ஆய்வுகளின் முடிவுகள் அத்துறை அறிஞர்களால் மீள்பார்வை செய்யப்பட்டுப் பன்னாட்டு அறிவியல் இதழ்களில் வெளியிடப்பட்டன. பல ஆய்வுகள் பெருமைக்குரிய பல பன்னாட்டு மேடைகளில் வாசிக்கப்பட்டு நூல்களில் வெளியிடப்பட்டன.

உண்மையில் 2002இல் தொழிற்சாலை மூடப்பட்டு ஏறத்தாழ ஓராண்டுக்குப் பிறகு ஓய்வுபெற்ற நீதியரசர் S.N.பார்கவாவின் தலைமையில் நடைபெற்ற சுதந்திரமான இந்திய மக்கள் தீர்ப்பாயம் (Indian People's Tribunal) நடத்திய பொதுவெளி விசாரணை, தொழிற்சாலையில் பணியாற்றியவர்களில் இருபத்தி நான்கு பேருக்கு மிகக் கடுமையான நோய்களும் இறப்புகளும் நடந்ததாக ஆவணப்படுத்தியது. சிறுநீரக நோய்கள், இதய நோய்கள், நரம்பு நோய்கள், வளர்ச்சிக் கோளாறுகள், தோல் நோய்கள், புற்று நோய் முதலான நோய்களால் அவர்கள் பாதிக்கப்பட்டிருந்தார்கள்.

ரூத் பிரியா தொழிற்சாலையின் பாதரசத்தை அடைக்கும் பிரிவில் 1991 முதல் 2001 வரையிலும் வேலை பார்த்தவர். மேல் கோட்டும், தலை முக்காடும், கையுறைகளும் இல்லாமல் தொழிற்சாலையில் வேலை செய்ததை அவர் நினைவுகூர்கிறார். பாதரசம் படிந்த உடைகளுடனேயே வீட்டுக்குப் போய் அவற்றை அவருடைய மற்ற உடுப்புகளுடன் சேர்த்துத் தொங்கப்போட்டு, அதே உடைகளை அடுத்த நாள் காலையில் அணிந்துகொண்டு தொழிற்சாலைக்கு வருவதாகப் பகிர்ந்தார்.

குழுமத்தில் அவர் பணியாற்றிய கடைசிக் காலத்தில் அவருக்குத் தலைவலியும், உடல் நடுக்கமும் ஏற்படும் போதெல்லாம் தொழிற்சாலை மேலாளர் அவருக்குக் காய்ச்சல் மாத்திரைகளைக் கொடுப்பார். நல்ல உடல்நலத்தோடு இருந்த பெண்தான், ஆனால், தொழிற்சாலையில் வேலை செய்யத் தொடங்கிய சில ஆண்டுகளிலேயே அவருக்குத் தலை சுற்றி மயக்கமும், சோர்வும் ஏற்படத் தொடங்கின. 2001ஆம் ஆண்டு அவருக்கு இரட்டைக் குழந்தைகள் பிறந்தன. இரண்டுக்குமே பிறவிக் குறைபாடுகள். ஒரு குழந்தைக்குக் காலில் பிளவு. இன்னொன்றுக்குக் கொஞ்சம் கொஞ்சமாக மறதி வரத் தொடங்கியது. எனினும் தொடர்ந்து மருத்துவ உதவி தரப்பட்டதால், குழந்தைகள் ஓரளவு சாதாரண வாழ்க்கையை வாழ முடிந்தது.[2]

ஆரோக்கிய செல்வராஜாவும் அங்கு வேலை பார்த்தவர்தான். அவருக்கு இன்னும் கடுமையான பாதிப்புகள் ஏற்பட்டன. இந்துஸ்தான் லீவரில் பன்னிரண்டு ஆண்டுகள் வேலை பார்த்தார். 1997ஆம் ஆண்டு மருத்துவச் சிகிச்சைக்காக வேலையை விட்டுவிட்டார். அவருடைய வேலை பாதரச வெப்பமானிகளை லேசர் மூலம் வெட்டி வகைப்படுத்துவது. அதன்பிறகு அவற்றைத் தரையில் படம் எடுக்க வேண்டும். மருத்துவமனையில் சேர்வதற்காக வேலையிலிருந்து விலகிவிட்டார். சில மாதங்களுக்குப் பிறகு தனது முப்பத்தி இரண்டாம் வயதில் இறந்து போனார்.

ராஜா புகைப்பிடிக்க மாட்டார், மது அருந்த மாட்டார். தொழிற்சாலையில் சேர்ந்த உடனேயே பாதரச நஞ்சினால் பாதிக்கப்பட்டதற்கான அறிகுறிகள் தோன்றின. எப்போதாவது மூக்கிலிருந்து இரத்தம் வரும், இரத்த வாந்தி எடுப்பார்.[3] ஒவ்வொரு முறையும் தொழிற்சாலையிலிருந்த சிறு மருத்துவமனையில் சாதாரண மருந்துகளைக் கொடுப்பார்கள்.

1995இல் ஒருநாள் அதிகமான காய்ச்சல் கண்டது. உடலெல்லாம், குறிப்பாக விரைகளில் வீக்கம். விரிவான மருத்துவச் சோதனைகளில் அவருக்குச் சிறுநீரக மூலத்திசு (renal parenchyma) பாதிக்கப்பட்டிருப்பது தெரிந்தது. சிறுநீரகங்களில் உள்பகுதியும் மேல் சவ்வும் பாதிப்படைந்ததால் ஏற்பட்ட நோய். பாதரசத்திலுள்ள சிறுநீரகத்தில் பாதிப்பை ஏற்படுத்தும் நஞ்சினால் உண்டாகும் நோய் இது.

சிறுநீரகம் பாதிக்கப்பட்டதைக் காட்டும் முதல் அறிகுறியான கிரயாட்டினைன் அளவுகள் ஓரிரு மாதங்களில் அதிகமாகிக் கொண்டே வந்தது. அவருடைய குடும்பம் கடன் வாங்கி, அடகு வைத்துக் கொடுத்த பணத்தைக் கொண்டு நல்ல மருத்துவ சிகிச்சை அளிக்கப்பட்டாலும், பல உறுப்புகள் செயலிழந்துபோக அவர் நிலை மிகவும் மோசமானது. பல ஆண்டுகளுக்குப் பிறகு ராஜாவின் சகோதரர் செபஸ்தியான் IPT-க்கு முன்னர் சாட்சியமளித்தார். "கொஞ்ச காலம்தான் என்று தெரிந்தது. வீட்டிற்குக் கூட்டி வந்து வீட்டிலேயே மருத்துவம் பார்த்தோம். உடல் வீங்கிக்கொண்டே வந்தது. உடல்வலி தாங்கமுடியவில்லை. மலத்தில் இரத்தம் வரத் தொடங்கியது. 1997ஆம் ஆண்டு ஏப்ரல் 27 அன்று இறந்து விட்டார்," என்றார்.[4]

ராஜாவின் மரணத்திற்கு ஐந்து மாதங்களுக்குப் பிறகு வி.பன்னீர் செல்வம் இயேசுதாஸ் என்ற இன்னொரு தொழிலாளி இருபத்தைந்து வயதில் சிறுநீரகம் செயலிழந்ததால் இறந்தார்.

பட்டியல் நீண்டுகொண்டே போனது.

பாதிக்கப்பட்டவர்களின் விவரங்களை முதலில் ஆவணப்படுத்தியது IPT. தொழிற்சாலையின் முன்னாள் தொழிலாளர்கள் இருபத்து நான்கு பேரும் இறந்து போனவர்களின் குடும்ப உறுப்பினர்களும் அதனிடம் வாக்குமூலம் அளித்தனர். சென்னை உயர்நீதிமன்றத்தின் ஆணைப்படி இந்திய அரசின் தொழில் மற்றும் வேலை அமைச்சகம் ஒரு குழுவை அமைத்தது. அந்தக் குழு பாதிக்கப்பட்ட தொழிலாளர்கள், இறந்த தொழிலாளர்களின் குடும்பங்கள் முதலானோரைத் தொடர்பு கொண்டபோது பாதிக்கப்பட்ட எழுபத்து இரண்டு பேர் வாக்குமூலம் அளித்தார்கள். அவர்களும், இறந்து போனவர்களின் குடும்பங்களும் பட்ட துன்பங்களை விரிவாகச் சொன்னார்கள்.

*S.A.*மகேந்திரன் என்ற மகேந்திரபாபு பாண்ட்ஸ் (இந்துஸ்தான் லீவர்) கொடைக்கானல் தொழிற்சாலையின் முன்னாள் தொழிலாளர் சங்கத்தின் தலைவர். அவரும் பாதிக்கப்பட்டவர். மகேந்திரன் 1989 வரையில் ஆறு ஆண்டுகள் தொழிற்சாலையில் வேலை பார்த்தார். குழந்தைகள் நிறைய இருக்கும் குடும்பத்திலிருந்து வந்தாலும் அவருக்கு மலட்டுத் தன்மை வந்துவிட்டது. அவருக்கும் அடிக்கடி மூக்கில் இரத்தம் வரும். விடாத தலைவலி. இருபத்து ஏழு வயதிலேயே தொழிற்சாலையிலிருந்து விலகிவிட்டார். அவருடைய மலட்டுத் தன்மை பற்றிய விபரங்கள் பின்னால்தான் தெரிய வந்தன.

தொழிற்சாலைப் பணியாளரில் முதல் சாவு 1984இல் நிகழ்ந்தது என்று மகேந்திரன் நினைவு கூர்கிறார். உலகெங்கும் பாதரச வெப்பமானிகளை ஏற்றுமதி செய்யும் வசதியைப் பிரம்மாண்டமான தொடக்க விழாவாகக் கொண்டாடிய ஓராண்டில் அது நடந்தது. மாரிமுத்து என்ற அவரைப் பெரியகுளம் பொது மருத்துவமனைக்குக் கூட்டிச் சென்ற பிறகு இரத்த வாந்தி எடுத்து இறந்தார். அப்போது அவருடைய சாவின் காரணம் யாருக்கும் தெரியவில்லை.[5] 2001ஆம் ஆண்டு தொழிற்சாலையை மூடுவதற்குள் இருபத்திரண்டு முதல் முப்பத்தைந்து வயதுக்குள் ஏறக்குறைய பத்துத் தொழிலாளர்கள் இறந்துவிட்டார்கள் என்று மகேந்திரன் சொல்லுகிறார். தொழிற்சாலையில் வேலை பார்த்தபோது இறந்தவர்களோடு தொழிற்சாலையை விட்டுப்போன பிறகு இறந்தவர்களையும் சேர்த்தால் எண்ணிக்கை இருபத்து எட்டு ஆகும். இது தொழிலாளர் வேலை அமைச்சகத்தால் ஏற்படுத்தப்பட்ட குழுவுக்கு அளிக்கப்பட்ட செய்தி. தமிழ்நாடு மாசுக் கட்டுப்பாட்டு வாரியம் (TNPCB) ஆணையின்படி தொழிற்சாலையை மூடுவதற்குச் சிறிது காலம் முன்னர், அதாவது 2001இல் தான் வேலையாட்கள் பாதரச பாட்டில்களில் ஒட்டப்பட்டிருந்த ஸ்டிக்கர்களைக் கவனித்தார்கள். அவற்றில் பாதரசத்திற்கு அருகில் உடல் இருப்பதால் பல், கண், மூளை, சிறுநீரகப் பிரச்சினைகள் ஏற்படும் என்ற எச்சரிக்கை இருந்தது.

"நாங்கள் இந்த ஸ்டிக்கர்களைப் பார்த்ததே இல்லை, குழுமம் அவற்றை எடுத்துவிட்டது. பாதரச பாட்டில்களைத் தளத்திற்கு அனுப்புவதற்கு முன்னர் அவற்றை நீக்கிவிட்டார்கள்," என்று மகேந்திரன் தனது வாக்குமூலத்தில் தெரிவித்தார்.

தொடக்க ஆண்டுகளில், அதாவது 1984ஆம் ஆண்டு வரையில் இருக்கலாம், தொழிற்சாலையை விட்டு வெளியில் போகும் முன் குளிக்க வேண்டுமென்று தொழிலாளர்கள் கேட்டுக் கொள்ளப்பட்டார்கள். மேலும் தொழிற்சாலை சிற்றுண்டி விடுதியில் சாப்பிடுவதற்கு முன்னர் சோப்பு நீரால் கைகளைக் கழுவ வேண்டுமென்றும் அறிவுறுத்தப்பட்டது. அமெரிக்காவில் அரசு ஒழுங்கமைவு நிறுவனம் [National Institute for Occupational Safety and Health (NIOSH)] வழங்கியிருந்த வழிகாட்டுதல்களின்படி இது கடைப்பிடிக்கப்பட்டது. அமெரிக்காவிலிருந்துதான் வெப்பமானி தொழிற்சாலை கொடைக்கானலுக்கு வந்து சேர்ந்தது.

தொழிற்சாலையை அமெரிக்க நிறுவனமான சீஸ்பரோ - பாண்ட்ஸ் INC என்ற குழுமம் அமைத்தது. அமெரிக்காவின் சுற்றுச்சூழல் பாதுகாப்பு முகமை (EPA) அமைக்கப்பட்ட பிறகு சுற்றுச்சூழல் விதிகள் கடுமையாக்கப்பட்டதைத் தொடர்ந்து பாண்ட்ஸ் நிறுவனம் வெப்பமானி தொழிற்சாலையையும், தொடர்புடைய எந்திரங்களையும் இந்தியாவுக்கு 1983ஆம் ஆண்டில் அனுப்பி வைத்தது. தொழிற்சாலை 1988ஆம் ஆண்டு யூனிலீவரின் கையில் விழுந்தது.

கொடைக்கானலில் தொழிற்சாலை ஆரம்பிக்கப்பட்ட புதிதில் பணியிடப் பாதுகாப்புக்கு முதன்மையான முக்கியத்துவம் கொடுக்கப்பட்டது. ஆனால் சீஸ்பரோ - பாண்ட்ஸ் குழுமத்தினை உலகளவில் யூனிலீவரும் இந்தியாவின் அதன் கிளையான இந்துஸ்தான் லீவரும் எடுத்துக் கொண்ட பிறகு தொழிற்சாலை முழுவதுமாகப் பாதை மாறிவிட்டது. பல மாற்றங்கள், குழுமத்தின் நோக்கம் உட்பட, ஏற்படத் தொடங்கின. இந்துஸ்தான் லீவர் 'கண்ணாடித் தயாரிப்புப் பிரிவு' என்று பதிவு செய்துகொண்டது. பாதரசம் போன்ற ஆபத்துகளை விளைவிக்கும் உலோகங்களின் பயன்பாடுகள் பற்றி எதுவும் தெரிவிக்கப்படவில்லை. இதனால் இந்தியாவில் ஆபத்துள்ள கழிவுப் பொருட்கள் மேலாண்மை விதிகளின்படி பாதரசத்தைக் கையாளும் பிரச்சினையைக் குழுமம் எளிதாகத் தீர்த்துவிட்டது.

மூடப்பட்ட தொழிற்சாலையின் பழைய தொழிலாளர்கள் நீதிப் பேராண்மை மனுவின் மூலம் 2005இல் பாதரச நச்சுப் பிரச்சினையை நீதிமன்றத்திற்குக் கொண்டு சென்றார்கள். அப்போது இவ்வாறு குழுமம் உண்மையைச் சேர்க்காமல்விட்டது குழுமத்தைப் பின்னர் சிக்கலில் மாட்டி வைக்கும் நிலைக்குத்

தள்ளியது. மேலை நாடுகளில் ஒரு குழுவிற்காகத் தனிஒருவர் வழக்கு மன்றத்திற்குப் போக இந்திய நீதி நடைமுறையில் இடம் இல்லாததால், மனித உரிமைகள் வழக்கறிஞர் வைகை இராமமூர்த்தி வழக்கு தொடர்ந்தார். சென்னை உயர்நீதி மன்றம் இந்த வழக்குக்கு முடிவு சொல்லப் பத்து ஆண்டுகள் ஆகும். என்றாலும் போல்மேனின் குறுக்கீட்டால் நீதிமன்றத்திற்கு வெளியே பயன்பாட்டுக்கு வந்ததால் வழக்கு முடிவிற்கு வந்தது.

2016இல் யூனிலீவர் அதன் 591 முன்னாள் தொழிலாளர்களுக்கு 'வெளியில் அறிவிக்கப்படாத' தொகையை இழப்பீடாகத் தர ஒத்துக் கொண்டது. இந்தியாவில் ஒரு கூட்டிணையத்தால் கொடுக்கப்பட்ட அதிகபட்சத் தொகையில் இரண்டாவது இடத்தை இது எடுத்துக் கொண்டது என்று சொல்லப்பட்டது. மிக அதிகமான தொகை - $470 மில்லியன் - இழப்பீடு 1984இல் போபால் வாயுக் கசிவின் பாதிப்பில் போபால் மக்களுக்கு டோவ் கெமிக்கல் கம்பெனி கொடுத்தது.

பதினைந்து ஆண்டுகளாக இழுத்துக் கொண்டிருந்த ஒரு பிரச்சினையை யூனிலீவர் முடிவுக்குக் கொண்டுவருவதைத் தீர்மானிக்க போல்மேனுக்கு இன்னொரு காரணமும் இருந்தது. ஆகஸ்ட் 2015இல் சென்னையில் ஓர் இளம் இயக்குநரும், ராப் இசைக் கலைஞருமான ஒருவர் 'Kodaikanal Won't' என்ற இசை வீடியோவை வெளியிட்டார். அது நிக்கி மினாஜின் புகழ்பெற்ற அனகொண்டா பாட்டும், பரதநாட்டியமும், டப்பாங்குத்தும் கலந்த கலவை. அரசு சாரா தொண்டு நிறுவனமான Jhatkaa.org இந்த மூன்று நிமிடக் காணொளியை வெளியிட்டது. யூடியூபில் ஒரு கணத்தில் மில்லியன் கணக்கில் மக்கள் பார்த்தார்கள். கொடைக்கானலின் சுற்றுச்சூழலைச் சிதைப்பதில் யூனிலீவரின் பங்கு பற்றிய பேச்சு உலகம் முழுவதும் பேசும் பொருளாயிற்று.

('Kodaikanal Won't' என்ற காணொளிக் காட்சியை சென்னைக் கலைஞர் சோஃபியா அஷ்ரஃப் எடுத்தார். அதில் கொடைக்கானலில் பாதரசத்தைக் கொட்டியதைத் தூய்மைப்படுத்துங்கள் என்று யூனிலீவரை அவர் கேட்டார். இரண்டு நாட்களில் உலகெங்கும் 7,83,533 அதைப் பார்த்தார்கள். பாடலும் பாடல் வரிகளும் யூடியூபில் காணக் கிடைக்கும்)

பகுதி I
வாட்டர்டவுனிலிருந்து
பாம்பார் சோலைக்கு

1
வாட்டர்டவுன்

நியூயார்க் மாநிலத்தின் ஜெஃபர்சன் மாவட்டத்தின் அசாதாரணமான தன்மை, கறுப்பு ஆறு என்று அழைக்கப்பட்ட அமிலக் கண்ணாடிப் பாதை (obsidian) ஆகும். இது வடகிழக்கு மாநிலத்தின் வழியாகக் குறுக்கும் நெடுக்குமாக ஓடி ஒன்டாரியோ ஏரியில் கலக்கிறது. அதன் தோற்றுவாய் அடிரான்டாக் மலைகள் என்று அழைக்கப்பட்ட மூலை முகட்டுத் தொகுதி. 'அடிரான்டாக்' என்பது முதலில் அப்பகுதியில் வாழ்ந்த பழங்குடி மக்களைக் குறிக்கும் மரியாதை குறைந்த சொல்லாக இருந்தது. அவர்கள் விவசாயம் செய்யவும், உணவைச் சேமித்து வைக்கவும் முடியாமல் பஞ்சத்தின் போதும் கடுமையான குளிர் காலத்திலும் உயிர் வாழ மரப்பட்டைகளைத் தின்றார்கள்.[1]

கறுப்பு நீர் ஆறுகள் என்பவை சுற்றிலுமுள்ள மரங்கள், தாவரங்களிலிருந்து வரும் அழுகிய பொருட்கள் கொண்ட கால்வாய்கள். மரங்களிலிருந்து விழும் இலைகளும், பட்டைகளும் அழுகிப் போகும்போது அழுகிய சேற்றிலிருந்து வரும் டானின் அல்லது டானிக் அமிலம் ஓடைகளில் கலக்கும். கடும் தேநீர் போன்ற கறுப்பு நிறத்தை அது ஆறுகளுக்குக் கொடுக்கும்.[2] அதனால் தான் கறுப்பு ஆறு (Black River) என்று அதற்குப் பெயர் வந்தது. அலுமினியம் போன்ற கனிமங்கள் கலந்து இந்த ஆறுகள் மிகவும் அதிகமான அமிலத் தன்மை பெற்றிருக்கும்.[3]

அடிரான்டாக் மலைகளைக் கிழக்கிலும், டக் குன்றுப் பகுதியை மேற்கிலும் பிரித்துக் கறுப்பு ஆறு வடமேற்குத் திசையில் ஓடுகிறது. ஒன்டாரியோ ஏரிக்குப் போய் டெக்ஸ்ட் கிராமத்தருகில் கறுப்பு ஆறு வளைகுடா, மார்ஷ் ஆகிய பகுதிகளில் அனைத்தையும் சேர்க்கிறது. இது வாட்டர்டவுனுக்குப் பதினாறு கிலோ மீட்டர் மேற்கில் இருக்கிறது. இவை இரண்டும் கோல்டன் கிரசாட் என்ற பகுதியில் உள்ளது. உலகிலேயே இதுதான் மிகப் பெரிய நன்னீர் வளைகுடா என்று கருதப்படுகிறது. வாட்டர்டவுன் என்ற

இடம் அதன் தோற்றத்தையும் பெயரையும் கறுப்பு ஆற்றிலிருந்து பெறுகிறது.

கறுப்பு ஆறு கால்வாய் அமைப்பு நன்றாக நிறைவேற்றப்பட்ட பிறகு பத்தொன்பதாம் நூற்றாண்டின் தொடக்கத்தில் வாட்டர்டவுன் வளர்ச்சி பெற்றது. ஒன்டாரியோ ஏரியிலிருந்து ஊருக்குள் 200 கி.மீ. தூரம் வரையில் பொருட்களைக் கொண்டுபோகப் படகுகளையும், சிறு கப்பல்களையும் மக்கள் பயன்படுத்தத் தொடங்கினார்கள்.

பெரிய தொழிலகங்கள், தொழிற்சாலைகளை அமைக்கத் தகுந்த இடங்களைத் தேடிக் கொண்டிருந்தபோது முதலாவதாக அவர்களுக்குக் கிடைத்த இடம் வாட்டர்டவுன். கச்சாப் பொருட்களையும், தயாரிக்கப்பட்ட பொருட்களையும் உள்பகுதிகளிலிருந்து ஒன்டாரியோ ஏரிக்கும், அங்கிருந்து உள்பகுதிகளுக்கும் கொண்டு செல்ல அவர்களுக்கு வசதியாக இருந்தது. மேலும், நியூயார்க்கும் அருகிலிருந்தது. வாஷிங்டன் நகரத்திற்கும் சாலை வசதி இருந்தது. ஒன்டாரியோ ஏரிக்கு அந்தப்புறம் கனடா இருந்தது. அதுவும் வர்த்தகத்திற்கு வளர்ந்து வரும் சந்தை.

விரைவாகவே வாட்டர்டவுன் உற்பத்திக்குரிய இடமாக ஆகி விட்டது.

மேலும், கறுப்பு ஆறும் தொழில் மயமாவதற்கான தண்ணீர் வசதியைத் தந்தது. பத்தொன்பதாம் நூற்றாண்டின் மத்தியில் காகித மில்களையும், பெரிய தொழிற்சாலைகளையும் தொழில் முனைவோர் கட்டிவிட்டார்கள். 1847இல் எளிதாகக் கொண்டு போகக்கூடிய நீராவி எஞ்சினை முதன்முதலில் தயாரித்த தொழிற்சாலையும் அவற்றில் ஒன்று. ஆற்றங்கரைகளை அவர்களது தொழிற்சாலைகளை நிறுவ புதிய குழுமங்கள் தேர்வு செய்தன. ஏனென்றால் கழிவுப் பொருட்களையும், கழிவு நீரையும் எளிதில் ஆற்று நீரில் கொட்டிவிடலாம். இவ்வாறு அமெரிக்கப் பொருளாதார வளர்ச்சியினால் ஆற்றின் பெயர் மேலும் உறுதிப்படுத்தப்பட்டது. கறுப்பு ஆறு இன்னும் கறுப்பாகியது.

வாட்டர்டவுனின் வளர்ச்சி நகர நிர்வாகிகளின் வருவாய் கூடியதால் இன்னும் வேகமாயிற்று. விரைவில் கழிவு நீர் வெளியேற்றும் அமைப்புகள், நடைமேடைகள் ஆகியவை கட்டப்பட்டுவிட்டன. விளக்குகளும், பிற வசதிகளும் வந்தன. வாட்டர்டவுன் அப்பகுதியின் முக்கிய இடமாக ஆகிவிட்டது.

கறுப்பு ஆற்றின் கரைகளிலும், வாட்டர்டவுன் எல்லைகளிலும் பெரிய நாகரிகம் வளர்ந்தது.

1888ஆம் ஆண்டு கிளாஸ் தெர்மாமீட்டர் கம்பெனி நகரத்தில் அமைக்கப்பட்டது. காரணம் நீர் போதுமான அளவுக்குக் கிடைத்தது. கறுப்பு ஆற்றில் பாதரசக் கழிவைக் கொட்டி விடலாம்.[4]

கிளாஸ் தெர்மா மீட்டர் கம்பெனி பல கைகளுக்கு மாறியது. பெயரும் பலமுறை மாறியது. 1920இல் ஃபெய்ச்னி கருவி கம்பெனி என்றிருந்தது. 1966இல் சீஸ்பரோ-பாண்ட்ஸ் குழுமத்தால் வாங்கப்பட்டது.[5] 1988இல் யூனிலீவர் சீஸ்பரோவை வாங்கியது. இவ்வாறு வாங்கியதால் குழுமத்தில் அதிகக் காலம் இருந்த முக்கியமற்ற சொத்துக்களில் சிலவற்றை விற்கவோ, வேறிடத்திற்கு மாற்றவோ செய்தது. இப்படிச் சிக்கலான சேர்க்கைகள், வாங்குதல்களினால், ஒரு அழிந்து கொண்டிருந்த பாதரச வெப்பமானி தொழிற்சாலையையும், அதனோடு தொடர்புடைய எந்திரமும் அடையாளம் காணப்பட்டு அவை 1983இல் இந்தியாவிலுள்ள கொடைக்கானல் என்ற தெற்கு மலை வாழ்விடத்திற்கு அனுப்பப்பட்டது.

2
சீஸ்பரோ - பாண்ட்ஸ்

1860களில் சர் ராபர்ட் அகஸ்டஸ் சீஸ்பரோ என்ற இளம் நியூயார்க் வேதியியலாளர் சில எண்ணெய்க் குழாய்களிலுள்ள கம்பிகளில் பெட்ரோலிய எச்சம் சேர்ந்திருந்ததைக் கவனித்தார். அந்த எச்சத்தைப் பெட்ரோலியக் கிணறுகளிலும் சுத்தப்படுத்தும் தொழிற்சாலைகளிலும் வேலை செய்யும் தொழிலாளர்கள் காயங்களில் தடவினால் வெட்டுக் காயங்களும், சிராய்ப்புகளும் விரைவிலேயே காய்ந்துவிடுவது அவருக்குத் தெரியும். அதனால் அதைப் பற்றி ஆய்வு செய்தார். இந்தக் கைப்பக்குவக் குறிப்பு பரவியவுடன் மக்கள் தோலில் கொப்புளங்கள், தோல் தொற்று நோய்கள் ஆகியவை உட்படப் பல நோய்களுக்கும் அதைப் பயன்படுத்தத் தொடங்கினார்கள்.

அவருடைய தொழில் முனைப்பு ஊக்கம் பெற சீஸ்பரோ சோதனைச்சாலையில் இந்த எச்சத்தைத் தயாரித்தார். பிறகு ஒரு சிறு தொழிற்சாலையை அவருடைய வீட்டின் பின்புறத்தில் அமைத்தார். அந்தப் பொருளுக்கு 'வாசலைன்' என்று பெயர் வைத்தார். தண்ணீருக்கு ஜெர்மன் மொழிச் சொல்லான 'வாசர்' என்பதையும், எண்ணெய்க்கு கிரேக்கச் சொல்லான 'எலேயன்'[1] என்பதையும் சேர்த்து இப்படிப் பெயர் கொடுத்தார்.

சீஸ்பரோ 1870களில் அதனை அப்பகுதிகளிலுள்ள கடைகளுக்கு விற்கத் தொடங்கினார். அது 'வேசலைன் பெட்ரோலியம் ஜெல்லி' என்ற பெயரால் அழைக்கப்பட்டது. இப்பெயர் அதன் மூலப் பொருளையும், அதன் தன்மையையும் வெளிப்படுத்துவதாக இருந்தது. மருந்தாளுநர்களும், கடைகளும் அதனை ஏற்றுக் கொள்ள உள்ளூர் விளம்பரங்களின் உதவியுடன் அதன் விற்பனை நாளுக்கு நாள் அதிகரித்தது. புதுவிதமான இந்தப் பொருள் சாதாரண மக்களையும், மருத்துவர்களையும் விரைவாகக் கவரத் தொடங்கியது. விபரங்கள் கேட்டு அமெரிக்காவின் பல இடங்களில் இருந்தும், உலகின் பல மூலைகளில் இருந்தும் தகவல்கள் வந்தன.

சிறிய தொழிற்சாலையின் உற்பத்தி அளவு குறைவாக இருந்தது. ஆகவே, புதிய தொழிற்சாலைகளை நிறுவ வேண்டியதாயிற்று. இப்போது அதன் பெயர் எல்லா வீடுகளுக்கும் பரவ, சீஸ்பரோ அமெரிக்காவில் 1872இல் அதன் காப்புரிமைக்கு விண்ணப்பித்தார். இங்கிலாந்தில் அதற்கு 1877இல் காப்புரிமை வழங்கப்பட்டது.

150 ஆண்டுகளாகப் புழக்கத்தில் இருந்து வந்த ஒரு பொருள் தோன்றிய வரலாறு இதுதான். இதற்கிடையில் குழுமங்களை இணைத்தல், குழுமங்களை வாங்குதல் முதலியன ஐரோப்பாவிலும் வடஅமெரிக்காவிலும் நடந்தேறின. இன்னும் கூடத் தோலில் தண்ணீர் இழப்பைத் தடுக்க வேசலைன் பயன்படுகிறது. தோல் அறுவை சிகிச்சைகளுக்குப் பிறகு பாதுகாப்புத் தர மருத்துவர்கள் அதைப் பரிந்துரைக்கிறார்கள்.

பிரிட்டனிலும், பிரான்சிலும், ஸ்பெயினிலும் அலுவலகங்கள் திறக்கப்பட்டன. தொழிலகங்களில் பெரிதான கோல்கேட்டுடன் விநியோக ஏற்பாடு 1873இல் செய்யப்பட்டது. எண்ணெய் சுத்திகரிப்பின்போது கிடைக்கும் துணை விளைபொருளிலிருந்து கிடைக்கும் ஒரு கூட்டுப்பொருளிலிருந்து எடுக்கப்படும் ஒன்றின் வழியாகப் புதிதாகத் தொடங்கிய குழுமத்திற்குக் கிடைத்த விற்பனையைக் கண்டு பெட்ரோலிய சுத்திகரிப்பு நிறுவனங்கள் அயர்ந்து போயின. எனவே இரண்டு பெரிய தொழிலதிபர்களின் கவனத்தை இது கவர்ந்தது வியப்பில்லை. Standard Oil என்ற பெயரால் பெரிய தொழில் சாம்ராஜ்ஜியத்தை நடத்தி வந்த ஜான் ராக்ஃபெல்லரும், ஹென்றி ஃபிளேக்லரும் இவ்வாறு ஆர்வம் காட்டியவர்கள்.

ராக்ஃபெல்லரும் ஃபிளேக்லரும் தொழிலுக்குப் புதிய இளைஞரைத் தங்கள் பக்கம் இழுக்க முடிவு செய்தார்கள். உடனே பேச்சுவார்த்தைகள் தொடர்ந்தன.

1881இல் Standard Oil சீஸ்பரோ உற்பத்தித் தொழிற்சாலையை வாங்கியது. அதன் தலைமையகத்தைப் புரூசலினிலிருந்து நியூ ஜெர்சிக்குக் கொண்டு போனது. நியூ ஜெர்சியில்தான் ஸ்டாண்டர்ட் ஆயிலின் அலுவலகங்கள் இருந்தன.

ஸ்டாண்டர்டு ஆயிலின் ஆதரவால் அதன் வலிமைமிக்கத் தலைவரான ராக்ஃபெல்லரின் கீழ் சில பத்தாண்டுகள் இருந்த பிறகு சீஸ்பரோ 1981ஆம் ஆண்டு தனியாகவே தனது நடவடிக்கைகளைத் தொடங்கினார். இதற்குக் காரணம் உச்ச

நீதிமன்றம் ஸ்டாண்டர்ட் ஆயில் நிறுவனம் சட்ட விரோதமாக ஒரு தனியாளின் ஆதிக்கத்திலிருக்கிறது என்பதுதான். இதனால் அது முப்பத்தி நான்கு சிறிய குழுக்களாகப் பிரிக்கப்பட்டது.[2] இந்த முடிவு ராக்ஃபெல்லரை இந்தப் புவியின் மிகப்பெரும் பணக்காரராக ஆக்கிற்று.

இப்போது சுதந்திரமான குழுமமாக ஆகிவிட்ட சீஸ்பரோ கனடாவிலும் பிரிட்டனிலும் புதிய உற்பத்தித் தொழிற்சாலைகளைத் தொடங்கித் தன்னுடைய தொழிலை விரிவுபடுத்தியது. இப்போது இருபத்தைந்து பொருட்களை உண்டாக்கி இருந்தது. அவற்றில் பெரும்பாலும் பெட்ரோலியம் ஜெல்லி கொண்ட உடல்காப்பு மருந்துகள். அதன் பொருட்கள் உலகெங்கும் 120 நாடுகளில் விற்பனை செய்யப்பட்டன.

இந்தச் செயல்கள் நடந்துகொண்டிருந்த இடத்திற்கு அருகில் அதே சமயம், இன்னொரு வேதியியல்காரரான தெரோன் டில்டன் பாண்ட் என்பவர் நியூயார்க்கிலுள்ள வடிகாலில் இதேபோன்ற தொழில் நடத்தி வந்தார். பாண்ட் அவருடைய பகுதியிலிருந்த ஒனெய்டா பழங்குடியினர் 'விட்ச் ஹாசல்' என்ற தாவரத்தின் சாற்றைக் கொண்டு கொப்புளங்கள் முதலான எல்லா வகையான காயங்களையும் குணப்படுத்தியதைப் பார்த்தார். பழங்குடியினரின் 'மருத்துவரை' பாண்ட் தன்னுடன் சேர்ந்துகொள்ளுமாறு செய்தார். சாற்றைச் சந்தைப்படுத்த அவர் உதவியை நாடினார். மருத்துவர் அவருடன் சேர்ந்த பிறகு அவர்கள் 'தங்கச் சாறு' (Golden Extract) என்ற பெயரில் 1846ஆம் ஆண்டு அதை விற்பனைக்குக் கொண்டு வந்தார்கள். அப்பெயர் மஞ்சள் நிறப் பூவிலிருந்து எடுக்கப்பட்ட சாற்றினை, இதுவரையில் மருத்துவத்திற்குப் பயன்படாத ஒன்றைக் குறிப்பிட்டது.[3] பாண்ட் சில ஆண்டுகளில் இறந்து விட்டார். அதற்குள் 'கோல்டன் எக்ஸ்டிராக்ட்' அப்பகுதியில் அதிகம் விற்பனையாகும் மருந்து என்று பெயர் பெற்றது. அதன் பிறகு அந்தச் சாறுக்கு 'பாண்ட்ஸ் எக்ஸ்டிராக்ட்' என்று அதன் நிறுவனரின் நினைவாகப் பெயர் மாற்றம் செய்யப்பட்டது.

1914இல் அமெரிக்காவில் பாண்ட்ஸ் ஒரு தொழில் நிறுவனமாகப் பதிவுபெற்றது. 1933ஆம் ஆண்டுக்குப் பிரிட்டனிலும் கனடாவிலும் தொழிற்சாலைகள் அமைக்கப்பட்டன.[4] இருபதாம் நூற்றாண்டின் மத்தியில் 100 நாடுகளில் அதன் பொருட்கள் விற்பனை செய்யப்பட்டன.

ஆரம்பிக்கப்பட்ட பத்தாண்டுகளில், நூறு மைல்கள் தூரத்தில் இருந்த இரண்டு குழுமங்களான சீஸ்பரோவும், பாண்ட்சும் 1950ஆம் ஆண்டுக்குள் உலக அளவில் உடலுக்குப் பயன்படும் பொருட்களைத் தயாரிப்பதில் முதன்மையான உற்பத்தியாளர்களாக ஆயின. இரண்டு குழுக்களும் பல பொருட்களின் விற்பனையில் போட்டிபோட வேண்டிய நிலை வந்தவுடன், ஒன்றையொன்று தீவிரமாக எடைபோட ஆரம்பித்தன. எதிர்பாராமல் இரண்டு குழுக்களுக்கும் இடையே உறவு ஏற்பட்டது. 1950இல் பாண்ட்சின் தலைவரான கிளிஃபோர்ட் பேக்கர் சீஸ்பரோவின் நிர்வாகத்தில் ஓர் உறுப்பினராக ஆனார்.

இரண்டு நிர்வாகங்களும் குறிப்பிட்ட இடங்களில் போட்டியைத் தவிர்த்து ஒற்றுமையாகச் செயல்படத் தீர்மானித்தன. இந்த உரையாடல்களையும் இரண்டு குழுமங்களையும் ஒன்றாக இணைப்பதற்கான திட்டங்கள் பற்றிய பேச்சு வார்த்தைகளுக்கு அவை இட்டுச் சென்றன. முடிவாக 1955 ஜூனில் இரண்டு குழுமங்களும் இணைந்து சீஸ்பரோ-பாண்ட்ஸ் என்ற பெரிய கூட்டிணையமாக உருவாயின.

3

கிளாரென்ஸ் போரெலின் மறைவு

1979ஆம் ஆண்டு ஈரானில் ஏற்பட்ட புரட்சிக்குப் பிறகு உலகெங்கும் எண்ணெய் விலை உயரத் தொடங்கியது. டெஹ்ரானில் ஏற்பட்ட புதிய ஆட்சி விலையை ஏற்ற, பெட்ரோலிய உற்பத்தியைக் குறைத்தது. இதனால் எரிசக்தி நெருக்கடி உலகை அச்சுறுத்தியது. அமெரிக்காவில் இறுக்கமான பணக்கொள்கையானது படுவேகத்தில் அதிகமாகி வந்த பணவீக்கத்தையும் அதனால் ஏற்படும் மந்த நிலையையும் கட்டுப்படுத்தக் கொண்டு வரப்பட்டது.

நுகர்வு குறைந்தது, தேவையும் குறைந்தது. இதனால் பல குழுமங்கள் பெரிதும் பாதிக்கப்பட்டன. பல பெரிய நிறுவனங்களில் உற்பத்தி குறைக்கப்பட்டது, செலவைக் குறைக்கத் தொழிலாளர்கள் வேலையிலிருந்து அனுப்பப்பட்டார்கள். சில குழுமங்கள் முழுவதுமாக மூடப்பட்டுவிட்டன. சீஸ்பரோ-பாண்ட்ஸ்க்கும் நெருக்கடி.

அதே சமயம் அமெரிக்கத் தொழில் உலகில் புதிய மாற்றம் நடந்துகொண்டிருந்தது. ஒரு தனி மனிதர் தொடர்ந்த வழக்கு தொடர் சங்கிலியாகப் பல நிகழ்ச்சிகளைக் கொண்டு வந்தது. இது அமெரிக்காவிலும், உலகின் பல பகுதிகளிலும் தொழில், வணிக ஒழுக்க நெறிமுறைகளைத் தீர்மானித்தது.

கிளாரன்ஸ் போரெல் என்பவர் 1936ஆம் ஆண்டிலிருந்து ஒரு தொழிலாளியாக இருந்து வந்திருந்தார். உள்ளூர் சுத்திகரிப்பு நிலையங்களிலும் டெக்சாசைச் சுற்றியுள்ள கப்பல் கட்டும் இடங்களிலும் ஒரு காப்பிடும் (பாதுகாப்புப் பட்டைகள் போடுவது) தொழில் நுட்பக்காரராகப் பணியாற்றி வந்தார். அவருக்குத் திடீரென்று மூச்சுத் திணறல் நோய் ஏற்பட்டது. 1960-களின் மத்தியகாலம் வரையிலிம் நல்ல உடல் நலத்துடன் அவர் இருந்து வந்தார். நுரையீரலில் தொற்று ஏற்பட்டதைத் தவிர அவருக்கு

வேறெந்த நோயும் இருந்ததில்லை. அவருடைய மருத்துவர் ப்ளூரசி என்ற நுரையீரல் பை சுழற்சியினால் ஏற்பட்டது என்றார். 1964இல் அவருக்கு மருத்துவக் காப்பீடு தொடர்பாக மருத்துவச் சோதனை நடந்தது. அதில் அவருடைய நுரையீரல் மேகம் போன்று இருப்பதாக மருத்துவர் கூறினார். அவருக்குக் காப்பிடும் தொழிலினால் அது ஏற்பட்டது என்றதுடன், ஆஸ்பெஸ்டாஸ் என்ற கல் நார் தூசியை முடிந்த வரையில் தவிர்க்க வேண்டும் என்றார்.[1]

1969 ஜனவரி 19 அன்று அவர் மருத்துவமனையில் சேர்க்கப்பட்டார். நுரையீரல் நன்றாக ஆய்வு செய்யப்பட்டது. அவருக்கு நுரையீரல் ஆஸ்பெஸ்டாஸ் நோய் இருக்கிறது என்பதற்கான நோய் அறிகுறிகள் கண்டுபிடிக்கப்பட்டது. இந்த நோயைக் குணமாக்க முடியாததால் அவரை வீட்டுக்கு அனுப்பிவிட்டார்கள்.[2] அதன் பிறகு அவரது வலது நுரையீரலை எடுக்க அறுவை சிகிச்சையும் மேற்கொள்ளப்பட்டது. அவருக்கிருக்கும் நோயை ஆராய்ந்த மருத்துவர்கள் அவருக்கு ஒரு வகையான நுரையீரல் புற்றுநோய் இருக்கிறது என்றும், கல் நாரினால் அது ஏற்பட்டது என்றும் அதன் பெயர் மெசோதெலிமியோ என்றும் தீர்மானித்தார்கள்.[3]

மருத்துவர்களின் அறிக்கை கிடைத்த பிறகு டோரல் ஒரு வழக்கறிஞரிடம் ஆலோசனை கேட்க முடிவு செய்தார். அவருடைய பெயர் வார்ன் ஸ்டீபன்சன். ஸ்டீபன்சன் ஓர் அனுபவம் வாய்ந்த வழக்கறிஞர். அவர் தொழில் சம்பந்தமாக ஏற்பட்ட விபத்துகள், நோய்கள் ஆகியவற்றால் பாதிக்கப்பட்ட பல தொழிற்சங்கத் தொழிலாளர்களுக்கு இழப்பீடு வழங்க வழக்காடியிருக்கிறார். இவற்றில் பல வழக்குகள் அரசுத் தொழிலாளர் இழப்பீடு சட்டங்களின்படி மருத்துவச் செலவுகள், வருவாய் இழப்பு ஆகியவற்றிற்கு இழப்பீடு கேட்டுத் தொழிலாளர் தொடர்ந்தவை.

1969 அக்டோபரில் ஸ்டீபன்சன் டெக்சாசின் கிழக்கு மாவட்ட நீதிமன்றத்தில் ஒரு மில்லியன் டாலர் இழப்பீடு கேட்டு தனி ஆள் பாதிப்பு வழக்கு தொடர்ந்தார். ஆஸ்பெஸ்டாசைத் தயாரிப்பதற்குப் பொறுப்பான நிறுவனங்கள் மீதும், காப்பிடும் தொழில்நுட்பத் தொழிலாளியான போரல் வேலை பார்த்த ஆஸ்பெஸ்டாசைப் பயன்படுத்திய குழுமங்கள் மீதும் வழக்குத் தொடரப்பட்டது. குழுமங்கள் மேலுள்ள குற்றங்கள் அசட்டையால் நடந்தவை. நம்பிக்கைக்குப் புறம்பாக நடந்தவை.

1970 ஜூன் 3 அன்று, நீதிபதி நடுவர்கள் அடங்கிய வழக்காடலைத் தொடங்கவிருந்த சில மாதங்களுக்கு முன்னர் நோய்த் தீவிரத்தால் கிளாரென்ஸ் போரெல் மரணமடைந்தார்.[4] அவருடைய இடத்தில் அவருடைய மனைவி தெல்மா வாதியாகச் சேர்க்கப்பட்டார்.

1971 செப்டம்பர் 29 அன்று நடுவர்கள் தீர்ப்புச் சொன்னார்கள். போரெல் தன்னைக் கவனிக்காமல் அசட்டையாக இருந்து விட்டதாகத் தீர்ப்பளித்தார்கள். ஆனால், மிக முக்கியமாக ஆஸ்பெஸ்ட்டாஸ் உற்பத்தியாளர்கள் கடுமையான பொறுப்பு என்ற கோட்பாட்டை (Doctrine of Strict Liability) மீறிவிட்டதாகவும் அவை போரெலின் நோய்களுக்கும், சாவிற்கும் காரணம் என்றும் தீர்மானித்தார்கள். குழுமங்கள் போரெலின் மனைவிக்கு 79,436 அமெரிக்க டாலர்கள் இழப்பீடு தரவேண்டும் என்று தீர்மானித்தார்கள்.[5] குழுமங்கள் தீர்ப்பிற்கு எதிராக உச்ச நீதிமன்றத்தை அணுகின. ஆனால் உச்ச நீதிமன்றம் அவற்றின் மேல் முறையீட்டைத் தள்ளுபடி செய்தது.

இதன் பிறகு இந்தத் தீர்ப்பு 'கடுமையான பொறுப்பு என்ற கோட்பாட்டின்' கீழ் (Doctorine of Strict Liability) கூட்டிணையங்களும் குழுமங்களும் அவர்களது செயல்களுக்குப் பொறுப்பேற்க வேண்டும் என்பது நிறுவப்படக் காரணமாக அமைந்தது. அதனைத் தொடர்ந்து பல தொழில் நிறுவனங்கள் அவை செய்த அல்லது செய்யத் தவறிய அசட்டையான செயல்களுக்குப் பொறுப்பேற்கச் செய்ய இது பயன்பட்டது.

இந்தத் தீர்ப்பின் விளைவாக, பிற குடிமைச் சங்கச் செயல்பாடுகளும், ஆஸ்பெஸ்டாஸ், கன உலோகங்கள், பூச்சிக் கொல்லிகள் ஆகியவற்றின் தீய விளைவுகள் பற்றிய விழிப்புணர்வும் தோன்றின.

1962ஆம் ஆண்டு நியூயார்க் இதழில் அமெரிக்கக் கடல்வாழ் உயிரினங்கள் பற்றிய ஆய்வாளர் ரெய்ச்சல் கார்சனின் *Silent Spring* தொடராக வந்தது. விரிவாக ஆய்வு செய்யப்பட்டு, பூச்சிக் கொல்லிகளைப் பயன்படுத்துவதைக் கண்டித்துக் கவனமாக வாதங்கள் வைக்கப்பட்ட இக்கட்டுரையை எளிதாகப் படிக்க முடியாது. எனினும் உடனே அது கவனத்தைக் கவர்ந்து மக்களின் கருத்தாக்கத்தில் ஒரு புரட்சியை ஏற்படுத்திற்று.[6]

(குறிப்பு: *Silent Spring* நூல் மௌன வசந்தம் என்று தமிழாக்கம் செய்யப்பட்டு எதிர்வெளியீடு வெளியிட்டது)

தொடராக வந்த கட்டுரைகள் ஹவுட்டன் மிஃப்பியினால் நூலாக வெளியிடப்பட்டது. பெரும் அளவில் விற்பனையும் கண்டது. 'சாதாரண சாலட் கிண்ணத்தில் பாஸ்பேட் பூச்சிக் கொல்லிகளின் கலவை இருக்கும், அது எந்தச் சந்தேகமும் மனத்தில் இல்லாத சாலட் சாப்பிடுகிறவரின் உயிருக்கு ஆபத்தை விளைவிக்கக் கூடும்'[7] என்று அவர் பகுப்பாய்வு செய்திருந்ததை வாசித்தவர்கள் பயந்து போனார்கள்.

சுற்றுச்சூழல் வரலாற்றில் மௌன வசந்தத்தின் பங்கு அடிமை ஒழிப்பு இயக்கத்தில் *Uncle Tom's Cabin* நாவலினுடைய பங்கு போன்றதுதான். உண்மையில், சுற்றுச்சூழல் பாதுகாப்பு முகமை (EPA) ரெய்ச்சல் கார்சனின் நிழல் என்று சொல்வது மிகைபடக் கூறியதாகாது. இந்த நூலின் தாக்கம் அமெரிக்காவிலுள்ள அறிவியல் அறிஞர்கள், வழக்கறிஞர்கள், மேலாளர்கள் வேறு தொழிலில் இருப்பவர்கள் அடங்கிய 14,000 பேரைச் சுற்றுச்சூழல் பாதுகாப்புக்குப் போராட ஒன்றாக இணைத்தது.[8]

போரல் வழக்கு டெக்சாஸ் நீதிமன்றங்களில் நடந்து கொண்டிருந்தபோது, அமெரிக்கக் காங்கிரஸ் 1963ஆம் ஆண்டு இயற்றப்பட்ட தூய காற்றுச் சட்டத்தில் திருத்தம் கொண்டு வந்தது. நாட்டின் மிக முக்கியமான சுற்றுச்சூழல் சட்டமாக அது கூட்டாட்சி அமைப்பில் விரிவாக்கப்பட்டது.

இந்தச் சட்டம் தூய காற்றுச் சட்டம் 1970 (Clean Air Act of 1970) என்று பின்னர் அறியப்பட்டது.[9] தொழிற்சாலைகளிலிருந்தும் போக்குவரத்து வாகனங்களிலிருந்தும் வரும் நச்சுப் புகையை ஒழுங்குபடுத்த இந்தத் தேசிய, மாநிலச் சட்டங்கள் வழி வகுத்தன. தொழிற்சாலைகளில் வரும் கழிவுகளை ஒழுங்குபடுத்தும் விதிகளைக் கொடுத்தது மட்டுமல்லாமல் அது காற்றை மாசுபடுத்த ஏழு குறிப்பிட்ட பொருட்களுக்குத் தரங்களையும் விதித்தது. அவை ஆஸ்பெஸ்டாஸ், பெரிலியம், வினைல் குளோரைடு, பென்சின், ரேடியோ நியூக்லைடுகள், ஆர்சனிக், பாதரசம்.

நிலையாக இருக்கும் தொழிற்சாலைகள் போன்ற இடங்களிலிருந்து வெளியேற்றப்படும் கழிவுகளுக்கு தேசிய அளவில் உச்ச அளவைகளைச் சட்டம் கட்டுப்படுத்தியது. (National Emission Standards of Hazardous Air Pollutants - NESHAPS) இவை நோய் ஏற்படுத்துகின்றவை. புற்றுநோய், உயிர்ப் பெருக்கக் கோளாறுகள், பிறவிக் குறைபாடுகள் முதலான நோய்கள் வருவதற்குக்

காரணமான அல்லது வருவதற்குக் காரணமாகச் சந்தேகப்படும் பொருள்கள். அதுமட்டுமல்ல அவை சுற்றுச்சூழலையும் பாதிக்கின்றன.[10] இந்தச் சட்டத்தை நடைமுறைப்படுத்தும் அதிகாரிகளுக்கு அதிக அதிகாரங்களும் தரப்பட்டன.

இந்தச் சட்டம் நிறைவேற்றப்பட்ட அதே கால கட்டத்தில், தேசியச் சுற்றுச்சூழல் சட்டம் என்றும் ஒன்று ஏற்படுத்தப்பட்டது. அதன் விளைவாகக் காற்றுச் சூழல் பாதுகாப்பு முகமை ஏற்படுத்தப்பட்டது. இந்த விதிகளில் அடங்கிய பல தேவைகளை நடைமுறைப்படுத்தவும், அதிகமாகி வரும் சுற்றுச்சூழல் மாசுபடுதலைத் தடுக்க நடவடிக்கை எடுக்கவும் இந்த முகமை 1970 டிசம்பர் 2இல் ஏற்படுத்தப்பட்டது.[11] அடிநிலை இயக்கங்களின் கவலைகளையும் கோரிக்கைகளையும் அது கவனிக்கும். உண்மையில் EPA அமைக்கப்பட்டவுடன் நாடு முழுவதுமுள்ள குழுமங்களிடமிருந்து காற்றை மாசுபடுத்தும் அபாயகரமான பொருட்கள் பற்றியும் (Hazardous Air Pollutants), NESHAP பற்றியும் அறிக்கைகள் கேட்கத் தொடங்கியது. இது அவற்றின் நிர்வாகிகள் மத்தியில் எச்சரிக்கை மணி அடித்தது.

1899 கழிவுப் பொருள் விதியை நடைமுறைப்படுத்துவது தொடர்பாகப் பாதரச மாசுபடுதலைப் பற்றிய விசாரணை Conservation of Natural Resources என்ற காங்கிரஸ் துணைக் குழு 1971 ஜூலையில் தொடங்கியபோது உள்துறை அமைச்சகம் பாதரச மாசு ஏற்படுத்தும் ஐம்பது குழுமங்களின் பெயர்ப் பட்டியலைக் கொடுத்தது. அதோடு ஒவ்வொரு நாளும் பாதரசம் வெளியிடப்படும் அளவு, அது கலக்கப்படும் நீர்நிலைகளின் விபரங்கள், அது இறுதியில் சென்றடையும் ஏரிகள், கடல்கள் ஆகிய விபரங்களும் தரப்பட்டன. இதற்குள் நீதித்துறை மிக மோசமாகப் பாதரச மாசு ஏற்படுத்தும் பத்துக் குழுமங்கள் மேல் சட்டப்படி நடவடிக்கைகள் மேற்கொண்டது. அவற்றில் பெரும்பான்மையானவை பாதரசக் கழிவை, ஒரு நாளைக்குப் பதினெட்டு கிலோ வரையிலும் நீர்நிலைகளில் கொட்டி வந்தன.[12]

மிக மோசமாகப் பாதரச மாசு ஏற்படுத்தும் ஐம்பது குழுமங்களில் நியூயார்க்கின் வாட்டர்டவுனில் பாதரச வெப்பமானிகள் தயாரிக்கும் குழுமமும் ஒன்று. அதன் பெயர் ஃபெய்ச்நர் இன்ஸ்ட்ரூமென்ட் கம்பெனி. அது சீஸ்பரோ-பாண்ட்சுக்குச் சொந்தமானது.

***

EPA தொடங்கப்பட்ட பிறகு பல செயல்பாடுகளை அது நடைமுறைப்படுத்திற்று. வாகனங்கள் மாசுபடுத்துவதைக் கட்டுப்படுத்தும் தரங்களை அமைப்பது குறித்த விசாரணையை *1971* மார்ச்சில் தொடங்கிற்று. அதே ஆண்டு அது தேசிய அளவில் காற்றின் தன்மை பற்றிய தர அளவுகளை நிர்ணயித்தது. காற்று மாசுபடுதலில் ஆபத்தான அளவுகளை வரையறை செய்தது. பல மாநிலங்கள் தந்த தூய காற்றுத் திட்டங்களுக்கு அனுமதி அளித்தது.[13]

வில்லியம் டி.ரக்கல்ஷாஸ் *1973*இல் எஃப்.பி-ஐக்குத் தலைவராக நியமிக்கப்படுவதற்குள் அவர் பல சட்டங்களைக் கொண்டு வந்தார். சிலவற்றில் திருத்தம் செய்தார். அவற்றில் எண்ணெய் சிந்துவதைத் தடுப்பதும், தூய்மைப்படுத்துவதும், அமிலச் சுரங்க வடிகால் அமைப்பதும், கடலில் கொட்டுவதைத் தடுப்பதும் அடங்கும். அவருடைய மேற்பார்வையில் கன உலோகங்கள், டிடிடி, *PCB*-க்கள்,[14] பிளாஸ்டிக்குகள், மின்னணுக் கழிவுகள், போர்க் கருவிகளின் வேதிப் பொருள்கள், நுண்ணுயிர்க் கழிவுகள் ஆகியவற்றைக் கடலில் கொட்டுவதற்கு எதிராக எண்பது நாடுகள் கையெழுத்திட்டன. மேலும் சையனைடுகள், ஃபுளோரைடுகள், நடுத்தர, குறைவான மின்னணுக் கழிவுகள் ஆகியவற்றைப் பயன்படுத்தச் சிறப்பு அனுமதிகள் பெறப்பட வேண்டும் என்பதையும் அவை ஏற்றுக் கொண்டன.[15]

‘காற்றுக் குமிழி’ கொண்ட ஒன்றைக் காற்றில் மாசு வருவதை ஒழுங்குபடுத்த *1978*இல் *EPA* கொண்டு வந்தது. இது கழிவு வெளியேற்றலின் அளவுகளில் ஒரு நெகிழ்வுத் தன்மையைத் தந்தது. அதன்படி ஒரு தொழிற்சாலையின் ஒரு பகுதியில் மாசு அதிகமானால் இன்னொன்றில் குறைத்து மொத்தக் கழிவு அளவை அனுமதிக்கப்பட்ட அளவிற்குள் வைத்துக்கொள்வார்கள். அதே சமயம் அவசர காலத் தூய்மைப்படுத்துவதற்கு ‘சூப்பர் ஃபாஸ்ட்’ ஒன்றைக் கொண்டு வந்தது. *1981* ஜூலை *10* அன்று கலிஃபோர்னியாவில் சான்டா ஃபெ ஸ்பிரிங்ஸ் என்ற இடத்தில் புறநகர் கழிவுக் கிடங்குகளில் பெரிய தீ விபத்து ஏற்பட்டது. வேதிப்பொருள் கழிவுகள் அடங்கிய டிரம்களில் தீப்பற்றிப் பெரிய வெடிப்பு ஏற்பட்டது. பீப்பாய்களின் துண்டுகள் பக்கத்துக் குடியிருப்புப் பகுதிகளில் விழுந்தன. அப்பகுதியில் நீர் நிலைகளைப் பாழ்படுத்தின. விபத்திற்குப் பிறகு பக்கத்துக் கடற்கரை வரையில் நச்சுப் பொருள்கள் பரவிவிட்டன. முதலில் சுத்தப்படுத்துவதற்கு

EPA 164 மில்லியன் அமெரிக்க டாலர்கள் செலவழித்தது. தவறு செய்த குழுமமான Inmont Corporation EPA உடன் ஒரு ஒப்பந்தம் செய்துகொண்டது. இனி செய்ய வேண்டிய தூய்மைப்படுத்தும் வேலையை அதுவே செய்து கொள்ளும். ஆனால் அதனைப் பொறுப்பிலிருந்து விடுவிக்க வேண்டும். இந்தத் தீ விபத்து 'சூப்பர் பாஸ்ட்' கருத்தியலுக்கு ஒரு சோதனையாக அமைந்தது. ஏனென்றால் குற்றம் செய்த குழுமத்தின் மேல் மைய்ய அரசு மேல் நடவடிக்கை எடுக்காது. எனவே இது பெரும் அளவில் எதிர்ப்பைச் சம்பாதித்து மோசமான முன்னுதாரணமாக ஆயிற்று.

இதனால் Comprehenseive Environmental Response, Compensation and Liability Act 1980 இயற்றப்பட்டது. நச்சுப் பொருள்கள், நோய்கள் ஆவணம் ஏற்படுத்த வகை செய்தது. அதோடு விபத்துக்களின்போது பொறுப்பை அளவிடல், நிதிப் பொறுப்பை நிர்ணயித்தல் ஆகியவையும் விபத்துகள் நடந்த இடத்தை அது மூடப்படும் வரையில் கண்காணித்தல் ஆகியவையும் அதனுடைய வேலையாக ஆயின. இப்போது, காற்றுச் சூழலை இரக்கமின்றி அழித்து வரும் குழுமங்களின் முதன்மை செயல் அலுவலர்களின் தலைக்கு மேல் எந்த நேரமும் கத்தி தொங்கிக் கொண்டிருக்கும். சீஸ்பரோ பாண்ட்ஸில் தொழிலாளர்களுக்கான செலவு, தொழிலாளர்களின் போராட்டம் ஆகியவற்றால் பல தொழில் அலகுகள் ஏற்கெனவே பாதிக்கப்பட்டிருந்தது. இப்போது வாட்டர்டவுன் தொழிற்சாலைக்குப் பிரச்சினை. இங்கு பாதரச வெப்பமானிகள் தயாரிக்கப்பட்டு வந்தன. தொழிற்சாலைகள் கழிவுப் பொருட்கள் எல்லாம் பிளாக் வாட்டர் ஆற்றில் ஒரு நூற்றாண்டு காலமாகக் கொட்டப்பட்டு வந்தன.

பத்தாண்டுகளுக்கு முன்னரே EPA வாட்டர்டவுன் தொழிற்சாலையில் பாதரசக் கழிவு கொட்டப்படுவது பற்றிக் குறிப்பிட்டு நடவடிக்கை எடுக்குமாறு கேட்டுக் கொண்டது. ஆனால் கவனிக்காமல் விடப்பட்ட விஷயம் ஜெஃபர்சன் மாவட்டத்தில் தூய்மையான காற்றில் பாதரச வாயு கலப்பதுதான். இப்போது சீஸ்பரோ-பாண்ட்ஸ் நூற்றாண்டு காலம் பழமையான தொழிற்சாலைகளையும் எந்திரங்களையும் ஏற்றுமதி செய்ய ஒரு புது இடத்தைக் கண்டுபிடித்தது.

அந்த இடம்தான் இந்தியாவிலுள்ள கொடைக்கானல்.

4
கொடைக்கானல்

ஆங்கிலேயருக்கு மலை வாழுமிடங்கள் மேல் எப்போதுமே ஒரு கவர்ச்சி உண்டு. அவர்களுடைய காலனிகளில் எல்லாம் அவர்கள் தனி மருத்துவமனைகளை நிறுவ மலைப் பகுதிகளைத் தேர்ந்தெடுத்தார்கள். அங்கே பிரிட்டிஷ் குடிமக்களும், படை வீரர்களும் வெப்பப் பகுதிகளில் ஏற்படும் நோய்களுக்குப் பிறகு உடல்நிலை தேற அவற்றை அமைத்தார்கள்.

இந்தியாவில் மலைப்பகுதிகளில் சிறு நகரங்கள் நோயுற்றவர்களுக்கான சிகிச்சை நிலையங்களாகவும், நோய்க்குப் பின் ஓய்வுபெறும் இடங்களாகவும் மாற்றினார்கள். நாளடைவில் அவை பிரிட்டிஷாருக்கான மகிழ்வு ஓய்விடங்களாக மாறின. விரைவில் உள்ளூர்க்காரர்கள் அவர்களை ஆள்பவர்களுக்காக எதையும் செய்வார்கள் என்று அறிந்த பிறகு அந்த மலை வாழுமிடங்கள் அவற்றின் தொடக்க நோக்கத்துக்கு அப்பால் சென்றன. அமைதியான மலைகளின் மத்தியில் ஆளுநரின் மாளிகைகளைக் கட்டினார்கள்.

இவை பிரிட்டனில் இருந்த பாத் அல்லது பிரைட்டன் போன்ற இடங்களைப் போன்ற காலனிய மாற்றிடங்கள் பாத் போன்ற இடங்களில் இளம் இராணுவ அலுவலர்களும், பரபரப்பாக இயங்கும் பெண்களும், பேராசைக்கார அரசு அலுவலர்களும், சலிப்படைந்துபோன இல்லத்தரசிகளும் விருந்துகளிலும், கேளிக்கைகளிலும், புரணிபேசுவதிலும் ஈடுபட்டு வந்தார்கள். ஆங்கிலக் கவிஞரும் நாவலாசிரியருமான ரட்யார்ட் கிப்ளிங் இது பற்றி அவருடைய தன் வரலாறுகளில் Something of Myself: For my Friends known and unknownஇல் இவ்வாறு எழுதுகிறார்: 'சிம்லா முதல் டல்ஹவுசி வரையில் பெரிய மலைகளின் ஓரங்கள் எனக்குத் தெரியும். ஆனால், அதிக தூரம் உள்ளே போனதில்லை. வண்ணம், வடிவம், விவரிக்க முடியாத ஒன்று, வலிமை, கம்பீரம், ஆட்சி, அதிகாரம் ஆகியவற்றின் வெளிப்பாடாக எனக்குத் தெரிந்தன.'[1]

சிம்லா, டல்ஹௌசி, ஊட்டியில் வெலிங்டன் ஆகியவை மட்டுமின்றி டார்ஜிலிங், மிசோரி, ரானிக்கெட், நைநிடால் ஆகிய மலை வாழ்விடங்களையும் பிரிட்டிஷார் மாற்றியமைத்தார்கள். இன்றும் அவை இந்தியாவில் மிகவும் விரும்பப்படுகின்ற மலை வாழ்விடங்களாக இருக்கின்றன. இதனை விரிவுபடுத்தி பிரிட்டிஷ், இந்திய இராணுவங்களை நிறுத்திவைக்க மலைப்பகுதிகளில் கண்டோன்மென்டுகள், அதாவது இராணுவப் படைவீரர்கள் தங்குமிடங்களைக் கட்டினார்கள்.

விடுதலைக்குப் பிறகு, இந்திய இராணுவம் இந்த பிரிட்டிஷ் கன்டோன்மென்டுகளைத் தொடர்ந்து பயன்படுத்தியது. மக்களாட்சி இந்தியாவில் அரசப் பிரதிநிதிகளுக்குப் பதிலாக அமைச்சர்களும், ஆளுநர்களும் வந்தார்கள். அவர்கள் துணைக் கண்டத்தினை ஆள்பவர்களாக, புதிதாகச் சமுதாயத்தில் தங்களுக்கு ஏற்பட்ட மதிப்பினை உயர்த்திக்கொள்ள மலை வாழ்விட மாளிகைகளைப் பயன்படுத்தினார்கள்.

இவற்றில் ஒரு விதிவிலக்கு கொடைக்கானல். தொடக்க நாட்களிலேயே இந்த மலைப்பகுதிகளில் பிரிட்டிஷார் காலடி வைத்தாலும், பல மாளிகைகளைக் கட்டினாலும் கொடைக்கானல் கன்டோன்மென்டாக மாற்றப்படவில்லை. பிரிட்டிஷார் இங்கே இராணுவத் தளத்தைக் கட்ட மறந்துவிட்டார்களா அல்லது இதைப் போன்றே மயக்கும் ஊட்டி தென்இந்தியாவில் பிரிட்டிஷ் அரசின் முதன்மை நகரமான மெட்ராசிலிருந்து சம தூரத்தில் இருந்ததாலா என்பது ஒரு புதிராகக் கிடைக்கும்.

ஆவணங்களின் படி, B.S.வார்ட் என்ற ஒரு பிரிட்டிஷ் லெஃப்டினன்ட் பழனி மலைத் தொடரை அளவைச் செய்வதற்கு மலைகளில் ஏறி கொடைக்கானல் வந்து சேர்ந்தார். அது பழனி மலைத் தொடரின் ஒரு பகுதி. பத்தாண்டுகளுக்குப் பிறகு மதுரை வரி விதிப்பு ஆட்சியர் J.C.ரௌட்டனுடன், அவரது உயர் அலுவலரும் மெட்ராஸ் இராஜதானியில் உறுப்பினருமான காட்டனுடன் அங்கே வந்தார்.[2]

நன்றாகக் கட்டமைக்கப்பட்ட கிராமங்களில் 4000 மக்கள் வசித்ததாக வார்ட் தனது அறிக்கை *'Memo descriptive of the Vurraghery and Kannundevan mountains'*-இல் குறிப்பிடுகிறார்.[3] மேஜர் J.M.பாரிட்ஜ் பம்பாய் இராணுவத்தில் இருந்தார். அவர் 1852இல் அங்கே ஒரு வீடு கட்டினார். இம்மலைப் பகுதியில் ஓர்

ஐரோப்பியரால் கட்டப்பட்ட முதல் வீடு இதுதான். அதற்கு அடுத்த ஆண்டு ஓர் ஆங்கிலிக்கன் கோவில் வந்தது, அமெரிக்க, பிரிட்டிஷ் புலம் பெயர்ந்தோர் குழுவொன்று அதைக் கட்டியது.

மெட்ராஸ் பிரசிடென்சியின் ஆளுநர் 1860இல் இந்த மலை வாழ்விடத்திற்கு வருகை தந்தார். அப்போது ஆறு பங்களாக்கள் தான் இருந்தன. இரண்டாண்டுகளுக்குப் பிறகு ஓர் அமெரிக்க மறைபரப்பாளரான டேவிட் காய்ட் ஸ்கட்டர் கொடைக்கானல் மலையில் தங்கினார். சமவெளியிலிருந்து மலைக்கு ஐம்பது கிலோ மீட்டர் மலைச் சாலைகள் அமைக்க மேலும் ஐம்பது ஆண்டுகள் ஆயின. மலைத் தொடர்களில், வழுக்கும் மலைச் சரிவுகளில் போகும் பாதைகளின் மர்மத்திற்கு அவற்றை மூடி மறைக்கும் மரங்களும் தூய்மையான புல்வெளிகளில் படரும் பனித்துளிகளும் அழகு சேர்க்கும்.

1899ஆம் ஆண்டில் மலை உச்சிக்கு நான்கு கிலோ மீட்டர் தள்ளி ஒரு கதிரவன் வானாய்வு மையம் ஏற்பட்டது. இது நார்மன் ராபர்ட் போக்சன் என்ற மெட்ராஸ் அரசின் வானியல் அறிஞர் முயற்சியில் ஏற்படுத்தப்பட்டது. அவர் பரிதி குடும்பத்தில் பல சிறிய கோள்களையும், வால் நட்சத்திரங்களையும் கண்டுபிடித்தவர். அவர் தென்இந்தியாவின் மலைப்பகுதியிலிருந்து சக்தி வாய்ந்த தொலைநோக்கியின் மூலம் கதிரவனையும், விண்மீன்களையும் ஆய்வு செய்து படம் பிடிக்கலாம் என்று கேட்டு இதனை அமைக்க ஏற்பாடு செய்தார். கொடைக்கானல் உயரமான இடத்தில் இருந்ததால் அங்கு தூசி இருக்காது என்பதால் அது தேர்வு செய்யப்பட்டது. மெட்ராஸ் தொலைநோக்கு மையத்தில் நடைபெற்ற ஆய்வுகள் இங்கு மாற்றப்பட்டன.

இருபதாம் நூற்றாண்டின் தொடக்கத்தில் புதிய தொலைநோக்கி செயல்படத் தொடங்கியது. சூர்ய புள்ளிகளின் இயக்கமாகிய எவர்ஷெட் தாக்கம் 1909இல் ஜான் எவர்ஷெட் என்பவரால் இந்தத் தொலைநோக்கியிலிருந்துதான் முதன் முதலில் கண்டுபிடிக்கப்பட்டது. விடுதலைக்குப் பிறகு இந்த வானாய்வு மையம் இந்தியன் இன்ஸ்டிடியூட் ஆஃப் அஸ்ட்ரோபிசிக்சின் கீழ் வந்தது. அது பன்னாட்டு அறிவியல் மாநாடுகள் நடத்தும் மாநாட்டு அரங்கமாக மையத்தை மாற்ற முயன்றது. எவர்ஷெட் கண்டுபிடிப்பு அப்போது 1999இல் Nature இதழில் நினைவு கூறப்பட்டது.[4]

அடுத்த ஐம்பது ஆண்டுகளில் கொடைக்கானல் பலரும் விரும்பும் மலை வாழ்விடமாகத் தென்னிந்தியாவில் வளர்ந்தது. பிரிட்டிஷ்காரரும் அமெரிக்கரும் கோடையில் தங்கும் இடமாகவும் பிறகு இந்தியாவின் மேல்நாட்டு மக்களுக்கு விடுமுறையைக் கழிக்கும் இடமாகவும் மாறிற்று.

5
வெள்ளித்திரையிலிருந்து பாதரசத்திற்கு

1950களில் தமிழ்த் திரையுலகில் கொடிகட்டிப் பறந்த நடிகர் எம்.ஜி.இராமச்சந்திரன் நடிப்பு வாழ்க்கையிலிருந்து செயல் வாழ்க்கைக்கு மாறினார். அவருடைய நடிப்புப் பாணியில் மாநிலம் முழுவதும் விசிறிகள் கூட்டத்தை உருவாக்கி வளர்த்தார். இந்த ரசிகர் மன்றங்களை எம்.ஜி.ஆர் அடிக்கடி சந்தித்து ஊக்கப்படுத்துவார். பொது நலத் தொண்டுகளுக்கு ஆதரவளிப்பார். இயற்கைப் பேரிடர்களின்போது உதவிக் கரம் நீட்டுவார். நாளடைவில் இந்த ரசிகர் மன்றங்கள் ஓர் அரசியல் கட்சிகள்போல ஒழுங்காகச் செயல்படும் படிநிலைகள் உள்ள அமைப்புகளாக வளர்ந்தன.

அவர் அரசியலுக்கு வந்தவுடன், அனைத்து மக்களையும் உள்ளடக்கிய அடித்தளத்தை உருவாக்கச் செய்ய வேண்டியதெல்லாம் அவருடைய ரசிகர் மன்றங்களைப் புதிய கட்சியின் கிளைகளாகவும், தனது விசிறிகளை உறுப்பினர்களாகவும் ஆக்க வேண்டியதுதான். அவரது விசிறிகளும் மகிழ்ச்சியாகப் புதிய பொறுப்புகளை ஏற்றுக்கொண்டார்கள். எம்.ஜி.ஆருக்கு அரசியலில் அடி எடுத்து வைப்பது நெடு நாளைய ஆசை. முதலில் கைத்தறி ஆடை அணிந்து 1953 வரையில் காங்கிரசுக் கட்சியில் உறுப்பினராகவும் இருந்தார். அவருடைய திரைப்பட வாழ்க்கை வெற்றிகரமாக அமைந்த பிறகு சி.என்.அண்ணாதுரையின் தலைமையிலான திராவிட முன்னேற்றக் கழகத்தில் (தி.மு.க.) சேர்ந்தார். கழகம் திராவிட மறுமலர்ச்சியை முன்னெடுத்து வைத்தது. ஒரு சமயம் சுதந்திரத் தமிழ்நாட்டினையும் வலியுறுத்தியது. எம்.ஜி.ஆர் திராவிடத் தேசியத்தில் பேரார்வம் கொண்டவராகவும், கழகத்தின் முன்னணித் தலைவர்களில் ஒருவராகவும் இருந்தார். இதனால் அண்ணாதுரை அவருக்கு 1962இல் மேலவை உறுப்பினர் பதவி தந்தார். ஐந்தாண்டுகளுக்குப் பிறகு சட்டப் பேரவை உறுப்பினராக (எம்.எல்.ஏ) ஆக்கினார்.

அண்ணாதுரை இறந்த மூன்றாண்டுகளுக்குப் பிறகு, புதிய தி.மு.க. தலைவரான முத்துவேல் கருணாநிதியின் கீழ் இரண்டாவது இடத்தில் தான் இருந்து திருப்தி அடைய வேண்டியதுதான் என்று உணர்ந்து புரட்சி செய்யத் தீர்மானித்தார். பிறகு அவர் கட்சியிலிருந்து நீக்கப்பட்டவுடன், ஒரு புதிய அரசியல் கட்சியைத் தொடங்கினார். அதற்கு அவருடைய அரசியல் ஆசான் அண்ணாவின் பெயரைச் சூட்டினார். அண்ணா தி.மு.க. என்று அதை அழைத்தார். பிறகு அதன் முன் 'அனைத்திந்திய' ஆல் இந்தியா அடைமொழியும் சேர்ந்துகொண்டது.

1977 சட்டமன்றத் தேர்தலில் எம்.ஜி.ஆரின் கட்சி 234 இடங்களில் 144-ஐப் பெற்று சட்டமன்றத்தைக் கைப்பற்றியது. அவர் தமிழ்நாட்டின் முதலமைச்சராக ஆனார். அவருடைய கனவு நிறைவேறியவுடன் அவருடைய நடிப்புப் பணியை முடித்துக்கொண்டு மாநில வளர்ச்சியிலும், அதன் மக்களின் முன்னேற்றத்திலும் கவனம் செலுத்தினார்.

தேசிய அளவில் பல அரசியல் கட்சிகளின் மாநிலத் தலைவர்களுடன் கருத்து வேறுபாடு கொண்டிருந்தாலும் பிரதமர் இந்திராகாந்தி ஒவ்வொரு மாநிலத்திலும் வேலை வாய்ப்புகளை அதிகரிப்பதிலும், தொழிற்சாலைகளை ஏற்படுத்துவதிலும் அக்கறை காட்டினார். அவருடைய நோக்கம் எதிர்க்கட்சிகள் ஆளும் மாநிலங்களைக் கைப்பற்றுவதாக இருந்தாலும் அந்த மாநிலங்கள் இந்த முயற்சிகளால் பயனடைந்தன. அவருடைய பதவிக் காலத்தில் கடைசிப் பகுதியில் ஒழுங்கு முறை விதிகளைத் தளர்த்தி, முதலீட்டுச் சந்தையைத் தாராளமயமாக்குவதன் மூலம் தனியார் துறையை ஊக்குவித்தார்.[1] இதனை எம்.ஜி.ஆர் தமிழ்நாட்டின் நலனுக்காகப் பயன்படுத்திக் கொண்டார். அவர் முதலமைச்சராக இருந்த தொடக்கக் காலங்களில் தொழில்மயமாக்கப்படுவதற்கு அவர் ஆதரவு அளிக்கவில்லை. ஆனால் அவருடைய பதவிக்காக இறுதிக் கட்டத்தில் அவரது நிலையில் மாற்றம் ஏற்பட்டது.

விடுதலைக்குப் பிறகு, நாட்டிலிருந்து கடுமையான அறைகூவல்கள் மின்சாரத்தை உற்பத்தி செய்வது, எல்லோருக்கும் உணவு கொடுப்பது, வேலை வாய்ப்பை உண்டாக்குவது ஆகியவை ஆகும். 100,000 மெகாவாட் மின்சாரம் உற்பத்தி செய்யவேண்டும் என்ற திட்டத்தில் ஹெவி எலக்ட்ரிக்கல் (இந்தியா) லிமிடெட் என்ற அமைப்பை ஏற்படுத்தினார். அதற்கு பி.எச்.இ.எல். என்று பெயர். உள்நாட்டிலேயே மின் உற்பத்திக்கான டர்பன்களையும்,

சாதனங்களையும் உற்பத்தி செய்வது அதன் நோக்கம். மின் கொதிகலன்களைத் தயாரிக்கும் முதல் பி.எச்.இ.எல். தொழிற்சாலை சென்னைக்குத் தெற்கே உள்ள திருச்சியில் 3000 ஏக்கர் நிலப்பரப்பில் அமைக்கப்பட்டது. அந்தக் கால கட்டத்தில் இந்திய அரசு உலக அளவில் பங்குதாரர்களைக் கண்டுபிடிக்கவும், முதலீடுகளை ஈர்க்கவும் சொந்த வசதிகளை ஏற்படுத்திக்கொள்ளவும் போராடி வந்தது. எனினும் உணவு, மின்னாற்றல், கட்டமைப்பு ஆகியவற்றை உண்டாக்கத் தேவையான தொழில்நுட்பங்களை அடையாளம் காணத் திறன்களுள்ள தொழிலாளர்களை உருவாக்கவும் நிறுவனங்களை ஏற்படுத்தவும் புதுடெல்லி முயற்சிகளை மேற்கொண்டது. தொழிற் சங்கங்கள் வெளிநாட்டு ஒத்துழைப்போடும், தனியாகவும் ஏற்படத் தொடங்கின. சில தொழிற்சாலைகள் ஏற்றுமதியில் ஈடுபட்டன. சில நாட்டுக்குள்ளேயே உற்பத்திப் பொருள்களுக்குச் சாதனங்கள் கண்டுபிடித்தன.

ஐம்பதுகளில் வேதிப்பொருள்கள், பொறியியல் மூலதனப் பொருட்கள் ஆகியவற்றில் முதலீடுகள் வரத் தொடங்கின.[2] அடுத்த கட்டமாக அறுபதுகளில் 1962 முதல் 1971 வரை, தொழிற்துறை அளவிலும், அமைப்பிலும் முக்கிய மாற்றங்களைக் கண்டது. இந்தக் காலகட்டத்தில் தொழில் தளம் விரிந்து, அடிப்படை மூலதனப் பொருட்கள் முக்கிய இடத்தைப் பெற்றன. இதன் விளைவாகத் தொழிற் கட்டமைப்பு பலவற்றை உள்ளடக்கி தொழில் மயமாக்குவதில் உச்சக்கட்டத்தை எட்டிற்று.[3]

ஒன்றிய அரசின் முயற்சிகளைப் பயன்படுத்துவதில் தமிழ்நாடு முதல் இடத்தில் இருந்தது. 1965இல் தமிழ்நாடு தொழில் வளர்ச்சிக் கழகமும் (TIDCO), 1972இல் தமிழ்நாடு மாநிலத் தொழில் வளர்ச்சிக் கழகமும் (SIPCOT) அமைக்கப்பட்டன.

அந்தப் பத்தாண்டுகளின் முடிவில், துறைமுகங்கள், இரயில் பாதை, சாலைகள் ஆகிய கட்டமைப்பு வசதிகளினால் தமிழ்நாடு நாட்டின் தொழில் முனையமாக உருவெடுத்தது. அவற்றோடு பிரிட்டிஷார் ஏற்படுத்திய தொடக்கக் கால தொழிற்சாலைகள், வங்கிகள் ஆகியவையும் இந்திய அரசின் தொலைநோக்குத் திட்டங்களும் காரணம்.

எம்.ஜி.ஆர். ஜப்பானுக்குப் போனபோது அரசோடு நல்ல தொடர்புடன் இயங்கும் தனியார் துறையின் பங்களிப்பு பற்றியும்

தொழில்நுட்பத்தின் முக்கியத்துவம் பற்றியும் அவருடைய நம்பிக்கை வலுப்பெற்றது. கடைசி காலம் வரையில் அவர் வெளிநாட்டுத் தொழில்நுட்பத்தைப் பாராட்டி வந்தார். பல பன்னாட்டுக் குழுமங்களைத் தமிழ்நாட்டிற்கு வரவழைத்தார். அவை முதலீட்டையும், தொழில் நுட்பத்தையும் சேர்த்துக் கொண்டு வந்தன. 1983இல் அப்படிக் கால் வைத்துதான், குயிக் சில்வர் எனப்படும் பாதரசத்தைப் பயன்படுத்தி வெப்பமானிகள் செய்யும் குழுமம் கொடைக்கானல் மலைகளில் பாம்பார் சோலையில் அதன் தொழிற்சாலையை நிறுவியது.

6

பழனி மலைகளும் பாம்பார் சோலையும்

1985இல் பதினேழு வயதான டான்யா பால்சரும், இருபத்தோரு வயதான பாப் என்ற ராபர்ட் W. ஸ்டூவர்ட்டும் தென்னிந்திந்தியாவில் அவர்களது பயணத் திட்டத்தில் மாற்றம் செய்து கொடைக்கானல் வந்தபோது, அவர்கள் தங்களுடைய வீடாக ஆகப்போகிற ஓர் இடத்திற்கு வந்திருக்கிறோம் என்று நினைத்திருக்க மாட்டார்கள். அப்போது அவர்களைக் கவர்ந்தது தூய்மையான, எப்போதும் பசுமையான 'சோலை'கள் தான்.

சோலை என்ற தமிழ்ச் சொல்லிலிருந்து பிறந்ததுதான் சோலா (ஷோலா). தென்னிந்தியாவின் மலைப்பகுதிகளில் புல்வெளிகளோடு மலைக் காடுகளின் பகுதிகள் இருக்கும். இவை வெப்பப் பகுதிகளுக்குள் உள்ளவை. அவை எப்போதும் பசுமையாக இருப்பதாலும், அவற்றில் இருக்கும் புல்வெளிகளும் அடர்ந்த காடுகள் இருப்பதாலும், பலவகைப்பட்ட அபூர்வ தாவரங்கள், விலங்கு உயிரினங்கள் ஆகியவற்றிற்குள் பாதுகாப்பான இடங்களாக இருந்தன. திருட்டுத்தனமாக வேட்டையாடுவதாலும், அவை வாழிடங்களை அழிப்பதாலும் பல தாவர, உயிரினங்கள் அழிவுறும் ஆபத்தில் இருக்கின்றன.

சோலைகளில் இருக்கும் பல உயிரினங்கள் போன்றவை ஆப்பிரிக்க, பிரேசில், தென்கிழக்கு ஆகிய பசுமைக் காடுகளில் மட்டுமே காணப்படுகின்றன. அதோடு பல இப்பகுதிக்கே, அதாவது இந்தச் சுற்றுச்சூழல் பகுதிக்கே உரியவை.

சோலைகள் 35,000 ஆண்டுகளுக்கும் முந்தியவை என்று மகரந்த ஆய்வுகள் காட்டுகின்றன. தாவரங்கள், மீன், நீரிலும் நிலத்திலும் வாழ்பவை, ஊர்வன, வண்ணத்துப் பூச்சிகள், பறவைகள், பாலூட்டிகள் ஆகிய பல உள்ளூர் உயிரினங்களுக்குத் தாயகம் இது. வட இந்தியக் காடுகள், உலகின் பிற பசுமைக் காடுகளின் உள்ளூர்த் தன்மையைக் காட்டுகின்றன. தாவரங்களில்

முப்பத்தைந்து விழுக்காடும், மீனில் நாற்பத்து இரண்டு விழுக்காடும், ஊர்வனவற்றில் நாற்பத்தெட்டு விழுக்காடும், தரையிலும் நீரிலும் வாழும் உயிரினங்களில் எழுபத்தைந்து விழுக்காடும் இந்தப் பகுதிக்கே உரியவை.

மரங்களைப் பொறுத்தவரையில் இருபத்து நான்கு இனங்கள் சோலைக் காடுகளுக்கே உரிய தன்மை உடையவை.[1] அவற்றின் இந்திய மகாகனி (சீமைத் தேக்கு), கொத்து அத்தி, ரஸ்டி காம்லா, பிஷப் உட் (சோழ வேங்கை) பிட்டன்கர், காட்டு ஷண்பகம் என்று தமிழில் அழைக்கப்படும் மிச்சிலியா நிஸிகாரிகா ஆகியவை அடங்கும்.

சோலைக் காடுகளின் அமைப்பும் தனித் தன்மை வாய்ந்தது. மேல் அடுக்கில் வளர்ச்சி குன்றிய மரங்களும், கீழ்ப் பகுதியில் அடர்வான புதர் அடுக்கும் இருக்கும். மரங்களின் தண்டின் மேற்பகுதியில் பாசியும் பூஞ்சையும் மூடியிருக்கும். சதுப்பு நிலப் பகுதிகளின் கீழே பெரணிகள் வளர்ந்திருக்கும். மேல் அடுக்கைச் 'சோலை மரங்கள்' என்று கூறுவார்கள். மாறாக, சோலைப் புல்வெளிகளில் பனிக்கும், நெருப்புக்கும் பாதிக்கப்படாத உயிரினங்கள் அதிகம் இருக்கும். அவற்றில் அதிகமாகக் காணப்படுவது நாட்டு கிரீட் (kreat) என்று அழைக்கப்படும் பூத் தாவரம்.

பாபும் டான்யாவும் கொடைக்கானலுக்கு வந்தபோது, மலைக் காட்டுப் புல்வெளிகள் மிகுந்த ஆபத்திற்குள்ளாயிருந்தன. அவற்றைத் தரிசு நிலம் என்று விவரித்திருந்தார்கள். இதற்குக் காடுகளுக்குப் பாதுகாப்பாக இருக்க வேண்டியவர்கள், குறிப்பாகத் தமிழ்நாடு வனத்துறை உட்பட, இதிலிருந்து வருவாய் பெற எந்த முயற்சியும் எடுக்கவில்லை. எனவே, ஈக்லிப்டஸ், அக்காசியா (அசோக மரம்) போன்ற வேகமாக வளரும், வருவாய் தரக்கூடிய மரங்கள் இந்தத் தரிசு நிலத்தை ஆக்கிரமித்து, காற்றுச்சூழலில் மிக நுட்பமான உணர்வுகள் உள்ள புல்வெளிகளை அழித்துவிட்டன. இதனால் சோலையின் மரங்கள் சூழ்ந்திருந்த அளவு குறையத் தொடங்கியது. இதற்குக் காரணம் மனிதர் எளிதாக உள்ளே புகுந்ததும், புதிய மர இனங்களின் படையெடுப்பும்தான்.

பாபும் டான்யாவும் கொடைக்கானலை விட்டுப் போகாததற்கு இதுவே காரணம். வட்டகானல் பகுதியில் ஒரு வீட்டை வாடகைக்கு எடுத்து அதிலிருந்த தோட்டத்தில் சோலை நாற்றங்காலைத் தொடங்கினார்கள். மூன்று பசுமை இல்லங்கள்; அவற்றில்

வினியோகிக்கப் பழங்களும் விதைகளும், நூற்றுக்கணக்கான சோலை உயிரினங்கள் இருந்தன. அவற்றில் பல முதன்முறையாகப் பரவத் தொடங்கின.[2] அவர்கள் முதலில் சோலையை மீட்டெடுக்கும் திட்டத்தைத் தொடங்கினார்கள். அதில் உள்ளூர் இளைஞர்களை இணைத்துக் கொண்டார்கள். வட்டக்கானல் கன்சர்வேஷன் டிரஸ்ட் உருவானது. டிரஸ்டும், இந்த இருவரும் வனத்துறை, பழனி மலைகள் பாதுகாப்புக் குழு (PHCC) ஆகியவற்றோடு இணைந்து பணியாற்றினார்கள். உள்ளூர் சோலை காட்டு உயிரினங்கள், பசுமையான கனி தரும் மரங்கள் ஆகியவற்றைக் கொண்டு வயதான மரம் செடிகளின் இடத்தை நிரப்பினார்கள். போர்னியோ, நியூ கினியா[3] ஆகிய தீவுகளிலுள்ள உயிரினங்களையும் கொண்டு வந்தார்கள்.

பாபும் டான்யாவும் வருவதற்கு இருபது ஆண்டுகளுக்கு முன்னர் 1965இல் கே.எம். மாத்தியூ என்ற இளைஞர் கொடைக்கானலுக்கு வந்தார். அவர் பழனி மலைகளின் தாவரங்கள் வகைகளில் ஆய்வு செய்து டாக்டர் பட்டம் பெற்றவர். குருவாகத் திருநிலைப் படுத்தப்படுவதற்குக் காத்திருந்தார். 1967இல் அமைப்பு முறை தாவர இயலிலும் பாதுகாப்பதிலுமான ஆய்வுக்காக ரபினாட் ஹெர்பேரியம் என்ற அமைப்பை ஏற்படுத்தினார். நாற்பது ஆண்டுகள் சோலைக் காடுகள் பற்றிய ஆராய்ச்சியில் தன்னை ஈடுபடுத்திக் கொண்டார். பழனி மலைகளின் தாவர ஆராய்ச்சியிலும் பாதுகாப்பிலும் அவர் முன்னோடியாகத் திகழ்ந்தார். அவர் 2004ஆம் ஆண்டு இறக்கும் வரையில் தனது ஆராய்ச்சியைத் தொடர்ந்தார்.[4]

தந்தை மாத்தியூ, பாப், டான்யா முதலான வனப் பாதுகாப்பினரால் கொடைக்கானல் வாழ்த்து பெற்றிருந்தது. அவர்கள் இப்பகுதியின் மேல் காதல் கொண்டு சோலைக் காடுகளுக்காகத் தங்கள் வாழ்க்கையை அர்ப்பணித்தார்கள். அவர்களது பணி, மலை வாழ்விடம் பிழைப்பதற்கும், பழனி மலைகள் தொடர்வதற்கும் நம்பிக்கை தந்தது.

நிலப் பரப்பைப் பொறுத்தவரையில் பாம்பார் சோலைக் காடுகள் பழனி மலைகளின் ஒரு பகுதி. மேற்குத் தொடர்ச்சி மலைகள் உலகின் மிகப்பெரிய பல்லுயிர் மையங்கள். அவை பழனி மலைகளிலிருந்து அறுபத்தைந்து கிலோ மீட்டர் கிழக்கில் இருந்தன. நாற்பது கிலோ மீட்டர் அகலமுள்ள இந்தக் காடுகள் 2,064 சதுர கிலோ மீட்டர் பரப்புடையவை. சாய்வான உச்சிகள்,

பள்ளங்கள், சம நிலங்கள் ஆகிய அமைப்பை உள்ளிட்டவை. பள்ளம் 1600 மீட்டரும் (5200 அடி) மேடு 2000 மீட்டருமாக (6600 அடி) இருந்தது. மலை அடிவாரங்கள் 800 அடி உயரத்தில் இருந்தன. அவற்றில் முட் காடுகளும், புதர்களும் மண்டிக் கிடக்கும். அத்தோடு காய்ந்த மரக்காடுகளும் அங்கங்கே பசுமையான காடுகளும் இருக்கும். இவை கீழ்நிலைப் பச்சைக் காடுகளாக விரிந்தன. 1600 மீட்டர் உயரம் வரையிலும் புதர்களாக முடியும். பச்சைத் துண்டுகள் 2000 மீட்டர் உயரத்தில் இருக்கும். அவை வெளிப்புற மலைக்காட்டுச் சரிவுகள். புல்வெளிகளாக இருக்கும் சோலைப் பகுதி முடிவுறுவதைக் காட்டும். அவற்றை அடுத்து மேடும் பள்ளமுமாக மலைப் பகுதி அவ்வப்போது 2,500 மீட்டர் உயரத்திற்குப் போகும். அங்கேயும் புல்வெளியும் இடை இடையே சோலையும் இருக்கும்.

இவ்வாறு எல்லையில்லாமல் இருக்கும் சங்கிலித் தொடர் ஒன்றோடு ஒன்று குறுக்கிடும் தீவுகள் போல இருக்கும். அவை ஒவ்வொன்றும் குறிப்பிட்ட தாவர, விலங்குகள் அடங்கிய தனிப்பட்ட ஒரு சுற்றுச்சூழல் அமைப்பாக இருக்கும். அவற்றோடு பல்லுயிர்ப் பெருக்கத்தின் இடங்களும் சூழல் ஆபத்துக்கு எளிதில் உட்படக்கூடிய தன்மையும் கொண்ட பகுதிகளும் இருக்கும்.[5]

மேற்குத் தொடர்ச்சி மலையிலிருந்து பழனி மலைக்கு அதிக வேறுபாடு உள்ளது. முக்கியமாக அது மழை மறைவுப் பகுதிகளில் இருக்கிறது. எனவே ஜூன் முதல் செப்டம்பர் வரையிலுள்ள தென்மேற்குப் பருவ மழைக் காலத்தில் மழை அதிகம் கிடைக்காது. எனவே, மேற்குத் தொடர்ச்சி மலைகளின் பிற பகுதிகளில் காணப்படும் மழைக் காடுகளை இங்கே காண முடியாது. ஆனால், அவை 2000 மீட்டர் உயரத்தில் பள்ளத்தாக்குகளிலும், மறைவுப் பகுதிகளிலும் ஈரத் துண்டுகளிலும் காணப்படும். அங்கே தான் பாம்பார் சோலையில் பல்லுயிர்ப் பெருக்கத்தின் முக்கிய இடங்களும் (hotspots) காணப்படுகின்றன.

மேற்குத் தொடர்ச்சி மலையின் கிழக்குப் பகுதியில் ஆனைமுடி மலைகளில் உற்பத்தியாகும் பாம்பார் ஆறு கிழக்கே ஓடும். அங்கே தோன்றும் மற்ற ஆறுகளைப் போல இல்லை. பாம்பார் சோலை என்ற பெயரும் பாம்பார் ஆறிலிருந்தே வருகிறது. பாம்பார் ஆறு ஓடும் பகுதிகளில் அது இருக்கிறது. தண்ணீர் அங்கேதான் ஓடி வடிகிறது.

பாம்பார் சோலையைத்தவிர வேறு பல்வகைச் சோலைகளும் கொடைக்கானலைச் சுற்றி இருக்கின்றன. அவை கரடிச் சோலை, புலிச் சோலை, வட்டக்கானல் சோலை, பெருமாள் மலைச் சோலை, பிளேக் பர்ன் சோலை ஆகியவை. இவற்றின் பலவற்றை பாம்பார் சோலையின் கிளைச் சோலைகள் என்றே கூறலாம்.

சோலைகளும், புல்வெளிகளும், செடிகள், மரங்கள் ஆகியவற்றின் உள்ளூர் உயிரினங்களின் பல்வகை நுண்ணுயிர்களுக்குப் பெயர் பெற்றவை.

பிட்டோஸ் போரம் டெட்ராஸ்பொனம் (சுநாரி) பாம்புக் கடிக்கு மருந்தாகப் பயன்படும். இது பல்லுயிர்ப் பெருக்கமுள்ள இடங்களில் காணப்படும். ஆபத்திற்கு உள்ளாகியிருக்கும் பிற உயிரினங்களில் ஒன்று சொனேரிலா பல்நெயனிசிஸ், பழனி மலைகளுக்கே உரியது. பச்சிலைத் தாவரம் ஹோயா வைட்டி பழனியெசிஸ் என்பது (மெழுகுச் செடி என்றே அதற்கு உள்ளூர் பெயர்) மெழுகு போன்ற மலர்களையுடைய கொடி. பாம்பார் சோலைக்குரிய பிளேக்ட்ரான்தஸ் போர்னே பச்சிலைத் தாவரம். டிரைகோக்லாட்டிஸ் டென்ரா என்பது ஓர் ஆர்ச்சிஸ். இவையெல்லாமே அருகி வரும் உயிரினங்கள்.[6]

பதினைந்து தாவரங்கள் இப்பகுதிக்கே உரியவை. ஒரு சில பக்கத்திலுள்ள நீலகிரி, ஆனைமலை ஆகிய மலைப்பகுதிகளிலும் காணப்படும்.[7] அருட்தந்தை மாத்யூ 1999இல் பழனி மலைகளுக்கே உரியவை என்று 1758 இனங்களைப் பட்டியலிட்டார். அவற்றில் நாற்பத்தி ஆறு எளிதில் பாதிக்கப்படக் கூடியவை என்றும் பதினான்கு ஏற்கெனவே அழிந்துவிட்டன என்றும் குறிப்பிட்டார்.[8] அவர் இப்பகுதியில் அபூர்வமானவை என்று கண்டுபிடித்தவை சொனேரிலா பல்நெய்கிஸ், ஹொயா வெய்டடி, புலநியென்சிஸ், பிளேக்ட்ரானஸ் போரினியா, டிக்கோ கிளாட்டிஸ் டென்ரா, ஃபிலாந்தஸ் சந்திரபோசி ஆகியவை.

இவற்றிலெல்லாம் மிக முக்கியமானது நீலக் குறிஞ்சி (ஸ்ட்ரோபிலான்ந்தஸ் கந்தினஸ்). இது பன்னிரண்டு ஆண்டுகளுக்கு ஒருமுறை பூக்கும். கடைசியாக 2018இல் பூத்தது. தென்இந்திய மலைகள் எங்கும் பூத்தாலும், சங்ககால இலக்கியம் அதைத் தமிழகத்திற்கு உரியதென்று விவரிக்கிறது.

கொடைக்கானல் மலை வாழ்விடத்தின் மத்தியில் அமைந்திருப்பது குறிஞ்சி ஆண்டவர் கோவில். இது முருகக் கடவுளுக்கு

அர்ப்பணிக்கப்பட்ட ஒரு நூற்றாண்டுப் பழமையானது. இதனைச் சுற்றிலும் பன்னிரண்டு ஆண்டுகளுக்கு ஒருமுறை குறிஞ்சி மலர்கள் பூத்திருக்கும். இரகசியம் உரிய குறியீடாக இந்த மலர்கள் இருப்பதாக உள்ளூர் மக்கள் கருதுகிறார்கள். குறிஞ்சிப் பருவம் கொண்டாடப்படுகிறது.

இங்குதான் நகரத்தின் கோவிலிலிருந்து சில கிலோமீட்டர் தூரத்தில், ஒரு மெர்குரி வெப்பமானித் தொழிற்சாலை வந்து, பல கொந்தளிப்புகளைத் தோற்றுவித்தது.

பகுதி II
ஒரு பேரழிவு திறக்கிறது

7

இந்தியாவில் தயாரிக்கப்பட்டது

1983 கோடை காலத்தில் கொடைக்கானலில் புதிய தொழிற்சாலை ஒன்று மின்னல் வேகத்தில் அமைக்கப்பட்டது, பாதரச வெப்பமானி தயாரிப்பது அதன் வேலை. உடல் வெப்பத்தினை அளக்க அண்மைக் காலம் வரையிலும்கூட மருத்துவமனைகளில் பயன்பட்டு வந்தது 'காய்ச்சல் தெர்மா மீட்டர்'.

அதற்கு முந்திய மாதங்களில் தமிழ்நாடு முதலமைச்சர் எம்.ஜி. இராமச்சந்திரன், இந்த மாநிலம் தொழில் துறையில் முன்னேறவும், வேலை வாய்ப்புகளை அதிகரிக்கவும் அரசின் ஆதரவு இல்லை என்று வெளிப்படையாகக் குற்றம் சாட்டினார். அதே ஆண்டு ஜனவரியில், தமிழ்நாட்டில் தொழிற்சாலைகள் அமைக்கக் குழுமங்கள் அணுகும்போது உரிமங்கள் தர மறுக்கிறது என்றும் உத்தரப் பிரதேசம் போன்ற வட மாநிலங்களுக்கு ஆதரவு தருகிறது என்றும் இந்திராகாந்தி அரசைக் குற்றம் சாட்டினார்.[1] எனவே ஒன்றிய அரசு குற்றச்சாட்டைத் தவிர்க்க வேகமாகக் கோப்புகளை நகர்த்தி கொடைக்கானலில் நூறு விழுக்காடு ஏற்றுமதிக்கான தொழிற்சாலையை அமைக்கத் தேவையான ஒப்புதல்களை அளித்தது.

இதில் சுவாரஸ்யமான விஷயம் என்னவென்றால் இந்திய அரசு அனுமதியளிப்பதற்கு வேறெந்த இடத்தையும் தேர்வு செய்ய முடியவில்லை. சீஸ்பரோ-பாண்ட்ஸ் கொடைக்கானல் வாட்டர்டவுன்[2] தட்பவெப்ப நிலை கொண்டிருந்ததால் அதனைத் தேர்ந்தெடுத்துவிட்டது. சாதாரண பாதரசம் 24^0C-யில் ஆவியாகும் கொடைக்கானலில் குளிர் காலத்தில் சராசரி வெப்பநிலை 8^0C. கோடை காலத்தில் சராசரி 20^0C. எனவே இது மிகப் பொருத்தமான இடமென்று தீர்மானித்தது. சாதாரண வெப்ப அளவுகளை விட அதிகமானால் பாதரசம் என்ற திரவ உலோகம் ஆவியாகிவிடும்.

அதைக் கையாள்கிறவர்கள் அவர்களை அறியாமலேயே நச்சு வாயுவைச் சுவாசிப்பார்கள்.

அந்தக் காலக் கட்டம் வெளிநாட்டு நாணய மாற்றுக்கு நாடு தவித்துக் கொண்டிருந்த காலம். நூறு சதவீதம் ஏற்றுமதி செய்யும் ஒரு தொழிற்சாலை அமெரிக்க டாலர்களைக் கொண்டுவரும் மைய அரசின் அனுமதியும், முதலமைச்சரின் முழு ஆதரவும் இருந்ததால், உள்ளூர் அனுமதிகளும் விரைவாகக் கிடைத்தன.

1983 மார்ச் மாதத்தில் தொழிற்சாலையில் கட்டமைப்பு 21.6 ஏக்கர் (87,250 ச.மீ.) பரப்பளவில் தூய மேரி சாலையில், கொடைக்கானல் ஏரியைப் பார்க்கும் சாலையில் ஊரின் நடுவில் அமைக்கப்பட்டது. பாம்பார் ஆற்றில் கால்வாய் (தெற்கில் அரை கி.மீ. தூரத்தில்) ஓடியது. தொழிற்சாலை இடத்திற்கு மிக அருகில் ஓடிய ஆறு ஏழு கிலோ மீட்டர் தென்கிழக்கே இருந்த கும்பக்கரை அருவியை நோக்கி ஓடிற்று. அதாவது தமிழ்நாட்டின் சமவெளியில் கிழக்கே வடிந்தோடியது.[3] மலை வாழ்விடத்தின் கவர்ச்சிக்கு முதன்மையான இடமான கொடைக்கானல் ஏரி 500 மீட்டர் வடக்கே இருந்தது.

கட்டடங்கள் கட்டி முடிக்கப்பட்டவுடன், பாதரசம் பயன்படாத கருவிகள் வந்தன. பின்னர் பாதரசத் தொழிற்சாலைப் பகுதி வந்தது. அதனோடு தொழில்நுட்பத் தொழிலாளர்களைப் பயிற்றுவிக்க முழுமையடைய வேண்டிய 35,000 வெப்பமானிகளும் வந்தன.

வாட்டர்டவுனில் இருந்த தொழிற்சாலையைப் பிரித்து இங்கே கொண்டு வரப்படும்போது, கூடவே ஜிம் டேவிஸ் தலைமையில் தொழில்நுட்ப நிபுணர்களின் குழுவும் வந்தது. அவர் சீஸ்பரோ-பாண்ட்சின் மருத்துவக் கருவிகள், பொருட்கள் பிரிவின் தலைவர். அவர்களது நோக்கம் தொழிற்சாலையை அமைப்பது, உள்ளூர் தொழில்நுட்ப வல்லுநர்களைப் பயிற்றுவிப்பது, விரைவாக உற்பத்தியைத் தொடங்குவது.

பயிற்சி 1983 நவம்பரில் தொடங்கி டிசம்பரில் முடிந்தது. பயிற்றுநர்களும், பயிற்சி பெற்றவர்களும் ஒரு நாளைக்குப் பலமணி நேரம் செலவழித்தார்கள்.

பயிற்சி முடிந்த பிறகு வெளிநாட்டிலிருந்து வந்தவர்கள் பெரும்பாலும் கிறிஸ்மசுக்குப் போய்விட்டார்கள். ஒரு சிலர் மட்டுமே இருந்தார்கள். அடுத்த ஆண்டு சோதனை முறையில் உற்பத்தி தொடங்கிற்று. பிப்ரவரியில் முழுமூச்சில் உற்பத்தி

நடந்தது. மார்ச்சில் 48,383 வெப்பமானிகள் தொழிற்சாலையிலிருந்து அனுப்பப்பட்டன.

உற்பத்தி முறை சிக்கலானது. ஆனால் நவீன எந்திரங்கள் இருந்தன. அவை வாட்டர்டவுனிலிருந்து கொண்டு வரப்பட்டவை. கண்ணாடியாலான நீண்ட குச்சி போன்ற பகுதி பத்து வெப்பமானிகளுக்கு ஒன்றாக வரும். குமிழ்ப் பகுதி தனியாகவும், பாதரசமும், இதர அனைத்தும் இந்தியாவிற்கு இறக்குமதி செய்யப்பட்டன.

குச்சி போன்ற குழாய்களை எந்திரங்கள் சரியான அளவுகளில் வெட்ட, ஒரு முனையில் குமிழ்ப் பகுதி ஒட்டவைக்கப்படும். குமிழுற்ற கண்ணாடிக் குழாயில் வெற்றிடமாக்கப்பட்டு மூன்று முறை காய்ச்சி வடிகட்டிய பாதரசம் நிரப்பப்படும். இப்போது திறந்த பகுதி மூடப்படும். உள்ளே காற்று அடைபட்டிருந்தால் அதைச் சில செயல்முறைகளின் மூலம் நீக்குவார்கள், பிறகு $41^{O}C$-க்குச் சூடாக்கி அளவிடுவார்கள். அடுத்து குழாயின் மேற்புறத்தில் அச்சிடுவதற்கு முன்னர் $35^{O}C$-க்குச் சூடுபடுத்துவார்கள். இறுதியில் தரச் சோதனை நடத்தி சான்றிதழ் தரப்படும்.

இந்தச் செயல்பாடுகள் இரண்டு பகுதிகளில் நடக்கும். ஒன்று பாதரசம் புழங்கும் பகுதி; இன்னொன்று பாதரசம் புழங்காத பகுதி. எடுத்துக்காட்டாகப் பாதரசம் பயன்படுத்தப்படாத 7,120 ச.அடி தளத்தில் குழாயை வெட்டுதல், முனையை வெட்டுதல், குமிழை அமைத்தல் முதலான பாதரசம் தொடர்பில்லாத வேலைகள் நடக்கும். இவை தானியங்கி அல்லது பகுதியளவில் தானியங்கி எந்திரங்களால் செய்யப்படும்.

வெப்பமானிகளில் பாதரசம் நிரப்பும் வேலை நெருக்கடியான 1,350 ச.அடி அறையில் நடக்கும். அங்கே காற்றை வெளியேற்றும் காற்றாடிகள் மூன்று இருக்கும். அவை பாதரச ஆவியை வெளியேற்றும். பெரிய தளத்தில் பாதரசம் தொடர்பான வேலைகள் நடைபெறும். 25,000 வெப்பமானிகள் சுருக்குதல், காற்றை வெளியேற்றுதல், ஒரு முனையை மூடுதல், டிகிரிகளை அச்சிடுதல், மேலமைப்பை உருவாக்குதல், தர ஆய்வுகள் ஆகியவை ஒரே நாளில் நடைபெறும். 16,720 ச.அடி. கொண்ட இப்பகுதியில் பல தானியங்கி அல்லது பகுதியளவில் தானியங்கி எந்திரங்கள் இருக்கும். நூறு தொழிலாளர்கள் வேலை செய்வார்கள். இங்கே பாதரச ஆவியை வெளியேற்ற இருபத்திரண்டு காற்றை

வெளியேற்றும் விசிறிகள் தொடர்ந்து ஓடிக் கொண்டிருக்கும். மேலும் பாதரசம் ஆவியாதலைக் குறைக்கத் தரை ஈரமாக வைக்கப்பட்டிருக்கும்.

பாதரசம் பயன்படும், பாதரசம் பயன்படுத்தப்படும் பகுதிகளிலிருந்து தனியாக 720 ச.அடி பாதரசத்தைக் கொதித்து வடிக்கும் அறை இருக்கும். இங்கே ஒரு நாளைக்கு முப்பது கிலோ கிராம் பாதரசம் கொதித்து வடிகட்டப்படும். பாதரசம் புதிதாகவும் இருக்கும், ஏற்கெனவே பயன்படுத்தப்பட்டுத் திரும்பப் பெற்றதாகவும் இருக்கும். வடித்தெடுக்கப்பட்ட பாதரசம் வெட்டப்பட்ட கண்ணாடிக் குழாய்களில் நிரப்பப்படும். இந்த அறையில் காற்று நீக்கி விசிறிகள் ஆறு பொருத்தப்பட்டு இருக்கும். அதே அளவிலான இன்னொரு அறையில், கண்ணாடித் துண்டுகள் நொறுக்கப்பட்டு, ஒரு அடுப்பில் காய்ச்சப்படும். அதில் ஒட்டி இருக்கும் பாதரசம் இவ்வாறு திரும்பப் பெறப்படும்.[4]

எல்லா ஒப்பந்த, நிரந்தரத் தொழிலாளர்களுக்கும் சீருடை, காலணிகள், கண் கண்ணாடிகள், முகக் கவசம், கையுறை ஆகியவை வழங்கப்படும். பாதரசப் பகுதிகளில் வேலை பார்ப்பவர்கள் அவர்களது தளச் சீருடைகளைக் களைந்துவிட்டுக் குளிப்பதற்கும் இடம் ஒதுக்கப்பட்டிருந்தது. அவர்கள் வீட்டிற்குப் போகும் முன் செய்ய வேண்டியதாக இருந்த பழக்கம் சில ஆண்டுகளில் கைவிடப்பட்டது.

எஸ்.ராஜா முகமது என்பவர் தொழிற்சாலையில் 1984 முதல் 1989 வரையில் வேலை பார்த்தார். முன்னாள் பாதரசத் தொழிலாளர்கள் நலச் சங்கத்தின் பொதுச் செயலாளரான இவர் தொழிற்சாலை தொடங்கிய சிறிது காலத்திலேயே, கட்டாயமாகக் குளிக்க வேண்டியிருந்த இந்தப் பழக்கம் கைவிடப்பட்டது என்று பின்னர் ஒரு செய்தித்தாளுக்கு அளித்த நேர்முகத்தில் குறிப்பிட்டிருந்தார். அமெரிக்காவிலிருந்து வந்திருந்த தொழில்நுட்ப வல்லுநர்களும், பொறிஞர்களும் உள்ளூர்த் தொழிலாளர்கள் தொழிற்சாலையை விட்டுப் போவதற்கு முன்னர் குளிக்க வேண்டுமென்று அறிவுரைகள் கூறி வந்தார்கள். ஆனால், அவர்கள் 1984ஆம் ஆண்டு மத்தியில் போன பிறகு, இந்தப் பழக்கம் படிப்படியாகப் போய்விட்டது.[5]

தொழிற்சாலை தொடங்கிய தொடக்கக் காலங்களில் வடித்தெடுக்கும் அறைகளுக்கும், மீட்டெடுக்கும் அறைகளுக்கும் NIOH வடிகட்டுதல்களின்படி மூச்சுவிடும் உலோகக் குப்பிகள்

இருக்கும். அவை மூச்சிழுக்கும் காற்றிலுள்ள பாதரசத்தை வடிகட்டி விடும். அத்தோடு பாதரசப் பகுதியை ஜெரோம் ஆவியாதல் ஆய்வுக் கருவியைக் கொண்டு மேற்பார்வை செய்யப்படும். கையில் வைத்துப் பயன்படுத்தப்படும் இந்தக் கருவி காற்றில் மிகக் குறைந்த அளவு பாதரசம் இருந்தாலும் கண்டுபிடித்துவிடும்.[6]

தொழிலாளரின் சிறுநீர் மாதிரிகள் ஒவ்வொரு மாதமும் சோதனைக்கு உட்படுத்தப்படும். பாதரச அளவு அதிகமுள்ளவர்களை அவர்களது சிறுநீர் பாதரச அளவு சரியாகும் வரையில் வேறு பகுதிகளுக்கு மாற்றிவிடுவார்கள். பாதரசப் பகுதிகளுக்குப் பெண்களை அனுப்பக்கூடாது. இதுதான் அமெரிக்கத் தாய்க் குழுமத்தின் மரபு.

இது ஏற்றுமதி செய்யும் தொழிற்சாலை ஆதலால், கச்சாப் பொருள்களும், முடிக்கப்பட்ட கருவிகளும் உள்ளே போவதையும் வெளியே வருவதையும் கண்காணிக்க வாயில்கள் இருந்தன. தொழிற்சாலையில், பிற ஏற்றுமதி செய்யும் தொழிற்சாலைகள் போலவே, மத்திய அரசின் கலால் வரித்துறை அலுவலகமும் இருந்தது.

வெப்பமானிகளில் பயன்படும் பாதரசம் மூன்று முறை காய்ச்சி வடிக்கப்பட்டது (99.999 விழுக்காடு). அதனை இறக்குமதி செய்வதற்கு ஒன்றிய அரசின் பணி நிதித்துறைகளின் அனுமதி வேண்டும். கண்ணாடி அல்லது பாதரசம் தொழிற்சாலைக்குள் போவதும், தயாரிக்கப்பட்ட பொருட்களும் கழிவுகளும் வெளியே போவதும் தொழிற்சாலையில் அமர்த்தப்பட்ட சுங்கத் துறை அலுவலர்களின் சான்றுடனேயே நடைபெறும். அவை வருடாந்திர பாண்ட்ஸ் கணக்கில் பதிவு செய்யப்படும்.[7]

ஆண்டு முடிவுக்குள் பாண்ட்ஸ் வெப்பமானித் தொழிற்சாலை 200 குடும்பங்களுக்கு வாழ்வாதாரமாக ஆயிற்று. மேலும் அதனால் மலை வாழ்விடத்தில் இன்னும் நூறு பேருக்கு மறைமுகமாக வேலை வாய்ப்பும் கிடைத்தது.

1984இல் எட்டு ஆண்டுகளில் 2.8 மில்லியன் கருவிகள் உற்பத்தி செய்யப்பட்டு ஏற்றுமதி செய்யப்பட்டன. 2005ஆம் ஆண்டுக்குள் 'Made in India' என்ற அடையாளத்துடன் ஐரோப்பா, வட, தெற்கு அமெரிக்கா, ஆஸ்திரேலியா உட்பட உலகின் பகுதிகளை இந்த வெப்பமானிகள் அடைந்துவிட்டன.

8

எந்நேரமும் வெடிக்கும் நேரம் குறிப்பிடப்பட்ட வெடிகுண்டு

1984ஆம் ஆண்டு புனித மேரி சாலையில் சீஸ்பரோ-பாண்ட்ஸ் தொழிற்சாலையின் கட்டமைப்பு வேலைகள் வேகமாக நடந்து கொண்டிருந்தபோது, நவ்ராஸ் மோடி என்ற முப்பத்தைந்து வயதுடைய ஒருவர் 400 மீட்டர் தொலைவிலுள்ள பாண்டிச்சேரியின் ஆரோவில்லிலிருந்து தனது இருப்பிடத்தைக் கட்டுமானம் நடைபெற்றுக்கொண்டிருந்த தொழிற்சாலைக்கு அருகிலிருந்த வீட்டிற்கு மாற்றினர்.

பாண்டிச்சேரியில் நீர்ப்பாசன மேலாண்மையில் பணிபுரிந்துவிட்டு கொடைக்கானலுக்குக் குடிபெயர முடிவு செய்தார். இந்த இடத்தின் இனிமையான வானிலை, கன்னிக் காடுகள், உள்ளூர் விவசாயிகள் மற்றும் மலைவாழ் மக்கள் ஆகியோருக்கு உதவும் ஆசை ஆகியவைதான் அவர் கொடைக்கானலுக்கு வருவதற்கான காரணங்கள்.

ஆரோவில்லிற்கு வருவதற்கு முன்னர் அவர் மும்பையில் இருந்தார். அங்கே சமூக, சுற்றுச்சூழல் இயக்கங்களில் கற்பவராகவும், காவலராகவும் ஈடுபாடு கொண்டிருந்தார். பாம்பே என்விரான்மென்ட் ஆக்ஷன் இருப்பின் நிறுவன தொடக்ககால உறுப்பினர். இந்த அமைப்பு மும்பையில் இருந்த சுற்றுச்சூழல் பாதுகாப்பு இயக்கம். பல பத்தாண்டுகளுக்குப் பிறகும், அந்தக் குழுவின் செயலாளராகத் தொடர்கிறார். இந்தக் குழு சட்டப்பூர்வமாகவும், பிரச்சாரங்கள் மூலமாகவும் சக்தி மிக்கக் கூட்டிணையங்கள், அரசு ஆகியவற்றோடு நேரடியாக மோதுகிறது.

மோடியின் சுற்றுச்சூழல் பாதுகாப்புப் பணி பல ஆண்டுகளுக்கு முன்னரே தொடங்கிவிட்டது. பாம்பே நேச்சுரல் ஹிஸ்டாரி சொசைட்டி (BNHS) நடத்திய கருத்தரங்குகளில் பங்கு பெறுவார். இது 1983இல் இயற்கைப் பாதுகாப்பிற்காக நிறுவப்பட்ட ஆதாயம்

கருதாத ஓர் அமைப்பு. இதனோடு பறவைகள் ஆய்வாளர்கள் சலீம் அலி, டில்லான ரிடனே ஆகியோர் தொடர்பு வைத்திருந்தார்கள்.[1]

மோடி புனித மேரி சாலையில் நடந்து போகும்போது, தொழிற்சாலையின் நடவடிக்கைகளைக் கவனித்தார். மக்களும், வாகனங்களும் போய்க் கொண்டும் வந்து கொண்டும் இருந்தன. முதன்மை நுழைவாயிலுக்கு வெளியில் பொருட்களையும், சிப்பம் கட்டப்பட்ட பெட்டிகளையும் கொண்ட லாரிகள் வரிசையாக நின்றுகொண்டிருக்கும். அவை சென்னைத் துறைமுகத்திற்குப் போக ஆயத்தமாக இருக்கும்.

மோடிக்குப் பாதரசங்களால் ஏற்படும் ஆபத்துகள் நன்கு தெரியும். ஆனால் மரியாதைக்குரிய ஒரு பன்னாட்டுக் குழுமமான பாண்ட்ஸ் தேவையான முன்னெச்சரிக்கைகளை எடுத்திருக்கும். சரியான பாதுகாப்பு நடவடிக்கைகளைப் பின்பற்றியிருக்கும் என்று அவர் நினைத்தார். மேலும், தொழிற்சாலை பலருக்கு வேலை வாய்ப்பளிப்பதால், உள்ளூர் மக்கள் பலர் பயனடைவார்கள் என்று கருதினார். கொடைக்கானல் போன்ற தொலைதூரத்தில் இருக்கும் மக்களுக்கு வாழ்வாதாரம் குறைவாகவே கிடைத்ததால், அவர்களுக்கு வேலை தேவைப்பட்டது.

2000ஆம் ஆண்டு கிறிஸ்துமஸ் சமயத்தில்தான் தொழிற்சாலை எந்த நேரமும் வெடிக்கக்கூடிய ஒரு ‘டைம் பாம்’ என்பதை உணர்ந்தார். காடுகளிலும், நகரத்தின் உள்ளூர் மக்கள் மேலும் தொழிற்சாலை ஏற்படுத்தக்கூடிய அபாயகரமான தாக்கத்தை முழுவதுமாகப் புரிந்துகொள்ள அவருக்குப் பதினாறு ஆண்டுகள் ஆகிவிட்டன.

மேற்கு மலைத் தொடர்ச்சியின் அபூர்வமான மலைக்காட்டின் விரிவாக்கமான பாம்பார் சோலையின் கன்னிக் காடுகளைப் பாதுகாப்பதில் மோடி தீவிரமாக ஈடுபட்டிருந்தார். 1984 குளிர்காலத்தில் அவர் போன்ற ஆர்வம் கொண்ட மற்றவர்களுடன் சேர்ந்து சுற்றுச்சூழல் பாதுகாப்பு முயற்சிகளைத் தொடங்கியிருந்தார். அந்தக் காலக்கட்டத்தில்தான் பாண்ட்ஸ் தொழிற்சாலையின் முதல் வெப்பமானிகள் அனுப்பப்பட்டன. மோடியும் நண்பர்களும் பொதுவாகக் காடுகளை அழிப்பதால் ஏற்படும் சேதாரங்களைக் கணக்கிட ஓர் ஆய்வுக்குழுவை அமைத்தன. மேலும் திருட்டுத்தனமாக வேட்டையாடுபவர்கள், காட்டு நிலங்களை ஆக்கிரமிப்பவர்கள் ஆகியோரால் பல்லாயிரம்

ஆண்டுகள் பழமையான சோலைக் காடுகள் அழிவதைப் பற்றியும் ஆய்வுகள் மேற்கொண்டார்கள்.

பழனி ஹில்ஸ் கன்சர்வேஷன் கவுன்சில் (PHCC) என்ற பெயரில் ஒரு துணைக் குழுவை அமைத்து, கொடைக்கானலைச் சுற்றியிருந்த இயற்கைப் பாதுகாவலர், சுற்றுச்சூழலில் அக்கறை கொண்டோர், காட்டு விலங்கு ஆர்வலர்கள், நிலையான வளர்ச்சி என்ற கொள்கையை முன்வைத்தோர் ஆகியோரையும் இணைத்துக் கொண்டன. 1985ஆம் ஆண்டுகளுக்குப் பிறகு இந்தக் குழு ஒரு முறைசார் நிறுவனமாக மாற்றப்பட்டது. பாம்பார் சோலையின் நிலையான வளர்ச்சியை ஊக்குவிப்பதே அதன் நோக்கம்.

காட்டு நிலத்தை ஆக்கிரமித்தலும், இயற்கையை அழித்தலும், அருகி வரும் விலங்குகளைத் திருட்டுத்தனமாக வேட்டையாடுதலும் நாட்டில் உச்சக் கட்டத்திலிருந்த காலக்கட்டம் அது. இந்தியாவின் காட்டுக் கொள்ளையரும், சந்தனக் கடத்தல்காரருமான வீரப்பனுடைய புகழும் உச்சக் கட்டத்திலிருந்தது. அவர் தமிழ்நாட்டில் ஈரோடு முதல் கர்நாடகாவில் மைசூர் வரையிலும் பல பகுதிகளில் காட்டு விலங்குகளை வேட்டையாடுவதிலும், முக்கியப் புள்ளிகளைப் பணத்திற்காகக் கடத்துவதிலும் பெயர் பெற்றார். அதேவேளையில் அருகி வரும் இயற்கைத் தாவரங்களையும், விலங்குகளையும் காப்பாற்றுவது குடிமக்களின் கடமையாக ஆயிற்று. லாபம் கருதாத அமைப்புகள் பல அர்ப்பணத்தோடு பணியாற்ற முன்வந்தன. PHCC பாம்பார் சோலையின் பாதுகாவலராக ஆயிற்று. யுனெஸ்கோவின் மரபுசார் இடமாக மேற்குத் தொடர்ச்சி மலைகள் அங்கீகரிக்கப்பட்டன. பல்லுயிர்ப் பெருக்கமுள்ள பகுதிகளில் எட்டில் ஒன்றாக இடம் பெற்றன.

பழனி மக்கள் நெருக்கம் மிகுந்த இடமாக ஆவதற்கு முன்னர் பழனி கோவிலைச் சுற்றிய இடம் குன்றுகளும், காடுகளும் சூழ்ந்த இடமாக இருந்தது. உள்ளூர் மக்களுக்கும், முருக பக்தர்களுக்கும் பழனி குன்றுகள் வழிபாட்டு இடமாக இருந்தன. ஏனென்றால் தென்னிந்தியாவின் பல பகுதிகளில் சில குன்றுகள் தெய்வங்களின் இருப்பிடங்களாக வழிபடப்பட்டு வந்தன. எனவே, மோடிக்கும் PHCC-க்கும் உள்ளூர் மக்களும், முருக பக்தர்களும் ஆதரவும், உற்சாகமும் தந்தனர். அவர்கள் பழனியின் தெய்வீகக் காடுகளைக் காப்பதில் பேரார்வம் காட்டினர்.

PHCC, பிற பாதுகாப்பு அமைப்புகள் ஆகியவற்றின் முயற்சிகளால் கொடைக்கானல்-பேரிஜம் காட்டு விலங்கு சரணாலயம் ஒன்று ஐம்பது சதுர அடியில் அமைப்பதற்கான திட்டம் 1990களில் உருவாக்கப்பட்டது. அனைத்திந்திய அளவிலுள்ள இந்தியக் காட்டு விலங்கு நிறுவனம் அதற்கு முதன்மை முக்கியத்துவம் தரவேண்டும் என்று முன்மொழியப்பட்டது.

தொண்ணூறுகளின் தொடக்கத்தில் தமிழ்நாடு வனத்துறை பழனி மலைகளின் பெரும் பகுதியைக் காக்க அப்பகுதியைக் காட்டுயிர் பாதுகாப்பகமாகவோ அல்லது தேசியப் பூங்காவாகவோ அறிவிக்க வேண்டுமென்று முன்மொழிந்தது. இது ஒரு கூட்டு முயற்சி.[2] இந்த முன்மொழிதலால் காட்டுப் பகுதிகளுக்குப் பாதுகாக்கப்பட்ட பகுதி என்று தேசிய அளவில் அறிவிப்புப் பெற முயன்றது. ஏற்கெனவே மாநில அரசின் பாதுகாக்கப்பட்ட பகுதியாக இருந்து தரம் உயர்த்தப்பட்டு இயற்கைப் பாதுகாப்பின் பன்னாட்டு ஒன்றியம் (IUCN) தகுதியைப் பெறுவது நோக்கம். இதனால் விலங்குகள் வாரியம் முன்னேற்றப்பட்டு காட்டு உயிரினங்கள் பாதுகாப்பு பெறும். இந்த முன்மொழிவு இருபதாண்டுகள் ஆகியும் இன்னும் இந்திய அரசின் முடிவுக்காகக் காத்திருக்கின்றது.

ஆகஸ்ட் 2012இல் தமிழ்நாடு அரசு கொடைக்கானல் பகுதிகள் சிலவற்றையும், ஒதுக்கீடு செய்யப்பட்ட காடுகளில் திண்டுக்கல் வட்டங்களையும், அண்ணாமலை புலிக் காப்பிடத்திற்குப் பாதுகாப்பு அளிக்கும் பகுதியாக அறிவித்தது. இதில் பழனி மலைகளின் வடக்குச் சரிவுகளில் 5,000 ஹெக்டேர்களும் அடங்கும்.[3]

9
பாதரசத்தைக் கொட்டுமிடம்

கிறிஸ்துமஸ் கொடைக்கானலில் அமைதியாக இருக்கும். சுற்றுலாப் பயணிகள் பெரும்பாலும் டிசம்பரின் கடைசிப் பகுதியைத் தவிர்த்துவிடுவார்கள். ஏனென்றால் வெப்பநிலை 8^oC-க்குக் கீழே கூடப் போய்விடும். பெரும்பாலான இந்தியர்களுக்கு இது தாங்க முடியாத குளிர். கதிரவன் விரைவாகவே மறைந்துவிடும். காற்று குளிர்ந்துவிடும். தெருக்களில் ஆள் நடமாட்டம் அதிகம் இருக்காது. மாலையில் சூரியன் மறைந்த பிறகு ஒரு சிலரே பாதைகளிலும், ஏரியைச் சுற்றியும் நடப்பார்கள். ஆனால் உள்ளூர்வாசிகளுக்கு இது உகந்த காலநிலை. கொடைக்கானலின் பனிக் காலத்தின் அழகை அனுபவிப்பார்கள். கணப்புகளை மூட்டி, சூடான ஃபில்டர் காபி மணக்க, கொடைக்கானல்வாசிகள் அமைதியான அந்தக் காலத்தை வீட்டிலிருந்தே அனுபவிப்பார்கள். மிச்சமிருக்கும் வீட்டு வேலைகளைச் செய்து முடிப்பார்கள். மோடியும் அப்படித்தான்.

கி.பி.2000 கிறிஸ்துமஸ் சமயம் அவருடைய எளிய குடிசைக்கு வாங்கிக் கழிக்கப்பட்ட அறைகலன்களைத் தேடிக் கொண்டிருந்தார். மாலைப் பொழுதுகளில் அவர் நடைப் பயிற்சி போனபோது ஒருவர், கீழே இருக்கும் மூஞ்சிக்கல்லில் பழைய பொருட்கள் கடை இருக்கிறது என்று சொன்னார். அடுத்த நாள் மாலை, மூஞ்சிக்கல்லில் கழிவுப் பொருட்கள் விற்கும் கடையோடு சேர்ந்திருந்த பண்டகசாலைக்கு மோடி போனார். பழைய மரச் சாமான்களையும், பழைய செய்தித்தாள்களையும் மேலோட்டமாகப் பார்த்துக் கொண்டிருந்தபோது அவருடைய கண்கள் உடைந்த கண்ணாடித் துண்டுகள் மூட்டை மேல் விழுந்தன. அருகில் சென்று பார்த்தபோது கண்ணாடித் துகள்களின் மேற்பரப்பில் ஒரு திரவப் பொருளின் நுனிகள் இருப்பதைக் கவனித்தார். இந்தக் கண்ணாடித் துண்டுகளின் குவியலில் சிறிது நேரம் செலவழித்தார். அவரால் அவற்றை எளிதில்

அடையாளம் கண்டுபிடிக்க முடியவில்லை. இன்னும் நெருக்கமாக ஆராய்ந்தபோது அந்தச் சிறு துளிகள் நச்சுப் பொருளான பாதரச உலோகத் துகள்கள் என்பதைக் கண்டுபிடித்தார். சாக்கு மூட்டைகளிலிருந்து பாதரசம் சிந்தி கடையின் தளத்தில் பரவி இருந்தது. இந்தக் கண்ணாடிக் கழிவுப் பொருட்கள் எப்படி வந்தன என்று கேட்டதற்குக் கடைக்காரர் மழுப்பலாகப் பதில் சொன்னார். உள்ளூரிலுள்ள மருத்துவமனையிலிருந்து வந்திருக்கும் என்று மோடி தனக்குத்தானே சொல்லிக்கொண்டார். ஆனால் சிந்தனையோடு வீட்டிற்குத் திரும்பியபோது ஒரு மருத்துவமனை இவ்வளவு பெரிய அளவில் உடைந்த வெப்பமானிகளைக் கழித்திருக்க முடியுமா என்று யோசித்தார். அப்படியானால் அது வேறு எங்கிருந்து வந்திருக்க முடியும்?

அடுத்த நாள் அவர் தன்னுடைய *PHCC*-யில் பணியாற்றுபவர்களைக் கழிவுப் பொருட்களை விற்கும் கடைக்குப் போய்ச் சந்தேகம் ஏற்படாதவாறு உடைந்த கண்ணாடி வெப்பமானிகளின் அளவைக் கண்டுபிடித்துத் தருமாறு சொன்னார். அவர்களில் ஒருவர், கடையைப் பார்வையிட்டபோது, அதன் பின்பகுதியில் ஒரு பெரிய கூரை வேய்ந்த கொட்டகை இருந்ததைப் பார்த்தார்.

அந்தக் கொட்டகையில் அவர் பார்த்தது அவரைத் திடுக்கிட வைத்தது. உள்ளே பாதரசத்தோடு கண்ணாடிக் கழிவு டன் கணக்கில் இருந்தது, தோராயமாக அந்தக் கழிவின் தன்மையையும், அளவையும் கணக்கிட்டபோது, அது நீண்டகாலமாக அங்கிருந்தது தெரிய வந்தது. கண்ணாடித் துண்டுகள் மேலும் மேலும் கொட்டப்பட்டிருந்தன.[1]

மோடிக்குப் பல கேள்விகள் மனத்தில் ஓடின. அடுத்த முறை அங்கே போனபோது கடைக்காரரிடம் நட்பு முறையில் உரையாடி தன்னுடைய வினாக்களுக்கு விடைகாண முயன்றார். இந்தக் கழிவுப் பொருளை அவருக்கு யார் விற்றார்கள்? அவர் அதை எப்போது எடுத்து வந்தார்? அது ஏன் அங்கேயே கிடக்கிறது? அவருக்கு ஒரு கிலோவிற்கு எவ்வளவு கொடுத்தார்கள்? இங்கிருந்து அது எங்கே போகிறது? இவற்றை மக்கள் கையில் உறையில்லாமல் வெற்றுக் கைகளாலேயே கையாண்டார்களா? இவை போன்ற கேள்விகளுக்குப் பதில் தேடினார்.

தானாகவே இதுபற்றி விசாரிக்க மோடி தீர்மானித்தார். மறைமுகமான விசாரணைகளின்போது ஒரு அதிர்ச்சியளிக்கும்

உண்மை வெளிவந்தது. கழிவுப் பொருட்கள் பாண்ட்ஸ் தொழிற்சாலையிலிருந்து வந்தவை. அதற்கு இப்போது ஹிந்துஸ்தான் லீவர் லிமிடெட் (HLL) என்று பெயர். அந்தக் குழுமம் அவருடைய வீட்டிலிருந்து சில அடிகள் தூரத்திலிருந்த புனித மேரி சாலையில் இருந்தது.

கடைக்காரருடன் உரையாடியபோது, இவர் கேட்ட பல கேள்விகளுக்கு அவரிடம் விடை இல்லை என்பது தெரியவந்தது. அல்லது அவர் அதிகப்படியான செய்திகளை வெளியில் சொல்ல விரும்பாதது போலத் தெரிந்தது.

இப்போது மோடியின் மனத்தில் ஒரு காட்சி விரிந்தது. பாண்ட்ஸ் குழுமம் அதனுடைய கண்ணாடிக் கழிவுப் பொருளைப் பொறுப்பில்லாமல் கொட்டி வருகிறார்கள். இது கடந்த பதினாறு ஆண்டுகளாக நடந்து வந்திருக்கிறது. இதனைக் கழிவுப் பொருள் விற்பனையாளர்கள் மூலம் செய்துவருகிறார்கள். அல்லது எங்கோ ஒரு மூலையில் கொட்டி வருகிறார்கள்; காடுகளாகவோ, நீரோடையாகவோ, ஏரியாகக் கூடவோ இருக்கலாம்.[2]

'இது மோசம், இது மிக மோசம்,' என்று அவர் தனக்குள்ளேயே சொல்லிக்கொண்டார்.

இந்த நிலையை எப்படிக் கையாள்வது என்பதுதான் அவருடைய உடனடியான கவலை. பழைய பொருட்களை விற்கும் கடைக்காரரிடம் கிடக்கும் பாதரசக் கழிவை மீண்டும் சகட்டுமேனிக்கு எடுத்துப் போய், எந்த ஆதாரமும் இல்லாமல் அழித்துவிடக் கூடிய சாத்தியமும் இருந்தது. எனினும், காலதாமதம் இல்லாமல் எந்த நேரமும் வெடிக்கக் கூடிய 'டைம் பாம்' பற்றிக் கொடைக்கானல் மக்களுக்கும் மேலதிகாரிகளுக்கும் தெரிவிக்க வேண்டும் என்ற பெரிய பொறுப்பு தனக்கு இருப்பதாக உணர்ந்தார்.

இச்செய்தி உள்ளூரிலும் தேசிய அளவிலும், உலக அளவிலும் பரவலாகத் தெரியப்படுத்தப்பட வேண்டும். அப்போதுதான் குழுமம் ஆதாரத்தை அழிக்க முடியாது. அப்பகுதியில் சுற்றுச்சூழல் பிரச்சினைகளில் ஈடுபாடு கொண்ட நண்பர்களைத் தொடர்பு கொண்டார். அவர்களில் ஒருவர் நித்தியானந் ஜெயராமன். அவர் இளம் பொறியியல் பட்டதாரி. ஹாங்காங்கில் ஒரு வர்த்தக இதழில் ஆசிரியராகச் சில ஆண்டுகள் பணி புரிந்து விட்டு கிரீன்பீஸ் இயக்கத்தில் சேர்ந்து கூட்டிணையங்களால் சுற்றுச்சூழல்

சுரண்டப்படும் பிரச்சினைகளில் பணியாற்றி வருகிறார். ஜெயராமன் அந்த ஊர்க்காரர். கோயம்புத்தூரிலும், மதுரையிலும் வளர்ந்தார். பொறியியல் கல்வி முடித்த பிறகு பாதை மாறி இதழியலில் பட்ட மேற்படிப்புத் தொடர்ந்தார். அமெரிக்காவில் ஒஹையோ பல்கலைக் கழகத்தில் சேர்ந்து பட்டம் பெற்ற பிறகு சாமன் மீன்பிடிப் பருவத்தில் அலாஸ்காவில் மீன்பிடிப் படகுகளில் வேலை செய்தார். அங்கிருந்து கேனரிகளில் தாய் மீனிலிருந்து முட்டைகளைப் பிரிக்கும் வேலை செய்தார்.[3] அப்போது தாய் சாமன் மீன்களிலிருந்து கரு முட்டைகளை மனிதர் திருடுவதைப் பார்த்தார். இது லாபத்திற்காகக் கூட்டிணையங்கள் சுற்றுச்சூழலை எப்படி அழிக்கின்றன என்பதை நேரிலேயே பார்த்தார்.

இவருக்கு மோடியிடமிருந்து அழைப்பு வந்தபோது அவர் கிரீன்பீஸ் இயக்கத்தின் ஒரு முக்கியப் பணியில் ஈடுபட்டிருந்தார். அமெரிக்காவில் மெய்ன் என்ற இடத்திலிருந்து மூடப்பட்ட ஹால்ட்ராசெம் குளோரின் தயாரிப்பு நிறுவனத்திலிருந்து 11 டன் பாதரசம், இந்தியாவிற்கு ஏற்றுமதி செய்யப்படுவதைத் தடுக்க குடிமக்கள், சுற்றுச்சூழல் தொழிலாளர் அமைப்புகள் பன்னாட்டு அளவில் சேர்ந்த கூட்டணி முயற்சிகளை மேற்கொண்டிருந்தது. கடைசியில் பன்னாட்டுக் கூட்டணி பாதரசம் அனுப்பப்படுவதைத் தடுப்பதில் வெற்றிகண்டது.

அடுத்த நாளே நீல ஜீன்சும், சட்டையும் அணிந்து குடுமியுடனும், கருத்த தாடியுடனும் ஜெயராமன் கொடைக்கானலில் இறங்கி விட்டார். மோடி தானும் தனது உதவியாளரும் கழிவுப் பொருள் விற்பனைக் கூடத்தில் கண்டதை அவருக்கு விவரித்தார். அவருடைய நீண்ட தோள் பையிலிருந்து ஒரு தாளை எடுத்து, கழிவுப் பொருள் கூட்டத்தில் HLL-இலிருந்து பாதரசம் எப்படிக் கொட்டப்படுகிறது என்பதை வெளிப்படுத்துவதற்காக வியூகத்தை வகுத்தார்கள்.

இருவரும் விரிவான திட்டமொன்றைத் தயாரித்தார்கள். முதலில் ஒரு சிறு குழு கடைக்கு முன்னால் முன் அறிவிக்கப்படாத எதிர்ப்புக் கூட்டம் ஒன்றை நடத்தும். இதுபற்றிக் கடைக்காரருக்கோ கம்பெனிக்கோ தெரியக்கூடாது. 100கி.மீ. தொலைவிலிருந்த திண்டுக்கல்லிலிருந்து இந்து, இந்தியன் எக்ஸ்பிரஸ் முதலான ஊடகங்களுக்கு இரகசியமாகவும் தகவல் தெரிவிக்க வேண்டும். உள்ளூர் ஊடகங்கள், தமிழ் செய்தித்தாள்கள், டி.வி. அலை

வரிசைகள் ஆகியவற்றிற்கு எதிர்ப்புக் கூட்டம் நடக்கும்போது தகவல் கூற வேண்டும்.

ஆனால் அவர்களது முக்கியப் பிரச்சினை உள்ளூர் மக்களைத் திரட்டுவது, பாண்ட்ஸ் கம்பெனி உள்ளூர் மக்களிடம் நல்ல வரவேற்பைப் பெற்றிருந்தது. அதற்கு எதிராக யாரும் எதுவும் செய்ய விரும்பவில்லை. சிறிய நகரமாதலால், அந்தக் குழுமத்தில் வேலை செய்கின்ற யாராவது ஒருவரைத் தெரிந்திருக்கும், அல்லது உறவினராக இருப்பார்கள். உள்ளூர் அரசியல் கட்சிகளும், சமூக நல அமைப்புகளும் HLL-இடமிருந்து தாராள நன்கொடைகள் பெற்றிருந்தன. சிலர் குழுமத்திற்குச் சிறு சிறு ஒப்பந்த வேலைகள் செய்தன. எனவே பால் தரும் பசுவை எதிர்க்க யாரும் முன் வரவில்லை. எனினும் மோடியும், ஜெயராமனும் மனந்தளரவில்லை.

முதலாவது PHCC தொண்டர்களில் எதிர்ப்புக் கூட்டத்தில் கலந்துகொள்ள விருப்பமுள்ளவர்களைத் தேர்ந்தெடுத்தார்கள். ஆனால் அதற்குள் செய்தி பரவியவுடன், உடல் நலம் பாதிக்கப்பட்டதற்காகக் குழுமத்தை விட்டு வெளியே வந்த தொழிலாளர்கள் சேர்ந்தார்கள். முந்தைய ஆண்டுகளில் இறந்த தொழிலாளர்களின் குடும்பத்தார் சேர்ந்துகொள்ள விருப்பம் தெரிவித்தார்கள். இப்போதுள்ள பிரச்சினை, திட்டத்தை நடைமுறைப்படுத்தும் வரையில் இரகசியமாக வைத்திருப்பது.

2001 பிப்ரவரி 28 அன்று ஏறக்குறைய 40 பேர் மோடியின் தலைமையில் மூஞ்சிக்கல் பழைய பொருட்கள் கடையை நோக்கி அணி வகுத்துச் சென்றார்கள். உள்ளூர் மக்களும், கடைக்காரரும் திகைத்துப் போனார்கள். கடைக்கு முன்னால் HLL-க்கு எதிரான முழக்கங்களை எழுப்பியபடி ஒரு மணி நேரத்திற்கு மேல் உட்கார்ந்திருந்தார்கள். சுற்றியுள்ள மக்கள் கூடினார்கள். விரைவிலேயே கூட்டம் நூறைத் தாண்டியது.

கிரீன்பீஸ் இயக்கத்தின் சார்பாக ஜெயராமன் பாதரசத்தினால் மனிதருக்கும் சுற்றுச்சூழலுக்கும் ஏற்படும் ஆபத்தைப் பற்றி எடுத்துரைத்தார். இதற்குள் இந்து, இந்தியன் எக்ஸ்பிரஸ் நாளேடுகளின் செய்தியாளர்கள் வந்துவிட்டார்கள். உள்ளூர் ஊடகங்களும் வந்துவிட்டன. எதிர்ப்புக் கூட்டம் தொடங்கியவுடனேயே சிலர் புகைப்படக் கருவிகளோடு வந்து விட்டிருந்தார்கள். குழப்பமோ, சாலையில் சலசலப்போ இல்லை. பிறகு காவல்துறை வந்து எதிர்ப்பாளர்களைக் கலைந்து போகச்

சொன்னதும், எதிர்ப்பாளர்களும் அமைதியாகக் கலைந்து சென்றார்கள்.

அன்று மாலை கிரீன்பீஸ் இயக்கமும் PHCC-உம் இணைந்து அறிக்கை வெளியிட்டன. தொழிற்சாலையில் பணியாற்றும் தொழிலாளர்களின் வாழ்வாதாரம் பாதிக்காத வகையில் அறிக்கை கவனமாகத் தயாரிக்கப்பட்டிருந்தது. அவர்களது முதல் கோரிக்கை இதுதான்: "HLL உடனடியாக ஹிந்துஸ்தான் லீவர் தெர்மாமீட்டர் ஃபேக்டரியில் பாதரசம் பயன்படுத்துவதை நிறுத்தவேண்டும். நிர்வாகத்தின் அலட்சியப் போக்கினால் தொழிலாளரின் வாழ்வாதாரம் பாதிக்கப்படாமல் இருப்பதை உறுதிசெய்ய வேண்டும்."[4]

தொழிற்சாலையிலும், பழைய பொருள் கிட்டங்கியிலிருந்தும், சுற்றுப்புறத்திலும் ஏற்பட்டிருக்கும் பாதரச மாசுபடுதலின் தன்மையையும், அளவையும் கணக்கிட முழு விசாரணை செய்யப்பட வேண்டும்; மூஞ்சிக்கல்லிலுள்ள கழிவுப் பொருள்கள் கொட்டும் கிட்டங்கியைச் சுத்தப்படுத்த வேண்டும்; தமிழ்நாட்டின் பிற பகுதிகளுக்குக் கழிவுப் பொருட்கள் எங்கெல்லாம் எடுத்துச் செல்லப்பட்டன என்ற விபரம் கூறவேண்டும். முன்னாள், இந்நாள் தொழிலாளர்களின் உடல்நிலைக்கு ஏற்பட்ட பாதிப்பை ஆராய்ந்து அதற்கு நிவாரணம் வழங்க வேண்டும் முதலானவை பிற கோரிக்கைகள்.

ஒழுங்குமுறை அதிகாரிகளும் அரசும், தொழிலாளர்களுக்கும், மக்களுக்கும், கொடைக்கானல், பழனி மலைச் சுற்றுச்சூழலுக்கும் ஏற்படுத்திய பாதிப்புக்குக் குழுமத்தைக் குற்றம் என்ற அளவிலும், நிதி அளவிலும் பொறுப்பேற்கச் செய்யவேண்டுமென்று கேட்டது.

இந்தச் செய்தி வெளி உலகிற்கு உரக்க, தெளிவாக எட்டிற்று?

மாலைக்குள் HLL-இன் இந்தியத் தலைமையக நிர்வாகிகளுக்கும், உலக அளவிலுள்ள முதலாளிகளுக்கும் செய்தி எட்டியது.

10

எங்கு பார்த்தாலும் திரவ உலோகம்

இப்போது மோடிக்கு இன்னும் பெரிய கவலைகள். மூஞ்சிக்கல் பழைய பொருட்கள் கடையில்லாமல் வேறு இடங்களிலும் தொழிற்சாலையின் நச்சுக் கழிவுப் பொருட்கள் கொட்டப்பட்டிருக்குமா?

மோடியும் நண்பர்களும் உடனே அவர்களது அடுத்தக் கட்ட நடவடிக்கைகளைத் திட்டமிட்டார்கள். திண்டுக்கல் உட்பட பக்கத்துப் பகுதிகளிலிருந்த கழிவுத் துண்டுகள் விற்கும் கடைகளுக்கு ஒரு குழு சென்றது. இன்னொன்று, கும்பக்கரை அருவி வரையில் தொழிற்சாலையிலிருந்து சரிவுகளில் வழியும் நீரோடைகளைச் சுற்றிக் கழிவுப் பொருட்கள் கொட்டப்பட்டிருக்கின்றனவா என்பதை ஆராய்ந்தது. மூன்றாவது அணி கொடைக்கானல் ஏரியின் கரை, காடுகளை ஒட்டியுள்ள குப்பைகளைக் கொட்டச் சாத்தியமான இடங்கள் ஆகியவற்றைச் சோதனையிட்டது.

எதிர்பார்த்தபடியே, ஒரு வாரம் தேடிய பிறகு பல இடங்களில் கழிவுப் பொருட்கள் கொட்டப்பட்டிருந்தன. ஆற்றின் ஓரத்திலிருந்த தொழிற்சாலையின் பின் சுவரில் உடைந்த கண்ணாடித் துண்டுகளுடன் பாதரசம் பெரிய அளவில் கொட்டிக் கிடந்ததை அவர்கள் பார்த்தார்கள். முக்கியமான கண்டுபிடிப்பு, உடைந்த வெப்பமானிகள் நிறைந்த சாடி. அதிலிருந்து பாதரசம் தரையில் வடிந்து கொண்டிருந்தது.[1] தேசியச் செய்தித்தாள்களுக்குப் புகைப்படம் எடுப்பவர்களால் இவை கவனமுடன் பதிவு செய்யப்பட்டன.

உண்மையில் பிப்ரவரி 28. எதிர்ப்புக் கூட்டத்திற்குப் பிறகு குழுமத்தின் அதிகாரிகள் இரகசியமாகச் சுத்தப்படுத்த முயன்றாலும் அவர்களால் எல்லாக் கழிவுகளையும் அகற்ற முடியவில்லை. இதற்கிடையில் தொழிற்சாலை அதிகாரிகள் காட்டுப் பகுதிகளில் கொட்டப்பட்டிருந்த கழிவுகளை நீக்கத் தொழிலாளர்களை

அனுப்பியிருந்தது. பல இடங்களில் வேகமாக அகற்றப்பட்டது. பாதரசக் கழிவு தொழிற்சாலைக்கே திருப்பிக் கொண்டு வரப்பட்டது.[2]

மோடிக்கும் அவருடைய அணியினருக்கும் அடுத்த வேலை தொழிற்சாலையில் வேலை பார்ப்பவர்களிடம் இரகசியமாகப் பேசுவது. அவர்களைச் சிறு குழுக்களாகச் சந்தித்து, அவர்களுடைய வாழ்வாதாரம் எல்லா வகையிலும் பாதுகாக்கப்படும் என்று உறுதியளிக்கப்பட்டது. அவர்கள் வேலை நீக்கம் செய்யப்பட்டாலோ, தொழிற்சாலை மூடப்பட்டாலோ, *HLL* அவர்களுக்குத் தகுந்த போதுமான இழப்பீடு வழங்க வற்புறுத்தப்படும். பல சட்டங்களுக்குப் பிறகு வழிகாட்டு ஆலோசனைகளுக்குப் பிறகு வெளியில் பேச ஒப்புக் கொண்டார்கள். காட்டிக் கொடுப்பதால் ஏற்படக்கூடிய விளைவுகளுக்கு அஞ்சி மற்றவர்கள் அமைதியாக இருந்தார்கள். அவர்களது அன்றாட வேலைகளைப் பார்த்துக்கொண்டு எப்படி நிலைமை போகிறது என்பதைக் கவனித்துக்கொண்டிருந்தார்கள்.

பல தொழிலாளர்கள் அவர்கள் பக்கம் இருக்க, நிறைய ஆதாரங்கள் வெளிவர கிரீன்பீஸ், *PHCC*, ஊர்ச் சமூக நீதிக் குழுக்கள் ஆகியவை அடுத்த நடவடிக்கைகளைத் திட்டமிட்டார்கள். தொழிற்சாலையின் வாயிலுக்கே போராட்டத்தை எடுத்துச் சென்று தொழிற்சாலையை நிரந்தரமாக மூடிட அழுத்தம் கொடுக்கத் தீர்மானித்தார்கள்.

அடுத்த இரண்டு வாரங்களும் உள்ளூர் மக்கள் பேசுவதற்கான சூடான செய்தியாகத் தொழிற்சாலை செய்யத் தவறியவை இடம் பெற்றன. இப்போது எதிர்ப்புப் போராட்டத்திற்கு, மக்களைத் திரட்டுவது மோடிக்கும் குழுவினருக்கும் எளிதாக இருந்தது. தெரியாத நோய்களால் பாதிக்கப்பட்டு உயிரிழந்த முன்னாள் தொழிலாளர்களின் குடும்பத்தாரும் உறவினரும் போராட்டத்தில் சேரத் தாமாகவே முன் வந்தார்கள். நச்சுப் பொருளின் தாக்கத்திற்கு உட்பட்டதால் அவர்களுக்கு ஏற்பட்ட நோய்களை வெளியில் சொல்ல பல தொழிலாளர்கள் முன்வந்தார்கள். குழுமத்திற்கு எதிரான கோபம் அதிகமாகிக் கொண்டே வந்தது.

இப்போது மக்களின் உணர்ச்சியைக் கட்டுப்படுத்துவது பிரச்சினையாக ஆனது. போராட்டத்திற்கான நாளாக 2001ஆம் ஆண்டு மார்ச் 7 வியாழக்கிழமை குறிக்கப்பட்டது. போராட்டம் வன்முறையாக மாறாமல் தடுக்க *PHCC*-யும் கிரீன்பீஸும் தகுந்த முன்னெச்சரிக்கை நடவடிக்கைகளை எடுத்துக்கொண்டனர்.

விரும்பத்தகாத நிகழ்வுகள் தலையெடுத்தால் அவற்றைக் கவனித்துக் கூட்டத்தை அமைதிப்படுத்த தன்னார்வத் தொண்டர்கள் நியமிக்கப்பட்டார்கள்.

திட்டமிட்டபடி திட்டமிட்ட நாளில் காலை 9.00 மணிக்கு 400 பேர் கழிவுத் துண்டுகள் கொட்டப்படும் கடைக்கு முன்னால் கூடினார்கள்; மூஞ்சிக்கல் கடையிலிருந்து தொழிற்சாலைக்கு அணி வகுத்துச் சென்றார்கள். பதாகைகளையும், அட்டைகளையும் ஏந்திக்கொண்டு, குழுமத்திற்கு எதிராக முழக்கங்களை எழுப்பிக் கொண்டு, இரு அணிகளாக சாலைப் போக்குவரத்து பாதிக்காமல் நடந்தார்கள். வழியில் ஆச்சரியமாகப் பார்த்துக்கொண்டு நின்றிருந்த பார்வையாளர்களுக்குப் பாதரசத்தின் ஆபத்துகள் குறித்த விளம்பரங்களுடன் கூடிய துண்டுத் தாள்களைக் கொடுத்தார்கள். ஒரு சிலர் அணிவகுப்பை ஒழுங்குபடுத்தினார்கள்.

தொழிற்சாலையை அடைந்தவுடன் பெரிய வாயிலருகில் போராட்டக்காரர்கள் அமர்ந்தார்கள். ஒரு மணி நேரம் ஆட்கள், வாகனங்கள் போக்குவரத்தைத் தடுத்தி நிறுத்தினார்கள்.

குழுமத்தின் மேலாளர் இன்னொரு ஆளுடன் கட்டடத்தை விட்டு வெளியே வந்தார். அவருக்கு விபரம் தெரிவிக்கப்பட்டது. அவர் தனது குரலை உயர்த்த முயன்றபோது போராட்டக்காரர்களில் ஒருவர் அவரைப் பேசவிடாமல் கத்திவிட்டார்.

செய்தி நிருபர்கள், போராட்டம் தொடங்கும்போது அங்கு வந்துவிட்டார்கள். அவர்களில் சிலர் திண்டுக்கல்லிலிருந்து வந்திருந்தார்கள். பாதரசத்தினால் ஏற்படும் ஆபத்துகள் பற்றியும், குழுமம் அதன் தொழிலாளர்களின் உயிரை எப்படிப் பணயம் வைத்திருக்கிறது என்பது பற்றியும், சுற்றுச்சூழலுக்கு எப்படிப் பாதிப்பை ஏற்படுத்தியிருக்கிறது என்பது பற்றியும் மோடி விளக்கினார்.

போராட்ட நேரம் முழுவதும் காவலர் சாலையின் ஓரத்தில் நிறுத்தப்பட்டிருந்தார்கள். போராட்டக்காரர்களில் ஒருவர் குழுமம் ஏற்படுத்தியுள்ள சேதத்தை வெளிச்சமிட்டுக் காட்டும் பொருட்டு கழிவுத் துண்டுகள் கடையிலிருந்து கண்ணாடிக் கழிவை ஒரு சாக்கில் கொண்டு வந்திருந்தார். தொழிற்சாலையில் எல்லாம் நல்லபடியாக நடக்கிறது என்று வாதிட்ட அதிகாரியிடம் ஒருவர் காரசாரமாக விவாதித்துக் கொண்டிருந்தார். போராட்டம் தொடர்ந்தது. ஜெயராமன் தன்னுடைய தொலைபேசியில் குழுமத்தின்

இணையத்தில் தரப்பட்டிருந்த பம்பாய் HLL-இன் கார்ப்பரேட் கம்யூனிகேஷன் மேனேஜரான டிபேசிஸ் ரே என்பவரை அழைத்தார். அவரிடம் சில கடினமான கேள்விகளைக் கேட்ட பிறகு மிச்சக் கேள்விகளை மின்னஞ்சலில் அனுப்பினார். உடனே பதில் வந்தது. "நான் தொலைபேசியில் சொன்னதுபோலவே, கொடைக்கானலிலுள்ள எங்களது வெப்பமானி தயாரிக்கும் பிரிவு எந்தப் பாதரசக் கழிவையும் தொழிற்சாலைக்கு வெளியே அனுப்புவதில்லை என்பதை மீண்டும் உறுதிபடக் கூறுகிறேன். பாதரசம் உள்ள உடைந்த வெப்பமானிகளும், தூளாக்கப்பட்ட கண்ணாடியும் தொழிற்சாலைக்குள்ளே சேமிக்கப்பட்டு, அவற்றிலிருந்து பாதரசத்தைத் திரும்பப் பெற்ற பிறகு, வெப்பமானி தயாரிக்க மீண்டும் பயன்படுத்துகிறோம். எனவே இந்தப் பிரிவு பக்கத்திலுள்ள மக்கள் குடியிருப்பை எந்த வகையிலும் மாசு படுத்தவில்லை," என்று எழுதினார்.

அவருடைய மின்னஞ்சலின் கடைசி வரிகள் இவை: "தொழிற்சாலையின் செயல்பாடும், பாதுகாப்பு, கழிவுப் பொருட்களைக் கையாளுதல் ஆகிய அமைப்புகளும் குற்றம் காணப்பட முடியாதவை. எங்கள் மேல் வைத்த தவறான குற்றச்சாட்டுகள் சொல்வதுபோல நாங்கள் கள்ளத்தனமான செயல்களில் ஈடுபடவில்லை; எங்களுக்குத் தேவையுமில்லை."[3]

பதினோரு மணிக்குப் போராட்டக்காரர்கள் கலைந்து சென்றார்கள். அச்சு மற்றும் மின் ஊடகங்கள், தமிழிலும், ஆங்கிலத்திலும் போராட்டத்திற்கு உற்சாகத்துடன் இடமளித்தன. உடனே தமிழ்நாடு மாசுக் கட்டுப்பாட்டு வாரியம் (TNPCB) செயல்படத் தொடங்கி பாண்ட்ஸ் கம்பெனிக் கழிவுகளை எப்படி அகற்றுகிறது என்பதற்கான விபரங்களைக் கேட்டது.

கொடைக்கானலில் வெளியான நிகழ்வுகள் HLL தனது 2000ஆம் ஆண்டு அறிக்கையில் கூறப்பட்டதற்கு நேர் எதிராக இருந்தன. அதில் "எங்கள் தொழிலாளர்கள், நுகர்வோர், சமுதாயம், நாம் வாழும் உலகம் ஆகியவர்களோடு கூட்டிணையம் நடந்துகொள்ளும் முறை உயர்ந்த தரமுள்ளதாக இருக்க வேண்டும்."[4]

மார்ச் 8 அன்று HLL தொழிற்சாலையில் உற்பத்தி தற்காலிகமாக நிறுத்தப்பட்டது என்று அறிவித்தது. ரேயின் மின்னஞ்சல் விடைக்கு மாறாக, 'தொழிற்சாலையிலிருந்து நச்சுக் கழிவுப் பொருள்கள் வெளியில் சென்றிருப்பதற்கான அரிதான வாய்ப்புகள் இருக்கிறது

என்பதை ஏற்றுக்கொண்டது. இதனை 'மனிதரால் ஏற்படும் பிழை' என்றது. மேலும் உள்ளூர் சுற்றுச்சூழலுக்குத் தொழிற்சாலையின் தொடர் செயல்பாடு ஆபத்தளிக்காது என்பது பற்றி உறுதியான திருப்தி ஏற்பட்ட பிறகு தொழிற்சாலையில் செயல்பாடு மீண்டும் தொடங்குமென்று அறிக்கை உறுதி கூறியது.[5]

அடுத்த நாள் கிரீன்பீஸும், PHCC-உம் பத்திரிகைகளுக்குச் செய்தி அனுப்பின. அது: 'மார்ச் 7இல் ஹிந்துஸ்தான் லீவர் எல்லாக் குற்றச்சாட்டுகளையும் தீவிரமாக மறுத்தது. ஆனால் மார்ச் 8இல் நச்சுக் கழிவுப் பொருட்கள் தொழிற்சாலையை விட்டுப் போயிருப்பதற்கான அரிதான வாய்ப்பு இருக்கிறது என்பதை ஒத்துக் கொண்டது. இப்போது அதை ஏதோ சிறிய மனிதன் பிழை என்று தட்டிக் கழிக்கப் பார்க்கிறது."[6]

செய்தி காட்டுத் தீ போலப் பரவிற்று. HLL-க்கு எதிராக விசாரணை மேற்கொள்ளப்பட்டது. சில அரசியல் கட்சிகள் கவனமாகக் குழுமத்திற்கு எதிராக அறிக்கைகள் வெளியிட்டன, தமிழ்நாடு மாசுக் கட்டுப்பாட்டு வாரியம் நடவடிக்கை எடுக்க வேண்டுமென்று கேட்டன. மாநிலத்தின் பல சமூக நல அமைப்புகள் தங்கள் கோபத்தை வெளிப்படையாகக் காட்டி குழுமத்தின் முன்னாள் தொழிலாளர்களுக்கும், கொடைக்கானல் அமைப்புகளுக்கும் ஆதரவு தெரிவித்தன. மாநிலத்தில் பாதரசத்திற்கு எதிரான இயக்கம் ஒன்று உருவெடுத்தது.

மார்ச் 12 அன்று பாதரசத்திற்கு எதிரான தமிழ்நாடு கூட்டணி (TAAM) ஒன்று அமைக்கப்பட்டது. அவர்களது உடனடி கோரிக்கையாக இந்தப் பிரச்சினை இருக்கிறது என்று முழுவதுமாக ஏற்று பாதரச மாசு ஏற்படுத்தியதற்கு முழு மன்னிப்புக் கேட்க வேண்டும் என்பது.[7] அதோடு காலதாமதமின்றிக் குழுமத்திற்கு எதிரான குற்றச்சாட்டுகளை விசாரிக்க வேண்டுமென்று மாநில ஒழுங்குமுறை ஆணையத்தைக் கேட்டுக் கொண்டாலும் தமிழ்நாடு மாசுக் கட்டுப்பாட்டு வாரியம் உடனடியாகச் செயல்பட்டது.

நேரடியாக நிலைமையை ஆராய வல்லுநர் குழுவை அனுப்பி வைத்தது. மார்ச் 10 அன்று அந்தக் குழுவினர் கழிவுத் துண்டு விற்கும் கடையையும், தொழிற்சாலையையும் சோதனையிட்டதில் கிரீன்பீஸும், PHCC-யும் சொன்ன குற்றச்சாட்டுகள் உண்மை என்று கண்டார்கள். மேலும் ஆபத்து விளைவிக்கும் கழிவுப் பொருட்களைத் தொழிற்சாலை வளாகத்திற்குள்ளேயே ஒரு காற்றுப்

புகாத கொட்டகையில் வைப்பது என்ற உரிமை ஒப்பந்தத்தைத் தொழிற்சாலை மீறிவிட்டது என்றும் குறிப்பிட்டது. மேலும் கழிவுப் பொருட்களை அனுப்புவதற்கு TNPCB வாரியத்தின் முன் அனுமதியைப் பெற வேண்டும் என்பதையும் மீறிவிட்டது.[8] குழுமம் பாதரசம் கொண்ட கழிவுப் பொருட்கள் உண்டாக்கப்படும் என்பதை ஒழுங்குமுறை ஆணையத்திடம் தெரிவிக்கவில்லை.[9] மேலும், ஆபத்து விளைவிக்கும் கழிவுப் பொருள் சம்பந்தமான விதிகளிலிருந்து தப்பிக்கத் தொழிற்சாலையைக் கண்ணாடி தயாரிக்கும் தொழிற்சாலை என்று பதிவு செய்திருக்கிறார்கள்.

எதிர்பார்த்தபடியே குழுமம் கழிவுத் துண்டுகள் கடையிலிருந்து இரவில் இரகசியமாகப் பாதரசக் கழிவுப் பொருளை அகற்ற முயற்சி செய்தது. ஆனால் இதுபற்றி மோடியின் தலைமையிலான உள்ளூர் மக்கள் ஒழுங்குமுறை ஆணையத்திற்குத் தகவல் சொல்லி விட்டார்கள்.

மார்ச் 19 அன்று வாரியத்தின் தலைவர் ஷீலா ராணி சுகுந்த் கையெழுத்திட்ட எச்சரிக்கைக் கடிதம் ஒன்று அனுப்பப்பட்டது. “பாதரசக் கழிவைத் திருட்டுத்தனமாக அகற்றும் முயற்சியை வாரியம் விரும்பவில்லை,” என்று எழுதியது.[10]

தொழிலாளர்களுக்கு ஏற்படக்கூடிய உடல்நலப் பாதிப்புகளைக் கவனத்தில் கொண்டு மார்ச் 23 அன்று TNPCB சுற்றுச்சூழல் பாதுகாப்புச் சட்டம் 1986 பிரிவு 5-இன் கீழ் ஓர் ஆணை பிறப்பித்தது. தொழிற்சாலையை உடனே மூட வேண்டுமென்றும், தொழிற்சாலைக்கான மின்னிணைப்பு துண்டிக்கப்பட வேண்டுமென்றும் அது ஆணை இட்டது.

அதனுடைய ஆணையில் வாரியம் மார்ச் 10 அன்று நடத்திய நேரடியான ஆய்வின் முடிவுப்படி பாதரசம் உள்ள கண்ணாடிக் கழிவுப் பொருட்கள் 5.3 டன்களை மூஞ்சிக்கல்லிலுள்ள, திரவியம் என்று பழைய பொருள் வியாபாரியிடம் தந்திருக்கிறது. மூஞ்சிக்கல் கழிவுத் துண்டுகள் கடையில் இருந்த 5.3 டன்கள் மெர்க்குரி கொண்ட கண்ணாடிப் பொருட்கள் அவர்களது தொழிற்சாலையிலிருந்து சென்றவை என்று HLL வாரியத்திடம் ஒப்புக் கொண்டது. ஒழுங்குமுறை ஆணையம் கழிவுத்துண்டு கொட்டடியை ஆராய்ந்து குழுமம் செய்யத் தவறியவற்றைப் பதிவு செய்து குழுமத்தை நெருக்கடிக்குள் கொண்டு வந்து விட்டதை உணர்ந்த குழுமம் கிரீன்பீஸூக்கு மார்ச் 23 அன்று ஒரு

கடிதம் எழுதிற்று. தொழிற்சாலையிலிருந்து பல இடங்களுக்கும் அனுப்பப்பட்ட கழிவுகளைக் கண்டுபிடித்துத் திரும்பக் கொண்டு வருவதாகக் கூறியது.[11]

கொடைக்கானல் போராட்ட அலுவலகத்திலும், TAAM-இலும் இவ்வாறு ஏற்றுக்கொண்டது மக்களின் உணர்ச்சிகளைத் தணித்து அமைதியைக் கொண்டு வருவதற்கான ஒரு யுத்தி என்று கண்டது. இதுதான் கூட்டிணையங்கள் கையும் களவுமாகப் பிடிபட்டால் பயன்படுத்தும் யுத்தி. எனவே இப்போது போராட்டத்தின் கோரிக்கை மாறியது. 'நிபந்தனை இல்லாத மன்னிப்பு கேட்க வேண்டும்' என்ற கோரிக்கை முன் வைக்கப்பட்டது. இது பன்னாட்டு நிறுவனத்திற்கு ஏற்படக்கூடிய மிகப் பெரிய பாதிப்பு.

மோடியும் TAAM தலைவர்களும், சென்னையில் நிருபர் கூட்டம் ஒன்றில் அன்றே பேசினார்கள். அவர்கள் பல்வேறு கோரிக்கைகள் வைத்தும், மன்னிப்புக் கேட்டும் அறிக்கைகளை விடாமல், HLL அவர்களது மோசமான நடைமுறைகளின் அளவைக் குறைத்துச் சொல்கிறார்கள் என்று குறிப்பிட்டார்கள். ஒரு அதிகாரமுள்ள பன்னாட்டுக் குழுமத்தோடு கண்ணாமூச்சி ஆடுவதில் களைத்துப் போன தலைவர்கள் உண்மை நிலையின் ஆபத்தை மக்களுக்கு நினைவூட்டினார்கள். பதினேழு ஆண்டுகளாகப் பாதரச நச்சூட்டப்பட்ட கழிவுப் பொருள் குழுமத்தினால் லாரி லாரியாக வெளியில் அனுப்பப்பட்டுக் கொட்டப்பட்டுள்ளது. அது தமிழ்நாட்டில் பல பகுதிகளுக்கும், அதற்கு அப்பாலும் பரவியிருக்கும். அதைக் கண்டுபிடிக்கவே முடியாது என்று விளக்கினார்கள்.

இதற்கு விடையாக HLL பத்திரிகைகளுக்கு ஓர் அறிக்கையை வெளியிட்டது. மார்ச் 8 அன்றே தொழிற்சாலை அதன் வேலைகளைத் தற்காலிகமாக நிறுத்திவிட்டது என்றும், முழுமையான கணக்கெடுப்பிற்கு ஆணையிட்டிருப்பதாகவும், அதில் கண்ணாடியை அகற்றும் முறைகளும் மீளாய்வு செய்யப்படும் என்றும் குறிப்பிட்டிருந்தது. பழைய கழிவுப் பொருள்களை விற்பவரின் வளாகத்திலிருந்து 5.3 டன் கழிவையும் நீக்க முன் வந்தது.[12]

கிரீன்பீஸுக்கும் HLL-க்கும் இடையே இவ்வாறு மாறி மாறி வாதங்கள் நடந்து கொண்டிருந்தபோது, TNPCB ஒரு நடுவராகச் செயல்பட்டது. இதுதான் இன்னொரு நிறுவனம் நுழையத் தகுந்த தருணம். அதுதான் டேம்ஸ் & மூர்.

11

கிரீன்பீஸ் X இந்துஸ்தான் லீவர்

டேம்ஸ் & மூர் என்பது அமெரிக்கக் கட்டுமானப் பொறியியல் குழுமமாக முன்னர் இருந்தது. 1980களில் அதிபர் ரொனால்ட் ரீகனின் அரசுக்கு எதிராக 3 மில்லியன் டாலர் கேட்டு வழக்குத் தொடர்ந்ததால் பிரபலமானது. இந்த நிறுவனம் ஈரானும், சில ஈரானிய வங்கிகளும் தரவேண்டிய நிலுவைத் தொகைகளுக்காக நீதிமன்றம் சென்றது. மாவட்ட நீதிமன்றம் பிரதிவாதிகளின் சொத்துகளைப் பறிமுதல் செய்ய ஆணையிட்டது. 1981இல் பணயக் கைதிகள் தொடர்பான ஓர் ஒப்பந்தம் ஏற்பட்டது. அதற்கு 'அல்ஜீரியன் அக்கார்ட்ஸ்' என்று பெயர். அதன்படி அமெரிக்க அதிபர் ஓர் ஆணை பிறப்பித்தார். ஈரானிய முதலீடுகளில் ஈரானியர் அல்லாதவர்களின் முதலீடுகள் முதலியன தள்ளுபடி செய்யப்பட்டன. அமெரிக்கப் பணயக் கைதிகளை ஈரான் விடுவிப்பதற்காக ஈட்டுத் தொகை தர கோரிக்கைகள் நிறுத்தி வைக்கப்பட்டன. டேம்ஸ் & மூர் தன்னுடைய கடன்களைத் திரும்பப் பெறுவதற்காக அதிபரின் ஆணை அரசமைப்புச் சட்டத்திற்கு எதிரானது என்று கூறி உச்சநீதிமன்றத்தை அணுகியது. கருவூலம் செயலர் டான் ரீகனுக்கு எதிரான வழக்கு தோற்றுப் போனது. ஆனால் அவர்களது பெயர் உலகம் முழுவதும் பரவியது.

டேம்ஸ் & மூர் 1999ஆம் ஆண்டிலிருந்து சான்ஃபிரான்சிஸ்கோவிலுள்ள URS கார்ப்பரேஷனின் ஒரு பகுதியாக இயங்கி வருகிறது. 600 மில்லியன் டாலருக்கு வாங்கப்பட்டது. அவர்களுக்காக டேம்ஸ் & மூர் பல திட்டங்களைக் கையாண்டது. 4200 ஏக்கர் கென்னடி ஸ்பேஸ் சென்டர் இங்கிலாந்தின் செல்லார்பீல்ட் அணு ஆற்றல் வளாகம் வரையில் அவர்களது மேற்பார்வையில் இருந்தது. ஒரு ஃபார்ச்சூன் 500 உலகளாவிய பொறியியல் நிறுவனமான AECOM 2014ஆம் ஆண்டு URL-ஐ வாங்கியது.

HLL-இன் ஆலோசனைப் பங்குதாரரான டேம்ஸ் & மூர் இந்தியாவிலும் பிற இடங்களிலும் அதன் உற்பத்தி அமைப்புகள்

பலவற்றிற்கு இதுபோன்று உள் கணக்கராகவும், சுற்றுச்சூழல் பாதுகாப்பு ஆய்வுகள் செய்யும் உதவியாளராகவும் பணி செய்து வந்திருக்கிறது. எனவே பிப்ரவரி 28 அன்று கிரீன்பீஸ் கழிவுத் துண்டுக் கொட்டடி பற்றித் தந்த செய்தி அறிக்கைக்குப் பிறகு டேம்ஸ் & மூரை அணுகியது வியப்பளிக்கவில்லை.

மார்ச் 7 அன்று நடந்த இரண்டாவது எதிர்ப்புப் பேரணிக்குப் பிறகு டேம்ஸ் & மூர் சுற்றுச்சூழலுக்கும் தொழிலாளர்களுக்கும் ஏற்பட்டிருக்கக் கூடிய ஆபத்து, பாதிப்பு ஆகியவற்றை விரிவாக ஆராய ஒத்துக்கொண்டது. அவர்களுடைய ஆய்வின் எல்லைக்குள் தொழிற்சாலையிலிருந்து கழிவுத் துண்டுக் கொட்டடிக்கு சட்ட விரோதமாகக் கண்ணாடித் துண்டுகள் அனுப்பப்பட்டதை ஒத்துக் கொண்டார்கள்.[1]

பொறியியலாளர்கள், கணக்காளர்கள், சுற்றுச்சூழல் வல்லுநர்கள், வேதியியல் அறிஞர்கள் கொண்ட ஒரு குழு கொடைக்கானலுக்கு அனுப்பப்பட்டது. HLL-இன் உள்ளூர் ஆடவர்களின் உதவியுடன், மும்பையில் தலைமையால் மேற்பார்வையில், யூனிலீவரின் பன்னாட்டு அலுவலகத்தின் கண்காணிப்பில், டேம்ஸ் & மூர் வேலையைப் பத்து நாட்களில் முடித்து, கழிவுக் கொட்டகையிலிருந்து பாதரசம் கொண்ட கழிவை எடுத்துத் தொழிற்சாலையினுள்ளே பாதுகாப்புக் கொட்டிலுக்கு மாற்ற என்ன செய்ய வேண்டுமென்ற விவரத்தைத் தயாரித்தது. பாதரச எதிர்ப்புக் குழு வேகமாக இவ்வாறு ஆய்வுகள் மேற்கொண்டு முடிவுக்கு வருவது ஒழுங்குமுறை ஆணையத்தின் கடுமையான நடவடிக்கைகளிலிருந்து தப்பிப்பதற்காக என்று எடுத்துக் காட்டியது. ஏனென்றால் குழுமத்துக்கு எதிர்ப்புகள் வலுத்து விட்டன.

கிரீன்பீசும் TAAM இவ்வாறு கடத்துவதற்கான முறைகளை ஒரு வாரத்தில் மீளாய்வு செய்து, மே 3 அன்று திருத்தங்கள் தந்தன. இவை நெதர்லாண்டிலுள்ள பயன்பாட்டு அறிவியல் ஆய்வு நிறுவனமான TNO-ஐச் சார்ந்த டாக்டர் டாம் வான் டுவணன்ப்ராக் என்ற டேம்ஸ் & மூரின் சுற்றுச்சூழல் ஆலோசகரால் மறு ஆய்வு செய்யப்பட்டு ஒப்புக் கொள்ளப்பட்டன. இதன் பிறகு MOSH வழிகாட்டல்களுக்கு உட்பட்டிருந்த இந்தப் புதிய நடைமுறை தமிழ்நாடு மாசுக் கட்டுப்பாடு வாரியத்தால் ஏற்றுக் கொள்ளப்பட்டது.

கழிவுகளைக் கொண்டு போவதற்கான விதிமுறைகள் மிகவும் கடுமையாக இருந்தன. காவல்துறையின் உதவியுடன் அந்தப் பகுதி முழுவதும் திருப்பு வளையத்திற்குள் கொண்டு வரப்பட வேண்டும். அப்பகுதியைச் சுற்றி உயரமான மறைப்பு நிறுவப்பட வேண்டும். கழிவுத் துண்டுக் கிட்டங்கியின் தரையில், தொடர்ந்து தண்ணீரைப் பீய்ச்சி அடிக்க வேண்டும். இது தூசி உண்டாவதைத் தடுக்கும்; பாதரசம் ஆவியாவதையும் தடுக்கும். மேலும் காற்றிலுள்ள பாதரசம் ஜெரோம் ஆய்வுக் கருவியால் கண்காணிக்கப்படும். பாதரசம் கலந்த கழிவுப் பொருளுடன் அகற்றப்பட வேண்டிய பொருள்களையும் கண்காணிக்கும். எல்லாப் பணியாளர்களும், தனி சூட்டுகள், பெரிய கண் கண்ணாடிகள், முகக் கவசங்கள், கையுறைகள், பூட்சுகள், மூச்சுக் கருவிகள் முதலிய MOSH விதிகளின்படியான பாதுகாப்புக் கருவிகளை அணிந்திருக்க வேண்டும். இறுதியாகக் காவலர் துணையுடன் எல்லாம் சரியான சாலைகள் மூலம் தொழிற்சாலைக்குள் கொண்டு செல்லப்படும்.[2]

இந்த விஷயத்தை HLL எப்படிக் கையாளும் என்பதில் நம்பிக்கை இல்லாது கிரீன்பீசும், TAAM-உம், கழிவுத் துண்டுக் கிட்டங்கியிலிருந்து எப்படிக் கழிவு வெளியேற்றப்படுகிறது என்பதைக் கண்காணிக்க உள்ளூர் மக்களின் பங்களிப்பு தேவை என்பதற்கு TNPCB-ஐத் தொடர்பு கொண்டன.

அந்தக் காலகட்டத்தில் ஷீலா ராணி சுங்கத் என்ற இவ்விஷயத்தில் நடுநிலையான கொள்கையுடைய அலுவலர் TNPCB-யின் தலைவராக இருந்தார். மே 9 அன்று சுங்கத் ஒன்பது பேர் கொண்ட ஒரு குழுவை அமைத்தார். அதில் உள்ளூர் மக்கள் பிரதிநிதிகள் இருவர். ஆபத்து விளைவிக்கும் கழிவுப் பொருள் மேலாண்மை என்று அதற்குப் பெயரிடப்பட்டது. பிறகு அது செயலாக்கக் குழு என்று அழைக்கப்பட்டது.[3]

இதற்கிடையில் கிரீன்பீஸ் மோடியையும் இயக்கத்தில் ஒருவராக அமைத்துக் கொண்டது. அவருடைய நேரடி ஈடுபாடு, மேலும் அப்பகுதியின் சுற்றுச்சூழல் பாதுகாப்புக்கான அவரது அர்ப்பணிப்பு ஆகியவையே இதற்குக் காரணம். மோடி கிரீன்பீசுக்கும், ஓர் இளம் பசுமைப் போராளியான செல்வி மீனாட்சி PHCC-க்கும் பிரதிநிதிகளாக இருந்தார்கள். ஒழுங்குமுறை ஆணையம், மாவட்ட நிர்வாகம் ஆகியவர்களோடு குழுவில் இரசாயனத் தொழிற்சாலையிலிருந்து இருவரும் சென்னை சேம்பர்

ஆஃப் காமர்சிலிருந்து ஒருவரும் உறுப்பினர்கள். HLL-இலிருந்து யாரும் இடம் பெறவில்லை.

மே 28, 29 அன்று நடந்த முதற் கூட்டம் கொடைக்கானல் நகர்மன்ற அறையில் நடந்தது. அதில் HLL டேம்ஸ் & மூர் நிறுவனத்தின் முதற்கட்ட அறிக்கையைப் பகிர்ந்துகொண்டது. குழுமத்தின் பதிவேடுகளிலிருந்து எடுக்கப்பட்ட அறிக்கையில் பல திடுக்கிடும் விபரங்கள் அடங்கியிருந்தன.

- 45 டன் கண்ணாடிக் கழிவுகள் நான்கு குழிகளில் புதைக்கப் பட்டிருக்கின்றன. இவற்றில் பாதரசம் இல்லை என்று குழுமம் உறுதி கூறிற்று.
- கண்ணாடிக் கழிவுகளில் பாதரசம் எடையில் ஆறு சதவீதம் இருந்தது. அவர்கள் எவ்வளவு முயற்சி செய்தும் 0.15 சதவீதத்தை மீட்டெடுக்க முடியவில்லை.
- கண்ணாடிக் கழிவுத் துண்டுகளை 1992இல் விற்கத் தொடங்கிற்று. 2001ஆம் ஆண்டுக்குள் 98.2 டன்கள் விற்கப்பட்டன.
- மொத்தக் கண்ணாடிக் கழிவுத் துண்டுகளையும் 1994ஆம் ஆண்டு வரையில் வாங்கியது மைசூரிலுள்ள MLC தொழிற்சாலை.
- 1998இல் 11.5 டன் கண்ணாடிக் கழிவுகள் கோயம்புத்தூரிலுள்ள ஒரு விற்பனையாளருக்கு விற்கப்பட்டது. அவற்றில் பிலிப்ஸ் இந்தியா லிமிடெட் எட்டு டன்களையும், பெங்களூரிலுள்ள கண்ணாடிப் பளிங்கு தயாரிப்பாளர்கள் மீதத்தையும் வாங்கின.
- கடைசியாக 5.3 டன்களும் கொடைக்கானலிலுள்ள கழிவுப் பொருள் வியாபாரிக்கு விற்கப்பட்டன.[4]

உள்ளூர் மக்களின் அச்சத்தை இது உறுதி செய்தது. நம்பிக்கையில்லாமலேயே இந்த விபரங்களை ஏற்றுக் கொண்டாலும், பாதரசமுள்ள கழிவு வெகுதூரம் பரவி விட்டிருந்தது. மைசூருக்கும், கோயம்புத்தூருக்கும், பெங்களூருக்கும் அதற்கு அப்பாலும் அது போய்விட்டது.

தொழிற்சாலைக்குள்ளேயே பல விஷயங்கள் வெளிவந்து கொண்டிருந்தன. மும்பையிலுள்ள இந்தியத் தலைமையகத்திலிருந்து தொழிற்சாலை மேலாளருக்குத் தொலைபேசி அழைப்புகள் அளவுக்கு மிஞ்சியிருந்தன. கழிவுப் பொருட்கள் எங்கே கொட்டப்பட்டன என்றும், யாருக்கு விற்கப்பட்டன என்றும்

தொடர்ந்து கேள்விகள் கேட்கப்பட்டன. மும்பை அலுவலர்கள் பெரிதும் கவலை கொண்டார்கள். பன்னாட்டு மேலிடத்திலிருந்து நெருக்கடி வேறு. இப்போது செய்தி தெளிவாகத் தெரிந்தது. தொழிற்சாலைக்கு வெளியேபோன கழிவுப் பொருளைத் திரும்பப்பெற்று அதை வேகமாகவும், விவேகத்தோடும் உள்ளே பாதுகாப்பான இடத்திற்குச் சேர்க்க வேண்டும்.

பல அலுவலகங்களைத் தொடர்பு கொண்டு ஆலோசனை பெற்ற பிறகு குழுமம், தொழிற்சாலை வளாகத்திற்குள்ளேயே நான்கு குழிகளில் மறைத்து வைக்கப்பட்டிருந்த நாற்பத்தி ஐந்து டன்களை வெளியில் எடுக்கத் தீர்மானித்தது. பிரச்சினை முற்றிய நிலையில் இந்த வேலை TNPCB-க்குத் தெரியாமலேயே செய்யப்பட்டது. ஆபத்தான கழிவுகளைக் கையாளும்போது இது அவசியம் கடைப்பிடிக்கப்பட வேண்டிய ஒன்று. இப்படிப்பட்ட கடமையைச் செய்யத் தவறியதால் பின்னர் ஒழுங்குமுறை ஆணையத்தின் கண்டனத்திற்கு உள்ளாகும்.

விதிகளை மீறியது குறித்துத் தொழிலாளர்கள் சொன்ன தகவலின் அடிப்படையில், கிரீன்பீஸ் குழுமத்திற்கு எழுதிற்று. 'சரியான குற்றச்சாட்டில்லை,' என்று HLL ஜெயராமனுக்கு மின்னஞ்சல் அனுப்பிற்று. எண்பதுகளில் தொழிற்சாலை வளாகத்தில் புதைக்கப்பட்ட பாதரசம் இல்லாத கழிவுதான் அகற்றப்பட்டது என்று கூறியது. ஆனால் கண்ணாடிக் கழிவு பாதரசம் இல்லாத ஆபத்தில்லாத கழிவாக இருந்தால் அதனை ஏன் அகற்ற வேண்டும் என்பதற்குத் தொழிற்சாலை பதில் சொல்லவில்லை.

HLL சொன்னதற்கு மாறாக வெளியில் எடுக்கப்பட்ட கழிவில் பாதரசம் இருந்தது வெளியிலேயே தெரிந்தது என்று தோண்டி எடுப்பதில் ஈடுபட்டிருந்த தொழிலாளர்கள் பின்னர் தெரிவித்தார்கள். அதனைப் பல ஆண்டு அனுபவமுள்ள தொழிலாளர்கள் உடனடியாக அடையாளம் கண்டு கொண்டார்கள்.[5] இதில் மோசமான விஷயம் என்னவென்றால், குழியில் கொட்டப்பட்ட கழிவில் பாதரசம் இருக்கலாம் என்ற சாத்தியம் இருப்பினும்கூடத் தொழிலாளர்களுக்குப் போதுமான பாதுகாப்பு ஆடைகள் தரப்படவில்லை; முன்னெச்சரிக்கை நடவடிக்கையும் எடுக்கப்படவில்லை.

சுமை தூக்கிகளாக, சுமை ஏற்றி இறக்குபவர்களாக, தொழிலாளர்களாக, கண்ணாடிக் கோலிக் குண்டுகள்,

விளக்குகள், கண்ணாடி வளையல்கள், கண்ணாடிப் பாத்திரங்கள் ஆகியவற்றைப் பயன்படுத்துபவர்கள் எத்தனை பேர் பாதரசமுள்ள கண்ணாடியோடு நேரடியாகத் தொடர்பு கொண்டார்கள் என்பதைக் கற்பனை செய்ய முடியாது. கண்ணாடிக் கழிவெல்லாம் எங்கே போய்ச் சேர்ந்தன, எத்தனை வகையான பொருள்கள் அவற்றைக் கொண்டு செய்யப்பட்டன என்று யாருக்கும் தெரியாது. கசியும் கண்ணாடிக் கழிவிலிருந்து வந்த பாதரச வாயுவை எத்தனை பேர் சுவாசித்தார்கள் என்றும், எத்தனை பேர் அதனால் நோய்வாய்ப்பட்டார்கள் என்றும், எந்த நீர்நிலைகளில் அது கொட்டப்பட்டது என்றும், மீன் உட்பட உயிரினங்களில் எங்கே அது தங்கியிருக்கிறது என்றும் யாருக்கும் தெரியாது. பாதரசம் சேர்ந்த உயிரிகளாக இருக்கும் மீனை எத்தனை மனிதர்கள் உண்டார்கள், வாயுவாக எத்தனை பேர் சுவாசித்தார்கள், வேறு வடிவங்களில், வழிகளில் எத்தனை பேர் உடலின் உள்ளே செலுத்தினார்கள் என்பது யாருக்கும் தெரியாது.

இப்படிப்பட்ட நெஞ்சை உலுக்கும் விவரங்கள் வரத் தொடங்கிய வேளையில், அவசரமாகச் செய்ய வேண்டியது மூஞ்சிக்கல் கழிவுத் துண்டுகள் கொட்டடியிலிருந்து ஒரு பாதுகாப்பான இடத்திற்குப் பாதரசக் கழிவைக் கொண்டு செல்வது. தென்மேற்குப் பருவமழை வருவதைக் கணக்கில் எடுத்துக்கொண்டு, இரண்டு நாள் கூட்டத்தில், கழிவுத் துண்டுக் கொட்டடியைச் சுத்தப்படுத்தி, பாதரசக் கழிவை HLL தொழிற்சாலைக்குக் கொண்டு செல்வதற்காக ஜூன் 20 குறிக்கப்பட்டது.

அன்று குருவிகளும், பிற பறவைகளும் பாடி முன்னறிவிக்கும் கிழக்கு வானத்தின் ஓரங்களில் விடியற்காலையில் கதிர்கள் தோன்றியபோது, ஆட்களும், பொருட்களும் கழிவுத் துண்டுக் கொட்டடிக்குள் இறங்கினார்கள். சுற்றியிருந்த மக்களுக்கு முன்னரே தெரிவிக்கப்படாதவர்கள் பாதுகாப்பு உடைகளில் வந்திருப்பதைப் பார்த்த பிறகுதான் அவர்களுக்கு என்ன நடந்தது என்று புரிந்தது. மூச்சுக் கருவிகள், எதுவும் புகா மேல் கோட்டுகள் அணிந்து அவர்கள் நகரின் முக்கியப் பகுதியில் பத்தாண்டுகளாகத் திறந்த வெளியில் கிடந்த பொருளை நிதானமாக அகற்றிக் கொண்டிருந்தார்கள். கண்ணிவெடி பதிந்த இடம் போன்று இப்போது வேலை நடந்துகொண்டிருந்த இடத்திற்கு அருகில் சில மீட்டர் தூரத்தில், காய்கறிகளும், இறைச்சியும் விற்கப்பட்டு வந்தன. அருகிலிருந்த மசூதிக்கும், கோவிலுக்கும் பக்தர்கள் போய்க்

கொண்டிருந்தார்கள். குழந்தைகள் அது வழியாகத்தான் பள்ளிக்குப் போய்க் கொண்டிருந்தனர்.[6]

வேலையாட்கள் எல்லோரும் சூட்டுகள், பெரிய கண்ணாடிகள் அணிந்து நவீனக் கருவிகளுடன் கழிவை அப்புறப்படுத்தியதைப் பார்த்தவுடன்தான் உள்ளூர் மக்கள் அவர்கள் தலைமேல் எவ்வளவு பெரிய ஆபத்து இருந்தது என்பதை உணர ஆரம்பித்தார்கள். தொழிற்சாலையில் வேலை பார்த்த முன்னாள் தொழிலாளர்களுக்கும், பக்கத்தில் வசித்தவர்களுக்கும் கண்களைத் திறந்துவிட்டது.

காலை 9.00 மணிக்கு குழுமத்தின் அலுவலர்கள் வந்த பிறகு தான் நாடகம் தொடங்கியது. உள்ளூர்க்காரர்களோடு மோதல் ஏற்பட்டது. காவலர் தலையீட்டால் தீர்வு காணப்பட்டது. உள்ளூர்க்காரர்கள் குழுமத்திற்கு எதிராக முழக்கங்கள் எழுப்பினார்கள். பலர் ‘HLL சுத்தம் செய்’ என்ற எழுதப்பட்ட பதாகைகளை ஏந்தி நின்றார்கள்.

பிற்பகல் காவலர் பாதுகாப்புடன் கழிவுப் பொருள் தொழிற்சாலையை அடைந்தது. அவற்றை நிறுப்பதைப் பார்க்க பொதுமக்களையும், செயற்குழு உறுப்பினர்களையும் அனுமதிக்கக் குழும அலுவலர்கள் மறுத்துவிட்டார்கள். ஆனால், உள்ளூர்க்காரர்கள் பிடிவாதமாக இருந்தார்கள். இதற்கிடையே தொழிற்சாலை நச்சுப் பொருள் கலந்த கழிவை எல்லா இடங்களிலும் கொட்டியது பற்றியும், குப்பைக் குழிகள் பற்றிய முரண்பாடான அறிக்கைகள் பற்றியும் கடுங்கோபம் கொண்டிருந்தார்கள். இழுபறி பல மணி நேரம் தொடர்ந்தது. இறுதியில் TNPCB வந்தது. TNPCB-யின் வற்புறுத்தலினால் தொழிற்சாலை நிர்வாகம் சம்மதித்தது. கழிவுப் பொருள் 7.4 டன்கள், கம்பெனியின் பதிவேடு சொன்ன 5.3 டன்கள் குப்பை நாற்பது விழுக்காடு வித்தியாசம்.[7]

திரவியம் என்ற கழிவுத் துண்டு விற்பனையாளருக்கு ஒரு டன் ரூ.1,250/- வீதம் 5.3 டன்கள் பாதரசம் ஒட்டிய கண்ணாடிக் கழிவை விற்றதாகக் குழுமம் தொடர்ந்து சொல்லி வந்தது. இரண்டு மாதம் கழித்து ஆகஸ்ட்டில் அதிகப்படியாக 2.1 டன்கள் பாதரசக் கழிவு கண்டுபிடிக்கப்பட்டாலும், BBC-இன் டிம் செபாஸ்டினுக்குத் தந்த நேர்காணலில் யூனிலீவரின் தலைவர் நீல் ஃபிட்ஜெரால்ட்

5.3 டன் மெர்க்குரிக் கழிவுகள் உள்ளூர் கழிவுப் பொருள் விற்பனையாளரிடமிருந்து மீட்கப்பட்டது என்று வலியுறுத்தினார்.⁸

இந்த முரண்பாடு குறிப்பிடத்தக்கதாக இருந்ததால், மக்கள் அதிர்ச்சி அடைந்தார்கள். குழுமத்தின் பிற ஆவணங்கள் அறிக்கைகள் ஆகியவற்றைச் சரிபார்த்தும், உள்ளூர் மக்கள் தந்த தகவலின் அடிப்படையிலும் கடந்த பல ஆண்டுகளில் பாதரச நச்சூட்டப்பட்ட கண்ணாடி, சட்டத்திற்குப் புறம்பாக நடத்தப்பட்டது தெரிய வந்தது.⁹

இதுவே மக்களுக்கு குழுமத்தின் மேல் நம்பிக்கை முழுவதுமாக இழக்கக் காரணமாயிற்று. இதனால் கொடைக்கானலிலும் பிற இடங்களிலும் கழிவுப் பொருள் கொட்டப்பட்டதை ஆராயத் தனியான விசாரணை தேவை என்று வற்புறுத்தினார்கள். அனுப்பப்பட்ட கழிவுப் பொருள்களை எல்லாம் கண்டுபிடிக்கவும் நாடு முழுவதும் இறப்புக்கும், நோய்க்கும் காரணமானதை அறியவும் ஒரு குற்ற நடவடிக்கை விசாரணை நடத்தப்பட்டிருக்க வேண்டும். ஆனால் அப்படி நடக்காமல் போயிற்று.

12

கிறிஸ்டோபர் மார்டின் கோலோரன்ட்

1986ஆம் ஆண்டு படிப்பை முடித்த பிறகு, கிறிஸ்டோபர் மார்டின் கோலோரன்ட் தன்னுடைய குடும்பத்தைக் காப்பாற்றவும், தனக்கென்று வாழ்க்கையை அமைத்துக்கொள்ளவும் வேலை தேடிக் கொண்டிருந்தார். அவர் வேலை தேடிக் கொண்டிருந்ததைச் சொன்னவுடன் அவருடைய உறவினர் ஒருவர் அவரைக் கொடைக்கானலில் ஒரு குழுமத்தில் பணியாற்றி வந்த ஒருவரிடம் அழைத்துச் சென்றார். அந்தக் குழுமம் மருத்துவமனைகளில் காய்ச்சலுக்குச் சிகிச்சையளிக்கும் கருவியைத் தயாரித்தது, அந்த அலுவலரின் வீட்டிற்குப் போகும் வழியில் உறவினர் அவரிடம் இதைத் தெரிவித்தார். அந்தத் தயாரிப்புகள் அமெரிக்காவிற்கு அனுப்பப்பட்டு வந்தன. அந்த அலுவலர் இவருடைய கல்விச் சான்றிதழ்களைப் பார்த்த பிறகு “நான் பார்க்கிறேன்... பாதரசப் பிரிவில் அவர்களுக்கு ஆட்கள் தேவைப்படுகிறது என்று நினைக்கிறேன்,” என்றார். சில நாட்களுக்குப் பிறகு அவர் கோலோரன்ட்டைத் தொழிற்சாலைக்குப் போகச் சொன்னார்.

தொழிற்சாலைக்குப் போனபோது கோலோரன்டின் நெஞ்சு படபடத்தது. இதுதான் அவருக்கு முதல் நேர்முகம், பதற்றத்தோடு இருந்தார். அந்த வழியாகப் போனபோது தொழிற்சாலையை அவர் பார்த்திருக்கிறார். முன்னறையில் காத்திருந்த அந்த இடத்தில் நடந்த வேகமான, ஆனால் ஒழுங்கான வேலைகளைக் கவனித்தார். அவர் எந்தத் தொழிற்சாலையையும் உள்ளே சென்று பார்த்ததில்லை.

“இங்கு வேலை கிடைத்தால் எனக்கு நல்ல காலம்தான்,” என்று மனத்திற்குள் சொல்லிக்கொண்டார்.

“கிறிஸ்டோபர் மார்டின் கோலோரன்ட்” என்று ஒருவர் அழைத்து உள்ளே அறைக்குக் கூட்டிச் சென்றார்.

"உங்களால் என்ன வேலை செய்ய முடியும்?" என்று எதிரில் அமர்ந்திருந்தவர் கேட்டார்.

"எதுவென்று என்னால் யோசிக்க முடியவில்லை," என்றார் கோலோரன்ட் தமிழில். அந்த மனிதர் சிரித்துவிட்டார்.

"உங்களுக்குத் தெரிந்திருக்க வேண்டும். உங்களை ஒரு பயிற்சிப் பணியாளராகச் சேர்த்துக் கொள்கிறோம். என்ன செய்ய வேண்டும் என்று சொல்லித் தருகிறோம். நீங்கள் கடினமாக உழைக்க வேண்டும். கம்பெனிக்கு உண்மையுள்ளவராக இருக்க வேண்டும்."

கோலோரன்ட் குழுமத்தில் சேர்ந்துவிட்டார். அதன் பின் தொழிற்சாலை அவருக்கு வீடாகியது. இருபத்திரண்டு வயதில் அவருடைய சொந்த ஊரிலேயே வேலை கிடைத்துவிட்டது. அவருடைய நண்பர்கள் பலருக்கு வேலையில்லை. அவர்கள் பொறாமைப்பட்டார்கள். பயிற்சிக் காலம் முடிந்ததும் அவரை பாதரசப் பிரிவில் போட்டார்கள். அங்கே பாதரசம் நிரப்புதல், வெப்பமானியில் மேலறையைச் சரிபார்த்தல், அடுக்குதல் ஆகிய பிரிவுகளில் மாறி மாறி வேலை.

எல்லாம் நல்லபடியாகப் போய்க்கொண்டிருந்தது. ஆனால் ஒரு நாள் பாதரசக் குழாயில் குறிப்பிட்ட பகுதியில் பாதசரத்தை நிரப்பிக் கொண்டிருந்தபோது, தொண்டை அடைப்பது போன்ற ஓர் உணர்வு ஏற்பட்டது. வெளியில் வந்து கொஞ்சம் ஓய்வு எடுத்துக் கொண்டு மீண்டும் வேலையைத் தொடர்ந்தார். அவருடைய நேரம் 10.30 மணிக்கு முடிந்தது. அது வரையில் சமாளித்தார்.

ஆனால், சில நாட்கள் கழித்துத் தொண்டை அடைப்பும், மூச்சு விடச் சிரமமும் மீண்டும் வந்தன. பிறகு அடிக்கடி வந்தன. சில நாட்களில் அதிகமாகி இதுவே வழக்கமாகிவிட்டது. வேலை பார்த்துக் கொண்டிருக்கும்போதே பாதியில் களைப்பு ஏற்படும், மூச்சு விட முடியாது. அவருக்கு உணவின் மேல் விருப்பம் இல்லை. அவருக்குச் சாப்பிட விருப்பம் இல்லாமல் இல்லை. ஆனால் பசி எடுப்பதில்லை. வித்தியாசமான நோய்க் குறிகள் தோன்றத் தொங்கின. உடலில் வீக்கங்கள் ஏற்பட்டன. பிறகு விளக்க முடியாத களைப்பு. நோய்க் குறிகளைக் கவனிக்காமல் விட்டு வேலையைத் தொடர்ந்தார். உடல் நிலை மோசமாகிக் கொண்டே வந்தது. 1989இல் அவருக்கு இருபத்து ஐந்து வயதானபோது அவருடைய நிலைமை மோசமானது. தொழிற் சங்கம் மூலம் பாதரசம் இல்லாத பிரிவிற்கு மாறுதல் கேட்டார். ஏனென்றால் அவர் பாதரசப்

பிரிவில் வேலை செய்யும்போது நோய் அதிகமானது என்று கண்டுபிடித்தார். ஆனால் அவருடைய விண்ணப்பம் ஏற்றுக் கொள்ளப்படவில்லை. "உன்னை பாதரசப் பிரிவில் வேலை செய்யத்தான் வேலைக்குச் சேர்த்தோம். அதில்தான் பயிற்சியும் கொடுத்தோம்."

1991 அல்லது 1992இல் அவர் பாதரசப் பிரிவில் வேலை செய்து கொண்டிருந்தபோது ஏதோ ஒன்று, அவருக்குத் தொண்டையில் சிக்கிக் கொண்டதுபோல அடைத்தது. உமட்டல், இருமலுடன் இரத்த வாந்தி எடுத்தார். அப்போதுதான் தனக்கு மோசமான நோய் ஏதோ ஒன்று வந்துவிட்டதென்று புரிந்துகொண்டார். தரையில் மயங்கி விழ உடன் வேலை பார்த்தவர்கள் முன்னறைக்குத் தூக்கிச் சென்றார்கள். அவருக்கு நினைவு வந்தபோது அவரருகில் மேலாளர் மதன் கோபால் உட்கார்ந்திருந்தார். வாந்தி எடுத்த பிறகு கோலோரன்ட்டுக்குச் சரியாகிவிட்டதென்று சொன்னார் அவர்.[1]

கோலோரன்ட் களைப்பாக இருந்ததால், தானே அவர் வீட்டுக்குக் கொண்டுபோய் விடுவதாக கோபால் கூறினார். அவருக்கும் வீட்டுக்குப் போய் ஓய்வு எடுக்க வேண்டும்போல இருந்தது. கம்பெனி வண்டியில் போனபோது கோபால், 'ஓய்வு எடு; பிறகு ஒரு மருத்துவரைப் பார்,' என்றார். போவதற்கு முன்னர் கோபால் அவருக்குச் சில நாட்கள் விடுப்புத் தருவதாகவும் உறுதியளித்தார்.

அடுத்த நாள் கோலோரன்ட் கொடைக்கானல் அரசு மருத்துவமனையில் சேர்ந்தார். அவருக்குச் சிகிச்சை அளித்த மருத்துவர் R. பாலாஜி, நோய் என்னவென்று கண்டுபிடிக்க முடியவில்லை என்று கூறி, 200 கி.மீ. தொலைவிலுள்ள திருச்சியில் இருந்த மாற்று நவீன மருத்துவ மையமான டாக்டர் ஐசக் மதுரம் நினைவு மருத்துவமனைக்குக் கொண்டு செல்லுமாறு அறிவுரை தந்தார். இந்த மருத்துவமனை அப்பகுதியின் புகழ் பெற்ற மருத்துவரான டாக்டர் ஐயாத்துரை மதுரம் அவர்களின் நினைவால் கட்டப்பட்டது.[2]

பலவகைச் சோதனைகள், ஸ்கேன்களுக்குப் பிறகு மருத்துவர்கள் கோலோரன்டுக்குள்ள நோய்க் குறிகள் பாதரசத்தின் பாதிப்பினால் இருக்குமென்று சொன்னார்கள். ஆனால் அதற்கு மருத்துவ விளக்கம் தரவில்லை. ஒருவேளை கோலோரன்டும் அவருடைய அம்மா ரூபி மார்டினும் புரிந்துகொள்ள மாட்டார்கள் என்பதாலோ மருத்துவச் சிகிச்சைக்கு அவர்களிடம் பணம்

இருக்காது என்பதாலோ அல்லது பயப்படுவார்கள் என்பதாலோ விளக்கவில்லை போலும். இதை ரூபி பின்னால் என்னிடம் தெரிவித்தார். மருத்துவமனையிலிருந்து போனபோது மருத்துவமனை மருத்துவர்களில் ஓராள், 'கிறிஸ்டோபர் மார்டின் கோலோரன்ட் பாதரசம் இல்லாத பிரிவில் பணி செய்ய ஆலோசனை தரப்படுகிறார்,' என்று குறிப்பெழுதினார்.

இதற்குள் கோலோரன்டின் கண்பார்வை மங்கிக்கொண்டே வந்தது. பக்கத்திலிருக்கும் பொருட்களைப் பார்க்கக் கூட அதிக பவர் உள்ள கண்ணாடி போட வேண்டியிருந்தது. தொழிற்சாலையில் அவர் பாதரசம் புழங்காத பகுதியில் வேலை செய்தார். எனினும் அவருடைய உடல்நிலை நாளுக்கு நாள் மோசமாகிக் கொண்டே வந்தது. பாதரசம் இல்லாத பகுதியில் மிகக் குறைந்த அளவு பாதரசம் இருந்தாலும் அதைத் தாங்க முடியாத அளவிற்கு அவர் உடலில் பாதரச அளவு அதிகமாகி இருக்க வேண்டும். ஒரு நாள் காலையில் படுக்கையிலிருந்து எழ முடியாமல் ஆனபோது அவரை மீண்டும் டாக்டர் ஐசக் மதுரம் நினைவு மருத்துவமனையில் சேர்த்தார்கள்.

ஒரு மாத சிகிச்சைக்குப் பிறகு நிலைமை இன்னும் மோசமடைந்தது, அவரது குடும்பத்தாரால் செலவு செய்ய முடியவில்லை. அவரது அம்மா அவரைக் கொடைக்கானலிலிருந்து தொண்ணூறு கிலோ மீட்டர் தூரத்திலிருந்த ஒட்டன்சத்திரம் கிறிஸ்தவ ஃபெலோஷிப் மருத்துவமனைக்குக் கொண்டு சென்றார். அவர் ஆறு மாதங்கள் படுத்த படுக்கையில் இருந்தார். இரவும் பகலும் மருத்துவக் கண்காணிப்பில் இருந்தார். அவர் சாதாரண உடல் நிலைக்குத் திரும்பி விட்டாலும், தீவிர சிகிச்சையாலும், கவனிப்பாலும் அவரது உடல் நலம் தேறி வந்தது.

வீட்டிற்கு வந்தபிறகு, சில மாதங்களில் அவரது நுரையீரல் வேலை செய்வது பாதிக்கப்பட்டது. மூச்சுவிட முடியவில்லை. நோய் அதிகமானவுடன் அவரது அம்மா அவரை 120 கி.மீ. தொலைவிலுள்ள மதுரை அரசு இராஜாஜி மருத்துவமனைக்குக் கூட்டிச் சென்றார். பரிசோதனைக்குப் பிறகு அவரது நுரையீரல்களும், சிறுநீரகங்களும் சரி செய்ய முடியாத அளவிற்குப் பாதிக்கப்பட்டிருப்பதாகச் சொன்னார்கள். ரூபியிடம் எந்தச் சிகிச்சையும் கோலோரன்ட்டின் உயிரைக் காப்பாற்ற முடியாது என்று சொல்லிவிட்டார்கள்.[3] மூன்று மாதங்களுக்குப் பிறகு 1997 பிப்ரவரி 2 அன்று ஞாயிற்றுக் கிழமை அவருடைய உயிர் பிரிந்தது.

தனது மகன் நோயில் அவதியுற்றபோது, ரூபி கோலோரன்ட்டின் நோய்க்குக் காரணம் தொழிற்சாலையில் ஆபத்தான பொருட்களைக் கையாண்டதுதான் என்று நம்ப வைக்க முயன்றார். பலர், அவர் சொன்னதைக் கவனிக்கவில்லை. மற்றவர்கள் அவரைக் கேலி செய்தார்கள். தொழிற்சாலை முழுவதிலுமே, இந்த நஞ்சால் அவரது மகன் மட்டும்தான் பாதிக்கப்பட்டிருக்கிறான்.

ஆனால் தொழிற்சாலையில் பலர் நோயுற்றவர்கள் இறந்து போனார்கள். அவர்களது உறவினர்கள் கூடப் பாதிக்கப்பட்டிருந்தார்கள். ஆனால் அவையெல்லாம் யாருடைய கவனத்தையும் கவரவில்லை. கோலோரன்ட் இறப்பதற்கு முன்னர் எட்வர்ட் அந்தோணி என்ற இன்னொரு தொழிலாளியும் தனது முப்பத்து நான்கு வயதில் இறந்தார். இரண்டு ஆண்டுகள் தொழிற்சாலையில் வேலை செய்த பிறகு அந்தோணிக்கு மயக்கம், உமட்டல், கடுமையான ஒற்றைத் தலைவலி ஆகியவை ஏற்படத் தொடங்கின. 1989இல் அவருக்குத் தலையில் கட்டியிருப்பதாகக் கண்டுபிடிக்கப்பட்டது. சென்னை அப்பல்லோ மருத்துவமனையில் அறுவை சிகிச்சை நடந்தது.[4] அதன்பிறகு அவரது நிலை மோசமாயிற்று. ஓராண்டுக்குப் பிறகு 1992இல் மதுரை அரசு இராஜாஜி மருத்துவமனையில் இறந்தார்.

13

சிறுநீர் மாதிரிகள்

மார்ச்சிலிருந்து பாதரச நச்சுப் பாதிப்புகள் பற்றி வாசித்த பிறகு 2001 குளிர் காலத்தில் கொடைக்கானலுக்குப் போக நான் (நூலாசிரியர்) தீர்மானித்தேன். அப்போது *Agence France-Presse (AFP)* என்ற ஃபிரெஞ்ச் செய்தி முகமையில் பணியாற்றி வந்தேன். புதுடில்லி அலுவலகத்தில் நாட்டின் வணிகம், பொருளாதாரம், நிதி நிகழ்வுகளைப் பற்றி *AFX* பற்றிய செய்திகளைத் தரும் வேலை எனக்கு. இப்போது கொடைக்கானலில் ஏற்பட்டுள்ள நெருக்கடி நிலை பற்றிய அறிக்கையைத் தர வேண்டும். ஆங்கிலோ - டச்சு யூனிலீவரின் இந்தியப் பிரிவான *HLL*, தொழில் மற்றும் நிதியங்கள் மத்தியில், குறிப்பாக ஐரோப்பாவில் உயர்ந்த நிலையை வகித்து வந்தது.

நான், முதன்முதலில் கொடைக்கானல் போனது எனது பல்கலைக் கழக நாட்களில். ஆனாலும் அங்குத் தங்கியிருந்த நாட்களின் நினைவுகள் இன்னும் பசுமையாக இருந்தன. அப்போது தூய்மையான மலை வாழ்விடம் பார்ப்பதற்குக் கண்கவர் காட்சி, எண்ணிக்கையற்ற வளைவுகளும், பெரிய மலையுச்சிகளின் சரிவுகளும், எப்போதும் மேகங்கள் தழுவியிருக்கும் காட்சியை நான் நினைவு கூர்ந்தேன். சில வேளைகளில் மேகங்கள் அவை விளையாடிக் கொண்டிருப்பது போல அருகிலிருக்கும் மலைகளின் நடுவிலிருந்து, சிற்றோடைகளுக்குப் பள்ளத்தாக்குகளின் வழியாக வெள்ளிக்கொடி போல இறங்கும். நகரத்திற்கு முன்னர் வந்திருந்த எல்லோரையும் போலவே நானும் மலை வாழ்விடங்களின் அரசியின் பழைய நினைவுகளில் இருந்தேன். இந்த வழக்கில் நான் ஈடுபட இதுவும் ஒரு காரணம்.

உள்ளூர் நண்பர்கள் உதவியுடன் தொழிலாளர்கள், குழுமத்தின் அலுவலர்கள், சாதாரண மக்கள், அரசு அலுவலர்கள், கழிவுத் துண்டு விற்பனையாளர் உட்பட பலரிடம் நான் பேசினேன். அவர்களெல்லாமே *HLL* போன்ற ஒரு கம்பெனியிடமிருந்து இதுபோன்ற ஒரு பிரச்சினையை எதிர்பார்க்கவில்லை என்று

ஒன்றுபோலச் சொன்னார்கள். மார்ச் 7ஆம் நாள் நடந்த போராட்டத்திலிருந்து TNPCB தொழிற்சாலையை மூடச் சொன்ன மார்ச் 7 வரையில் சோலை நீரோடைகளில் வைகை ஆற்றுக்கு நிறைய நீர் ஓடிவிட்டிருந்தது.

டேம்ஸ் & மூரின் அறிக்கையின் பல விபரங்களுக்கு உள்ளூர் மக்கள் எதிர்ப்புத் தெரிவித்தார்கள். அவர்கள் நேரடியாகவும் செயற்குழுவின் மூலமாகவும் ஒழுங்குமுறை ஆணையத்திடம் எடுத்துச் சொன்னார்கள். டேம்ஸ் & மூரின் தொடக்க ஆய்வும், அதனால் கழிவுத் துண்டுக் கொட்டடியிலிருந்து பாதரசக் கழிவு நீக்கப்பட்டதும் நடந்த பிறகு, குழுமம் டேம்ஸ் & மூரை முழுவதுமாக ஆய்வு செய்யப் பணித்தது. கிரீன்பீஸ், ஒழுங்கு முறை ஆணையம் உள்ளூர் மக்கள் ஆகியோரின் அழுத்தமே இதற்குக் காரணம்.[1]

இந்தக் கால கட்டத்தில் மோடியும் மீனாட்சியும் Community Health Cell (CHC) என்ற பெங்களூர் தொண்டு நிறுவனத்திடம் இதுபற்றித் தெரிவித்தார்கள். திறமை வாய்ந்த மருத்துவ வல்லுநர்களைக் கொண்ட நிறுவனம் அது. இந்த அரசு சாராத தொண்டு நிறுவனம், சுற்றுச்சூழல் பிரச்சினைகள் தொடர்பான உடல் நலப் பிரச்சினைகளை ஆராயும் ஒரு குழுவுக்கு அறிவியல்பூர்வமாக ஆராயப் பல பயிற்சிகளை அளித்தது. பிறகு National Institute of Mental Health and Neurosciences (NIMHANS)இல் பணியாற்றிய பேராசிரியர் டாக்டர் மோகன் ஐசக்கின் தலைமையிலான ஒரு குழு கொடைக்கானலுக்கு வந்து பாதரசத்தோடு புழங்கிய முன்னாள் தொழிலாளர்களை நேரடியாகவே சோதித்தது.

அவர்களது அறிக்கையின் அடிப்படையில் CHC அணி பாதரசத்தினால் உடல்நலம் பாதிக்கப்பட்ட முன்னாள் தொழிலாளர்கள் அனைவரையும் விரிவாகச் சோதிக்க வேண்டும் என்று அறிக்கையளித்தது. சோதனை முடிவுகளின் அடிப்படையில் பாதரச நச்சினால் பாதிக்கப்பட்டதற்கு அடையாளங்கள் உள்ளவர்களை இன்னும் தீவிரமாகச் சோதனை செய்ய வேண்டியிருந்தது. மேலும் தொழிற்சாலையைச் சுற்றியுள்ள மக்கள் பற்றி விரிவான ஆய்வுகள் மேற்கொள்ள வேண்டுமென்றும் பரிந்துரைத்தது.[1]

CHC-யின் ஆய்வு முடிவுகள் பற்றி அறிந்தவுடன், HLL மற்றும் யூனிலீவர் அலுவலகங்களுக்கு இடையே மின்னஞ்சல்கள் பறந்தன. குழுமம் மருத்துவரைப் பற்றியும் அவரது ஆய்வைப் பற்றியும் விபரங்கள் சேர்க்கத் தொடங்கியது. டாக்டர் ஐசக் யார்? NIMHANS என்ற புகழ்பெற்ற நிறுவனம் இதன்மேல் ஏன் அக்கறை கொண்டது?

டாக்டர் T.ராஜகோபால் என்ற HLL-இன் மருத்துவ ஆலோசகர் டாக்டர் ஐசக்குடன் தொடர்பு கொண்டார். சந்திப்பின்போது டாக்டர் ராஜகோபால் 225 தொழிலாளர்களைக் குழுமத்தின் உடல்நலப் பிரிவு நடத்திய ஆய்வின் விபரங்களைப் பகிர்ந்து கொள்வதாக உறுதியளித்தார். டாக்டர் ஐசக்கும் ஒப்புக் கொண்டார்.

2001 நவம்பர் 27 அன்று HLL-இன் தொழில்சார் உடல்நலம் தொடர்பான வல்லுநர்களும், மருத்துவ ஆலோசகர்களும் கொண்ட ஒரு மருத்துவக் குழு பெங்களூரில் CHC மருத்துவர்களைச் சந்தித்தது.[2]

CHC குழு தயாராகவே இருந்தது. அதன் உறுப்பினர்கள் பத்துப் பேரும் அப்பகுதியில் சிறந்த மருத்துவ வல்லுநர்கள்: டாக்டர் ஐசக், ரவி நாராயணன், புகழ்பெற்ற தொழில்சார் உடல்நல ஆலோசகர், ஒரு உடற்கூறு வல்லுநர், நரம்பு நோய் நிபுணர், சிறுநீரக மருத்துவர், மனநல ஆலோசகர், உயிர் வேதியியலாளர், புள்ளி விபரத்துறை வல்லுநர், ஒரு மக்கள் உடல்நலச் சிறப்பு மருத்துவர்- இவர்களெல்லாம் NIMHANS-இலிருந்தும், புனித ஜான் மருத்துவக் கல்லூரியிலிருந்தும் வந்தவர்கள். இவர்களோடு தொழில்சார் உடல்நல தேசிய முகமையின் ஒரு பகுதியான மண்டல தொழில்சார் உடல்நல மையத்தின் இயக்குநரும் இருந்தார்.

HLL குழு தொழிற்சாலை மூடப்பட்ட பிறகு நடத்தியதாகச் சொல்லப்பட்ட ஆய்வு முடிவுகளைப் பகிர்ந்துகொண்டது. செய்தித்தாள் விளம்பரத்தின் அடிப்படையில் தொழிலாளர்களுக்கும், முன்னாள் தொழிலாளர்களுக்கும் குழுமத்தால் நடத்தப்பட்ட மருத்துவ முகாமில் ஆய்வுகள் மேற்கொள்ளப்பட்டது.[3] CHC-இன் ஆய்வுக் குழு HLL-இன் ஆய்வை வேறு ஒரு குழுவின் மறு ஆய்வுக்கு உட்படுத்த விரும்பியது. அதன் பிறகே பதிலளிப்பதாகக் கூறியது. ஆனால் பலமுறை கேட்கும் கூட்டத்தின்போதோ, முன்னோ, பின்னோ ஆய்வின் முடிவு தரப்படவில்லை.

எனினும், குழுவினர் எடுத்துக்கொண்ட குறிப்புகள், கூட்டத்தில் குழுமத்தினர் பகிர்ந்துகொண்ட விபரங்கள் ஆகியவற்றின் அடிப்படையில் HLL உடற்கூறுக் கண்காணிப்பு ஆய்வு மட்டுமே செய்தது என்றும் தொழில்சார் உடல்நலக் கண்காணிப்பு கணக்கிடப்படவில்லை என்றும் முடிவு செய்தது. உடற்கூறு கண்காணிப்பு என்பது மாதிரிகளில் இரசாயனப் பொருட்கள் இருக்கின்றனவா என்பதை மட்டும் கண்டுபிடிக்கும். ஆனால் தொழில்சார் உடல்நலக் கண்காணிப்பில், பன்னாட்டுத் தொழில் நிறுவனத்தின்படி (ILO) ஆபத்துகளைத் தடுக்க தொடர்ந்து அமைப்பு

ரீதியாகத் தரவுகளைச் சேகரித்து, பகுப்பாய்வு செய்து, முடிவுக்கு வந்து அதனைப் பொதுமக்களுக்குத் தெரிவித்தல் ஆகும்.

மேலும், எடுத்துக்கொண்ட மாதிரி சந்தர்ப்பவாதமானதாக இருந்தது என்று குறிப்பிட்டது. அதாவது தொழில்சார் வரலாறு போதுமான அளவு எடுத்துக் கொள்ளப்படவில்லை; உயிர் வேதியியல் அளவுகளை மருத்துவ ஆய்வுகளோடு தொடர்புபடுத்தும் முயற்சியில் சோதனை நோக்கங்கள் தெளிவாகவில்லை.[4] மிக முக்கியமாக இந்த ஆய்வு அதன் முடிவுகளைத் தொழிலாளரின் மாதாந்திர உடல்நலப் பாதிப்புகள், தொழில் புள்ளி விபரங்கள் ஆகியவற்றோடு ஒப்பிட்டுப் பார்க்கவில்லை. HLL ஆய்விலுள்ள குறைபாடுகளைக் குழு சுட்டிக் காட்டிற்று. மேலும் தொழிலாளர்களை, குறிப்பாக அவர்களது சிறுநீரில் அதிக அளவு பாதரசம் உள்ளவர்களை மீண்டும் ஆய்வுக்கு உட்படுத்த வேண்டுமென்று கூறியது. மேலும் இந்தக் கடுமையான விமர்சனம் HLL மருத்துவக் குழுவுக்கு அதிர்ச்சியளித்தது. இவ்வாறு வல்லுநர்கள் HLL-யின் அறிக்கையில் குற்றம் காண்பதால், ஆய்வு முடிவை இந்த வடிவில் அறிவியல் உலகம் ஏற்றுக்கொள்ளாது என்பதைக் கண்டுகொண்டது. எனவே அதனைப் பன்னாட்டு மாநாடுகளிலும் வாசித்து, ஒப்பார் குழுவின் மேற்பார்வை செய்யும் ஆய்விதழ்களில் வெளியிட முடிவு செய்தது. இது அறிவியல் உலகம் அந்த முடிவினை ஏற்றுக்கொள்ள வழி செய்யும் குறுக்கு வழியாகும்.

இதற்கு முன்னாள் தொழிலாளர்கள் 2006இல் குழுமத்திற்கு எதிராக வழக்குத் தொடர்ந்தார்கள். அதற்குள் பாரிசில் நடந்த வேதிப் பொருட்களை உற்பத்தி செய்வது, பயன்படுத்துவது ஆகியவற்றில் தொழில்சார், சுற்றுச் சூழல், உடல் நலம் பற்றிய 32ஆம் பன்னாட்டு மாநாட்டில் (MEDICHEM) HLL இந்த அறிக்கையை வெளியிட்டது. அந்த *Indian Journal of Occupational and Environmental Medicine* என்ற இதழில் வெளியிட்டுவிட்டது. அதன் ஆசிரியர் குழுவில் HLL-இன் மருத்துவ ஆலோசகர் Dr.ராஜகோபால் ஓர் உறுப்பினர்.[5] சென்னை உயர்நீதி மன்றத்தில் முன்னாள் தொழிலாளர்கள் நீதிப் பேராணை மனுவை 2006 மார்ச் 22 அன்று பதிவு செய்த ஒரு மாதத்தில் இந்தக் கட்டுரை வெளியானது என்பது வியப்பளிக்கவில்லை. ஆனால், அந்த ஆய்வுக்கட்டுரை ஒரு புகழ்மிக்க அறிவியலறிஞர் சொன்னதுபோல ஒரு குழுமத்தின் விளம்பரமாக இருந்ததே தவிர ஒப்பார் மீளாய்வு செய்த அறிவியல் ஆய்வுக் கட்டுரையாக இல்லை. பிற்பாடு இந்தக் கட்டுரை சென்னை உயர்நீதி மன்றத்தில் மனுதாரரின் வியாதிகளுக்கு எதிராக ஒரு முக்கிய ஆவணமாக முன் வைக்கப்படும்.

14
இந்திய மக்களின் தீர்ப்பாயம்

தொழிற்சாலையை மூடுவதற்கான ஆணையால் மார்ச் 8 முதல் அங்கு உற்பத்தி இல்லை. எல்லா (129) தொழிலாளர்களும், 2200 கி.மீ. தொலைவில் குஜராத்தின் காண்ட்லாவிலுள்ள இன்னொரு தொழிற்சாலைக்கு மாற்றப்பட்டார்கள். இவ்வளவு தொலைவில் போகத் தொழிலாளர்கள் மறுத்துவிட்டார்கள். ஆகவே பிராயச்சித்தமாகக் குழுமம் தன் விருப்ப ஓய்வுத் திட்டத்தைக் (VRS) கொண்டு வந்தது. அவர்கள் தயக்கத்தோடு அதை ஏற்றுக் கொண்டார்கள். தமிழ்நாடு அரசுடனான தீர்வு ஒப்பந்தத்தின்படி எல்லாத் தொழிலாளர்களும் அவர்கள் பணியாற்றிய ஒவ்வொரு ஆண்டிற்கும் மூன்று மாத ஊதியம் வழங்கப்பட்டது. அத்தோடு தொழிலாளரின் பணிக்குத் தகுந்தாற்போலக் கூடுதல் தொகையாக 65,000 ரூபாய் ($ 900) முதல் 1,40,000 ரூபாய் ($ 2000) வரையில் திண்டுக்கல் துணைத் தொழிலாளர் நல ஆணையர் முன்னிலையில் 2001 நவம்பர் 9 அன்று செய்யப்பட்ட VRS தீர்வு ஒப்பந்தத்தின்படி தரப்பட்டது.[1]

பாதரசத்தைக் கையாண்டதால், நோய் வர வாய்ப்புள்ள தொழிலாளர்கள் அவர்களை வேலைக்கு அமர்த்திய குழுமம் தங்களை முன்கூட்டியே எச்சரிக்கவில்லையே என்று மனம் நொந்து போனார்கள். குஜராத்தின் வேலையை ஏற்றுக் கொள்வதற்குப் பதிலாக எல்லோருமே தங்களது காவல் தெய்வமாக நினைத்த குழுமத்தை விட்டுப் பிரிந்தார்கள்.

இந்திய அரசில் தொழிலாளர் வேலை வாய்ப்பு அளிக்கப்பட்டது. டாக்டர் ராஜாராம் குழுவை 2011இல் அமைத்ததுடன் அது கம்பெனி அளித்த விருப்ப ஓய்வு தொடர்பான விபரங்களையும், ஆவணங்களையும் ஆராய்ந்தது. "தொழிலாளர்களின் உற்பத்தித் திறன் பாதரச நஞ்சுக்கு உட்பட்டதால் மிகவும் குறைந்துவிட்டது என்பதனை அவர்களை வேண்டுமென்றே குழுமம் வெளியேற்ற விரும்பியது. தொழிலாளர்கள் இனியும் தொழிற்சாலையில்

வேலை செய்ய முடியாத அளவிற்கு உடல்நலம் கெட்டுவிட்டதால் வெளியில் போக விரும்பினார்கள் என்று முடிவு செய்தது.[2] மேலும் கொடைக்கானலை விட்டு மாறுதல் தரும் தந்திரத்தைப் பயன்படுத்தி விருப்ப ஓய்வுத் திட்டத்தைத் தொழிலாளர்கள் கம்பெனி ஏற்றுக் கொள்ளும்படி கட்டாயப்படுத்திற்று என்னும் முடிவுக்கு வந்தது.

நேரடியாகப் பாதிக்கப்பட்ட மக்களின் கதைகளைக் கேட்ட பிறகு, நான் இதில் தலையிடும் அடக்க முடியாத ஆர்வம் கொண்டேன். ஆனால், உடனே எதுவும் செய்யவில்லை. முதலில் சுற்றிலும் நடக்கும் நிகழ்வுகளை உற்றுநோக்கி உள்ளூர் மக்களுக்கு வேண்டிய உதவியைச் செய்யத் தீர்மானித்தேன்.

இதற்கிடையில் டேம்ஸ் & மூர் தனது இரண்டாவது ஆய்வறிக்கையைத் தயாரிப்பதில் மும்முரமாக இருந்தது. அது பல விஷயங்களை மூடி மறைக்க வேண்டியிருந்தது. குழுமத்தின் தவறுகளை மறைக்க அவர்கள் முயற்சி செய்கிறார்கள் என்று போராட்டக்காரர்களும், உள்ளூர் மக்களும் திரும்பத் திரும்பச் சொன்னார்கள். அதனுடைய விரிவான கணக்கீட்டில் பகுதியாக கழிவுப் பொருட்களை அகற்றும் நடைமுறைகள், இறக்குமதி செய்யப்பட்ட பாதரசம், முடிவடைந்த வெப்பமானிகள், வெளியில் அனுப்பப்பட்ட பொருட்களிலிருந்து பாதரசத்தின் அளவு ஆகியவற்றைக் கணக்கிட்டது. பணியாற்றியவர்கள் தொழில் தொடர்பான உடல் நலம் பற்றிய தரவுகள், அண்மையில் பணியில் இருந்தவர்கள், முதலில் பணியிலிருந்தவர்கள் ஆகியோரின் மருத்துவ விபரங்களை ஆராய்ந்தது. சுற்றுச்சூழல் பாதிப்பை அளத்தலுக்கு முதற் தேவைகள், பாதரசத்தை மீட்டெடுக்கும் செயல்முறைகள், சேமிக்கும் முறைகள், ஒழுங்குமுறை ஆணையத்தின் ஒப்புதல் ஆகியவையும் ஆராயப்பட்டன. அதனுடைய அறிக்கை 2002 மே-மாதத்தில் தயாரானது. குழுமம் அதற்கு ஒப்புதல் அளித்தவுடன், டேம்ஸ் & மூர் என்ற ஆலோசனை வழங்கும் நிறுவனம் அதனை TNPCB உடன் பகிர்ந்துகொண்டது.

அந்த அறிக்கை ஒழுங்குமுறை ஆணையத்தால் ஏற்றுக் கொள்ளக்கூடியதாக இல்லை. தரவுகள் எல்லாம் 1988ஆம் ஆண்டுகளுக்குப் பிற்பட்டவை. அந்த ஆண்டில்தான் சீஸ்பரோ-பாண்ட்ஸிடமிருந்து யூனிலீவர் உலக அளவில் வாங்கி HLL-க்குக் கொடுக்கப்பட்டது. மேலும் டேம்ஸ் & மூர் 2001இல் தந்த அறிக்கைக்கும், இதற்கும் எண்ணிக்கையில் நிறைய

முரண்பாடுகள் இருந்தன. 2001 கணக்கீட்டு அறிக்கை பல துறைகளில் துல்லியமாக இருந்தது. ஏனென்றால் அப்போது அந்த நிறுவனம் உண்மையாகவே நிலவரத்தைக் கண்டறிய முற்பட்டது. ஆனால் 2002 அறிக்கை பாதரச நச்சுத் தொழிலாளர்களையும் சுற்றுப்புறத்தையும் பாதித்த அளவைக் குறைக்கும் முயற்சியாக இருந்தது. முக்கியமான முரண்பாடு ஒவ்வொரு வெப்பமானியையும் நிரப்பப் பயன்பட்ட பாதரசத்தின் அளவில் இருந்தது. பதினெட்டு ஆண்டுகள் அதன் அளவு மாறுபட்டது இல்லை. அந்த அளவும் கழிவின் மூலமாகவும், காற்றில் பரவியதன் மூலமாகவும் காணாமல் போன மொத்தப் பாதரச அளவுக்கும் வேறுபாடு இருந்தது. மேலும் கழிவுப் பொருட்களின் அளவு, தொழிலாளர்களின் உடல் நலம் பற்றிய தரவுகள் ஆகியவற்றிலும் மாற்றங்கள் இருந்தன.

இதற்கு எதிர்ப்பாக கிரீன்பீஸ் செய்தி ஊடகத்திற்கு அறிக்கை அனுப்பிற்று. TAAM-உம் முன்னாள் பணியாளர்களும், கம்பெனி தான் செய்த தவறுகளையும், செய்யாமல் விட்டதையும் மறைக்க முயற்சிகள் மேற்கொள்வதாக TNPCB-க்கு எழுதின. அலுத்துப்போன மக்கள் வேறு வழிகளின் மூலம் நீதி கிடைக்காதா என்று பார்த்துக் கொண்டிருந்தார்கள். அப்போது மும்பையிலிருந்த மோடியின் நண்பர்கள் ஒரு நீதி அமைப்பு இருப்பது பற்றிச் சொன்னார்கள். சுற்றுச்சூழல், மனித உரிமை பற்றிய பிரச்சினைகளுக்கென்று இந்திய மக்கள் தீர்ப்பாயம் (Indian People's Tribunal IPT) அமைக்கப்பட்டிருப்பது பற்றிக் குறிப்பிட்டார்கள்.

IPT அப்போது நீதித் துறையின் ஓய்வு பெற்ற ஒளிவிளக்கான நீதியரசர் S.N.பார்கவா அதற்குத் தலைவராக இருந்தார். அவர் சிக்கிம் உயர் நீதிமன்ற நீதிபதியாகவும், அசாம் மனித உரிமை ஆணையத்தின் தலைவராகவும் பணியாற்றியவர். அடிப்படையான விஷயங்களைப் பற்றி ஆய்வுகள் செய்த பிறகு ஜூன் 30 அன்று கிரின்பீசின் பிரதிநிதியாக மோடியும், கொடைக்கானல் ஒன்றிணைந்த குடிமக்கள் குழுவின் பிரதிநிதியாக மீனாட்சி, பாதிக்கப்பட்டவர்களுக்காக A.தினகரன் ஆகியோர் மும்பையில் பத்திரிகையாளர் கூட்டத்தில் IPT இந்தப் பிரச்சினையில் தலையிட வேண்டுமென்று கேட்டுக் கொண்டார்கள்.[3] இந்த அமைப்பு 1993ஆம் ஆண்டு அமைக்கப்பட்டது. மனித உரிமைகள், சுற்றுச்சூழல், சட்டம் ஆகியவை பற்றிய தேசிய மாநாட்டில் 400 நீதிபதிகள், வழக்கறிஞர்கள், சுற்றுச்சூழல்வாதிகள், மனித உரிமைப் போராளிகள் ஆகியோர் கலந்துகொண்டார்கள். அந்தக்

காலகட்டத்தில் சுற்றுச்சூழல் மனித உரிமைகள் ஆகியவை பற்றி நீதித்துறை கவனம் செலுத்தாததால் ஏமாற்று அமைப்பாக இது செயல்பட்டது.[4]

IPT-யின் கீழ் ஓய்வு பெற்ற உச்ச நீதிமன்ற, உயர் நீதிமன்ற நீதிபதிகள் சிறு குழுமங்களுக்குத் தலைமை தாங்கி, பாதிக்கப்பட்டவர்கள், சம்பந்தப்பட்ட மற்றவர்கள் ஆகியவர்களிடமிருந்து கிடைக்கும் ஆதாரங்களை ஆராய்ந்து அறிக்கை தருவார்கள். இவை போராட்டம் நடத்தும் அமைப்புகள் அது பற்றி நீதித் துறையிலோ, வேறு எங்குமோ நடவடிக்கைகள் எடுக்க உதவும். அது ஆரம்பிக்கப்பட்டதிலிருந்து அணைகள் கட்ட ஊர்ப்புற, பழங்குடி மக்களை இடம் மாற்றம் செய்யும் சிக்கல், சேரிகளிலிருந்து வெளியேற்றுதல், தொழிற்சாலை மாசு, சாதி அல்லது அரசாங்கம் முன்னின்று நடத்தும் வன்முறைகள் ஆகிய பல பிரச்சினைகளைக் கவனித்திருக்கிறது. நீதியரசர் V.R.கிருஷ்ண அய்யர் உட்பட பல ஓய்வுபெற்ற உச்ச நீதிமன்ற, உயர் நீதிமன்ற நீதிபதிகள் தலைமை ஏற்றிருக்கிறார்கள். கிருஷ்ண அய்யரின் 1975ஆம் ஆண்டு தீர்ப்பு பிரதமர் இந்திரா காந்தி நெருக்கடி நிலையை அறிவிக்கக் காரணமாயிற்று.[5] நீதியரசர் ராஜிந்தர் சச்சர் இந்தியாவில் முஸ்லீம்களின் சமூக, பொருளாதார, கல்விநிலை பற்றி அறிக்கை தயாரித்தார்.[6]

கொடைக்கானல் மக்களைப் பொறுத்தவரையில் இது ஒரு நம்பிக்கையின் ஒளிக்கீற்றாக இருந்தது. சட்ட விதிகள், அறிவியல் முறைகள் ஆகியவற்றைப் பயன்படுத்த இந்த அமைப்பு உயர் மட்ட நீதித்துறைக்கு உட்படுத்த உதவும். இந்த வழக்குக் குழுவில் அமிட் நாயர் இருந்தார். அவர் சுற்றுச்சூழல்வாதி. பன்னாட்டு அணு ஆற்றல் முகமை (IAEA). உலக வங்கி, பன்னாட்டு வங்கிக்கான பிரிட்டிஷ் பிரிவு (DFID) பன்னாட்டுக் கூட்டுறவுக்கான ஜப்பானிய வங்கி ஆகியவற்றில் பணியாற்றியவர். பேராசிரியர் ராமகிருஷ்ணன் UNICEF, ஸ்வீடன் பன்னாட்டு வளர்ச்சிக் கூட்டுறவு முகமை ஆகியவற்றில் பணியாற்றியவர், மத்திய, மாநில அரசுகளின் பல செயல் அணிகளில் பணியாற்றியவர். இவர்களோடு நீதியரசர் S.N.பார்கவா.

இப்பிரச்சினையை ஆராய்ந்த பிறகு முதற்கட்ட விசாரணைக்கு ஏற்றது என்று முடிவு செய்தவுடன் கொடைக்கானல் போட் கிளப்பில் செப்டம்பர் 2, 3 அன்று பொது விசாரணைகள் நடத்தக் குழு தீர்மானித்தது. தொடர்புள்ள அனைவரும்,

HLL உட்பட, அழைக்கப்பட்டார்கள். அவர்கள் சரியான ஆதாரங்களுடனும் உறுதிமொழிப் பத்திரத்துடனும் வரவேண்டும். குழு தொழிற்சாலை, சுற்றிலுமுள்ள காடு, கொடைக்கானல் ஏரி ஆகியவற்றையும் நிலைமையின் உக்கிரத்தைப் புரிந்துகொள்ளச் சென்று பார்த்தார்கள். 160 முன்னாள் தொழிலாளர்கள், TAAM. PHCC, கிரீன்பீஸ், CHC, பல உள்ளூர் அமைப்புகள் ஆகியவற்றின் பிரதிநிதிகள் வந்திருந்தார்கள். குழுவின் முன்னர் TNPCB ஒழுங்குமுறை ஆணையம் உட்பட அனைவரும் சாட்சியம் அளித்தார்கள், ஹிந்துஸ்தான் லீவர் லிமிடெட்டைத் தவிர.

குழுமம், தீர்ப்பாயத்தினருக்குத் தொழிற்சாலையைச் சுற்றிக் காட்டியது. மே 2001 டேம்ஸ் & மூர் அறிக்கை 129 தொழிலாளர்களின் மருத்துவக் கண்காணிப்பு ஆய்வு ஆகியவற்றின் படிகளைத் தந்தது. அதற்குமேல் ஒத்துழைப்புத் தர மறுத்து விட்டது. HLL பிரதிநிதிகள் எழுத்துப்பூர்வ விடைகளும் தர மறுத்து விட்டார்கள். ஆனால் முதலில் அவ்வாறு தர ஒத்துக் கொண்டிருந்தார்கள். எனவே டேம்ஸ் & மூரின் அறிக்கைகளையும், மருத்துவக் கண்காணிப்பு அறிக்கைகளையும் கொண்டு குழு முடிவுக்கு வர வேண்டியதாயிற்று. அறிக்கைகளிலிருந்து முரண்பாடுகள் இருந்தன என்பது உண்மை.

குழுமம் ஒத்துழைக்க மறுத்தாலும், குழு நிலையை விருப்பு, வெறுப்பின்றித் தீர்ப்பில் உண்மையான முயற்சிகள் மேற்கொண்டதும் நவீன முறையில் மாதிரிகளைச் சோதனை செய்யத் திறனும், அடிப்படை வசதியுமுள்ள ஓர் அரசு முகமை இதனை ஆராய வேண்டுமென்று அது பரிந்துரைத்தது. பல பதிவுகளையும், தொழிலாளர்களின் சாட்சியங்களையும் ஆராய்ந்த பிறகு, மிக உடல்நலக் கோளாறு ஏற்படுத்தக்கூடிய பாதரச அளவுகளுக்குத் தொழிலாளர்கள் உட்படுத்தப்பட்டார்கள் என்று கூறியது.[7]

குழு தெளிவான வாக்கியத்தோடு தனது அறிக்கையை முடித்தது: *"HLL பாதரசத் தொழிற்சாலையில் பணியாற்றிய முன்னாள் தொழிலாளர்கள் தொழில்சார் உடல்நலச் சிக்கல்களால் பாதிக்கப்பட்டிருக்கிறார்கள்."*

பகுதி III
இந்தியாவில் யூனிலீவர்

15

உப்பு முதல் அழகுநிலைய சாம்ராஜ்யம் வரை

'இங்கிலாந்தின் முதுகெலும்பு' என்று அழைக்கப்படும் பெனைன்கள் என்பது வடமேற்கு இங்கிலாந்தில் யார்க்ஷையரிலிருந்து வடகிழக்கு இங்கிலாந்து வரை பிரிக்கும் மலைச் சரகம். தொண்ணூறு சதுர மைல் தரிசு நிலம், லங்காஷையரில் ஏரிகள், பெரிய மேஞ்சஸ்டர் ஆகிய மேற்கு பெனைன் மூர்கள் (வீணான நிலம்) என்று அழைக்கப்படுகிற பகுதி அது. மேஞ்சஸ்டரிலிருந்து பன்னிரண்டு மைல்கள் தள்ளி மேற்கு பெனைன் மூர்களின் அடிவாரத்தில் பால்டன் என்ற பெயர் கொண்ட பத்தொன்பதாம் நூற்றாண்டின் தூங்கு மூஞ்சி நகரம் ஒன்றிருந்தது. அப்பகுதியில் பருத்தித் தொழிற்சாலையும் சாயத் தொழில்களும் வந்தபோது அந்த நகரம் கவனம் பெற்றது. ஆர்சனிக் பயன்பாடு ஒழுங்குபடுத்தப்பட்டது. விக்டோரியா அரசி சன்னல் வரியை நீக்கினார். சில மாதங்களுக்குப் பிறகு 1851இல் வில்லியம் ஹெஸ்கத் லீவர் பால்டனில் பிறந்தார். வில்லியம் உள்ளூர் தனியார் பள்ளிக்கு அனுப்பப்பட்டார். பத்து வயதில் உள்ளூர் திருச்சபை நடத்திய ஒரு பள்ளியில் சேர்க்கப்பட்டார். அங்கே மெட்ரிகுலேஷன் வரை படித்தார்.

வில்லியம் பள்ளிப் படிப்பை முடித்த பிறகு, அவருடைய தந்தையின் தொழில் சில்லறை வியாபாரத்திலிருந்து மொத்த வணிகத்திற்கு வளர்ந்தது. அவர் அந்தக் குழுமத்தில் பயிற்சியாளராகச் சேர்ந்தார். நவீனக் கண்ணோட்டம் கொண்ட வில்லியம் கடினமான உழைப்பாளி. அவர் மாற்றங்களைக் கொண்டுவர விரும்பினார். அவர்களது வளர்ந்து வரும் பலசரக்கு சாம்ராஜ்யத்தை விரிவுபடுத்த ஒரு வியாபாரத்திலிருந்து இன்னொன்றுக்கு மாறினார்.

அந்தக் காலகட்டத்தில் சோப்பும், சோப்புத் தயாரிப்பும் உலகெங்கும் பிரபலமாகின. சோப் அரச குலத்தாராலும் பணக்கார வகுப்பினராலும் மட்டுமே வாங்கக் கூடியதாக

விலை உயர்ந்திருந்தது. சோப் விலங்கினக் கொழுப்பிலிருந்து தயாரிக்கப்பட்டது. கடினமான கொழுப்பை மென்மையாக்கப்பட்ட கொழுப்போடு சேர்த்துக் காய்ச்சித் தயாரிப்பார்கள். அது பெரும்பாலும் துணிகளிலிருந்து அழுக்கையும், கறையையும் போக்கப் பயன்பட்டது. அந்த நூற்றாண்டின் தொடக்கப் பகுதியில் சோப் தயாரித்தல் வீட்டிலேயே நடைபெற்றது. குளிர் காலத்தில் பெண்கள் இறைச்சி வெட்டும்போது கிடைக்கும் கொழுப்பையும், சமையலின்போது கிடைக்கும் கிரீசையும், மரச் சாம்பலையும் சேகரித்து வைப்பார்கள். வசந்த காலத்தில், சாம்பல் கரைசலைக் கொழுப்பு, கிரீஸ் ஆகியவற்றுடன் ஒரு பெரிய பாத்திரத்தில் கொதிக்க வைப்பார்கள்.[1] அதிலிருந்து கிடைக்கும் மென் சோப்பை மாதந்தோறும் சலவை நாட்களில் பயன்படுத்தினார்கள். காலனிகள் அமைக்கப்பட்ட பிறகு ஒரு நூற்றாண்டுக்கு இந்தப் பழக்கம் இருந்தது. வீட்டில் அழுக்குத் துணியைச் சேர்த்து வைத்து மாதத்திற்கு ஒரு முறை துவைப்பார்கள். சில வீடுகளில் மூன்று மாதங்களுக்கு ஒரு முறைகூட வெளுப்பார்கள்.[2]

இந்த நிலையில் சிறியதும் பெரியதுமான சோப் கம்பெனிகள் உலகம் முழுவதும் தோன்ற ஆரம்பித்தன. அமெரிக்காவில் கால்கேட் 1807இல் நியூயார்க்கில் தொடங்கப்பட்டது. 1837இல் ப்ராக்டர் & கேம்பிள் (P&C) சின்சினாட்டியில் ஆரம்பிக்கப்பட்டது. இங்கிலாந்தில் வில்லியம் ஹௌவாட்சன் ஒரு புதிய முறையை அறிமுகப்படுத்தினார். விலங்குக் கொழுப்புக்குப் பதிலாக கிளிசரினையும், பனை எண்ணெய் போன்ற விதை எண்ணெய்களையும் பயன்படுத்தி சோப் தயாரித்தனர். இதனால் விலங்குகளின் கொழுப்பைச் சார்ந்திருக்க வேண்டியதில்லை. சோப் எல்லோரும் பயன்படுத்தக் கூடிய ஆடம்பரப் பொருளாக இப்போது ஆயிற்று.

இந்தச் செய்தி காட்டுத் தீயென்று பரவிற்று. வில்லியம் வாட்சனின் புதிய கண்டுபிடிப்பைக் கேள்விப்பட்டு, வில்லியமும் அவருடைய சகோதரர் ஜேம்ஸ் டார்சி லீவரும் அதில் முதலீடு செய்ய முடிவு செய்தனர். சோப்பின் நீண்ட கட்டிகளை வெட்டி தாள் சுற்றி அடையாளச் சின்னமுள்ள (brand) சோப்பாகத் தயாரித்து அவர்களுடைய தந்தையின் பலசரக்குக் கடைகள் மூலம் விற்றார்கள். இவ்வாறு ‘சன்லைட்’ என்ற பெயர் கொண்ட துணி துவைக்கும் சோப்பு உலகில் முதன்முதலாகத் தாள் சுற்றி 1884இல் முறையாக அறிமுகப்படுத்தப்பட்டது. சன்லைட் சோப்பின்

வெற்றிக்கு இரண்டு ஆண்டுகள் கழித்து அவர்களுடைய சோப்புத் தயாரிக்கும் தொழிற்சாலைக்கு 'லீவர் பிரதர்ஸ்' என்று பெயர் சூட்டப்பட்டது. பிரிட்டிஷ் மண்ணில் ஒரு புதிய பேரரசின் தொடக்கம் அது. 'Record reign, Record Sale and Record Soap' (உச்ச நிலை ஆட்சி, உச்ச நிலை விற்பனை, உச்ச நிலை சோப்) என்று விளம்பரப்படுத்தப்பட்டது. இதுதான் உடல் பராமரிப்பின் புதிய யுகத்தின் தொடக்கம். உலகம் முழுவதையும் இது அரசாளப் போகிறது. லீவரின் தொலைநோக்குப் பார்வை அது. பிற்காலத்தில் அந்தக் குழுமம் லீவரை 'நவீன நுகர்வுக் கலாச்சாரத்தின் முன்னோடிகளில் ஒருவர். புதுமையாக்கல், விரிவுபடுத்தல், சந்தைப்படுத்தலின் மூலம் மதிப்புக் கூட்டல் ஆகியவற்றின் அவசியத்தை அறிந்தவர். அவருடைய மதிப்பீடுகள் பல தொழிலில் இன்னும்கூட அதிர்வலைகளை ஏற்படுத்துகின்றன,' என்று புகழ்ந்தது.[3]

உலகத்தின் மறுபக்கத்தில், இந்தக் குழுமம் ஒரு முழு அடையாளமாக இந்தியாவை அடையப் பல பத்தாண்டுகள் ஆயின. எனினும் சன்லைட்டும், லைபாயும், லக்சும் அவை இங்கிலாந்தில் வெளியிடப்பட்ட போதே இந்தியத் துணைக் கண்டத்துக்கு ஏற்றுமதி செய்யப்பட்டன. சன்லைட் 1888இல் இந்தியாவில் அறிமுகப்படுத்தப்பட்டது. வெற்றியின் அடிப்படையில் லீவர் பிரதர்ஸ் பம்பாய், கல்கத்தா, மெட்ராஸ், கராச்சி ஆகிய இடங்களில் பிரிட்டிஷ் இந்தியப் பகுதிகளில் உற்பத்திப் பொருட்களை விற்க அதன் முகவர்களை நியமித்தது.

இதனால் அப்பகுதிகளில் விநியோகம் செய்வதும், விற்பனை செய்வதும் எளிதாயின. பேர்ஸ் 1902ஆம் ஆண்டும், 1905இல் லக்சும் அறிமுகப்படுத்தப்பட்டன. விம் என்ற பாத்திரம் கழுவும் சோப்புத்தூள் 1913இல் இந்திய சமையலறைகளுக்கு வந்துவிட்டது. சன்லைட்டைத் தொடர்ந்து குளியல் சோப்புகளான, லைபாய், வினோலியா, வெல்வட் ஸ்கின் சோப், லீவரின் ஹெல்த் சோப், பிளான்டோ, லல்லபி குளியல் சோப் ஆகியவை இறக்குமதி செய்யப்பட்டு, இந்தியா வரும் பிரிட்டிஷ்காரர்களாலும், பம்பாய், கல்கத்தா, மெட்ராஸ் ஆகிய இடங்களிலுள்ள பிரிட்டிஷ் பிரதிநிதிகளாலும் விற்கப்பட்டன. ஒரே பிரச்சினை, வாங்கும் சோப்புகளுக்கு பவுண்ட்-ஸ்டெர்லிங்கில் பணம் தர வேண்டும்.[4]

வில்லியம் ஹெஸ்கத் லீவரின் மறைவுக்குப் பிறகு லீவர் பிரதர்சும் 1927இல் அமைக்கப்பட்ட குழுமமான மார்கரைன் யூனியும்

இணைந்தன. அதன் பிறகுதான் லீவர் பிரதர்ஸ் முறையாக இந்தியாவுக்குள் வந்தது. 'யூனிலீவரி'லுள்ள 'யூனி' அந்தப் பெயர் கொண்ட டச்சு நிறுவனத்திலிருந்து வந்தது. அது சன்லைட் வருவதற்கு முன்னரே தொடங்கப்பட்டது. அது உணவுப் பொருட்கள் தயாரிப்பில் நல்ல இடம் பெற்றிருந்தது. அவர்கள் விலங்குக் கொழுப்பிலிருந்து தயாரித்த மார்கரைன், வெண்ணெய்க்குப் பதிலாகப் பயன்படுத்தப்பட்டது.

மார்கரைன் யூனி நெதர்லாந்திலுள்ள பிராபன்டுக்கு அருகிலுள்ள ஆங் என்ற கிராமத்தில் பத்தொன்பதாம் நூற்றாண்டின் மத்தியில் சைமன் வான் பெர்க் என்பவரால் வெண்ணெய் விற்பதற்காகத் தொடங்கப்பட்டது. 1872இல் அவர்களது போட்டியாளர்களான ஜர்கன்ஸ் குடும்பம் மார்கரைன் தயாரிக்கும் முறையை அதனைக் கண்டுபிடித்த ஹிப்போலைட் மீஜ்-மௌரிங் என்பவரிடமிருந்து வாங்கியது. அதுவும் மார்கரைன் யூனி போன்ற வணிகம் செய்தது. ஆன்டூன் ஜர்கன்ஸ் வான் டென் பெர்கை அவருடைய தயாரிப்பின் மாதிரிகளுடன் சந்தித்தார்.[5]

வான் டென் பெர்க் ஜர்கன்ஸுடைய மார்கரைனைப் போல வெளியாள் உதவியுடன் தயாரித்துத் தனது போட்டியாளரை உற்பத்தியிலும் விற்பனையிலும் தோற்கடித்தார். பிறகு அதேபோல வேறு பலராலும் தயாரிக்கப்பட்டது. நெதர்லாந்தில் மார்கரைன் தயாரிப்பில் போட்டி அதிகமாகவே ஜூர்கன்ஸீம் வான் டென் பெர்கும் அவர்களது கம்பெனிகளைப் பொகீமியாவிலுள்ள இன்னொரு உற்பத்தியாளரோடு இணைத்துக் கொண்டார்கள். 1927இல் இந்த மூன்று குழுமங்களும் சேர்ந்து ஹாலந்தில் மார்கரைன் யூனியை ஆரம்பித்தார்கள்.[6]

1929 செப்டம்பர் 2 அன்று லீவர் பிரதர்சும் மார்கரைன் யூனியும் இணைந்து யூனிலீவர் குழுமத்தைத் தொடங்கினார்கள். ஆனால் இரண்டும் சட்டப்பூர்வமாகச் சேர்வதற்கு ஓராண்டு ஆயிற்று. முதலில் ஏற்பட்ட உடன்படிக்கையின்படி, சோப் தயாரிப்பு, மார்கரைன் தயாரிப்பு ஆகியவற்றில் ஒருவரோடு ஒருவர் போட்டியிடுவதில்லை என்பது மட்டுமே உறுதியாயிற்று.[7] ஆனால் இறுதியில் ஒன்றாகவே ஆகிவிட்டன. அப்படிச் சேர்வதற்கு முன்னர் மார்கரைன் யூனி இந்தியாவில் ஒரு குழுமத்தை ஆரம்பித்தது. அதற்கு இந்துஸ்தான் வனஸ்பதி உற்பத்தி கம்பெனி என்று பெயர். பம்பாயில் சீய்ரி தொழிற்சாலையில் அதன் உற்பத்தியைத் தொடங்கிற்று.

இந்துஸ்தான் வனஸ்பதி உற்பத்திக் கம்பெனி மார்கரைன் யூனியிலிருந்து சமையல் எண்ணெய்கள் முதலான உணவுப் பொருட்களை இறக்குமதி செய்தது. அவை வனஸ்பதி என்ற அடையாளத்தோடு விற்கப்பட்டன. வனஸ்பதி என்றால் 'காட்டின் அரசன்' என்று பொருள். இந்தியாவில் வனஸ்பதி என்று பதிவு செய்த பிறகு பனை எண்ணெய் பொருள்களை டால்டா என்ற பெயரில் சந்தைப்படுத்தியது. டால்டா என்ற பெயர் இப்போது பதப்படுத்தப்பட்ட எண்ணெய் அனைத்துக்கும் பொதுவானதாக ஆயிற்று.

1933 மே மாதம் லீவர் பிரதர்ஸ் சீவரியில் ஒரு தொழிற்சாலையைத் தொடங்க உரிமம் வேண்டி விண்ணப்பித்தது. அருகிலிருந்த வனஸ்பதியின் மேல் ஒரு கண். லீவர் பிரதர்ஸ் இந்தியா லிமிடெட் இந்தியாவில் 1933 அக்டோபர் 17 அன்று ஏற்படுத்தப்பட்டது.[8] இதுதான் ஓர் ஆங்கிலோ-டச் சாம்ராஜ்ஜியத்தின் தொடக்கம். அது இந்தியாவின் உணவுப் பொருள் தயாரிப்பிலும், வேகமாக விற்பனையாகும் நுகர்பொருள் சந்தைகளிலும் ஆட்சி செலுத்தத் தொடங்கி உலகெங்கும் விரிவுபடுத்தியது. அது இன்னும் தொடர்கிறது.

டச்சுக்காரர்களின் மதிப்பீடுகள் கொண்ட புதிய கம்பெனி இந்தியாவில் வணிகத்தில் காலனிய ஆதிக்கத்தை ஏற்படுத்த விரும்பவில்லை. 1942இல் புதிய நிர்வாகம் மேலாண்மைப் பொறுப்புகளில் இந்தியர்களைப் பயிற்றுவிக்கத் தீர்மானித்தது. உள்ளூர் நிர்வாகத்தில் ஐரோப்பியர்களின் வேலையைச் சிறிது சிறிதாகக் குறைக்கவே இந்த ஏற்பாடு. இதனால் கம்பெனியை ஒரு இந்திய நிறுவனமாக ஆக்குவதற்கு வழிவகை ஏற்பட்டது. யூனிலீவர் நிர்வாகம் இந்துஸ்தான் வனஸ்பதி உற்பத்திக்கு பிரகாஷ் தாண்டனை நியமித்தது. 1937இல் அதன் முதல் இந்திய மேலாளராக அவர் ஆனார். 1951இல் முதல் இந்திய இயக்குநராகவும் நியமிக்கப்பட்டார். HLL-இன் முதல் இந்தியத் தலைவராகவும் மேலாண்மை இயக்குநராகவும் 1961இல் பதவிகள் வகித்தார்.[9] அதற்குள் 205 மேலாளர்களில் 191 பேர் இந்தியர்களாக இருந்தார்கள்.

16
T. தாமசும், லீவரின் இந்தியாவுடன் உடன்படிக்கைப் பேச்சும்

'இரண்டாம் உலகப்போர் முடியும் நேரத்தில் யூனிலீவர் உடல் பராமரிப்புப் பொருட்கள் உற்பத்தியில் உலக அளவில் மேலே வந்து கொண்டிருந்தது. முதலில் தேயிலை நிறுவனமான தாமஸ். ஜெ லிப்டன் கம்பெனியையும், பற்பசைத் தயாரிப்பாளரான பெப்சோடென்டையும் வாங்கியது.

போர் முடிந்த பிறகு, தொழிற்சாலைகள் முடுக்கிவிடப்பட்டு, பொருட்களின் போக்குவரத்து வேகமெடுத்தது. பல புதிய பொருட்கள் இந்தியா போன்ற தொலைதூர நாடுகளுக்கும் வரத் தொடங்கின. அவற்றில் ஒன்றுதான் பாண்ட்ஸ் கிரீம். இது அமெரிக்காவில் சீஸ்பரோ-பாண்ட்சின் தயாரிப்பு. இந்தியா விடுதலை பெற்ற முக்கியமான ஆண்டு 1947. இதற்கு எட்டு ஆண்டுகளுக்குப் பின்னர் சீஸ்பரோ உற்பத்திக் கூடம் பாண்ட்ஸ் கம்பெனியோடு இணைந்து 1955இல் சீஸ்பரோ-பாண்ட்ஸ் அமைக்கப்பட்டது. இதுதான் உலகில் மிகப்பெரிய உடல் பராமரிப்புப் பொருட்களுக்கான குழுமம். இதற்கும் லீவர் பிரதர்சுக்கும், புதிதாக ஏற்படுத்தப்பட்ட யூனிலீவருக்கும் எந்தத் தொடர்புகளும் இல்லை.

இந்தியாவில் உலக அளவில் யூனிலீவர் ஓர் அமைப்பாக ஏற்படுத்தப்பட்ட பிறகு, மூன்று நிறுவனங்களைக் கொண்டிருந்தது. அவை லீவர் பிரதர்ஸ் இந்தியா லிமிடெட், இந்துஸ்தான் வனஸ்பதி உற்பத்திக் கம்பெனி, யுனைடெட் டிரேடர்ஸ் லிமிடெட். இந்துஸ்தான் லீவர் லிமிடெட் என்ற (HLL) ஒரே அமைப்பாக ஆவதற்கு முன்னர் அவை தனித்தனி நிறுவனங்களாகவே செயல்பட்டு வந்தன. ஒன்றாக இணைக்கப்பட்டு மாற்றி அமைக்கப்பட்ட பிறகு, கம்பெனி இந்தியர்களுக்கு 5,57,000 பங்குகளைத் தர முன்வந்தது. இது புதிய நிறுவனத்தின் மொத்த எண்ணிக்கையில் பத்து விழுக்காடாகும். பொதுமக்களுக்குத்

தரப்பட்ட பங்குகளுக்கு விண்ணப்பங்கள் குறிப்பிட்ட அளவிற்கு மேலேயே ஆறு முறைகள் வந்தன. 21,623 சில்லறைப் பங்குதாரர்கள் பத்து ரூபாய் பங்குகளை ஒரு பங்கு ஐந்து காசு என்ற விலையில் வாங்கினார்கள்.[1] இது A.J.C. ஹாஸ்கின்ஸ்-ஆப்ரகாலின் தலைமையில் நடந்தது.

இவ்வாறு பங்குகளை விற்க முற்பட்டது பெரிய வெற்றி. அதுவும் அப்போதுதான் இந்தியாவில் மூலதனச் சந்தை தொடக்க நிலையில் இருந்தபோது இது நிகழ்ந்தது வெற்றிதான். இன்னும் ஓராண்டு கழித்துத்தான் காப்புகள் ஒப்பந்த ஒழுங்குபடுத்தும் சட்டத்தின் கீழ் (Securities Contracts Regulation Act) பம்பாய் பங்குச் சந்தையை இந்திய அரசு ஏற்றுக்கொண்டது.

பிரகாஷ் தாண்டன் அவரது பதவிக் காலத்தில் கம்பெனியை அதன் ஐரோப்பிய முதலாளிகள் சொன்னதை விட அதிகமாக இந்தியமயமாகத் தோன்றுமாறு செய்ய முயற்சி மேற்கொண்டார். நாடு பால் சார்ந்த பொருட்களை அதிகம் சார்ந்திருந்தது. ஆதலால் நாட்டின் தலைநகரிலிருந்து 200 கி.மீ தொலைவில் உத்தரப் பிரதேசத்தின் ஈட்டா என்ற மிகவும் பின்தங்கிய இடத்தில் பால் சேகரிப்பு, பதப்படுத்துதல் ஆகியவற்றிற்கான ஒரு மையத்தை ஏற்படுத்தினார்.

ஆனால், முதலில் நல்ல வரவேற்பு கிடைத்தாலும் பின்னர் பிரச்சினைகள் வந்தன. விவசாயிகள் உள்ளூரிலேயே பாலை விற்பதை விரும்பினார்கள். ஏனென்றால் உடனே காசு கிடைக்கும். ஆனால் கம்பெனிக்கு விற்றால் ஒரு குறிப்பிட்ட காலத் தவணையில் தான் பணம் கிடைக்கும். ஆகவே மக்கள் மத்தியில் திட்டம் எடுபடவில்லை. தாண்டனுக்குப் பின்னர் பொறுப்பேற்ற T.தாமஸ் இதனை எதிர்கொள்ள, புதியதொரு நிறுவனத்தைத் தொடங்கினார். அதற்கு ஒருங்கிணைந்த கிராமப்புற வளர்ச்சித் திட்டம் (IRDP) என்று பெயர் வைத்தார். இது உழவர்கள் அவர்களது உற்பத்தியைப் பெருக்க உதவியது. இதே பெயரில் பத்தாண்டுகளுக்குப் பிறகு இந்திய அரசு வறுமைக் கோட்டுக்குள் கீழே இருக்கும் கிராமப்புற குடும்பங்களுக்கு உதவத் திட்டங்களைத் தொடங்கியது. ஊரக மக்களிடம் வருவாயை உண்டாக்க மானியத்துடன் மூலதனமும் குறைந்த வட்டியில் கடனும் கொடுத்தது.

IRDP-யின் கீழ் HLL தனது வியூகத்தை மாற்றி 1975ஆம் ஆண்டுக்குள் உள்ளூர் விவசாயிகளோடு சேர்ந்து பணியாற்றும் வழிகளைக்

கண்டுபிடித்தது. அதனுடைய இந்தப் புது முயற்சிக்கு விரைவிலேயே பலனும் கிடைத்தது. பால் உற்பத்தியின் அளவு தேவையான அளவிற்குமேல் அதிகரித்தது.[2] பால் பண்ணையிலிருந்து விவசாயிக்குக் கிடைக்கும் வருமானமும் குறிப்பிடத்தக்க அளவு அதிகரித்தது. 1995இல் IRDP திட்டத்தில் HLL 200 கிராமங்கள் வந்தன.

மேலும் 1970களில் இந்திய அரசு விலைக் கட்டுப்பாட்டைக் கொண்டு வந்தது. இதையும் தாண்டன் வெற்றிகரமாகச் சமாளித்தார். 1972இல் பெட்ரோலியப் பொருள் ஏற்றுமதி செய்யும் நாடுகளின் அமைப்பு (OPEC) எரிவாயுவின் விலையை ஏற்றியது. அதைத் தொடர்ந்து இந்திய அரசு நாட்டை அச்சுறுத்திய பண வீக்கத்தைக் கட்டுப்படுத்தப் பல பொருட்களின் விலைகளை ஒழுங்குபடுத்தியது. அரசாங்கமே உற்பத்திப் பொருட்களின் விலையை நிர்ணயித்தது. சோப்புகளும், எண்ணெய்ப் பொருள்கள் விலைக் கட்டுப்பாட்டுப் பட்டியலில் வந்தன. விலைகளை அரசே நிர்ணயித்தது. இதனால் பாதிக்கப்பட்ட குழுமங்களில் HLL-உம் ஒன்று: இறக்குமதி செய்யப்பட்ட உணவு எண்ணெய்யின் விலைகள் ஏறி இறங்கி வந்தன. இன்னொரு பக்கம் உள்ளூரில் பதப்படுத்தப்பட்ட அல்லது பொருளாக்கப்பட்ட உற்பத்திப் பொருளுக்கு விலைக் கட்டுப்பாடு. இதனால் HLL பாதிக்கப்பட்டது.

தாமஸ் இந்தப் பிரச்சினையை உயர்மட்ட அலுவலர்களுக்கு எடுத்துச் சொன்னார். நாடே கடுமையான நெருக்கடிக்கிடையில் இருக்கிறதென்று சொல்லி பல அலுவலர்கள் அவரது கோரிக்கைகளை நிராகரித்துவிட்டார்கள். இந்தியாவே மாற்றங்களை ஏற்றுக்கொள்வது போல HLL-உம் ஏற்றுக்கொள்ள வேண்டியதுதான் என்றார்கள்.

தாமஸ் நம்பிக்கை இழந்துகொண்டிருந்த வேளையில் மூத்த அமைச்சரான ஜகஜீவன் ராம் ஒரு யோசனை சொன்னார்: அரசாங்கம் சாமானிய மக்களின் நிலைமை குறித்துக் கவலை கொண்டிருப்பதால் சாதாரண மனிதருக்கு ஏற்றாற்போல ஜனதா சோப்பைக் குறைந்த விலையில் தயாரிக்கலாமென்று அவர் சொன்னார். அப்படிச் செய்தால் சோப்பின் மேலுள்ள விலைக் கட்டுப்பாட்டை நீக்கத் தன்னால் அரசாங்கத்தை அணுக முடியும் என்றார்.

தாமஸ் இந்த ஆலோசனையை உடனடியாக ஏற்றுக் கொண்டார். *HLL* சாமானிய மக்களுக்காக 'சரல்' என்ற சோப்பை அறிமுகப்படுத்தியது.[3] அரை நூற்றாண்டுகளுக்குப் பிறகு அரசாங்கம் சுமத்திய விலைக் கட்டுப்பாட்டை *HLL* எப்படிச் சமாளித்தது என்பதை *HLL* வரலாற்றின் திருப்புமுனை என்று நினைவு கூறப்பட்டது.

தாமஸ் தேவ் கானட் பரூவா என்ற அமைச்சரைச் சந்தித்தார். அவர் தான் வேதிப் பொருட்கள், உரங்கள் அமைச்சகத்திற்குப் பொறுப்பு வகித்தார். (சோப்பும், துணி வெளுக்கும் வேதிப் பொருட்களும் இந்த அமைச்சகத்தின் கீழ் வந்தன) பின்னர் பிரதமர் இந்திரா காந்தியையும் சந்தித்தார். பிரதமர், 'ஜனதா சோப்பின் விலை என்ன?' என்று கேட்டார். தாமசிடம் இந்தக் கேள்விக்குப் பதில் தயாராக இல்லை. இருப்பினும் சோப்புக் கட்டியின் கட்டுப்பாட்டு விலையில் 50 சதவீதத்தைச் சேர்த்து ஓர் எண்ணைச் சொன்னார்.

'முழு அளவில் எப்போது உங்களால் தயாரிக்க முடியும்?' என்று பிரதமர் அடுத்துக் கேட்டார். அவருக்கு சோப்புகள் கிடைப்பது அரிதாக இருந்தது பிரச்சினை.

'உடனே,' என்றார், தாமஸ்.

சில நாட்களில், 1974 செப்டம்பர் 20 அன்று சோப்பின் மீதான கட்டுப்பாடு நீக்கப்பட்டது. விலைக் கட்டுப்பாடு தொடர்ந்திருந்தால், *HLL*-க்குக் கடுமையான இழப்புகள் ஏற்பட்டிருக்கும். ஆப்பிரிக்க நாடுகளில் செய்ததுபோல யூனிலீவர் இந்தியாவை விட்டுப் போயிருக்கும்.[4]

அடுத்து இன்னொரு பிரச்சினை. 1973இல் வெளிநாட்டுப் பணமாற்றத்தை ஒழுங்குபடுத்தும் சட்டத்தைக் கொண்டு வந்தார். அதன்படி, முக்கியத் துறைகளில் (*core sectors*) செயல்படாத கம்பெனிகள் (அதாவது ஆடம்பரப் பொருள் உற்பத்தியாளர்கள், முகப் பவுடர் முதலானவற்றைத் தயாரிப்பவர்கள்) அவர்களது முதலீட்டில் 60 சதவீதத்தை இரண்டு வழிகளில் குறைக்க வேண்டும். இந்தியர்களுக்குப் பங்குகளை விற்கவேண்டும்; அல்லது அவர்களது முதலீட்டுத் தளத்தை முக்கியத் துறைகளில் முதலீடு செய்வதன் மூலம் விரிவுபடுத்த வேண்டும். வெளிநாட்டுக் கம்பெனிகள் பல இதற்கு ஒத்துக்கொண்டன. ஆனால், பெரும்பான்மைப் பங்குகளை வைத்திருந்தால்தான் யூனிலீவர் தனது தொழில் மேலாண்மையைத் தொடர முடியும். உலக அளவில் தொழில்

நுட்பத்தைப் பெறமுடியும் என்று தாமஸ் கருதினார்.[5] ஆகவே அவருடைய கடுமையான முயற்சிகளினால், யூனிலீவர் 51 சதவீதப் பங்குகளை வைத்திருக்க அரசு அனுமதியளித்தது. ஆனால் அதற்குச் சில நிபந்தனைகள்: அதனுடைய முக்கியப் பகுதியிலிருந்தும் நவீன தொழில்நுட்பம் தொடர்புள்ள செயல்பாடுகளிலிருந்தும் கிடைக்கும் மொத்த விற்றுமுதல் 60 சதவீதம் இருக்க வேண்டும். அந்த அறுபது சதவீதத்தில் 10 சதவீதம் ஏற்றுமதியாக இருக்க வேண்டும்.

HLL இந்த வாய்ப்பைப் பயன்படுத்தி வேப்பெண்ணெய், தவிட்டு எண்ணெய் ஆகியவற்றைப் பதப்படுத்தும் தொழில் நுட்பத்தை வளர்த்துக்கொண்டது. கிரியா ஊக்கி கொண்டு தயாரிக்கும் முறைகளையும் 1967இல் மும்பையில் தொடங்கிய அதன் ஆய்வு மையத்தில் உண்டாக்கியது. மேற்கு வங்காளத்தில் ஹால்டியா துறைமுகத்தில் சோடியம் டிரைபாலி பாஸ்பேட் *(STPP)* தயாரிப்பைத் தொடங்கிற்று. இதற்குக் கல் பாஸ்பேட்டையும், கந்தகத்தையும் இறக்குமதி செய்துகொண்டது. அப்போது *STPP* இறக்குமதி செய்யப்பட்டு வந்தது. அது டிட்டர்ஜென்ட் சோப்புகளிலும் உணவுப் பொருள்களிலும் அதிகமாகப் பயன்பட்டதால் அதற்கும் கிராக்கி.

இதற்கிடையில் 1970இல் *HLL* போன்ற கம்பெனிகள் அவற்றின் செயல்பாடுகளை விரிவுபடுத்துவதைத் தடுக்கச் சட்டம் கொண்டு வரப்பட்டது. அதற்கு *Monopolistic and Restrictive Trade Practices (MRTP) Act* என்று பெயர். இப்போதும் தாமஸ் திறமையுடன் செயல்பட்டார். உற்பத்தியை அதிகமாக்கப் புதுத் தொழிற்சாலைகள் தொடங்குவதில் கட்டுப்பாடு இருந்தது. எனவே இதில் எங்காவது ஓட்டை இருக்கிறதா என்று தாமஸ் தேடினார். சட்டம் செயல்படாத பகுதியில் தொழிற்சாலையை ஏற்படுத்தினார். அது ஜம்மு, காஷ்மீரில் இருந்தது. வேலை வாய்ப்பை அதிகரிக்க, அந்த மாநில அரசு சிகப்புப் கம்பளம் விரித்துக் கம்பெனிகளை வரவேற்றது. 1977 பிப்ரவரி மாதத்தில் ஜம்முவில் செயற்கை டிட்டர்ஜென்டுகள் தயாரிக்கும் தொழிற்சாலை ஆரம்பிக்கப்பட்டது. அதற்கான சலவைப் பொருட்கள் தயாரிக்கும் இடம் காஷ்மீர் பள்ளத்தாக்கு. ஓராண்டு முடிவதற்குள் கம்பெனியின் இந்தியப் பங்கு மூன்றில் ஒரு பங்கு உச்சத்தைக் கடந்து முப்பத்து நான்கு சதவீதமாக ஆயிற்று. வெளிநாட்டில் பிறந்த கம்பெனி இந்தியக் கம்பெனியாக ஆகி மேலும் மேலும் உள்நாட்டு மயமாக ஆகியது.

17

அன்னை தெரசாவும் ஆஷா டானும்

முக்கிய ஆளுமைகளுடன் நீண்ட நாள் உறவுகளை வளர்த்துக் கொள்வதில் தாமஸ் கெட்டிக்காரர். அப்படிப்பட்ட உறவுகளில் ஒன்றுதான் அன்னை தெரசாவுடனான ஒன்று. அன்னை தெரசா நோபெல் பரிசு வாங்கிய 1979ஆம் ஆண்டுக்கு முன்னரே அந்த உறவு தொடங்கிற்று. இந்த உறவு HLLஉடன் இன்று வரையில் தொடர்கிறது; அதனுடைய மேடைகளில் எல்லாம் பெருமையாகக் காட்டிக் கொள்கிறது.

ஷாம் நகரிலிருந்த HLL தொழிற்சாலையிலிருந்து தாமஸ் திரும்பிக் கொண்டிருந்தபோதுதான் கல்கத்தாவில் மிஷனரிஸ் ஆஃப் சேரிட்டிக்குச் சென்றார். தொழிற்சாலைக்குப் போன போதெல்லாம் லோயர் சர்க்குலர் சாலையிலிருந்த 'மிஷனரிஸ் ஆஃப் சேரிட்டிஸ்' என்ற பெயர்ப் பலகையைப் பார்த்திருக்கிறார். இப்போது அவர் அந்தத் தாய் மடத்திற்குப் போனபோது அன்னை தெரசா அவருக்குத் தனது அமைப்பின் பணிகளை விளக்கினார். ஒவ்வொரு மனித உயிரும், அது அநாதையாகவோ, ஏழையாகவோ, கைவிடப்பட்டதாகவோ இருந்தாலும் இந்த உலகத்தை விட்டுப் போவதற்கு முன்னால் அன்பையும், அரவணைப்பையும் அனுபவிக்க வேண்டும் என்பதே அந்த நோக்கம். அவர் சொன்னதைக் கேட்ட பிறகு தாமஸ் அவருக்கும் அவரது அருட் சகோதரிகளுக்கும் தான் ஏதாவது செய்யமுடியுமா என்று கேட்டார். சிறிது சிந்தனைக்குப் பிறகு பம்பாயில் மிஷனரிஸ் ஆஃப் சேரிட்டிங் சகோதரிகள் தங்க ஓர் இடம் பார்க்க முடியுமா என்று அன்னை கேட்டார். சகோதரிகள் கவனிக்காமல் விடப்பட்ட பாவப்பட்டவர்களைக் கவனிக்க அவர்கள் நகரத்தில் அதிக தூரம் போக வேண்டியதிருக்காது என்றார்.

"அங்கே தொழில்கள் வேகமாக வளர்வதால் நெருக்கம் அதிகமாகி விட்டது. ஆகவே இடம் கண்டுபிடிப்பது கஷ்டம்," என்று தாமஸ் விடையளித்தார்.

“நீங்கள் கடவுளால் இங்கே அனுப்பப்பட்டிருக்கிறீர்கள். அவர் விடை காண உதவுவார்,” என்றார் அன்னை.

பல மாதங்களுக்குப் பிறகு பம்பாயின் மையப் பகுதியில் சாங்லி தெருவிலிருந்த கிட்டங்கியை விநியோகிப்பதை எளிதாக்குவதற்காகப் புறநகர்ப் பக்கம் கொண்டுபோக வேண்டியிருந்தது. அப்போது அன்னை தெரசாவின் சொற்கள் தாமசின் காதுகளில் எதிரொலித்தன. அந்த இடம் புகழ்பெற்ற இந்தியக் கிரிக்கெட் வீரர் விஜய் மெர்ச்சன்டின் சகோதரருக்கு உரியது. அன்னையின் அறப் பணிக்கு அந்த இடத்தைக் குத்தகைக்கு விட வேண்டுமென்று அவரிடம் தாமஸ் கேட்டார். உடனே அவர் ஒரு சிறந்த பணியில் தானும் பங்கு கொள்வதில் மகிழ்ச்சி அடைந்து சம்மதம் தெரிவித்தார். அரசாங்கத்தின் அனுமதிபெற்ற பிறகு 1976 ஜனவரி 8ஆம் நாளன்று இல்லம் தொடங்கப்பட்டது. அதற்கு ஆஷா டான் என்று பெயர் சூட்டப்பட்டது. ‘நம்பிக்கையின் பரிசு’ என்று அதற்குப் பொருள். விலே பார்லே என்ற பகுதியில் ஒரு வீட்டிலிருந்த முப்பத்தைந்து பெண்களுக்கும் குழந்தைகளுக்கும் இங்கே புது இல்லம் கிடைத்தது. பின்னாட்களில் HIV, AIDS நோயாளிகளுக்காக ஒரு பேணுதல் இல்லமாகவும் அநாதைகளுக்குத் தங்குமிடமாகவும் அது மாறிற்று. HLL அதனோடுள்ள தொடர்பைத் தொடர்ந்து ஆதரவு அளித்து வந்தது. ஆஷா டான் இப்போது HLL-க்குச் சொந்தமான 72,500 சதுர அடி கட்டடம். HLL அதனைப் பராமரித்து வருகிறது.[1] HLL-இன் நோக்கத்தை மிஷனரிஸ் ஆஃப் சேரிட்டி, அன்னை தெரசாவின் அறப்பணியோடு இணைத்தது தாமஸ்தான்.

இந்தக் கால கட்டத்தில் *Economic and Political Weekly* என்ற பத்திரிகையில் ஓர் இளம் இதழாளர் முழு நேரப் பணியாளராக வேலை செய்து வந்தார். அவர் சுற்றுச்சூழல் பிரச்சினைகள் பற்றி ஆராய்வதில் தன்னை ஈடுபடுத்திக் கொண்டார். மக்களும் சுற்றுச்சூழலும் சந்தித்து வந்த பிரச்சினைகளுக்கு எதிராகப் போராடியவர்களில் அவரும் ஒருவர். அமெரிக்கா வியட்நாமில் பயன்படுத்திய ஆபத்தான பயிர் கொல்லியான ஏஜென்ட் ஆரஞ்ச் அங்கு புற்று நோயாலும் பிற உயிர்க் கொல்லி நோய்களாலும் 400,000 உயிர்கள் இழக்கக் காரணமாக இருந்தது. இந்தப் பிரச்சினை முதல், பம்பாயில் கழிவுப் பொருட்களைக் கொட்டுவது வரையிலான பல சுற்றுச்சூழல் பிரச்சினைகளுக்கு எதிராகப் போராடினார். சிறிது காலத்திற்குப் பிறகு அந்த இளைஞர்

பாண்டிச்சேரியிலுள்ள ஆரோவில்லுக்கு இடம் பெயர்ந்தார். பிறகு 1983இல் கொடைக்கானலுக்கு வந்து சேர்ந்தார். அப்போதுதான் சீஸ்பரோ-பாண்ட்ஸ் மலை வாழ்விடத்திற்குப் பாதரச வெப்பமானி தொழிற்சாலையாக இடம் மாறி வந்தது. கொடைக்கானலில் நச்சுப் பொருள் பரவக் காரணமான HLL கையும் களவுமாகப் பிடிபட்டது.

18
'ஃபேர் & லவ்லி'யிலிருந்து 'டவ்'விற்கு

தாமசின் இன்னொரு சாதனை 'ஃபேர் & லவ்லி' என்ற அழகு சாதனப் பொருளை 1978இல் சந்தைக்குக் கொண்டு வந்தது. இது இன்னும் கூட ஒரு விவாதப் பொருளாக இருந்து வருகிறது. அதில் நியாசினமைட் என்ற பொருள் சேர்ந்திருக்கிறது. யூனிலீவர் அதற்குக் காப்புரிமை வாங்கி நான்கு ஆண்டுகள் ஆகியிருந்தன. அதில் ஸ்டியரிக் அமிலம் கலந்திருப்பதாகச் சொல்லப்பட்டது. அது சோப்புகள், டிட்டர்ஜெண்டுகள் தயாரிப்பதிலும் பயன்பட்டது, அமெரிக்காவில் Black Lives Matter (கறுப்பர் உயிர்கள் முக்கியம்) இயக்கத்திற்குப் பிறகு, சமூக ஊடகங்களின் விமர்சனத்தால், 2020இல் இதன் பெயர் Glow & Lovely என்று மாற்றப்பட்டது. இதனைத் தொடர்ந்து ஜான்சன் & ஜான்சன் தனது Clean & Clear உற்பத்தியை நிறுத்தியது.

எண்பதுகளில் இந்தியாவில், அமெரிக்காவிலிருக்கும் ஆப்பிரிக்க-அமெரிக்க இயக்கம் போன்று ஒன்று இல்லை; ஆனால் HLL-க்கு முட்டுக்கட்டை போட்டது அதன் தொழிற்சாலைகளிலிருந்த தொழிற்சங்க இயக்கம்தான். தொழிற்சங்க இயக்கங்களின் எழுச்சி இந்தியா முழுவதும் காணப்பட்டது. தெற்கே கேரளாவில் பொதுவுடைமை அரசு 1957இல் தேர்ந்தெடுக்கப்பட்டது. மேற்கு வங்காளத்தில் 1977இல் நெருக்கடி நிலை முடிவுக்கு வந்தபிறகு பொதுவுடைமைக் கட்சியின் ஜோதிபாசு முதலமைச்சரானார். எல்லாத் தொழில் நகரங்களிலும் துணித் தொழிற்சாலைகள் முதலான நடுத்தர பெரிய தொழில் நகரங்களிலும் தொழிலாளர் சங்கங்கள் தோன்றின.

தொழிற்சாலைகள் மூலமாக வேலை வாய்ப்புக்களை நாட்டில் அதிகரிக்க வேண்டியிருந்தது, மக்கள்தொகைப் பெருக்கம் ஒருபக்கம், உழவுத் தொழிலில் வருவாய் இல்லாமற் போனது இன்னொரு பக்கம். இதனால் பெருமளவில் ஊரக மக்கள் வாழ்வாதாரம் தேடி, வளர்ந்து வரும் நகரங்களுக்குக் குடி

பெயர்ந்தார்கள். சோஷலிச சித்தாந்தங்கள், பொதுவுடைமைக் கொள்கைகளின் வெற்றிகள் ஆகியவற்றால் உந்தப்பட்டு தொழில்கள் தொடங்கப்பட்ட இடங்களிலெல்லாம் தொழிற் சங்கங்கள் உண்டாயின. தொழிற்சங்கங்களின் எண்ணிக்கையும் அவற்றில் உறுப்பினர்களின் எண்ணிக்கையும் அதிகமானதற்குக் காரணம் கம்பெனிகளின் பேராசைதான். அதோடு கூடத் தொழிலாளர் மத்தியில் விழிப்புணர்வு ஏற்பட்டதும் ஒரு காரணம்.

எண்பதுகளின் தொடக்கத்தில், பிரதமர் ராஜீவ் காந்தி 1984இல் பதவிக்கு வந்த பிறகு, கணினிமயமாதல், எந்திரமயமாதல் ஆகியவற்றைப் பின்பற்ற சந்தைக்கு உகந்த கொள்கைகளையும், தாராளமயமாக்கலையும் நோக்கி இந்தியா நகர்ந்தது. இவ்வாறு சந்தைக்கு உகந்த பொருளாதாரத்தை நோக்கிக் கொள்கைகள் நகரத் தொடங்கியபோது தொழிற்சங்கங்கள் அதை உடனே பயன்படுத்திக் கொண்டன.

முதலில் வெடித்தது 1982இல் ஏற்பட்ட பம்பாய் டெக்ஸ்டைல் வேலைநிறுத்தம்தான். டட்டாசாமந் என்ற தொழிற்சங்கத் தலைவரால் வேலைநிறுத்தம் வழிநடத்தப்பட்டது. ஆலைத் தொழிற்சாலைகள் அனைத்தும் மூடப்பட்டன. பம்பாயில் ஆயிரக்கணக்கான தொழிலாளர்கள் வேலைசெய்த எண்பது தொழிற்சாலைகள் மூடப்பட்டன. விரைவிலேயே இது வேறு துறைகளிலும் பரவிற்று. HLL-இன் சீவரிலிருந்த உற்பத்தித் தொழிற்சாலையில் வேலை முழுவதுமாக நின்றது.

உண்மையில் HLL தொழிற்சாலைகளில் தொழிற்சங்கம் முன்னாலேயே வேர்விடத் தொடங்கிவிட்டது. பொதுவுடைமைக் கட்சி ஆட்சிக்கு வந்தவுடனேயே கல்கத்தாவில் தொடங்கிவிட்டது. கார்டன் ரீச் தொழிற்சாலையில் பல தொழில் செயல்பாடுகள் நடந்தன. அவற்றை அதன் மேலாளர் K.P.U.மேனன் திறமையாகக் கையாண்டார். வங்காளப் பொதுவுடைமைத் தொழிற்சங்கங்களைக் கேரளா பாணி சோஷலிசத்தின் மூலம் கட்டுப்படுத்த முயன்றார். அவரைத் தொழிலாளர்கள் அவருடைய அறையில் அடைத்து வைத்துவிட்டார்கள். இரவும் பகலுமாகப் பொறுமையாக அடைபட்டுக் கிடந்தார். மூன்றாம் நாள் காலையில் அவரை விடுவித்தார்கள். வீட்டிற்குப் போய்க் குளித்துவிட்டு ஒருமணி நேரத்தில் திரும்பிவிட்டார். அவரைத் தொழிலாளர் ஒருவர் கத்தியைக் காட்டிப் பயமுறுத்தியபோது, "என்னைக் கொன்று விடலாம். நாளைக்கு என்னைவிட முரட்டுத்தனமான மேலாளர்

ஒருவர் என்னிடத்திற்கு வருவார்," என்று பதிலடி கொடுத்தாராம். நிர்வாகம், அரசாங்கம் ஆகியவற்றின் ஆதரவினால் சங்கங்களை மூடுமாறு செய்தார். கார்டன் ரீச்சிலும், சீவரியிலும் நடந்த வேலை நிறுத்தங்களின் அனுபவத்தால் உற்பத்தியைப் பாதிக்காமல் இருக்க எடுக்க வேண்டிய அவசரகால நடவடிக்கைகளுக்குத் திட்டம் தீட்டப்பட்டது. நீண்ட காலத்திட்டம் அது. மேலும் தொழிற்சங்கங்களைச் சமாளிக்க ஒரு யுத்தியையும் தயாரித்தது. தொழிலாளர்களின் அதிருப்திக்கு மூலகாரணம் என்ன என்பதைக் கண்டுபிடித்து அதை முன்னரே தீர்த்து வைப்பது. இந்த யுத்தியின் இன்னொரு மூல அம்சம், தொந்தரவு கொடுக்கும் தொழிலாளர்களைச் சமாளிக்க மேலாளர்களுக்குப் பயிற்சி தருவது.

இத்திட்டத்தினால் நல்ல பயன் கிடைத்தது. சில ஆண்டுகளில் இந்தியாவிலேயே தொழிலாளருடன் நட்புறவு கொண்ட கம்பெனிகளில் HLL ஒன்றாக ஆனது. தொழிலாளர் புரட்சிகள் மிகக் குறைவாகவே இருந்தன.

இதன் பிறகு வீலுக்கும், நிர்மாவுக்குமான போட்டி வந்தது.

நிர்மாவிலிருந்து பால் வெண்மை பெறுங்கள் என்ற விளம்பர வாசகம் HLL விற்பனைப் பிரிவிற்குத் தலைவலியாக ஆயிற்று. குஜராத்தில் அரசாங்க வேதியியலாளராக இருந்த கர்சன்பாய் பட்டேல் என்பவர் 1969இல் தன்னுடைய சொந்த ஊரான ருப்பூரில் ஒரு கம்பெனியைத் தொடங்கினார். அது இந்தியாவிலேயே மிக சக்தி வாய்ந்த டிடர்ஜெண்ட் தூளான 'சர்ஃபி'ற்குப் போட்டியாக வந்தது.[1] விலையில் போட்டி. நிர்மாவின் ஒரு சிறு பொட்டலம் விலை ரூ.3.50. சர்ஃபின் விலை சிறு பொட்டலம் ரூ.13. இதனால் சர்ஃபின் வியாபாரம் சரிந்தது. இரண்டாண்டுகள், 1987 வரையில், இது நீடித்தது. இப்போது HLL இதற்கு எதிராகக் குறைந்த விலையில் குறைந்த வருமானமுள்ள வீடுகளுக்காக 'வீல்' என்ற பெயரில் சலவைத் தூளை அறிமுகப்படுத்திற்று.

வியாபாரத் தந்திரத்தின் உச்சக் கட்டமாக பாலிவுட் நடிகர் சல்மான்கானை விளம்பரத்திற்குக் கொண்டு வந்தது. 1989இல் மெய்ன் பியர் கியா என்ற திரைப்படம் மூலம் புகழின் உச்சியிலிருந்து அவர் வீலுக்கு விளம்பரம் தந்தார். இதற்குப் போட்டியாக நிர்மாவின் பொட்டலத்தில் கர்சன்பாய் பட்டேலின் மகள் நிருபமா தோன்றினார். அவர் பெயரிலிருந்துதான் 'நிர்மா' வந்தது. கோலியாத்திற்கு எதிராக ஒரு தாவீது.

கொஞ்சம் கொஞ்சமாக *HLL* தான் இழந்த வியாபாரத்தைத் திரும்பப் பெற்றது. வீல் என்ற ஒரு புது அடையாளத்தைப் பயன்படுத்தியது இந்துஸ்தான் யூனிலீவரின் சந்தைப்படுத்தும் திறனுக்கு இது ஒரு சிறந்த எடுத்துக்காட்டு. அப்போதைய தலைவர் அஷோக் கங்குலி இந்தப் பாராட்டினைப் பின்னர் தெரிவித்தார்.[2] இதற்கிடையில் யூனிலீவர் அமெரிக்காவில் சிறுசிறு முட்டுக்கட்டைகளை எதிர்கொண்டாலும் உலகெங்கும் பரவிற்று. இங்கிலாந்தில் சன்சில்க் ஷாம்பூ அறிமுகப்படுத்தப்பட்டது. தலைமுடி பற்றிய பிரச்சினைகளில் முக்கியம் காட்டும் விளம்பர யுத்தியுடன் அது வந்தது. ஜான் பேர் என்பவரின் பாடலுடன் தொலைக்காட்சி விளம்பரம் ஒன்றும் வெளியாயிற்று. பாப் பாடலாக அது பின்னர் வெளியிடப்பட்டது. அரை நூற்றாண்டுக்குப் பின்னர், 2008இல் இந்த விளம்பரங்கள் பெண்களுக்கு அதிகாரமளிக்கும் பிரச்சாரத்திற்குப் பயன்பட்டன. அவற்றில் மடோனா, ஷாகிரா, மர்லின் மன்றோ, பிரியங்கா சோப்ரா போன்றவர்கள் பெண்கள் அவர்களது வாழ்க்கையைத் தங்கள் கட்டுப்பாட்டுக்குள் வைக்க வேண்டும் என்ற செய்தியைச் சொன்னார்கள்.

புதிய புதிய பொருட்கள் சந்தையில் வரவர சன்சில்க் இருபத்தோராம் நூற்றாண்டில் அமெரிக்காவிலும், கனடாவிலும் மறையத் தொடங்கிற்று. அது ஐரோப்பியாவிலிருந்து தயாரிக்கப்பட்ட பொருள் என்பது காரணமில்லை. ஏனென்றால் சன்சில்க்கை இங்கிலாந்தில் அறிமுகப்படுத்திய மூன்றாண்டுகளுக்குப் பிறகு யூனிலீவர் அமெரிக்காவில் ‘டவ்’ குளியல் சோப்பை அறிமுகப்படுத்திற்று.

டவ்-வின் கதை வின்செண்ட் லேம்பர்ட்டின் கதைதான். அவர் இத்தாலிய அமெரிக்க வேதியியல் நிபுணரும் கண்டுபிடிப்பாளரும் ஆவார். அவர் சோப்புகளில் பயன்படுத்தப்பட்ட கொழுப்பு அமிலங்களுக்குப் பதிலாக ஒரு வேதிக் கூட்டுப் பொருளைத் தயாரிக்கும் எளிய, செலவு குறைவான முறையைக் கண்டுபிடித்தார். இது செயற்கையில் தயாரிக்கப்படும் குளியல் சோப் சந்தையில் ஒரு புரட்சியை ஏற்படுத்திற்று. இந்த சோப் தோலில் எரிச்சல் உண்டாக்காத தோல் பாதுகாப்பு தரும் சோப் என்று யூனிலீவர் அதைச் சந்தைப்படுத்திற்று. லேம்பர்ட்டின் 140 காப்புரிமைப் பொருட்களை உண்டாக்கினார். யூனிலீவர் அவருக்கே அவற்றின் உரிமைகளைக் கொடுத்தது. இன்று வரையில் யூனிலீவரின் வரலாற்றில் யாரும் இத்தனை காப்புரிமைகளைப் பெற்றதில்லை.

2014இல் நியூயார்க் டைம்ஸ் அவரை அமெரிக்காவின் மிகச் சிறந்த இளம் விஞ்ஞானியாகப் பாராட்டி அட்டையில் வெளியிட்டது.[3]

டவ்-வை அறிமுகப்படுத்திய பிறகு யூனிலீவர் அமெரிக்காவில் வேறு பொருட்களையும் வாங்க முயற்சிகளை மேற்கொண்டது. Frosted Foods, Good Humour என்ற கம்பெனிகளை விலைக்கு வாங்கிற்று. Frosted Foods பெயர் மாறி Birds Eye ஆக ஆயிற்று. குட் ஹியூமர் ஐஸ்கிரீம் 1950-களிலிருந்தே அமெரிக்கப் பண்பாட்டின் பிரியமான பகுதியாக இருந்து வந்தது. அதுதான் குச்சியில் சாக்கலேட் கொண்ட ஐஸ்கிரீமை அறிமுகப்படுத்திற்று. 2000 ஐஸ்கிரீம் டிரக்குகளில் கொண்டு சென்று விற்ற அல்லைட் சப்ளையரிடமிருந்து லிப்டன் டீ 1971இல் வாங்கப்பட்டது. நேஷனல் ஸ்டார்ச் மில்லியன் டாலருக்கு வாங்கப்பட்டது. நேஷனல் ஸ்டார்ச்சின் ஒரு பிரிவு பயோபாலிமர்களைத் தயாரித்தது. 1988இல் தென்னிந்தியாவில் பாண்டிச்சேரியில் அது நிறுவப்பட்டது. பாண்டிச்சேரி கொடைக்கானலிலிருந்து 400 கி.மீ. தொலைவு.

1980-களின் தொடக்கத்தில் யூனிலீவர் உடல் பேணல், உணவுப் பொருட்கள் ஆகியவற்றைத் தயாரிப்பதில் மாற்றத்தைக் கொண்டு வரத் தீர்மானித்தது. PG Lipton தேநீர் தயாரிப்பாளர்களான புரூக் பாண்டை 1984இல் இங்கிலாந்தில் கைவசப்படுத்தியது. அதே போல உடல் பேணல் தயாரிப்பில் தன்னை நிறுத்திக்கொண்டது. அமெரிக்காவிலும் இதே யுத்தியைக் கையாண்டது. இப்போது அதன் இலக்கு சீஸ்பரோ-பாண்ட்ஸ்.

சீஸ்பரோவின் தலைவர் ரால்ஃப் E. வார்ட், யூனிலீவர் யுனைடெட் ஸ்டேட்சின் தலைவர் கார்டன் K.G.ஸ்டீவாகைத் தொடர்பு கொண்டார்.[4] இந்தியாவில் ஏற்கெனவே சீஸ்பரோ-பாண்ட்ஸ் தனது நிறுவனங்களை நடத்தி வந்தது. பாண்ட்சின் கிரீம் நாட்டில் மிக அதிகம் விற்பனையாகும் அழகு சாதனப் பொருள்.

கம்பெனி தமிழ்நாட்டிலும் ஓர் உற்பத்தித் தொழிற்சாலையை நடத்தி வந்தது. அதுதான் கொடைக்கானல் என்ற பெயர் கொண்ட சிறு நகரத்தில் இயங்கி வந்த பாதரச வெப்பமானித் தொழிற்சாலை.

19
100 பில்லியன் ரூபாய் கம்பெனி

"நல்ல எலிப்பொறி ஒன்று தயாரியுங்கள்; உலகம் உங்கள் வீட்டை நோக்கி வரும்." இதைப் பத்தொன்பதாம் நூற்றாண்டு அமெரிக்கக் கட்டுரையாளரும் கவிஞருமான ரால்ஃப் வால்டோ எமர்சன் கூறியதாகத் தவறாகச் சொல்லுவார்கள். இருப்பினும் அந்தச் சொற்களால் உற்சாகம் பெற்ற பலரும் புதிய புதிய எலிப் பொறிகளை இன்றும் வடிவமைத்துக் கொண்டிருக்கிறார்கள். எலிப் பொறி வடிவமைப்புகளுக்காக அமெரிக்காவில் 4,400 காப்புரிமைகள் இதுவரையில் வழங்கப்பட்டிருக்கின்றன. ஆயிரக் கணக்கான விண்ணப்பதாரர்களுக்குக் கிடைக்கவில்லை. எலிப் பொறிதான் அமெரிக்க வரலாற்றில் மிக அதிகமான அளவில் கண்டுபிடிக்கப்பட்ட கருவி.[1] முதலில் சொன்ன வாக்கியம்தான் சென்ற நூற்றாண்டின் கடைசிப் பத்தாண்டுகளில் HLL-இன் விருது வாக்கியமாக இருந்தது.

1996 வரையில் HLL-இன் தலைவராக இருந்த S.M.பட்டா HLL-இன் எழுபத்தைந்தாவது ஆண்டு விழா மலரில், 'Doing well by Doing Good' என்ற கட்டுரையில் 'ஒரு எலிப் பொறியை வடிவமைப்பது எப்படி' என்று எழுதினார். "எலிப் பொறியை அமைக்கும் ஆர்வம் HLLஇல் எப்போதுமே இருந்து வந்திருக்கிறது," என்று கூறினார்.[2]

பிரதமர் P.V.நரசிம்ம ராவின் ஆட்சியின்போது பொருளாதார வல்லுநர் நிதியமைச்சர் மன்மோகன் சிங்கின் உதவியுடன், தாராளமயமாக்கல் யுகத்தில் விலைக் கட்டுப்பாடும், சந்தைப் பொருளாதாரமும் நீங்கின. HLL-இன் வளர்ச்சி முதலீட்டிலும், வருவாயிலும் அசுர வேகத்தில் இருந்தது. '1994ஆம் ஆண்டுக்குள் ஒரு மில்லியன் டன்கள்,' என்ற புதிய இலக்கைக் கம்பெனி நிர்ணயித்தது. அப்போது 1989இல் 450,000 டன்கள் மட்டுமே கம்பெனி உற்பத்தி செய்தது. கம்பெனிக்கும் அதன் நிர்வாகத்திற்கும், ஐந்து ஆண்டுகளில் ஒரு மில்லியன் டன்களைக் கடக்க

வேண்டுமென்றால் ஒவ்வொரு ஆண்டும் தொடர்ந்து வளர வேண்டும்.[3]

HLL சந்தையிலிருந்து அதிக மதிப்புள்ளவற்றை வாங்குவதற்குத் தேடிய வேளையில், இயற்கை வளர்ச்சியில் கவனம் செலுத்திற்று. அப்படிப்பட்ட ஒன்றுதான் டாடா ஆயில் மில்ஸ் கம்பெனி TOMCO என்று பெயர். இது பம்பாயில் HLL-இன் சீவரி தொழிற்சாலைக்கு அருகில் இருந்தது.

TOMCO வெறும் எண்ணெய்க் குழுமம் மட்டுமல்ல. ஜாம்சட்ஜி டாடா என்ற டாடா குழும நிறுவனரின் மகனான டோராப்ஜி டாடாவால் 1917இல் இது நிறுவப்பட்டது. பம்பாய் பங்குச் சந்தையிலும் இடம் பெற்றிருந்தது. இந்தக் குழுமம் சோப்புகள், டிட்டர்ஜெண்டுகள், சமையல் எண்ணெய்கள், கால்நடைத் தீவனம் ஆகியவற்றைத் தயாரித்து விற்பதில் ஈடுபட்டிருந்தது. உற்பத்தித் தொழிற்சாலைகள் மகாராஷ்ட்ரா, குஜராத், மேற்கு வங்காளம், உத்தரப் பிரதேசம், கேரளா, தமிழ்நாடு ஆகிய மாநிலங்களில் இருந்தன.[4] அப்போது பிரபலமாக இருந்த ஹமாம், ஓ.கே. மோதி ஆகிய குளியல் சோப்புகளைத் தயாரித்து வந்தது. சமையல் எண்ணெய், கோழித் தீவனம், மாட்டுத் தீவனம் ஆகிய உற்பத்திப் பொருள்களில் HLL அதனோடு போட்டிபோட வேண்டியிருந்தது.

டாடா குழுமம் உயர் அளவு வளர்ச்சி கொண்ட துறைகளான எஃகு, வேதிப் பொருட்கள், பொறியியல் ஆகியவற்றின் அதனுடைய இடத்தை வலுப்படுத்த விரும்பியது. ஆதலால் மற்ற துறைகளில் அதிகக் கவனம் செலுத்த விரும்பவில்லை. TOMCO அதனுடைய முக்கியத் தொழிலுக்கு ஒத்து வராது என்று குழுமம் கருதியது. அது சந்தையில் இரண்டாம் இடத்திலிருந்தாலும், அதிலிருந்து வெளியில் வர முடிவு செய்தது.

HLL-ஐப் பொறுத்தவரையிலோ, சோப்புகளும், டிட்டர்ஜெண்டுகளும், சமையல் எண்ணெய்யும் பிரதான பொருள்கள். எனவே TOMCO வெளியில் போனால், போட்டியாளர் ஒருவர் இல்லாமல், சந்தையில் தனி மேலாண்மை செய்ய ஒரு வாய்ப்பு. கடைசியில் நீண்ட பேரங்களுக்குப் பிறகு டாடா குழுமம் HLL-க்கு TOMCO-ஐ விற்கச் சம்மதித்தது.

1994ஆம் ஆண்டுக்குள் TOMCO முழுவதுமாக HLLஇல் இணைந்து விட்டது. 1993 ஏப்ரல் 1 அன்று கையெழுத்தான ஒப்பந்தம் இதைச் சாத்தியமாக்கியது.[5] பல சட்ட முறைகளை எல்லாம் முடிக்க

வேண்டியதாக இருந்ததால் அது எளிதானதாக இல்லை. இருபதாம் நூற்றாண்டின் கடைசியில் இந்தியக் கூட்டிணைய வரலாற்றில் மிகவும் விளம்பரப்படுத்தப்பட்ட ஓர் இணைப்பாக இது இருந்தது.[6] இதிலிருந்து அடுத்ததாக, டாடாவின் இன்னொரு அழகு சாதனப் பொருளான லக்மிக்கு இட்டுச் சென்றது.

பிரதமர் ஜவஹர்லால் நேரு *J.R.D.* டாடாவிடம் பெண்களுக்காக வெளிநாட்டு அழகு சாதனப் பொருட்கள் இறக்குமதி செய்யப்படுவதால், அந்நியச் செலாவணி அதிகம் செலவாகிறது, எனவே இந்தியாவிலேயே அழகு சாதனப் பொருட்களைத் தயாரிக்க வேண்டுமென்று கேட்டுக் கொண்டார். அதனால் பிறந்ததுதான் லக்மி லிமிடெட். 1952ஆம் ஆண்டு டாடா நிறுவனம் *TOMCO* 100 சதவீதக் கிளையாக ஒரு கம்பெனியைத் தொடங்கிற்று. அழகு சாதனப் பொருட்களுக்கு ஏற்ற பெயராகப் பெண்களைக் கவரக் கூடியதாக இருக்குமாறு 'லக்மி' என்ற பெயரைத் தேர்ந்தெடுத்தார்கள், லக்மி தியோடர் பாலே என்ற ஃபிரெஞ்ச் எழுத்தாளரின் கதையின் அடிப்படையில் எடுக்கப்பட்ட இசை நாடகத்தின் ஒரு பாத்திரம். 'லக்மி' என்பது இந்து 'தெய்வமான இலட்சுமி'யின் பிரெஞ்ச் பெயர். இலட்சுமி என்பது செல்வம், வளம் முதலியவற்றின் தெய்வம். ஃப்ரெஞ்ச் இசை நாடகத்தில் ஒரு பிராமண புரோகிதரின் மகள் லக்மி.[7] இந்தியாவின் பிரிட்டிஷ் ஆட்சியின் பின்புலத்தில் இது அமைக்கப்பட்டது. இந்தியப் பண்பாட்டையும், இந்து மதத்தையும் காலனிய அரசு ஆணவத்தோடு நடத்தியதை எடுத்துக்காட்டியது.

1995இல் *HLL* டாடா நிறுவனத்தோடு 50:50 என்ற விகிதத்தில் கூட்டு அமைப்பாக அமைத்தது. கம்பெனிக்கு லக்மி லீவர் லிமிடெட் என்று பெயரிடப்பட்டது. இந்திய அழகு சாதனப் பொருட்களின் முதல் நிலையிலிருந்த லக்மி அழகு சாதனப் பொருட்களை விற்பதன் மூலம் *HLL* டாடா நிறுவனத்திற்குள் நுழைந்தது. மூன்று ஆண்டுகளில் *HLL* லக்மியை முழுவதுமாக விழுங்கிவிட்டது. டாடா நிறுவனம் தனது பங்கையும் *HLL*-க்குக் கொடுத்துவிட்டது. சோப், டிடர்ஜெண்ட் தயாரிக்கும் குழுமம் இப்போது மிகப் பெரிய அழகு சாதனப் பெயரையும் கொண்டதாக ஆயிற்று. லக்மி அதனுடைய கிளைகளையும் விற்பனையாளர்களையும் நாடெங்கும் நிறைத்துவிட்டது. லக்மி என்ற பெயர் இந்தியப் பெண்களின் இதயங்களையும் மனங்களையும் கவர்ந்துவிட்டது. அடுத்து பால் பொருட்கள் சார்ந்த மிட்டாய்கள், இனிப்புகள்

தயாரிப்பில் கவனம் திரும்பியது. காட்பரீஸ் இந்தியா, குவாலிட்டி ஆகியவை குறிவைக்கப்பட்டன. 'குவாலிட்டி' விரைவிலேயே 'குவாலிட்டி வால்ஸ்' என்று பெயர் மாற்றம் பெற்றது. ஒன்றாக இணையாத மார்க்ரைன் யூனியும், லீவர் பிரதர்சால் வாங்கப்பட்டு விட்டது. பிற ஐஸ்கிரீம்களான கே லார்டு, மில்க்ஃபூட் போன்றவை, குவாலிட்டி வால்சுக்கு இடம் கொடுத்தன. உணவுத் தொழிலில் HLL நுழைந்தது, கிசான் தக்காளி கெட்சப்பை வாங்கிய போதுதான். அதைக் குழுமத்தின் ஒரு பிரிவான ப்ரூக் பாண்ட் லிப்டன் இந்தியா லிமிடெட் யுனைடெட் பிருவரி (UB)-யிடமிருந்து, 1993இல் வாங்கியது இந்தியாவில் தங்கிய பிரிட்டிஷாருக்காக மிட்சல் பிரதர்களால் 1935இல் அறிமுகப்படுத்தப்பட்ட கிசான் 1950இல் UB குழுமத்திற்கு 1950இல் வந்தது.

அதற்கு அடுத்துதான் சர்ச்சைக்குரிய இணைப்பு நிகழ்ந்தது. HLL இன் வருவாய் 33.67 பில்லியன் ரூபாய். அதன் தனியாக இயங்கிய கிளையான BBLIL உடன் இணையத் தீர்மானித்தது. BBLIL-இன் வருவாய் 20.74 பில்லியன் ரூபாய். இந்த இணைப்பு தான் நாட்டில் மிகப்பெரிய நுகர்பொருள் கம்பெனியாகவும் மூன்றாவது பெரிய கூட்டிணையமாகவும் இதனை ஆக்கும். HLL ஏற்கெனவே TOMCO-வுடன் இணைத்தது. BBLIL குவாலிட்டியோடு இணைந்தது தொழிலின் முற்றிலும் வெவ்வேறான துறைகளில் இந்த நிறுவனங்கள் இயங்கி வந்தன. ஆகவே, இந்த இணைப்பினால் ஒன்றுக்கொன்று உதவும் உற்பத்திகளும் விநியோகங்களும் நடக்கும்.[8] ஆனால் இணைப்பு அதிகாரப்பூர்வமாக அறிவிக்கப்படுவதற்கு இரண்டு வாரங்களுக்கு முன்னர் HLL 8,00,000 BBLIL பங்குகளை யூனிட் டிரஸ்ட் ஆஃப் இந்தியாவிடமிருந்து (UTI) 1996 மார்ச் 25 அன்று வாங்கியது. இந்தச் செய்தியை இந்தியச் சந்தை ஒழுங்குமுறை ஆணையமான Securities Exchange Board of India (SEBI) கண்டுபிடித்தது. அதைத் தொடர்ந்து நடந்த விசாரணைகளினால் குழுமம் சிக்கலில் மாட்டிக்கொண்டது.

இந்த இணைப்பைத் தொடங்குவதற்குச் சற்று முன்னர், குழுமம் நாட்டில் ஒவ்வொரு குடும்பமும் பயன்படுத்தக்கூடிய ஒரு பொருளை அறிமுகப்படுத்தியது. அதுதான் சாதாரண சமையல் உப்பு. சோப்புகள், அழகு சாதனப் பொருட்கள், உணவுப் பொருட்கள் ஆகியவற்றிலிருந்த தனது சாம்ராஜ்யத்தை HLL இன்னும் விரிவுபடுத்த முனைந்தது, சாதாரண உப்புக்கு 1995இல் 'அன்னபூர்ணா' என்று பெயரிட்டு சந்தைக்கு அனுப்பிற்று.[9]

இந்தியாவில் அயோடின் குறைபாடு மிக முக்கிய அளவில் உடல்நலப் பாதிப்பை ஏற்படுத்தியதால் அயோடின் கலந்த உப்பைத் தயாரிக்குமாறு அரசாங்கம் கட்டளை இட்டது. HLL இதில் முன்னோடியாக இருந்தது. அயோடின் சேர்க்கப்பட்ட உப்பான அன்னபூர்ணாவைக் கொண்டுவந்த மூன்றாண்டுகளுக்குப் பின் அன்னபூர்ணா ஆட்டா என்ற புதிய கோதுமை மாவை அறிமுகப்படுத்தியது. பண்ணையிலிருந்து நேரடியாகப் பெற்ற கோதுமையை மூன்றுமுறை சுத்தம் செய்து சுகாதார முறையில் தரப்படுகிற சுவையான ரொட்டி உண்ணலாம் என்று விளம்பரப்படுத்தியது.[10]

நாட்டு மக்கள் தங்களுடைய உடலையும், பாத்திரங்களையும், துணிகளையும் தூய்மையாக வைப்பதில் முதலிடம் வகித்த இந்த நிறுவனம், தனது புறக்கடையைத் தூய்மையாக வைத்திருக்கப் போதுமான முயற்சிகள் எதையும் மேற்கொள்ளவில்லை. தனது தொழிற்சாலைகளிலிருந்து வரும் கழிவுகள் நீர்நிலைகளுக்கும், பக்கத்து நிலத்துக்கும் போவதைக் குறைத்தது உண்மைதான். எனினும் அந்த முயற்சிகளுக்குத் தகுந்த முக்கியத்துவம் தரப்படவில்லை. போதுமான வளங்களும் தரப்படவில்லை. HLL புதிய எட்டு தொழிற்சாலைகளைத் தொடங்கியிருந்தது. சில்வாசாவில் மூன்றும், பாண்டிச்சேரியில் மூன்றும் பூனாவிலும் சிப்லுனில் ஒன்றுமாகச் சென்ற நூற்றாண்டின் இறுதியில் தொடங்கப்பட்டன. இங்கு சில இடங்களில் உள்ளூர் மக்களிடமிருந்து தொழிற்சாலை தொடங்க எதிர்ப்பு இருந்தது. அவர்கள் தொழிற்சாலைக் கழிவுகள் அவர்களது சுற்றுப்புறத்தை மாசுபடுத்துகின்றன என்று குற்றம் சாட்டினார்கள். வேறுசில இடங்களில் மாசுக் கட்டுப்பாட்டு வாரியங்கள் கவனம் செலுத்தத் தொடங்கின.

இந்தக் காலகட்டத்தில், தொழில்நுட்ப அணியின் உறுப்பினராக, வசுந் மார்பல்லி என்பவர் 'கழிவே இல்லாத தொழிற்சாலைகள்' என்ற கருத்தியலை முன்மொழிந்தார். அதற்கு ராய் சவுத்ரி என்ற தலைமைப் பொறியாளரின் ஆதரவு கிடைத்தது. தொடக்க முயற்சி மத்தியப் பிரதேசத்தில் சின்தவரா என்ற இடத்தில் தொடங்கப்பட்டது. இது பாராட்டுக்குரிய ஒன்றுதான். ஆனால், இன்றும்கூட HLL தொழிற்சாலைகள் கழிவுகளே வெளியிடாத ஆலைகளாக இல்லை. கழிவுகளின் ஒரு பகுதியைத்தான் மறுசுழற்சி செய்கிறது. அதனைப் பயன்பாட்டுக்கு அனுப்புகிறது. ஆனால்

மறுசுழற்சி செய்யப்பட்ட நீர் பெரும்பாலும் தோட்டத்திற்குப் பயன்படுகிறது.[11]

ப்ரூக் பாண்ட் லிப்டனுடன் இணைப்பு ஏற்பட்ட பின்னர் அடுத்தது அதனுடைய இன்னொரு கிளையான பாண்ட்ஸ் இந்தியாதான் என்ற பேச்சு அடிபட்டது. 1984இல் HLL உலகளாவிய அளவில் தொழிலை விரிவுபடுத்தியபோது சீஸ்பரோ-பாண்ட்சும் அதனுடன் வந்துவிட்டது. ஆனாலும் இந்தியச் சந்தையைப் பொறுத்தவரையில் அது தனியாகவே இயங்கி வந்தது. HLL இந்த வார்த்தைகளை மறுத்தது. அது மிகக் கவனமுடன் தனது செயல்பாட்டை ஒழுங்குபடுத்தியிருந்தது. லீவரின் உடல்நலம் தொடர்பான உற்பத்திகள் மூன்று பிரிவுகளில் செயல்படும். இந்துஸ்தான் லீவர் பற்பசை, தலைமுடி ஷாம்பு, லக்மி லீவர் வண்ணப் பூச்சுகள், நறுமணப் பொருட்கள், பாண்ட்ஸ் கிரீம்கள், லோஷன்ஸ், முகப் பவுடர் போன்ற தோல் பாதுகாப்பு அம்சங்கள், மூன்று பிரிவுகளையும் கம்பெனி ஒன்றிணைத்தாலும் இது தொடர்ந்தது.

ஆனால், ஒன்றரை ஆண்டுகளில் HLL பாண்ட்ஸ் இந்தியாவைத் தன்னுடன் சேர்த்துக்கொண்டது. இப்போது மொத்த முதலீடு 83 பில்லியன் ரூபாய். இந்த இரண்டு கம்பெனிகளும் ஒன்றாக இணைவது உள்ளூர், வெளிநாட்டுச் சந்தையில் பயன்தரக் கூடியதாக இருக்கும் என்றும் நாற்றம் நீக்கும் டியோடரண்டுகள் முதலான வேறு புதிய பொருட்களைத் தயாரிக்கத் தேவையான மூலதனம் கிடைக்கும் என்றும் கூட்டான அறிக்கை குறிப்பிட்டது.[12]

திரைக்குப் பின்னால் HLL பங்குகள் முன்னரே வாங்கிய விவகாரத்தில் ரிசர்வ் வங்கியுடன் நீதிமன்றத்திற்கு வெளியிலான உடன்பாடு ஏற்பட்டது.[13] இப்போது ஒன்றாக இணைவதற்குத் தடை எதுவுமில்லை. இவ்விணைப்பு கம்பெனியின் முதலீடு 100 பில்லியன் ரூபாயைக் கடக்க உதவிற்று. இதனால் அது இந்தியாவிலேயே மிகவும் மரியாதைக்குரிய 100 பில்லியன் ரூபாய் மூலதனம் உடைய ஒரு கம்பெனியாக ஆனது.

வணிகத்தில் அதற்குள்ள பசியினால் HLL 2022இல் 500 பில்லியன் ரூபாயைத் தாண்டும். இந்தியாவில் இந்த உச்சத்தைத் தாண்டிய கம்பெனிகளில் இது முதலாவது.

20
பங்கா யுகம்

புத்தாயிரத்தின் புத்தாண்டு HLL-க்கு ஒரு புதிய வேகத்துடன் தொடங்கியது. அதற்குப் புதிய தலைவர் மன்வின்தர் சிங் பங்கா. அவரை விண்டி பங்கா என்று அழைத்தார்கள். *Modern Foods* என்ற ரொட்டிகள் தயாரிப்பு நிறுவனம் நாட்டின் பெரிய நகரங்களில் ரொட்டி அடுமனைகளை நடத்தி வந்தது. அதன் 74 சதவீத பங்குகளை அரசு விற்க வந்தபோது அதை வாங்க முன் வந்த ஒரே நிறுவனம் HLL. சென்னையில் 1965ஆம் ஆண்டில் இந்திய அரசு மாடர்ன் பேக்கரிஸ் என்ற பெயரில் தொடங்கிற்று. இதனுடைய எழுபத்து நான்கு சதவீதப் பங்குகளைத் தனியாருக்கு விற்றது. அதன் மூலம் 1.05 பில்லியன் ரூபாய் கிடைத்தது. பொதுத்துறை நிறுவனத்தைத் தனியாருக்குக் கொடுத்த முதல் நிகழ்வு இதுதான். அதனைத் தொடர்ந்து அட்டல் பிகாரி வாஜ்பாய் தலைமையிலான அரசு பொதுத்துறை நிறுவனங்களை வரிசையாக விற்கத் தொடங்கிற்று.

இரண்டு ஆண்டுகளுக்குப் பிறகு, HLL மீதி இருபத்தாறு விழுக்காடு பங்குகளையும் மிகக் குறைந்த விலையில் 440 மில்லியன் ரூபாய்க்கு வாங்கியது. ஆனால் வியாபாரம் ஆண்டுக்கு ஆண்டு குறைந்து கொண்டே வந்தது. அதிகம் முதலீடு செய்து அதிக முயற்சி எடுத்தாலும் இழப்பு அதிகமாகியது. இரண்டாவது முறை பங்குகளை வாங்கிய பிறகு, இதனை 'நோய்வாய்ப்பட்ட பிரிவு' என்று அழைக்கத் தொடங்கிவிட்டார்கள். அதே ஆண்டு HLL குழுவை Board of Industrial and Financial Reconstruction (BIFR)-இன் கவனத்திற்குக் கொண்டு சென்றது. இது ராஜீவ் காந்தி அரசால் இவ்வாறு இழப்புகள் அதிகமாகும் நிறுவனங்களுக்கு உயிர் தர அமைக்கப்பட்டது. 2006இல் HLL Modern Foods-ஐ தன்னுடன் இணைத்துக்கொண்டது. இரண்டாண்டுகளில் இழப்பிலிருந்து மீட்க வேண்டும் என்பது இலக்கு.[1] ஆனால் அது நடக்கவில்லை. எனவே வேறு யாருக்காவது விற்றுவிடலாம் என்று திட்டமிட்டது.

HLL-ஐப் பொறுத்தவரையில் அதன் தோல்வியின் அடையாளமாக Modern Foods இருக்கும். இழப்பைச் சந்திக்கும் ஒரு கம்பெனியை அதனால் மீட்டெடுக்க முடியவில்லை. பின்னர் தோல்விக்கு அமைப்பும், அரசு நிர்வாகக் கலாச்சாரமும்தான் காரணம் என்று HLL குற்றம் சாட்டிற்று.

விந்தி பங்காவைப் பொறுத்தவரையில் Modern Foods ஒரு தலைவலியாக அவரது பதவிக் காலம் முழுவதும் தொடர்ந்தது. இன்னொன்று கொடைக்கானல். 2010இல் யூனிலீவரின் முதன்மை செயல் அலுவலராக ஆக விரும்பியபோது இரண்டும் அவருக்குச் சோதனைகளாக அமைந்தன. தலைமைப் பொறுப்பு அவருக்குக் கிடைக்கவில்லை. அவருடைய முப்பத்து மூன்று ஆண்டுகால உழைப்புக்குப் பயனில்லை. அவர் தனது ஐம்பத்தைந்தாம் வயதிலேயே ஒன்றுமில்லாமல் ஆகிவிட்டார். அதன் பிறகு அவர் தனது சொந்தப் பணத்தில் தனியார் பங்கு நிறுவனம் ஒன்றைத் தொடங்கினார்.

இறுதியில் Everstone Group என்ற தனியார் நிறுவனம் Modern Foods-ஐ 2.5 பில்லியன் ரூபாய்க்கு வாங்கியது. இந்தத் தொகை பதினாறு ஆண்டுகளுக்கு முன்னர் HLL வாங்கிய தொகைகளை விட மிக அதிகம். இந்த விற்பனை பன்னாட்டுத் தலைவரான பால் போல்மேன் வழிகாட்டுதலுடன் நடந்தது. பங்கா அவரிடம் தான் CEO பதவிப் போட்டியில் தோற்றார். அதே சமயத்தில் தான் அவரது தம்பி அஜய் பங்கா Mastercard Inc. தலைவராகவும் முதன்மை செயல் அலுவலராகவும் பொறுப்பேற்றார்.

கி.பி. 2000இல் Project Millennium-உம் வந்தது. அதிலிருந்து Project Shact-உம் Power Brands-உம் வந்தன. மக்கன்சி&கோ என்ற ஆலோசனை கூறும் நிறுவனம் Project Millennium-க்கு கம்பெனியைத் தயாரித்துக் கொண்டிருந்தது. மக்கன்சிக்குத் தரப்பட்ட பணிகள் வருங்காலத்தில் நன்றாக வளரக்கூடிய திட்டங்களை அடையாளம் காண்பதும், கம்பெனியிலுள்ள திறமைசாலிகளைக் கண்டுபிடிப்பதும் ஆகும். மக்கன்சி மக்களோடு நட்போடு முதன்மையாக இருக்கும் தத்துவத்தை முன்மொழிந்தது. மேலும் மேலாண்மை கல்லூரிகளிலிருந்து ஆட்களைச் சேர்த்து HLL-இன் இழந்த பெருமையை மீட்பது.

இத்திட்டத்திற்கு விரைவிலேயே பலனும் கிடைத்தது. மக்கன்சிக்கு முதன்மையான தொழில் மேலாண்மைக் கல்லூரிகளிலிருந்து

திறமையாளர்களை வேலைக்குச் சேர்க்கும் பொறுப்பைக் கொடுத்தது. *Project Millennium* என்ற புத்தாயிரம் ஆண்டுத் திட்டம் தண்ணீர் தொழிலை ஒரு முக்கிய வாய்ப்பாகக் கண்டது. யாரையும் பாதிக்காத ஒரு ஊரகத் திட்டம் அது. தண்ணீரைச் சோதிக்கத் திட்டமிடப்பட்டது. இவ்வாறு கம்பெனியைத் தண்ணீர் பற்றிப் பொறுப்புள்ள ஒரு அமைப்பாகக் காட்டிக்கொண்டது. இதன்மூலம் தண்ணீரைக் கவனமாகவும் சிக்கனமாகவும் பயன்படுத்தும் முறையில் கவனம் செலுத்திற்று. மும்பையிலிருந்து 500 கி.மீ. தூரத்திலுள்ள, காமகோவன் என்ற மகாராஷ்ட்ர கிராமம் தேர்ந்தெடுக்கப்பட்டது. இங்குத் தண்ணீர்ப் பஞ்சம்.

முதலில் கிராமத்தில் நீரை மறுசுழற்சி செய்யும் திட்டம் தொடங்கப்பட்டது. மறுசுழற்சி செய்யப்பட்ட நீர் விவசாயத்திற்கும், தோட்டத்திற்கும் பயன்பட்டது. அதன்பிறகு பார்க்கட் என்ற பக்கத்து கிராமத்திற்கு விரிவாக்கப்பட்டது. இது *The Energy and Resources Institute (TERI), BAIF* வளர்ச்சி ஆய்வு நிறுவனம் ஆகியவற்றின் ஒத்துழைப்போடு தொடங்கப்பட்டது. இவையிரண்டும் தொடர் வளர்ச்சித் துறையில் செயல்படும் தன்னார்வ அமைப்புகள். இத்திட்டம் பல கிராமங்களுக்கும் விரிவுபடுத்தப்பட்டது. 2018ஆம் ஆண்டுக்குள் இந்தக் கம்பெனி அதனுடைய நீர்ப் பாதுகாப்பு, விவசாய அடிப்படையிலான முன்னெடுப்புகள் ஆகியவற்றால் 700 பில்லியன் லிட்டர் சேமிக்கப்பட்டது என்று கூறியது. அதோடு 8மில்லியன் டன் விவசாய, உயிர்ச்சத்து உற்பத்திக்கும் கூடக் கிடைத்தது. 7.5 மில்லியன் ஆள் நாட்கள் வேலை வாய்ப்பு உருவானது.[2]

இப்போது கம்பெனி ஒரு பொறுப்புள்ள நிறுவனமாக, குறிப்பாக தண்ணீர் சேமிப்பிலும், குடிதண்ணீர் கிடைப்பதிலும், தனது பெயரை நிலைநாட்டிக் கொண்டது. கம்பெனி மக்கன்சியின் ஆலோசனையின்படி அதனுடைய ஆய்வுப் பிரிவு வேலை செய்து கொண்டிருந்த 'தண்ணீர் தொழிலில்' முதல் உற்பத்தியைக் கொண்டு வந்தது. தண்ணீர் சுத்திகரிப்புத் தொழிலில் இறங்குமாறு மக்கன்சி பரிந்துரைத்தது. ஐந்து ஆண்டுகளுக்குப் பிறகு 2005ஆம் ஆண்டு தொடங்கப்பட்டது. இந்தப் புது குடிநீருக்குப் பெயர் 'பியூரிட்'. முதலில் தென்னிந்தியாவின் பொருளாதாரத்தில் மேல்மட்ட படித்த வாடிக்கையாளர்கள் குறி வைக்கப்பட்டார்கள். அதன்பிறகு மேற்கு வங்காளத்திலும் மகாராஷ்ட்ரத்திலும் தொடங்கப்பட்டது.

2008க்குள் நீர் சுத்திகரிப்புக் கருவி இந்தியாவின் எல்லாப் பகுதிகளிலும் விற்கப்பட்டது.

நீர் சுத்திகரிப்புக் கருவி தயாரிப்பில் இருந்த ஒரே போட்டிக் குழுமம் யூரிகா ஃபோர்பஸ். இதனை ஷபூர்ஜி பலோனி குழுமம் நடத்தியது. அதற்கு முன் பொறியியல், வீடு கட்டுதல், நில விற்பனை முதலிய துறைகளில் ஈடுபட்டு வந்திருந்தது. பலோனி குழுமத்தின் நீர் சுத்திகரிப்புக் கருவியின் பெயர் 'அக்வா கார்ட்'. பியூரிட்டின் வெற்றியைப் பார்த்தவுடன் இன்னொரு குழுமமும் போட்டியில் குதித்தது. டாடா குழுமங்களில் ஒன்றான டாடா கெமிக்கல்ஸ் (TCL) Tata Swach என்ற பெயரில் ஒரு நீர் சுத்திகரிப்புக் கருவியை அறிமுகப்படுத்திற்று. வீட்டுப் பயனுக்கு மிகவும் மலிவான கருவியென்று விளம்பரப்படுத்தப்பட்டது. இரண்டாண்டுகளுக்கு பியூரிட் ஆட்சி செய்து வந்ததை டாடாவின் கருவி அச்சுறுத்தியது.

2009 டிசம்பரில் 70 பில்லியன் அமெரிக்க டாலர் மதிப்புள்ள டாடா குழுமத்தின் தலைவரான ரத்தன் டாடா 999 ருபாய் விலையில் ($22) டாடா ஸ்வாச்சைக் கொண்டு வந்தார். அதற்கும் மலிவான ரூ.720 ($16) விலையில் கொண்டுவரப் போவதாக அறிவித்தார். இதனை எதிர்பார்த்திருந்த HLL பியூரிட் காம்பேக்ட் என்ற பெயரில் 999 ரூபாய் விலையில் தயாரித்துச் சந்தையை நிரப்பியது.

HLL அணி ஏற்கெனவே விலை மலிவான நீர் சுத்திகரிப்புக் கருவியை அதன் புதுமை காணும் திட்டத்தின் ஒரு பகுதியாகத் தயாரிப்பதில் வேலை செய்து கொண்டிருந்தது. ஆதலால் டாடாவின் போட்டிக் கருவி வரப்போவதை அறிந்து அவர்களுடைய கருவியைச் சந்தைக்குக் கொண்டு வந்தார்கள். அதே சமயம் விலை அதிகமான பியூரிட் மார்வெலாவையும் தயாரித்தது.[3] இந்தியாவில் நீர் சுத்திகரிப்புக் கருவிகளின் சந்தையில் போட்டியின் தொடக்கம் இதுதான். 2025 ஆம் ஆண்டுக்குள் இத்துறை பில்லியன் அமெரிக்க டாலரைத் தாண்டும் என்று சொல்லப்படுகிறது.

எனினும் 2020இல் ஏற்கெனவே 400 மில்லியன் அமெரிக்க டாலராக இருந்த சந்தை இன்னும் அதிகமான போட்டியைச் சந்தித்தது. இந்துஸ்தான் யூனிலீவர், டாடா கெமிக்கல்ஸ், யூரிகா ஃபோர்பசோடு இப்போது ஐயான் எக்சேஞ்ச், கென்ட் ஆர் ஓ சிஸ்டம்ஸ், LG எலக்ட்ரானிக்ஸ், லூமினஸ் வாட்டர் டெக்னாலஜிஸ், ஓகையா பவர், பானசோனிக், வேர்ல்பூல் முதலானவையும் வந்துவிட்டன. இவ்வாறு தண்ணீர் தொழில் பெருகி வந்ததை

HLL கவனித்து வந்தது. HLL (இப்போது இந்துஸ்தான் யூனிலீவர் HUL) தண்ணீரைக் கொதிக்கவைக்கும் பானையைப் பார்த்துக் கொண்டிருந்தால் அது கொதிக்காது என்பதைப் புரிந்து கொண்டது. இந்தத் 'தண்ணீர்ப் போரின்' ஒரு எதிர்பாராத விளைவு பிரிவு 25 (இப்போது பிரிவு 8) அமைக்கப்பட்டது. இது லாப நோக்கமில்லாத ஒரு குழுமம். இதற்கு 'இந்துஸ்தான் யூனிலீவர் பவுண்டேஷன்' என்று பெயர். இது யூனிலீவரின் தண்ணீர், தூய்மை, சுகாதாரம் (WASH) என்பதோடு தொடர்புடையது. பொது நலத்திற்கான தண்ணீர் என்ற செய்தியைப் பரப்பியது. தேசிய தண்ணீர் சேமிப்பு வாழ்வாதார வளர்ச்சி முயற்சிகளில் இது ஒரு பகுதியாக ஆனது.

தண்ணீரோடு, புதிய நூற்றாண்டில் முயற்சி செய்யப்பட்ட இன்னொன்று கிராமப்புறப் பெண்களுக்குத் தொண்டு செய்வது. இதுவும்கூட Project Millennium-இன் விளைவு தான். சுகாதாரத்தையும் உடல் நலத்தையும் பேணுதலும் கிராமச் சமூகத்திற்கு ஆதரவளித்தலும் என்ற இலக்கை HLL 2001இல் அறிவித்தது. இதற்கு Project Shakti என்று பெயரிட்டது. இது ஊரகங்களில் பெண் தொழில் முனைவோரை உண்டாக்க உதவியது. முற்சோதனை ஆந்திரப் பிரதேசத்தில் நலகொண்டா மாவட்டத்திலுள்ள ஒரு கிராமத்தில் தொடங்கப்பட்டது. இங்கு உள்ளூரிலுள்ள வேலையில்லாத பெண்களை HLL தனது தயாரிப்புகளை வீட்டுக்கு வீடு சென்று விற்க நியமித்தது. இதில் ஒரு பெண் மாதம் 600 ரூபாய் முதல் 800 வரை ஊதியம் பெற்றார்.[4] இந்த முயற்சியை அனைவரும் பாராட்டினார்கள். இந்த வெற்றிச் செய்தி உலகெங்கும் பரவிற்று. ஒரே விதி விலக்கு வாஷிங்டன் போஸ்ட் பத்திரிகைதான். கிராமத்து இந்தியாவில் ஒவ்வொரு பென்னியைக் கொண்டு செல்வம் சேர்க்க, சேலைகட்டிய விற்பனைப் பெண்கள் சோப்பு விற்கிறார்கள், சமூக மாற்றத்தையும் விற்கிறார்கள்.'[5] என்ற தலைப்பில் இந்தக் கட்டுரை குறை சொல்லியது. ஆயினும் இப்பெண்கள் வறுமைக் கோட்டுக்குக் கீழ் வாழ்பவர்கள் அவர்களுக்கு வேறு வருவாயே இல்லை. அந்த நேரத்தில் இந்தச் சிறுதொகை ஒன்றுமில்லாமையை விட நல்லது தான்.

2019ஆம் ஆண்டில், 1,00,000 சக்தி குறுதொழில் முனைவோர் பதினெட்டு மாநிலங்களில் 1,60,000 இந்தியக் கிராமங்களில் நாற்பது லட்சம் வீடுகளுக்கு அவர்களது தயாரிப்புகளை விற்பதில் ஈடுபட்டிருக்கிறார்கள் என்று HLL அறிவித்தது.[6] ஓராண்டுக்குப்

பிறகு 1,36,000 சக்தி அம்மாக்களாக இந்த எண்ணிக்கை மாறியது. இவ்வெற்றிகளால் உந்தப்பட்ட யூனிலீவர் இதனை வங்காளதேசம், இலங்கை, பாகிஸ்தான், எத்தியோப்பியா, எகிப்து, கொலம்பியா, வியட்நாம் ஆகிய நாடுகளிலும் கொண்டு சென்றது.

சக்தி திட்டம் குழுமம் கிராமப் பகுதிகளில் நுழைய ஒரு வாய்ப்பாக அமைந்தது. துணைக் கண்டத்தின் மூலை முடுக்குகளில் எல்லாம் ஒழுங்காக அமைக்கப்படாத சிறிய கம்பெனிகள்தான் இயங்கி வந்தன. இப்போது HLL-இன் தயாரிப்புகள் அங்கும் போய்ச் சேர்ந்தன. அதனுடைய விநியோக அமைப்புக்கான செலவுகள் அதிகம் பிடிக்கக்கூடியது. மூலை முடுக்குகளுக்கெல்லாம் கொண்டுசெல்ல முடியும் என்று அது கனவுகூடக் காணவில்லை. இப்போது அங்கெல்லாம் கடை விரித்தது. Project Shakti-ஐப் போலவே Project Prabhat என்ற திட்டத்தை 2013இல் தொடங்கியது. அதன் நோக்கம் அதன் உற்பத்தி செய்யும் இடங்களில் 'சமுதாய உரிமை' கொண்டு வருவது. தொழிற்சாலைகளைச் சுற்றியிருக்கும் சமூகங்கள் கழிவுப் பொருட்களைக் கொட்டுதல், நச்சு வாயுக்களை வெளியேற்றுதல், தண்ணீரைச் சுரண்டுதல், விவசாய நிலங்களைக் கைப்பற்றித் தொழிற்சாலையாக மாற்றுதல் போன்ற பிரச்சினைகளுக்காகக் குரல் எழுப்பியது. சில வேளைகளில் கிளர்ச்சிகளும் நடந்தன. இந்தக் காரணங்களால்தான் புதிய திட்டம் உருவானது. கேரளாவில் பிளாச்சிமேடா என்ற பானம் நிரப்பும் கோகோ கோலா முதல் பல தொழிற்சாலைகள் மூடப்பட்டன. காரணங்கள் தண்ணீரைச் சுரண்டல், நிலத்தடி நீரை மாசுபடுத்துதல், கழிவுப் பொருள்களை நினைத்த இடத்தில் போடுதல் ஆகியவை. இப்படிப்பட்ட எதிர்ப்புகள் வருமென்று எதிர்பார்த்து பெரிய நிறுவனங்கள் தப்பிக்க வழி தேடின.

அமைதியாக ஒத்துழைப்பைப் பெற வேண்டுமென்றால் சமூகங்களின் பிரச்சினைக்கான சுத்தமான குடிநீர், வாழ்வாதாரம் ஆகியவற்றின் மேல் கவனம் செலுத்த வேண்டியது அவசியமாயிற்று. பிளாச்சிமேடா பிரச்சினைக்குப் பிறகு பல நிறுவனங்கள் அறக்கட்டளைகளைத் தொடங்கின. 2013 டிசம்பரில் பிராஜக்ட் பிரபாத் தொடங்கப்பட்டது. HLL-இன் முக்கியத் தொழிற்சாலை கடைகள், கிட்டங்கிகளுள்ள பகுதிகளில் உள்ளூர் மக்களுக்கு உதவும் திட்டத்தை வகுத்தது.[7] மற்ற நிறுவனங்கள் நடத்திய அமைப்புகள் போலத்தான் இதுவும். வாழ்வாதாரத்தைப் பெருக்குதல், கழிவு மேலாண்மை, சமுதாயத்தில் உடல்நலத்தைப்

பேணுதல் ஆகியவற்றிற்காகத் தொழிற்சாலைகளைச் சுற்றியுள்ள பகுதிகளில் சிறிது பொருள் செலவழித்தலே இத்திட்டம். இதன் மூலம் அமைதியை விலைக்கு வாங்கிவிடலாம்.

இந்த யுத்தி ஓரளவு பயன் தந்தது. 2020ஆம் ஆண்டுக்குள் பன்னிரண்டு மாநிலங்கள், இரண்டு யூனியன் பகுதிகள் ஆகியவற்றில் இருபத்தாறு இடங்களில் 4.5 மில்லியன் பயனாளிகள் இருப்பதாகக் குழுமம் கூறியது. இது இருபது அரசு சாரா அமைப்புகள், 5000 HUL தன்னார்வத் தொழிலாளர்கள் ஆகியவற்றின் ஆதரவுடன் செயல்பட்டது.[8]

21
அளவு 30

புத்தாயிரம் ஆண்டுத் திட்டம் இன்னுமொரு பரிந்துரையைத் தந்தது. அதுதான் சக்திமிக்க நிறுவன அடையாளங்களை (brands) உருவாக்குவது. இருபதாம் நூற்றாண்டின் இறுதியில் மக்கின்சி குழுமத்தின் சொத்துகளைக் கணக்கெடுத்தபோது HLL-இன் கீழ் 110 FMCB நிறுவன அடையாளங்கள் இருப்பதாக அறிந்தார். இவற்றில் தொடக்கத்திலிருந்தே இருந்தவையும், வெளியில் வாங்கிய பிறவும் அடங்கும். இவற்றில் பல ஒரே தளத்தில் போட்டி போட்டுக் கொண்டிருந்தன. சில மிகச் சிறியவை. அவற்றிலிருந்து கிடைத்த வருவாய் மிகக் குறைவு. ஆனால் உற்பத்தியிலும், சந்தைப்படுத்தலிலும், விற்பனையிலும் அதிக நேரத்தையும், வளத்தையும் எடுத்துக் கொண்டன. மேலும் சந்தை ஒவ்வொரு நிலையிலும் கடும் போட்டியைச் சந்தித்து வந்தது. பெரிய உலக அளவிலான நிறுவன அடையாளப் பொருட்களுடன், சந்தைப் படுத்தலில் ஆற்றலைக் கொண்டவர்களும் போட்டியில் இறங்கிவிட்டார்கள்.

மக்கன்சி இதை அளவிட்ட பின்னர், HLL அதன் அளவை 110-இலிருந்து 30 அல்லது 35-க்குக் குறைக்க வேண்டுமென்று அறிவுரை தந்தார். அப்போதுதான் சக்திமிக்க அடையாளங்கள் மேல் அதிகம் கவனம் செலுத்த முடியும். பங்கா இதனை இவ்வாறு விளக்கினார். "வலிமை, தனித் தன்மை, வளரும் ஆற்றல் ஆகியவற்றைத் தேர்ந்தெடுத்தோம். அவை இருபது வகைகள், அவை தொடர்பான பயன்கள், விலைகள் ஆகியவற்றின் அடிப்படையில் தேர்வு செய்தோம்."[1] முதலில் முப்பத்தைந்து அடையாளமுள்ள பொருட்கள் தேர்ந்தெடுக்கப்பட்டன. HLL அதன் பணத்தையும், வாங்கலையும் அவற்றை முன்னெடுப்பதில் செலவிட்டது. புதிய அடையாளத்தைத் தந்து, சந்தைகளுக்குள் நுழைந்து, லாபத்தை அதிகரித்தது. பலவற்றில் விற்பனையை அதிகரிக்க விலைகள் செயற்கையாகக் குறைக்கப்பட்டன. பிறவற்றில் வேறு முறையில்

'பேக்கேஜ்' செய்யப்படுவதால் சமூகத்தின் கீழ்மட்டத்தில் இருப்பவர்களும் வாங்கக்கூடிய வகையில் மாற்றப்பட்டன. பல தயாரிப்புகள் மீண்டும் வெளியிடப்பட்டன. கம்பெனியின் மிக அதிக விற்பனையான சர்ஃப் எக்செல் அவற்றில் ஒன்று. மிகப் பழமையான லைஃப் பாய் கார்பாலிக் சோப்பிலிருந்து குளியல் சோப்பாக உருமாற்றம் பெற்றது. புது அட்டை, சில மாற்றங்களுடன் வந்தது. இப்போது லக்மி அனைவருக்கும் தெரிந்த ஒரு அடையாளம் ஆகிவிட்ட பிறகு லக்மி அழகு சாதனப் பொருட்களாக விரிவாக்கம் செய்யப்பட்டது. ஒய்வு தரப்பட்ட குளியல் சோப்புகள் ஹமாம், லிரில், ரெக்சோனா, பிரில் ஆகியவை, நிறுத்திவைக்கப்பட்ட பல பத்தாண்டுகளுக்குப் பிறகு மீண்டும் விற்பனைக்குக் கொண்டுவரப்பட்டது வேறு கதை.

இவற்றோடு நூறு தொழிற்சாலைகள், 2000 வழங்குபவர்கள், 7000 இருப்பு வைத்திருப்பவர்கள், ஒரு மில்லியன் சில்லறை வியாபாரிகள் ஆகியவை தகவல் தொழில்நுட்பக் கட்டமைப்புடன் நவீனமாக ஆக்கப்பட்டன. இதனால் விற்பனைத் தளத்தில் பற்றாக்குறை இருக்காது. இந்தச் செயல்முறைக்குத் 'தொடர் மாற்றீடு செய்யும் அமைப்பு' என்று பெயர்.

வேகமாகச் செலவாணியாகும் நுகர்வோர் பொருள் (Fast Moving Consumer Goods, FMCG) கம்பெனிகளான காத்ரெஜ், பிரிட்டானியா, டாபர், மாரி & கோ ஆகியவையும் HLL-இன் வெற்றியைப் பார்த்து அவற்றிற்கே உரிய சக்திமிக்க அடையாளப் பொருட்களைக் கண்டுபிடித்ததில் HLL-க்கு அதிகமான பலன் கிடைத்தது.[2] 2005இல் இந்தச் சக்தி பிராண்டுகளில் ஆன மொத்த விற்பனை ஒவ்வொன்றிலும் 20 பில்லியன் ரூபாயைத் தாண்டிற்று. சர்ஃப் எச்சல் 30 பில்லியன் ரூபாயைத் தாண்டியது.

ஐரோப்பாவில் யூனிலீவர் அதன் பிராண்டிற்கு 'அழுக்கு நல்லது' (Dirt is Good) என்று விளம்பரம் தந்தது. இதற்காக ஐரோப்பிய யூனியனுக்கு EU, EEA நம்பிக்கைக்கு எதிரான சட்டங்களை மீறியதற்காகவும், 2002இல் பிராக்டர்&கேம்பிள், ஹென்கல் ஆகியவற்றோடு விலை நிர்ணய ஒப்பந்தம் செய்ததற்காகவும் 104 மில்லியன் பவுண்டுகள் அபராதம் கட்டியது. இதற்கு இரண்டாண்டுகளுக்குப் பிறகுதான் சர்ஃப் எக்சல்லின் வெற்றி வந்தது.[3]

இந்தியாவில் அதன் அடையாளம் கொண்ட பொருட்கள் இவ்வாறு வெற்றிபெற்று வந்த நேரத்தில் மிகப்பெரிய ஏமாற்றம் 2001இல் ஏற்பட்டது. ஆயுர்வேதச் சந்தை மிகச்சிறியது. இதில் கேரளாவில் கோட்டக்கல் அடையாளப் பொருட்கள் ஏற்கெனவே இடம்பெற்றிருந்தன. இதில் HLL-இன் 'ஆயுஷ்' ஓர் இடத்தைப் பிடிக்க முடியவில்லை. இருபதாண்டுகளுக்குப் பிறகுதான் இந்துலேக்காவை 3.3 பில்லியன் ரூபாய்க்கு வாங்கி ஆயுஷை நிலைநிறுத்த முடிந்தது. யோகி குரு பாபா ராம்தேவின் பதஞ்சலி அதனுடைய ஆயுர்வேதத் தயாரிப்புகள் HLL-இன் பாரம்பரிய FMCG-க்குள் நுழையத் தொடங்கிவிட்டன. அதை 'ஆயுஷ்' எதிர் கொண்டது.

இவ்வாறு பவர் பிராண்ட் யுத்தியை நடைமுறைப்படுத்தியபோது கம்பெனியின் பல முக்கியமில்லாத கிளைகளிலிருந்து வருவாய் அதிகம் கிடைக்கவில்லை என்பதை நிர்வாகம் கண்டுபிடித்தது. புத்தாயிரம் ஆண்டுத் தொடக்கத்தில், FMCG இல்லாத பிரிவுகளிலிருந்து கம்பெனியின் மொத்த வருவாயில் இருபத்தைந்து விழுக்காடுதான் கிடைத்தது. அதுவும் கூடலாம் அல்லது குறையலாம். லாபம் பத்து விழுக்காட்டைத்தான் பல நிறுவனங்கள் எல்லையாக வைத்துக்கொள்ளும். அதற்கும் குறைவாக இருந்தால் உற்பத்தியை வேறு துறைக்கு மாற்றவேண்டும். இதற்குக் காரணம் எந்த நிறுவனமும் அதனுடைய அளவு, நிர்வாகக் கட்டமைப்பு ஆகியவற்றைக் கொண்டு பார்க்கும்போது பத்து விழுக்காட்டிற்குக் குறைவாக இருந்தால் மூலதனத்தையே பாதிக்கும்.

எனவே, தொழிலை ஒழுங்குபடுத்த, FMCG பிரிவுக்குக் கொண்டுவர ஒரு புதிய திட்டம் தொடங்கப்பட்டது. இதன்படி FMCG இல்லாத பதினைந்து பிரிவுகளை மாற்றுவது, கால்நடைத் தீவனங்கள், தனிப்பட்ட வேதிப் பொருட்கள், நிக்கல் கிரியா ஊக்கிகள், ஒட்டுகள், காளான்கள் ஆகியவை இவற்றில் அடங்கும். இவற்றின் மதிப்பு ரூ.17.5 பில்லியன்.

இந்த யுத்தியின் ஒரு பகுதியாக, வெப்பமானிகள் தயாரிப்பதை மாற்றி அமைப்பது என்று குழுமம் முடிவுசெய்தது. அவை கொடைக்கானலிலுள்ள தொழிற்சாலையில் உற்பத்தி செய்யப்படுகின்றன. இப்படி மாற்றத்திற்கு உடனடியான காரணம் தமிழ்நாடு மாசுக் கட்டுப்பாட்டு வாரியத்தின் ஆணையின்படி கொடைக்கானல் தொழிற்சாலை 2001இல் மூடப்பட்டுவிட்டது. இந்தியாவிலும், உலக அளவிலும் இதனால் குழுமத்தின் பெயர்

கெட்டுவிட்டது. இதனைத் தொடர்ந்து இந்தோனேசியாவிலுள்ள காலிமன்டான் என்ற இடத்திலும் சுற்றுச்சூழல் பிரச்சினை வந்தது. பனை எண்ணெய் உற்பத்திக்காகப் போர்னியாவின் மழைக் காடுகளை ஒழிப்பதில் பனை எண்ணெய் வழங்குபவர்களோடு யூனிலீவரும் ஈடுபட்டது என்று கண்டுபிடிக்கப்பட்டது.

கொடைக்கானல் பிரச்சினை HLL-இன் நிர்வாகத்திலும் ஊடகத்திலும் பல ஆண்டுகள் பேசப்பட்டாலும், இதுபற்றி அக்கறை கொண்ட குடிமக்களின் எதிர்வினை இருந்துகொண்டே இருந்தது. திரு. பங்காவின் இடத்தில் 2006இல் டக்ளஸ் பெய்லி இந்தியாவுக்கு அனுப்பப்படும் வரையில் இது தொடர்ந்தது. யூனிலீவரின் நம்பிக்கைக்கு உகந்த நிர்வாகி அவர். குழுமத்தின் சரிந்து வரும் பெயரை நிலைநிறுத்த பெய்லி அனுப்பப்பட்டார். குழுமத்தின் பெயரும் இந்துஸ்தான் லீவர் லிமிடெட் (HLL) என்பதிலிருந்து இந்துஸ்தான் யூனிலீவர் லிமிடெட் (HUL) என்று மாற்றப்பட்டது. அவருடைய வேலை முடிந்துவிட்டதால் பெய்லி ராஸ்டர்டேமுக்கு 2008இல் திரும்பினார். அங்கே ஐரோப்பியப் பகுதியைக் கவனிக்க அவர் நியமிக்கப்பட்டார்.

பெய்லி திரும்பிப்போன ஐந்தாண்டுகளுக்குப் பிறகு, யூனிலீவர் இந்தியப் பங்கில் அறுபத்தி ஏழு விழுக்காடாகக் கூட்டிற்று. ஒரு பங்கு 600ரூபாய் விலையில் 320 மில்லியன் ஷேர்களை 3.16 பில்லியன் அமெரிக்க டாலர்கள் செலவழித்து வாங்கியது.[4] இந்துஸ்தான் யூனிலீவரின் பங்கு 54.5%-இலிருந்து 67% ஆக உயர்ந்தது. 75% என்பது அதன் இலக்கு. அதற்கு இன்னும் 8% மட்டுமே தேவைப்பட்டது. இந்தப் பங்குகளின் எண்ணிக்கை அளவு 2020இல் இன்னும் மாற்றங்கள் பெறும். ஹார்லிக்ஸ், பூஸ்ட் பிராண்டுகளைத் தயாரிக்கும் கிளேக்சோ ஸ்மித் கிளைன் நுகர்வோர் உடல்நலப் பாதுகாப்பு, இந்துஸ்தான் யூனிலீவரோடு இணைந்தது. கிளேக்சோ ஸ்மித் கிளைனின் பங்கு ஒவ்வொன்றுக்கும் அதனுடைய பங்குகளில் 4.39 பங்குகள் கொடுத்தது. இதற்கு யூனிலீவர் புதிய பங்குகளை அறிவிக்க வேண்டியதாயிற்று. இதனால் HULஇல் யூனிலீவரின் பங்கு 61.9 சதவீதமாக ஆயிற்று.[5]

பால் போல்மேன் யூனிலீவரின் முதன்மைச் செயல் அலுவலராகப் பொறுப்பேற்றவுடன் Sustainable Living Plan பற்றிய ஆண்டறிக்கையுடன் தொடங்கினார். அது 2010இல் உலகில் நான்கு இடங்களில் தொடங்கப்பட்டது.[6] இந்தியாவிலும் குழுமம் அதே போன்ற ஆண்டறிக்கைகளை வெளியிடத் தொடங்கிற்று.

விபரம் மூன்று தலைப்புகளில் தரப்பட்டது: உடல் நலத்தையும், நல வாழ்வையும் முன்னேற்றுதல், சுற்றுச்சூழல் தாக்கத்தைக் குறைத்தல், மில்லியன் கணக்கான மக்களின் வாழ்வாதாரங்களைக் கூட்டுதல்.

அந்த அறிக்கையின் முதல் பிரிவும், கடைசிப் பிரிவும் அதனுடைய விற்பனை, சந்தைப்படுத்தல் ஆகியவற்றை நடைமுறைப்படுத்தல் பற்றியவை. எடுத்துக்காட்டாக, லைஃபாய், பியூரிட், டோமெக்ஸ், உணவுத் தயாரிப்புகள் ஆகியவை உடல் நலத்திற்கும், நல் வாழ்க்கைக்கும் உதவுபவை. சக்தி விற்பனை முகமைகள், ரைன் ஷைன் அகாடமி, ஃபேர்&லவ்லி ஆன்-லைன் அகாடமி ஆகியவை வாழ்வாதாரங்களைப் பெருக்கும்.

2019 அறிக்கை குழுமத்தின் நீர் சுத்திகரிப்பான பியூரிட், சுத்தமான குடிநீர் 95 மில்லியன் லிட்டர் கொடுத்தது என்றும், லைஃப்பாய் கை கழுவும் திட்டத்தின் மூலம் 72 மில்லியன் மக்களைச் சென்றடைந்தது என்றும், டோமெக்ஸ் டாய்லட் அகாடமி மூலம் டோமெக்ஸ் கழிப்பறைச் சுத்திகரிப்பு ஒரு மில்லியன் மக்களிடம் தாக்கப்படுத்தியது என்றும் அறிவித்தது.[7]

எல்லாவற்றிற்குமே ஒரு சந்தை உண்டு. ஒவ்வொரு விற்பனையும் ஒரு நோக்கத்திற்கு என்பது வழிகாட்டித் தத்துவமாக ஆனது. இதனைக் குழுமம் தயாரிக்கும் ஒவ்வொரு பொருளும் ஒரு சிறந்த நோக்கத்தை அடைவதற்கு என்ற ஒரு பிம்பம் உருவானது. இந்தத் தொலைநோக்கத்திற்கான மதிப்பு பால் போல்மேனுக்கு உரியது.

பகுதி IV
அறிவியல், அத்தாட்சி, பகுத்தறிவு

22

எதிர்பாராத வலி

2002ஆம் ஆண்டு தொடக்கத்தில் டேம்ஸ் & மூர் தனது விரிவான பகுப்பாய்விற்காக அதனுடைய மாதிரிகள் சேகரிப்பதை முடித்துக் கொண்டிருந்த அதே வேளையில், இரண்டு ஐதராபாத் இளம் அறிவியலாளர்கள் கொடை ரோட்டிலிருந்து கொடைக்கானலுக்குப் பேருந்தில் வந்து இறங்கினார்கள்.

அவர்களுடைய உடமைகளைத் தூக்கிக்கொண்டு பேருந்து நிலையத்திற்கு அருகிலிருந்த ஒரு சிறு விடுதியில் தங்கினார்கள். அடுத்த இரண்டு நாட்களும் அங்கே தங்கி மிகப்பெரிய பன்னாட்டு நிறுவனத்தின் கூட்டிணையப் பொறுப்பு, கணக்குக் காட்ட வேண்டிய பணி ஆகியவற்றின் அடிப்படையில் குற்றம் கண்டுபிடிக்க வேலை செய்தார்கள்.

எம்.வி. பலராம கிருஷ்ணா, D.கருணா சங்கர் ஆகிய அவர்கள் அணுசக்தித் துறையின் பொருட்களின் தன்மைத் தேசிய மையத்தில் *[Department of Atomic Energy's National Centre for Compositional Characterisation of Materials (NCCCM)]* ஐதராபாத்தில் பணியாற்றினார்கள். அவர்கள் கொடைக்கானலுக்குத் தற்செயலாக வந்தார்கள். சில வாரங்களுக்கு முன்னர் அவர்களது மேலாளர் டாக்டர் J. அருணாச்சலம் ஐதராபாத்திலுள்ள பெரிய கடை ஒன்றில் பலசரக்குகள் வாங்கிக் கொண்டிருந்தார். அப்போது நறுமணப் பொருள்கள் வரிசையிலிருந்த ஒரு பொருள் அவரது கண்களில் பட்டது. தாவரத்தின் சாம்பலும் வெள்ளையும் கலந்த நிறத்தில் மென்மையான காய்ந்த பூ அது. கடைப் பையன் அது 'ராத்தி பூதா' என்று தெலுங்கிலும் 'பத்தர் கி பூல்' என்று இந்தியிலும் அழைக்கப்படுவதாகச் சொன்னான். அதனைப் பிரியாணிக்கு மணம் தருவதற்காகப் பயன்படுத்தினார்கள் என்றும் விளக்கினான். பத்தர் கி பூல் என்றால் 'கல் பூ' என்று பொருள். அதாவது பாறைகளிலும், கிரானைட்டுகளிலும் காணப்படும் ஒரு பூ. டாக்டர் அருணாச்சலம் இறைச்சி உண்ணாதவர். அதைக் காய்கறி

பிரியாணியில் பயன்படுத்தலாமா என்று அவர் கேட்டார், அவன் பயன்படுத்தலாம் என்றான்.

வீட்டில் அதை அன்றிரவு காய்கறி பிரியாணி செய்யும்போது பயன்படுத்தினார். அவருடைய குடும்பத்தாருக்குப் பிடித்திருந்தது. அவருக்குச் சுவையில் வேறுபாடு தெரிந்தது. சில நாட்கள் கழித்து ஜெர்மானிய விஞ்ஞானி ஒருவர் அவர்கள் வீட்டுக்கு இரவு விருந்திற்கு வந்திருந்தார். அவருக்கும் அவரது நண்பர்களுக்கும் அருணாச்சலம் காய்கறி பிரியாணி பரிமாறினார். அதிலும் புதிய நறுமணப் பொருளைச் சேர்த்திருந்தார். இப்போது உரையாடல் அதனைப் பற்றித் தொடங்கிற்று. அந்த ஜெர்மன் விஞ்ஞானி அந்தப் பூவைப் பார்க்க விரும்பினார். அவருக்கு ஒரு பொட்டலம் கொண்டு வந்து காண்பித்தார்கள். அது தாவரத்திலிருந்து எடுத்தது என்று விளக்கினார் அருணாச்சலம். அவர்கள் வேதியியல் அறிவியலாளர்கள் ஆதலால், அதன் இரசாயன அமைப்பைப் புரிந்துகொள்ள விரும்பினார்கள்.

விருந்துக்குப் பிறகு, கிருஷ்ணாவும் கருணாசாகரும் அந்த நறுமணப் பொருளைப் பற்றிப் படித்தார்கள். அது ஒரு லிக்கன். அதாவது பாசி என்றும், அது தாவரம் இல்லை என்றும் அது நமது புவியில் ஏழு சதவீதம் பகுதியை மூடியிருக்கிறது என்றும் படித்தார்கள். இதற்கு முன் ஏன் இதுபற்றிப் படிக்கவில்லை என்று ஆதங்கப்பட்ட அவர்கள் அதுபற்றி மேலும் ஆராய முடிவு செய்தார்கள். இன்னும் விபரம் சேகரித்த போது அவர்களுக்கு அதிர்ச்சிகள் காத்திருந்தது. அது ஒரு கூட்டு உயிரினம், பல பூஞ்சைக் காளான் வகைகளோடு சேர்ந்து உண்டாகும் இந்தப் பாசி, மிகக் குறைந்த அல்லது அதிகமான வெப்பநிலைகளிலும் உயிர்வாழும். புவியில் உயிர் வாழும் இனங்களில் மிகப் பழமையானது என்றும் அறிந்தார்கள். மேலும் அது அந்தச் சுற்றுப்புறங்களிலிருந்து உலோகங்களையும், உலோக உப்புகளையும் ஈர்த்து அவற்றைத் தம் செல்களில் சேமிக்கின்றன என்பதை அறிந்து வியப்படைந்தார்கள். அவை உயிர்வாழ, காற்றிலிருந்து சத்துப் பொருட்களை எடுத்துக் கொள்கின்றன. சில ஆய்வுத் திட்டங்களில் சுற்றுப்புறக் காற்றின் தன்மையை அளவிட இந்தப் பாசியைப் பயன்படுத்துகிறார்கள்.

அடுத்த நாள் காலையில் அருணாச்சலம் ஒரு பாக்கெட் ராத்தி பூதாவைத் தனது ஆய்வுக் கூடத்திற்கு எடுத்துப் போனார். அதைச் சுத்தப்படுத்திக் காய வைத்துப் பொடி செய்து அதில் இரசாயன மூலப் பொருட்கள் இருக்கின்றனவா என்பதைப் பன்னாட்டு அணு

சக்தி முகமை (IAEA)-யிலிருந்து வந்திருந்த ஒரு கருவியின் மூலம் சோதித்தார். அதில் பெரிய அளவில் உலோகப் படிமானங்கள் இருந்ததைக் கண்டுபிடித்தார். பிறகு வேறு அடர் உலோகங்கள் இருக்கின்றனவா என்பதையும் ஆராய்ந்தார். பலமுறை ஆய்வுகள் செய்த பிறகு அதில் பாதரசம் படிமானம் ஆகியிருப்பது தெரிய வந்தது.

அந்த விஞ்ஞான அணியினருக்குப் புதிய ஒன்றைக் கண்டுபிடித்த பெருமைமிக்க நேரம் அது. ஆனால் அதனோடு அவர்கள் நிற்க முடியாது. அது பாதரசம் என்றால் அது எதிலிருந்து, எங்கிருந்து வந்திருக்கும் என்ற கேள்வி எழுந்தது.

காற்றில் அதிகமாகப் பாதரசம் இருக்கும் இடத்திலிருந்துதான் அது வந்திருக்கும் என்று முடிவு செய்வது எளிதாக இருந்தது.

அந்த ஆய்வாளர்களுக்குப் புதிய ஒன்றைக் கண்டுபிடித்துவிட்ட களிப்பு. ஆனால் ஓய்வெடுக்க அது நேரம் இல்லை. ஏனென்றால் இன்னொரு பெரிய கேள்வி அவர்கள் முன் எழுந்தது: பாதரசமாக இருந்தால் அது எங்கிருந்து வந்திருக்கும்?

பாதரசம் காற்றில் அதிகம் இருக்கும் இடத்திலிருந்துதான் வந்திருக்கும் என்று முடிவு செய்ததற்குப் பெரிய அறிவு தேவையில்லை. ஏதாவது பாதரசச் சுரங்கத்திலிருந்து வந்திருக்குமா? ஆனால் இந்தியாவில் பாதரசச் சுரங்கம் இருப்பதற்கான ஆதாரம் எதுவுமில்லை. அப்படியானால் ஒரு தொழிற்சாலையிலிருந்து வரும் பாதரசக் கழிவைக் கொட்டும் இடத்திலிருந்து வந்திருக்குமோ என்று எண்ணினார்கள். இந்தப் புதிரை அவிழ்க்கத் தீர்மானித்தார்கள்.

நகரத்தில் கல்பாசி வாங்கிய கடைக்கு ஒருவர் சென்றார். அங்கே அந்தப் பூ விற்கும் மொத்த வியாபாரி யாரென்று விசாரித்தார். அது 'மத்திய கடையிலிருந்து' அனுப்பப்பட்டது என்று தெரிய வந்தது. அந்தக் கடைக்குத் தொலைபேசியில் தொடர்பு கொண்டபோது அது சென்னையில் ஒரு விநியோகஸ்தரிடமிருந்து வாங்கப்பட்டது என்று தெரியவந்தது. விநியோகம் செய்பவரோடு தொடர்பு கொண்டார். அவர் மதுரையிலிலுள்ள ஒரு விற்பனையாளரிடமிருந்து வாங்கியதாகச் சொன்னார். அடுத்து மதுரை வியாபாரி கொடைக்கானல் அடிவாரத்திலுள்ள வத்தலக்குண்டு ஊரிலிருந்து வாங்கியிருந்தார். அவர் கல்பாசி காடுகளில்தான் கிடைக்குமென்றும், அதைப் பழங்குடி மக்கள் தேனுடன், காடுகளிலிருந்து சேகரிப்பார்கள் என்றும் கூறினார்.

கொடைக்கானலிலும், சுற்றுப்புறத்திலுள்ள பகுதிகளிலுமிருந்தும் பளியர் பழங்குடி மக்கள் அதைச் சேகரித்து வருவார்கள்.

இப்போது அந்த ஆய்வாளர் அணிக்கு அதற்குமேல் என்ன செய்வதென்று தெரியவில்லை. ஆனால், கருணாசாகர் பழைய செய்தித்தாள்களை ஆராய்ந்ததில் 'இந்து' இதழில் ஒரு செய்தி வந்ததைப் பார்த்தார். நினைத்தபடி பாதரசக் கழிவை அப்புறப்படுத்தியதால் ஒரு தொழிற்சாலை ஓராண்டுக்கு முன்னர் மூடப்பட்ட செய்தி அது. இதனை அவர் தனது நண்பர்களிடம் காட்டியபோது அவர்களுக்கு நிம்மதி; அவர்கள் தேடிய விபரம் கிடைத்துவிட்டது. எப்படி எங்கிருந்து பாதரசம் பாசியில் போய்ச் சேர்ந்திருக்குமென்று ஓர் அனுமானம் ஏற்பட்டது.

அடுத்த நாள், மூடிய தொழிற்சாலையின் சுற்றுப் பகுதிகளைச் சென்று பார்க்கலாமா என்று விவாதித்தார்கள். முதலில் கொஞ்சம் தயக்கம். ஆனால் தொழிற்சாலை கட்டுப்பாடின்றி பாதரசக் கழிவை அப்புறப்படுத்தியிருந்தால், அது சுற்றுப்புறுத்தைப் பெரிதும் பாதித்திருக்கும் என்றும், அதை அறிவியல்பூர்வமாக நிரூபிக்க முடியும் என்றும் கருதினார். *IAEA*-இன் ஒருங்கிணைந்த ஆராய்ச்சித் திட்டத்திற்கு இது ஒரு பயனுள்ள வேலையாக இருக்கும் என்பது அவரது கருத்து. அணு முதலான தொடர்புடைய யுத்திகளைப் பயன்படுத்தித் தாவரங்களைக் கொண்டு சுற்றுச்சூழல் மாசினை அளவிடலாம்; அப்போது தாவரங்கள் குறியீடாக இருக்கும் என்ற ஆய்வு மேற்கொள்ள நிதி கிடைக்கும். அதுவும் குறிப்பாக அணுக் கதிருள்ள கழிவில் மிகவும் நச்சுத்தன்மை கொண்ட ஐயானிக் வடிவத்தில் பாதரசம் இருக்கும்.[1] மேலும் அணு ஆய்வு முறைகளைக் கொண்டு மாசுபட்ட சூழல்களில் பாதரசத்தின் உடல் நலப் பாதிப்பு பற்றிய ஓர் ஆய்வுத் திட்டம் அவருடைய நினைவிற்கு வந்தது.[2] அவரது அணியின் கருத்தினை ஏற்று நறுமணப் பொருளில் பாதரசம் இருப்பதற்கான காரணத்தைக் கண்டுபிடிக்க அனுமதி வழங்கினர்.

இரண்டாண்டுகளுக்குப் பிறகு அவரது அணியினரின் பாசி மாதிரிகளை ஆராய்ந்ததில் கிடைத்த முடிவுகளை அனைவருக்கும் அறிவித்தார். ஐதராபாத் சந்தையில் கிடைத்த பாசியைச் சோதனைச் சாலையில் ஆராய்ச்சி செய்தபோது, அதில் அதிக அளவு பாதரசம் இருந்தது என்றும் அது *HLL*-இன் வெப்பமானி தயாரிக்கும் தொழிற்சாலையிலிருந்து வந்ததென்றும் ஊடகத்திற்கு

தெரிவித்தார்.[3] NCCCM-இலிருந்து அவர் ஓய்வுபெற்ற பிறகு பல விபரங்களை என்னுடன் பகிர்ந்துகொண்டார்.

2002இல் கிருஷ்ணாவும், கருணாசாகரும் கொடைக்கானலில் அந்தச் சிறு விடுதியில் அறை எடுத்துத் தங்கினார்கள். NCCCM அனுமதித்த அளவிற்குள் அவர்கள் செலவுசெய்ய வேண்டும். பாதரச வெப்பமானி தொழிற்சாலை பற்றி உள்ளூர்க்காரர்களிடம் பேசும் நோக்கத்துடன் வெளியில் போனார்கள். அதற்குள் பாதரசக் கழிவை அப்புறப்படுத்தும் எதிர்ப்புப் போராட்டங்கள் TNPCB-யின் தொழிற்சாலையை மூடும் மார்ச் 2001 ஆணை ஆகியவற்றைப் பற்றிப் படித்துத் தெரிந்துகொண்டார்கள்.

தேநீர்க் கடைகளிலும், ஏரியைச் சுற்றிலும், தூய மேரி சாலையிலிருந்து தொழிற்சாலைக்கு அருகிலுமுள்ள மக்களைச் சந்தித்துப் பேசினார்கள். அவர்களுக்கு முக்கியமான செய்தி கிடைத்தது. உள்ளூர் மக்களுக்குப் பாதரசத்தின் நச்சுத் தன்மை காற்றில் இருப்பது தெரியாது. பாதரசத்தைத் திரவ நிலையில் 2001ஆம் ஆண்டிலிருந்து பதினேழு ஆண்டுகள் தொழிற்சாலை பயன்படுத்தி வந்திருக்கிறது, அப்படியானால் தொழிற்சாலை ஒரு நாளைக்கு வேலை செய்த பதினெட்டு மணி நேரமும் பாதரசத்தைப் பரவ விட்டிருக்கிறது. காற்றில் பரவச் செய்ததோடு, தொழிற்சாலை அதன் பாதரசம் நிறைந்த கழிவைக் கொடைக்கானலிலுள்ள கழிவுத் துண்டுகள் விற்பனையாளர்களுக்கும் மற்றவர்களுக்கும் விற்றிருக்கிறது.

அறைக்குத் திரும்பிய பிறகு விஞ்ஞானிகள் இருவரும் அடுத்த நாளுக்கான திட்டங்களைத் தீட்டினார்கள். அந்தப் பகுதியில் அதிகமாகக் காணப்படும் பாசி 'பார்மீலியா சுல் கட்டா' என்ற வகையானது. இன்னொன்று ஃபுனேரியா ஹைக்ரோ மெட்ரிக். இவற்றைப் பாசி (Moss) என்று அழைத்தார்கள். அவற்றின் மாதிரிகளை மூன்று இடங்களிலிருந்து எடுக்க வேண்டும். தொழிற்சாலைக்கு அருகில், புனித மேரி சாலை, பேரிஜம் ஏரி ஆகிய இடங்கள் இவற்றில் தெரிவு செய்யப்பட்டன. இவற்றில் பேரிஜம் ஏரி மிகத் தூய்மையானது. தொழிற்சாலையிலிருந்து இருபது கிலோ மீட்டர் தூரத்தில் இருந்தது. மாதிரிகளை மரங்களிலிருந்து கைக்கு எட்டிய தூரத்தில் எடுக்க வேண்டும். பாசி மாதிரிகளில் வேர்களை விட்டுவிட்டு மேல் பகுதிகளை மட்டுமே எடுக்க வேண்டும். ஒவ்வொரு பகுதியிலும் மூன்று இடங்களிலிருந்து

மாதிரிகளைச் சேகரித்து அவற்றை ஒரே தரமுள்ளவையாகக் கலந்து சுத்தமான பிளாஸ்டிக் பைகளில் அடைக்க வேண்டும்.

உள்ளூர் ஆட்களின் உதவியுடன் பாசி மாதிரிகளைச் சேகரித்த பிறகு, நிலக்கரியில் பிடித்தல் என்ற ஒரு யுத்தியின் மூலம் காற்று மாதிரிகளைச் சேகரித்தார்கள். தொழிற்சாலையைச் சுற்றியுள்ள காற்றில் ஏற்படும் மாசு இரசாயன மாற்றம் அடையாத பாதரசமாக இருக்கும் என்பதால் இது அவசியமாயிற்று. இதன் அளவை மாதிரிகளைக் கொண்டு கணக்கிட்டுவிடலாம். மரக்கரி வலைகளில் ஒரு தனிப்பட்ட கருவியைப் பயன்படுத்தித் தொழிற்சாலையைச் சுற்றியுள்ள காற்றின் மாதிரியை எடுத்தார்கள்.

மரக்கரி வாயுக்களை உறிஞ்சிக் கொள்ளும். காற்றில் இருக்கும் மாசுகளைக் கவர்ந்துகொள்ளும். இவற்றைப் பிரித்தெடுத்து பகுப்பாய்வு செய்து மாசுக்களின் அளவைக் கணக்கிடலாம். இதற்கு முனையுள்ள பிளாஸ்டிக் குழாய்களில் 250 மி.கி. மரக்கரி அடைக்கப்பட்டிருக்கும். இரண்டு முனைகளும் கண்ணாடி இழைகளில் மூடப்பட்டிருக்கும். அவற்றின் வழியாகக் காற்று செல்லும். பாதரசத்தை மட்டும் ஊக்கப்படுத்தப்பட்ட நிலக்கரி பிடித்துக்கொள்ளும். ஒரு நிமிடத்திற்கு இரண்டு லிட்டர்கள் வீதம் பதினைந்து நிமிடங்களுக்குக் காற்று உறிஞ்சப்படும்.[4] இவ்வாறு காற்று மாதிரிகளை எடுத்த இரண்டு விஞ்ஞானிகளும் மாலைப் பேருந்தைப் பிடித்து கொடை ரோடு வந்து ஐதராபாத்தை நோக்கிப் புறப்பட்டார்கள்.

ஆய்வுக் கூடத்தில் பாசி மாதிரிகளைக் குளிர்சாதனப் பெட்டிகளில் வைத்தார்கள். மாதிரிகள் சுத்தப்படுத்தப்பட்டன. 40^0C-இல் இருபத்து நான்கு மணி நேரம் ஓர் அறையில் அதைக் காய வைத்தார்கள். அதன்பிறகு இதற்கென்று உள்ள ஒரு எந்திரத்தில் தூளாக்கினார்கள். இப்போது பாதரசத்தின் அளவைக் கணக்கிட சோதனைகள் நடத்தப்பட்டன.[5]

நிலக்கரி மாதிரிகளை மிகச் சுத்தமான தண்ணீரின் ஒலி சக்தியில் குலுக்கிப் பாதரசம் எடுக்கப்பட்டது. சோதனை முடிவுகள் அச்சுறுத்துபவையாக இருந்தன. IAEA குறிப்பிட்டிருக்கும் அளவு 0.2 மைக்ரோ கிராம்/கிலோ கிராம். இதைவிட தொழிற்சாலைக்கு வெளியே சேகரிக்கப்பட்ட மாதிரிகளின் பாதரச அளவு நாற்பது மடங்கு அதிகமாக இருந்தது. பாசி மாதிரிகள் பன்னிரண்டு இடங்களிலிருந்து சேகரிக்கப்பட்டிருந்தன. இவற்றில் IAEA

குறிப்பிட்ட அளவு பேரிஜம் ஏரிப் பகுதியிலிருந்து எடுக்கப்பட்ட மாதிரியில் மட்டுமே காணப்பட்டது. ஆனால் தொழிற்சாலைக்கு அருகிலிருந்து எடுக்கப்பட்ட மாதிரிகளில் பாதரசம் 8 மைக்ரோ கிராம்/கிலோ கிராம் இருந்தது. இது அளவுக்கு மேல் 40 மடங்கு அதிகம்.[6]

மரக்கறிச் சோதனையில் கிடைத்த முடிவு இன்னும் பயமுறுத்துவதாக இருந்தது. தொழிற்சாலைக்கு வெளியேயுள்ள காற்றில் இருந்த பாதரசம் உலக அளவில் அனுமதிக்கப்பட்ட அளவை விட 2,640 மடங்கு அதிகமாக இருந்தது.

பல அறிவியல் ஆய்வுகளின்படி, மாசுபடாத பகுதிகளில் பாதரச அளவு 0.5-இலிருந்து 10 ng/m3 (nanogram) இருக்கும்.[7] மாசுபட்ட இடங்களில் 20 ng/m3 இருக்கும். பாதரசம் வெட்டி எடுக்கும் ஸ்லோவேனியாவை விட பேரிஜம் பகுதியில் ஆய்வு செய்தபோது பாதரச அளவு அது தோண்டி எடுக்கப்படும் இடத்தின் தூரத்தையும், பருவ நிலைகளையும் பொறுத்து மாறுபடும். (1 நானோ கிராம் ng =0.001மைக்ரோகிராம்)[8]. அதாவது தொழிற்சாலையின் சுற்றுப்புற மக்கள் இயல்பைவிட 2,640 மடங்கு பாதரசம் கலந்த காற்றைச் சுவாசித்துக் கொண்டிருந்தனர் என்று அர்த்தம்.

செப்டம்பர் 2004இல் அந்த இடத்தைப் பார்வையிட்ட உச்ச நீதிமன்ற கண்காணிப்புக் குழு அதன் கண்டுபிடிப்புகள் பற்றி அறிக்கையை வெளியிட்டது. பாதரசத்தின் அளவு ஒரு கன மீட்டருக்கு 0.5-10 நானோகிராம் என்ற சாதாரண நிலையைவிட ஒரு கன மீட்டருக்கு 1.32 மைக்ரோகிராம் என்ற அளவில் அதிகமாக இருப்பதாக அணுசக்தித் துறை ஆய்வு கண்டறிந்தது. இது 132 முதல் 2,640 மடங்குகளுக்கு இடைப்பட்ட மாறுபாடு.[8]

பல அறிவியல் ஆய்வுக் கட்டுரைகளின்படி, காற்றில் பாதரசத்தின் செறிவு மாசுபடாத பகுதிகளில் 0.5 முதல் 10 ng/m3 - க்கு இடையிலும், அசுத்தமான பகுதிகளில் 20 ng/m3 வரையிலும் பதிவாகியுள்ளது. சுவாரஸ்யமாக, ஸ்லோவேனியாவின் இட்ரிஜாவில் பாதரசச் சுரங்கப் பகுதியில் நடைபெற்ற ஆய்வில், கனரக உலோகத்தின் செறிவு, மூலத்திலிருந்து தூரம் மற்றும் வானிலையைப் பொறுத்தது என்பது தெரிந்தது.[9]

ஜூலை 2002 இறுதியில், இந்த அணியினர் அவர்களது ஆய்வு முடிவினைச் சுற்றுச்சூழல் மாசு, தாவரம் முதலான

உயிரினங்களையும், மனிதர் உடல் நலத்தையும் எப்படிப் பாதிக்கிறது என்பது பற்றிய ஆராய்ச்சிக் கட்டுரைகளை வெளியிடும் ஐரோப்பாவின் இதழான Environmental Pollution-க்கு அனுப்பி வைத்தார்கள்.[10] 2003 ஜனவரியில் ஏற்றுக்கொள்ளப்பட்டு எட்டு மாதங்கள் கழித்து வெளியாயிற்று. 2003 ஆகஸ்ட் மாதம் வெளியான ஆய்விதழில் நான்கு பக்கங்களில் இந்தக் கட்டுரை பதிப்பிடப்பட்டது. "பாசிகளைப் பயன்படுத்தும் ஒரு வெப்பமானித் தொழிற்சாலைக்கு அருகில் பாதரச மாசு பற்றிய ஓர் ஆய்வு" என்பது கட்டுரைக்குத் தலைப்பு.

எனினும் மிகவும் பாதிப்பை ஏற்படுத்தக்கூடிய அறிவியல் அத்தாட்சி அது. தொழிற்சாலையை மூடி ஓராண்டு கழிந்தபிறகும் பாதரசத்தின் அளவு அங்கீகரிக்கப்பட்ட அளவைவிட 2,600 மடங்கு அதிகமான அளவில் தொழிற்சாலையைச் சுற்றியுள்ள இடங்களும், கொடைக்கானல் மலைவாழ்விடமும் பாதிக்கப்பட்டிருக்கிறது என்று நிரூபிக்கப்பட்டது.

23

தடயங்கள் மிக்க பூஞ்சைப் பாசி

2002ஆம் ஆண்டுத் தொடக்கத்தில் புதுடில்லியின் இரைச்சல் மிக்க இதழாளர் வேலையிலிருந்தும், அதனால் நான் மேற்கொள்ள வேண்டியிருந்த பயணங்களிலிருந்தும் சிறிது ஓய்வு பெற வேண்டுமென்று நினைத்திருந்தேன். 2002ஆம் ஆண்டு குளிர் காலத்தில் ஒரு முடிவுக்கு வந்து எனது சொந்த ஊரான பெங்களூருக்கு வண்டி ஏறிவிட்டேன். அது தலைநகரிலிருந்து 3000 கி.மீ. தொலைவிலிருக்கும் நகரம். நாற்பத்தெட்டு மணி நேரப் பயணத்தில் என்னுடைய வழக்கமான பணிக்குத் திரும்பும் வரையில் வருவாய் தராத ஏதாவது ஒரு வேலை செய்யத் திட்டம் தீட்டினேன். சில மாதங்களுக்கு முன்னர் கொடைக்கானல் போயிருந்தபோது அங்கு நிலவிய மோசமான நிலையை நேரில் கண்டறிந்திருந்தேன். எனவே அங்கே அடித்தளத்தில் பணியாற்றும் நிறுவனத்தில் சேர முடிவு செய்தேன். கடைசியில் கிரீன்பீசைத் தேர்ந்தெடுத்தேன்.

வீட்டில் சில மாதங்கள் செலவிட்ட பிறகு கொடைக்கானலில் வளர்ந்து வரும் நெருக்கடி பற்றி எழுத ஒரு இதழாளனுக்கு வாய்ப்பிருக்கிறதா என்று பார்க்க கிரீன்பீசை அணுகினேன். இதற்கிடையில் நாட்டின் தென்பகுதியில் பிரச்சினைகள் பற்றிக் கவனம் செலுத்தவும், அதில் பணியாற்றிய அலுவலர்கள் பலர் இப்பகுதியைச் சேர்ந்தவர்கள் என்பதாலும் கிரீன்பீஸ் தனது அலுவலகத்தைப் புதுடில்லியிலிருந்து பெங்களூருக்கு மாற்றிக் கொண்டிருந்தது. நானும் ஒரு தென்னிந்தியன் ஆதலால் கிரீன்பீஸ் தனது அலுவலகத்தை மாற்றியது எனக்கும் வசதியாக இருந்தது. பெங்களூர் கன்னிபரம்பா சாலையிலுள்ள அலுவலகத்தில் ஒரு புதன்கிழமை பிற்பகலில் கிரீன்பீஸ் இந்தியாவின் செயல் இயக்குநர் G. அனந்த பத்மனாபனைச் சந்தித்தபோது அவர் எனக்கு வேலை தந்தார். 2003இல் கிரீன்பீஸின் உலகளாவிய நச்சு எதிர்ப்புத்

திட்டத்தின் ஒரு பகுதியாக கொடைக்கானல் பாதரச மாசுபடிதலை ஆராய்வதில் முழு நேரமும் ஈடுபட்டேன்.

பெங்களூரிலிருந்து சிலமுறை கொடைக்கானல் சென்று வந்தேன். அங்கு உள்ளூர் மக்களையும், எதிர்ப்பியக்கத்தின் தலைவர்களையும் சந்தித்தேன். மோடி, செல்வி மீனாட்சி, முன்னாள் தொழிலாளர்கள் சங்கத்தின் தலைவர்களான ராஜா முகமது, K.கோபால கிருஷ்ணன், மகேந்திர பாபு ஆகியோருடனும் பேசினேன். அதன் அடிப்படையில் அறிவியல் ஆதாரமில்லாததால் HLL-க்கு அதிகப்படியான சலுகை தரப்பட்டது என்பது எனக்குத் தெளிவாயிற்று. பாதரச அளவுகள் அதிகமானதால் சுற்றுச்சூழல் மாசுபட்டதென்று காட்ட அறிவியல் ஆதாரம் வேண்டும். பாதரசத்தைத் தொடர்ந்து கையாண்டதால் தொழிலாளர்களின் உடல்நலம் பாதிக்கப்பட்டிருந்தது என்று காட்ட மருத்துவச் சான்றுகள் வேண்டும்.

டாக்டர் மோசஸ் ஐசக்கின் முன்னெடுப்பில் *Community Health Cell (CHC)*-இன் மூலமாகத் தொழிலாளரின் நோய்த் தொற்று பற்றி ஆராய்ந்து ஆவணப்படுத்தும் பணி ஏற்கெனவே தொடங்கியிருந்தது. ஆனால், ஆய்வு இரண்டு வழிகளில் தீவிரமாக இல்லை. சுற்றுச்சூழல் மாசுபடுதலை அறிய அறிவியல்பூர்வமான ஆய்வுகள் இல்லை. மேலும், தொழிற்சாலையில் கிடந்த பாதரசக் கழிவை அகற்றுவதில் எந்த முன்னேற்றமும் இல்லை. மோதி, மீனாட்சி, முன்னாள் பணியாளர்களின் துணையுடன் இந்த விஷயங்களில் தீவிரமாக ஈடுபட்டேன். மருத்துவச் சான்றை உறுதிப்படுத்தவும் முயற்சிகள் மேற்கொண்டேன்.

கிரீன்பீஸ் அதனுடைய முடிவுகளைச் சோதிக்க எப்படி அறிவியலைப் பயன்படுத்துகிறது என்று ஆராய்ந்தேன். தென்மேற்கு இங்கிலாந்தில் எக்சீட்டர் பல்கலைக்கழகத்தில் கிரீன்பீஸ் ஆய்வுக்கூடம் இருப்பது தெரியவந்தது. ஆய்வுக்கூடத் தலைவர் டேவிட் சான்டிலோவுடன் மின்னஞ்சலில் தொடர்பு கொண்டேன். அதோடு நச்சுள்ள அடர் உலோகங்களால் சுற்றுச்சூழலுக்கு ஏற்படும் தாக்கத்தை அது ஆராய்ந்து கொண்டிருந்தது. கெவின் பிரிட்ஜனுக்கும் மின்னஞ்சல் அனுப்பினேன். இந்த விஷயத்தில் வலுவான ஒரு வழக்கை மேற்கொள்ள முடியும் என்பது தெளிவாயிற்று.

ரூத் ஸ்ட்ரிங்கர் என்ற மூத்த அறிவியலாளர் ஏற்கெனவே போபாலில் யூனியன் கார்பைடின் கழிவுகள் பற்றிய ஆய்வை மேற்கொண்டு தூய்மைப்படுத்தும் வழிகளை வகுத்தவர். அவரை டேவிட் சான்டிலோ இந்த வேலையைக் கவனிக்குமாறு கேட்டுக் கொண்டார். ரூத் பேசல் கன்வென்ஷன், பார்செலோனா கன்வென்ஷன் ஆகியவற்றில் வேலை செய்தவர். அவர் லண்டன் பல்கலைக்கழகத்தில் உயிர் வேதியியலிலும், வேதியியலிலும் பட்டம் பெற்றவர். அவர் அடர் உலோகங்கள் மாசுபடுத்தல் பற்றிய ஆய்வில் முதன்மையாக இருந்தார். நான் கிரீன்பீஸில் சேர்ந்தபோது ரூத் கொடைக்கானலுக்குப் பலமுறை சென்று, அப்பகுதியில் அதிகமாகக் காணப்படும் பூஞ்சைப் பாசிகளான *Cobaria discolor, Parmotrema reticulatum* ஆகியவற்றின் மாதிரிகளைச் சேகரித்திருந்தார்.

இறுதியில் எங்களுடைய முயற்சிகள் சரியான பாதையில் சென்றன; ஆனால் மந்தமாகவே வேலைகள் நடந்தன. 2003இல் இது தொடர்பான ஆய்வுக் கட்டுரைகளைத் தேடியபோது ரூத் *Environmental pollution* இதழில் ஒரு கட்டுரையைக் காண நேர்ந்தது. அந்த ஆய்வு ரூத்தின் ஆய்வு போலவே, சேகரித்த பூஞ்சைப் பாசிகளின் அடிப்படையில் இருந்தது. அதோடு கொடைக்கானல் தொழிற்சாலை அருகில் எடுக்கப்பட்ட பாசியும் இருந்தது. அது அளவிடும் கருவியாக இருக்கும். மேலும் அந்த ஆய்வில் மரக்கரி கொண்டு சேகரிக்கும் முறையும் இருந்தது. அதைக்கொண்டு சுற்றுக் காற்றில் இருந்த பாதரச அளவுகளைக் கண்டுபிடிக்க முடியும்.[1]

இதுபற்றி உடனே பிரிட்ஜனுக்கும் சான்டிலோவிற்கும் தெரிவித்தார். 2003 குளிர்காலத்து மாலையொன்றில் எனக்கு சான்டிலோவிடமிருந்து ஒரு மின்னஞ்சல் வந்தது. அதில் கொடைக்கானலில் மாசு பற்றிய ஓர் இணைப்பு இருந்தது. அந்தக் கட்டுரை ஒரு சிறந்த அறிவியல் இதழில் வெளியான கட்டுரை. அதைப் படித்தவுடன் அளவுகளின் அடிப்படையிலானவை அதன் முடிவுகளின்படி சுற்றுச்சூழல் எவ்வளவு பாதிக்கப்பட்டிருக்கிறது என்று அறிந்து அதிர்ந்து போனேன். இந்த மிகமுக்கிய ஆதாரம் அணு சக்தித் துறை (DAE) போன்ற, புகழ்மிக்க இந்திய அரசு நிறுவனத்தின் கவனத்தைக் கவர்ந்திருந்தது என்னை வியப்பில் ஆழத்தியது. ஏற்கெனவே நான் கிரீன்பீஸால் நடத்தப்பட்ட ஆய்வின் முடிவுகளைப் பார்த்திருந்தேன். இப்போது DAE முடிவுகள் எனக்குப் புதிராக இருந்தன.

கிரீன்பீஸ் மாதிரிகளில் பூஞ்சைப் பாசியின் இரண்டு வகைகள் மட்டுமே இருந்தன. ஆனால் *DAE* மாதிரிகள் பூஞ்சைப் பாசி (*lichen*), பாசி (*moss*) வகைகளைச் சார்ந்தவை. இவை உயிரி அளவைகள். எங்களுடைய மாதிரிகளை எடுத்த இடம் தொழிற்சாலையைச் சுற்றி ஒன்றரை கிலோமீட்டர் சுற்றளவு தூரத்திலிருந்தது... *DAE*-இன் மாதிரிகள் தொழிற்சாலையிலிருந்து இருபது கிலோமீட்டர் தூரத்தில் எடுக்கப்பட்டன. இன்னொரு முக்கிய வித்தியாசம் என்னவென்றால், உயிரி அளவைச் சோதிப்பது (*bio-monitoring*) மட்டுமே. ஆனால் *DAE* அத்தோடு கரியைப் பயன்படுத்திச் சுற்றுப்புறக் காற்றின் மாசினையும் அளவிட்டது. மேலும் அவர்களது ஆய்வு அறிக்கைகள் இப்போதுதான் ஐரோப்பாவின் மிகமுக்கிய சுற்றுச்சூழல் ஆய்வு இதழில் வெளியானது.[2] *HLL*-இன் எல்லா எதிர்ப்புகளுக்கும், சாக்குகளுக்கும் விடை கொடுத்தது. கிரீன்பீஸில் ஆய்வைவிடப் பல மடங்கு சிறப்பானது.

இது நாங்கள் எதிர்பார்த்ததைவிட அதிகம். எனவே *DAE* அணியோடு உறவுகளை ஏற்படுத்திக்கொண்டது முதல்படி. அந்த ஆய்வின் நம்பகத் தன்மையை உறுதிசெய்வது, கட்டுரையில் தரப்பட்ட விபரங்களுக்கும் கூடுதலான விபரங்கள் ஏதாவது கிடைக்குமா என்று பார்ப்பது. இதனைத் தொலைபேசி அழைப்புகளின் மூலம் நாற்பத்தெட்டு மணி நேரத்தில் செய்யமுடிந்தது. அடுத்த படிக்குச் செல்ல இந்தச் செய்தியைப் பயன்படுத்த வேண்டும். இது எனக்கு எளிதாக இருந்தது. ஆதாரத்தை ஒரு கருவியாக ஆக்கும் கிரீன்பீஸ் யுத்தியைப் பயன்படுத்தினேன்.

ஓர் ஊழல் நிறுவனத்தையோ அதன் அபாயகரமான செயல்களையோ வெளியில் கொண்டு வருவது பயனுள்ளதாக இருக்க வேண்டுமென்றால் ஊடகம் அதற்குத் தருகின்ற இடத்தையும், அது மக்கள் மத்தியில் ஆர்வத்தைத் தூண்டுவதையும் சார்ந்திருக்கும் என்று எங்களுக்குத் தெரியும். செய்தி ஊடகம் வாயிலாகப் பகிர்ந்து கொள்ளப்படவில்லை என்றால் பொது மக்களின் கருத்தைக் கவரும் வாய்ப்பு போய்விடும். இந்தியாவின் அறிவியல் இதழியலின் தந்தையான டாக்டர் *K.S.* ஜெயராமனை முதலில் தொடர்புகொண்டேன். நாட்டின் முதன்மைச் செய்தி நிறுவனமான பிரஸ் டிரஸ்ட் ஆஃப் இந்தியா (*PTI*)-வில் நான் தொடக்கக் காலத்தில் பணியாற்றியபோது உடல்நலம் சார்ந்த

விஷயங்கள் எழுதுவதிலிருந்து தொழில்நுட்ப எழுத்தாளராக ஆனது அவரது தலைமையில்தான்.

டாக்டர் ஜெயராமன் ஒரு சாதாரண இதழாளர் இல்லை. அமெரிக்காவிலுள்ள மேரி லாண்ட் பல்கலைக்கழகத்தில் அணுவியலில் முனைவர் பட்டம் பெற்றவர். முதல் அணுகுண்டான 'புன்னகைக்கும் புத்தரை'த் தயாரித்தவர்களான டாக்டர் ராஜா ராமண்ணா, டாக்டர் P.K.அய்யங்கார் ஆகியோரின் கீழ் பாபா அணு ஆய்வு மையத்தில் ஐந்தாண்டுகள் செலவழித்தவர். 1973இல் PTI-இன் அறிவியல் இதழியல் பிரிவை ஏற்படுத்த இந்தியா வந்தார்.[3] இந்த வழக்கின் முழு விபரங்களையும், Environmental Pollutionஇல் வெளியான ஆய்வு முடிவுகளையும் கவனமாகக் கேட்டார். "மிக அருமையான கதை, தம்பி!" என்று ஐதராபாத்திலிருந்து முழங்கினார். PTIஇல் 1998இல் ஓய்வுபெற்ற பிறகு அங்குதான் வசித்து வந்தார். "இதனை PTI-இலும் Nature-இலும் பதிவு செய்கிறேன்," என்று உறுதியளித்தார். இன்னும் PTI-க்கு எழுதிக் கொண்டிருந்தார். பன்னாட்டு அறிவியல் இதழான Nature-இன் இந்திய ஆசிரியராகவும் இருந்தார்.

PTI-இன் படிகளுக்கு எல்லாச் செய்தித்தாள்களும், மின் ஊடகங்களும் சந்தா செலுத்தி வந்தன. ஆகவே இந்தியா முழுவதும், உலகம் முழுவதும் கூடச் செய்தி ஒரே நேரத்தில் வெளியாகும். Nature பத்திரிகையில் செய்தி வந்தால் அது உலக அளவில் கவனம் பெறும்.

டாக்டர் ஜெயராமன் உடனே வேலையில் இறங்கினார்.[4] DAE அணியினரிடம் தொடர்புகொண்டு அதற்கு HLL அலுவர்களின் பதிலை எதிர்பார்த்தார். அவர்கள் டாக்டர் ஜெயராமன் தொலைபேசியில் பேசும் வரையில் புதிய ஆதாரம் பற்றி அவர்களுக்கு ஒன்றும் தெரியாது என்றார்கள். HLL-இன் தொழில் பாதுகாப்புப் பிரிவின் தலைவராக இருந்த டாக்டர் ராஜகோபால் இரண்டு வாதங்களை முன்வைத்தார். HLL ஆலோசகர்களான டேம்ஸ் & மூர் தந்த அறிக்கைக்கு முரணாக DAE-இன் முடிவுகள் இருக்கின்றன. பாதரசம் இருக்கவேண்டிய அளவிற்கு ஆயிரம் மடங்கு அதிகம் இருந்தாலும் அதனால் எந்த உடல் நலப் பாதிப்பும் ஏற்படாது. இன்னும் ஒருபடி மேலே போய் அவர் உள்ளூர் ஒழுங்கு முறை வழிகாட்டிகள் தொழிற்சாலையின் விதிமுறைகளைவிட இலகுவானவை என்றார். தொழிற்சாலையின் விதிகளின்படி

இருக்கவேண்டிய 50 மைக்ரோ கிராம் எல்லையைவிட இது குறைவுதான் என்று வாதிட்டார்.[5]

இதற்கு மாறாக, DAE-இன் ஆய்வுக் குழுவிற்குத் தலைவரான டாக்டர் அருணாச்சலம் டாக்டர் ஜெயராமனிடம் அதிர்ச்சி தரக்கூடிய செய்தியைப் பகிர்ந்துகொண்டார். மூடப்பட்ட தொழிற்சாலை இன்னும் மாசுபடுவதற்குக் காரணமாக இருக்கிறது என்று தெரிவித்தார். ஏனென்றால், தொழிற்சாலையின் கழிவுத் துண்டுகளும், அப்பகுதியில் மாசுபட்ட இயற்கை உயிரிகளும் ஏற்கெனவே உறிஞ்சிய பாதரசத்தைச் சுற்றுச்சூழலுக்கு மீண்டும் அனுப்புகிறது என்றார். “நிலத்தில் முடக்கப்பட்டு மலைகளால் சூழப்பட்டிருப்பதால் அடைபட்டிருக்கும் பாதரசம் இன்னும் சுற்றிக்கொண்டிருக்கிறது. எங்கள் கருத்துப்படி இந்தப் பாதரசம் சுத்தமாக நீக்கப்படப் பல ஆண்டுகள் ஆகும்,” என்று தெரிவித்தார்.[6]

இரண்டு பக்கங்களிலிருந்தும் டாக்டர் ஜெயராமனுக்குக் கருத்துகள் தெரிவிக்கப்பட்டன. ஒரு சனிக்கிழமை அன்று PTI-க்கு ஓர் அறிக்கை அனுப்பி வைத்தார். அப்போதுதான் ஞாயிற்றுக் கிழமை செய்தித்தாள்களில் இடம்பெறும். 2004 ஜனவரி 17 ஞாயிறு அன்று 600 வார்த்தைகளில் இந்த அறிக்கை வெளியானது. ‘மூடப்பட்ட தொழிற்சாலை இன்னும் பாதரச மாசுபடுதலுக்குக் காரணமாக இருக்கிறது,’[7] என்று தலைப்பிடப்பட்டிருந்தது. மும்பை பேக்பே ரிகலிமேஷனில் உள்ள லீவர் ஹவுசிலும், லண்டனில் ப்ளேக் ஃபிரையாஸ், பழனி லீவர் ஹவுசிலும், நெதர்லாந்தில் ராட்டர்டேமிலுள்ள யூனி லீவர் அலுவலகத்திலும் இது அதிர்வலைகளை ஏற்படுத்திற்று.

2004-இன் புத்தாண்டில் ஒரு புதிய மைல்கல்லைக் கடந்து விட்டோம். கொடைக்கானலில் குழுமத்தின் நச்சுக் காலடி படிந்ததை உறுதிசெய்யும் தெளிவான அறிவியல் ஆதாரம் இருந்தது.

24
பாதரசம் ஊட்டப்பட்ட மீன்

கொடைக்கானலில் பாதரச நச்சுப் பாதிப்பினை அறிவியல்பூர்வமான ஆய்வு மேற்கொண்டவர்கள் வரிசையில் HLL-ஆல் முன்னெடுக்கப்பட்ட அவர்களது ஆலோசகர்கள் டேம்ஸ் & மூர் 2001இல் மேற்கொண்ட ஆய்வு முதலாவது ஆகும். தொடக்க நிலை ஆய்வை டேம்ஸ்&மூர் முடித்தபிறகு, அது HLL-இன் வேண்டுகோளுக்கு இணங்க, இன்னொரு விரிவான ஆய்வை மேற்கொண்டது. உண்மையில் எழுதப்படாத, வெளியில் சொல்லப்படாத நோக்கம் மற்றவர்கள் யாரும் மாறான கருத்தைச் சொல்லுவதற்கு முன்னர் அறிவியல் ஆதாரத்தை நிறுவி குழுமத்தின் மதிப்பை உயர்த்துவதுதான்.

அவர்களது அணி பாதரச ஆய்வுக்காக 476 மாதிரிகளைச் சேகரித்தது. அவற்றில் 367 தொழிற்சாலையைச் சுற்றியும், மற்றவை சுற்றுப்புறங்களிலிருந்தும் எடுக்கப்பட்டவை. ஒரு பக்கம் கொடைக்கானல் ஏரிப் பகுதிகளிலிருந்து மாதிரிகள் எடுக்கப்பட்டன. மறுபக்கத்தில் பாம்பார் ஆற்றை ஒட்டி, லாவான்ஜ் பாதைக்குத் தெற்கே, கும்பக்கரை அருவி தொடங்கும் இடம் வரையில் எடுக்கப்பட்ட மாதிரிகளில் மண், வண்டல்கள், நீர், மரப் பட்டை, பூஞ்சைப் பாசி, மீன் ஆகியவை இருந்தன. மாதிரி சேகரிக்கும் வேலை 2002 பிப்ரவரியில் முடிந்தது.

மாதிரிகள் MGT மெல்போர்னிலுள்ள சுற்றுச்சூழல் ஆய்வுக் கூடங்கள் சிட்னியிலுள்ள ஆஸ்திரேலிய ஆய்வுக்கூட சேவைகள், நெதர்லாண்டில் உள்ள 7NO ஆய்வுக்கூடம், பம்பாயிலுள்ள HLL-இன் ஆய்வு மையச் சோதனைக்கூடம் ஆகியவற்றிற்கு அனுப்பப்பட்டன. மீன் மட்டும் ஆஸ்திரேலியாவிலுள்ள மீன் நவீன ஆய்வுக்கூடங்களுக்கு அனுப்பப்பட்டது. HLL அவர்களுடைய சோதனைக் கூடத்திற்கு அனுப்பியதற்குக் காரணம், அங்கு சோதனைகள் சீக்கிரம் முடிந்துவிடும் என்பது. பன்னாட்டு ஆய்வுக்கூடங்களில் முடிவுதெரிய பல வாரங்களாகும். ஆனால்

இங்கு ஒரு சில நாட்களில் முடிவு தெரிந்துவிடும். இப்படிப்பட்ட ஆய்வுக்கு, காலம் முக்கியமென்று டேம்ஸ் & மூர் கூறியது.[1]

டேம்ஸ் & மூரின் அறிக்கையின்படி மண்ணில் பாதரச அளவுகள் சாதாரணமாக இருக்க வேண்டியதைவிட அதிகமாக இருந்தன. மிகவும் அதிகமான அளவு தொழிற்சாலையைச் சுற்றியுள்ள பகுதிகளில் காணப்பட்டது. முடிவுகள் டேம்ஸ் & மூருக்கு அதிர்ச்சி அளித்தன. இதனைத் தொடர்ந்து விவாதங்கள் தொடர்ந்தன. இவற்றில் ஆய்வு முடிவுகளில் சிலவற்றை விட்டு விடலாமா என்று யோசிக்கப்பட்டதாக உள்ளூர் மக்கள் குற்றம் சாட்டினார்கள். ஆனால், இது மாதிரிகளைப் பற்றியது. சில மாதிரிகள் எடுத்துக் கொள்ளப்படவில்லை. சில முடிவுகள் கண்டுகொள்ளப்படவில்லை. டேம்ஸ் & மூர் முடிவுகளைத் தொழிற்சாலைக்குள், தொழிற்சாலைக்கு அப்பால் என்று வகைப்படுத்திற்று. அதேபோல, தனிப் பாதரசம், மெத்தில் மெர்க்குரி என்று வகைப்படுத்திற்று. அவர்களது அறிக்கையின்படி அவர்களது நோக்கம் பாதரச அளவைக் கணக்கிடுவது, குறிப்பாகத் தொழற்சாலைக்குள் பாதரச அளவைக் கணக்கிடுவது மட்டும். அதைக் கொண்டு தூய்மைப்படுத்தும் தேவைகளுக்கு ஒரு குறியீடு கிடைக்கும். இதற்குக் காரணம் தொழிற்சாலையையும், தொழிற்சாலையைச் சுற்றியிருக்கும் இடங்களையும் தூய்மைப்படுத்த வேண்டுமென்று கிரீன்பீஸும் உள்ளூர் மக்களும் கோரிக்கை வைத்திருந்தார்கள். அந்த அறிக்கையின்படி பாதரச நச்சுப் பாதிப்பு, நிலத்திலோ, ஏரியிலோ, ஆறுகளிலோ, தாவர உயிரினங்களிலோ இல்லையென்று நிரூபிக்க முயன்றது. எனவே தொழிற்சாலையின் நான்கு சுவர்களுக்கு அப்பால் ஒன்றும் செய்ய வேண்டியதில்லை என்று சொன்னது.

எடுத்துக்காட்டாக, தொழிற்சாலை வளாகத்திற்குள் மண்ணில் பாதரசத்தின் அளவு மிக அதிகமாக இருந்தது, வெளியில் சேகரித்த மண்ணில் அப்படி இல்லை. இதே போன்ற முடிவுகளே பூஞ்சைப் பாசிக்கும் கிடைத்தன. தொழிற்சாலையிலிருந்து 500 மீட்டர் தொலைவிலிருந்த இருபத்து இரண்டு ஏக்கர் பரப்பளவுள்ள ஏரி முழுவதும் பாதுகாப்பாக இருப்பதாகச் சொல்லப்பட்டது. அங்குதான் பாதரசத்தைத் தண்ணீர் அடித்துக்கொண்டு போய்ச் சேர்ந்திருக்கும். பாதரசம் இருபது ஆண்டுகளாக ஏரியில் சேர்ந்து அது நீர் உயிரினங்களில் உயிர்ப் பொருளோடு கலந்திருக்கும். அரைக் கிலோ எடையுள்ள மீனிலும், நன்றாக வளர்ந்த நான்கு

கிலோ மீனிலும் ஒரே அளவான பாதரசம் அவற்றின் திசுக்களில் காணப்பட்டது.

ஒரு மீன் எவ்வளவு காலம் வசிக்கிறதோ, அந்த அளவிற்கு அதிகமாக அதனுடைய உடல் திசுக்களில் உயிர்ப் பொருள் கலந்திருக்கும் (bio accumulated) என்பது அறிவியல் உலகிற்குத் தெரியும். இன்னொரு முக்கியமான பிரச்சினை டேம்ஸ் & மூர் சேகரித்த நான்கு மீன் மாதிரிகளிலும் மெத்தில் மெர்க்குரி இருக்கிறதா என்று சோதிக்கப்படவில்லை. மீனிலும் பிற உயிரினங்களிலும் பாதரசம் மெத்தில் மெர்க்குரியாகவே சேர்ந்திருக்கும் என்பது ஆலோசகர்களுக்கும் அறிவியலாளர்களுக்கும் தெரிந்திருக்கும். மேலும் அவர்கள் மெத்தில் மெர்க்குரி இருக்கிறதா என்று முப்பத்து மூன்று மண், வண்டல், பூஞ்சைப் பாசி ஆகியவற்றைச் சேர்ந்திருக்கிறார்கள். ஆனால் இதுபற்றி டேம்ஸ் & மூரின் அறிக்கையில் குறிப்பிடவில்லை.

மெத்தில் மெர்க்குரி இருக்கிறதா என்று கண்டுபிடிக்க முயலாத மீன் மாதிரிகளின் அடிப்படையில் அந்த அறிக்கை, கொடைக்கானல் ஏரியில் வெப்பமானி தொழிற்சாலையிலிருந்து தொடர்ந்து வரும் பாதரசத்தினால் அளக்கக் கூடிய அளவிற்குப் பாதரசம் இல்லை என்றும், மீனை உணவாக எடுத்தால் உணவுச் சங்கிலியில் பாதரசம் நுழைந்ததற்கான ஆதாரம் இல்லை என்றும் முடிவு செய்தது.[2]

அந்த இடத்தைச் சுற்றி எடுத்த மாதிரிகளில், பேக்கரி, கழிவு கொட்டப்பட்ட இடம் ஆகியவற்றிலிருந்து எடுக்கப்பட்ட மாதிரிகளில் மண்ணில் பாதரசம் ஒரு கிலோவிற்கு 30 மைக்ரோ கிராம் இருந்தது தெரியவந்தது. பாண்ட்ஸ் பாத் தெற்கு என்ற பகுதியில் மண்ணில் 500 மைக்ரோ கிராம் அளவிற்கு இருந்தது. (AS22 என்று குறிப்பிடப்பட்ட), பத்து செ.மீ ஆழத்தில் எடுக்கப்பட்ட ஒரு மண் மாதிரியில் ஒரு கிலோவிற்கு 5,286 மைக்ரோ கிராம் இருந்தது.[3] டச்சு அரசு சாதாரணமாக ஏற்றுக்கொள்ளக்கூடிய அளவு என்று பரிந்துரைத்தது, ஒரு கிலோவிற்கு பத்து மைக்ரோ கிராம் மனித உயிர் வாழ்க்கைக்கு ஆபத்தானது என்று உலக அளவில் ஏற்றுக்கொள்ளப்பட்டது. அதற்கு மேல் இருந்தால் மனித உயிர்களுக்கு மட்டுமில்லை எல்லா உயிரினங்களுக்குமே ஆபத்து.

மேலும், டேம்ஸ் & மூரின் முடிவின்படி, தொழிற்சாலையினுள் மூன்று பகுதிகளில் பாதரச அளவு மண்ணில் ஒரு கிலோவிற்கு பத்து மைக்ரோ கிராமிலிருந்து 500 மைக்ரோ கிராம் அளவு

இருந்தது. தொழிற்சாலைக்கு வெளியே எழுபத்தைந்து கிலோ பாதரசம் பரவியிருந்தது.[4] தொழிற்சாலை வளாகத்திலிருந்த மூன்று பகுதிகளும் *A, B, C* என்று குறிப்பிடப்பட்டிருந்தன. டேம்ஸ் & மூர் அப்பகுதிகளில் பரவியிருந்த மொத்த பாதரசத்தின் அளவைக் கணக்கிடத் தவறிவிட்டது. அதே சமயம் அப்பகுதிகளில் மிக அதிக அளவு அடர்த்தியான பாதரசப் படிவுகள் அதிகமென்று ஒத்துக்கொண்டது. மரப்பட்டை மாதிரிகளில் ஒரு கிலோவிற்கு 1.24 மைக்ரோ கிராம் முதல் 20.4 மைக்ரோ கிராம் வரை இருந்தது. பூஞ்சைப் பாசியில் 18.3 முதல் 87 மைக்ரோ கிராம் வரையில் இருந்தது.[5]

பிற பகுதிகளிலிருந்து எடுத்த பாசி மாதிரிகளிலும் அதிக அளவு பாதசரம் இருந்தது. ஒரு கிலோவிற்கு 22 முதல் 68 மைக்ரோ கிராம் தொழிற்சாலைப் பகுதியிலிருந்து தள்ளிச் செல்லச் செல்ல பாதரச அளவு குறைந்துகொண்டு வந்தது. தொழிற்சாலையின் தெற்கு எல்லைக்கு வெளியே பாசி மாதிரியில் 80 மைக்ரோ கிராம் இருந்தது. 100 மீட்டர் தள்ளி 44-ம் இன்னும் தெற்கே போனால் 23 மைக்ரோ கிராமும் இருந்தன.[6] பாசியில் அதிக அளவு பாதரசம் இருந்ததை விளக்க ஓர் அமெரிக்க ஆய்வு முடிவை டேம்ஸ் & மூர் எடுத்துக் காட்டிற்று.

தியோடர் ரூஸ்வெல் தேசியப் பூங்காவில் பாசியின் அளவைச் சோதித்தபோது பாதரச அளவு 16 ஆண்டுகளில் 30 சதவீதம் குறைந்திருந்தது. எனவே *HLL* பகுதியிலும், தொழிற்சாலை மூடப்பட்டு, சுற்றுச்சூழல் பாதரசம் பரவுவது தடுக்கப்பட்டதால் அதே போல பாசியில் பாதரசத்தின் அளவு குறைந்துவிடும் என்று எதிர்பார்க்கப்பட்டது.[7] அதாவது இருபது ஆண்டுகளாக அங்கே என்ன நடந்து கொண்டிருந்தது என்பதை அது ஏற்றுக்கொண்டது. இது நிலைமை எவ்வளவு ஆபத்தானது என்பதன் அடையாளம்.

லாசேஞ்ச் பாத் பகுதியிலும் அதன் அருகில் ஓடிய ஓடையிலும் மேற்புறக் கழிவை எடுத்து ஆராய்ந்ததில் அதில் ஒரு கிலோவிற்கு 85 மைக்ரோ முதல் 110 மைக்ரோ கிராம் பாதரசம் இருந்தது என்று *MGT* சோதனைக் கூடம் தெரிவித்தது. ஆனால் அதே மாதிரிக்கு *HLL* ஆய்வுக்கூடம் முறையே 41 மைக்ரோ கிராம், 26 மைக்ரோ கிராம் என்று முடிவு சொன்னது.[8]

கொடைக்கானல் ஏரியில் மீன் மாதிரிகளிலிருந்து கிடைக்கக்கூடிய முடிவுகள் பற்றி *HLL* பதற்றம் அடைந்தது போலக் காணப்பட்டது.

தொடக்கத்திலிருந்த மீனைச் சோதிப்பதைத் தவிர்த்தது. ஒரு வேளை 1950-களிலிருந்து மெத்தில் மெர்க்குரி நஞ்சினால் பாதிக்கப்பட்டதால் மினமாட்டா என்ற நோயைப் பற்றிப் புத்தகங்களில் படித்திருப்பார்கள் போலும்.

மீன் மாதிரிகள் ஆய்வு முடிவுகள் பற்றி வல்லுநர்கள் பல கருத்துகளை முன் வைத்தார்கள். முதலாவது தொழிற்சாலைக்கு வெளியில் மண் மாதிரிகள் 23 எடுக்கப்பட்டன; வண்டல்கள் மட்டுமே எடுக்கப்பட்டன. இரண்டாவதாக, மூன்று வளர்ந்த மீன்களும், ஒரு குஞ்சும் மட்டுமே இருந்தன. மிக முக்கியமாக, சேகரிக்கப்பட்ட மீன் மாதிரிகளில் மெத்தில் மெர்க்குரி இருக்கிறதா என்று ஆய்வுகள் செய்யப்படவில்லை.[9] இதனால் மெத்தில் கலந்த மீன் மாதிரிகளில் பாதரச அளவு சரியாகக் கிடைக்காது.

அதே சமயம் அந்த அறிக்கை மீன் எப்படிச் சோதிக்கப்பட்டது என்று மூன்று பக்கங்களில் விளக்கம் தந்தது. எப்படி மாதிரி எடுக்கப்பட்டது, பொதுவாக மீனில் பாதரசம் எவ்வளவு இருக்கும், பாதரசத்தில் பாதரசம் இருக்கக்கூடிய அளவு பற்றிய வழிகாட்டிகள், அளவுகள் எல்லாம் விளக்கப்பட்டிருந்தன. ஆனால் மீன் மாதிரிகளில் மெத்தில் மெர்க்குரி இருப்பது பற்றி ஆராய சோதனை எதுவும் செய்யப்படவில்லை. அதுதான் பாதரச நஞ்சினால் ஏற்படும் மினமாட்டா நோயின் காரண கர்த்தா.

25
DAE மீண்டும் வருகிறது

கொடைக்கானல் காற்றிலுள்ள பாதரச அளவு பாதுகாப்பான அளவைவிட 2,600 மடங்கு அதிகமென்று DAE-இன் ஆய்வு காட்டிற்று. இதுபற்றி டாக்டர் அருணாச்சலம் டாக்டர் ஜெயராமனிடம் கூறி, "இன்னும் விரிவான ஆய்வுக்கு மீண்டும் வருவோம்," என்று உறுதியளித்தார். அதன்படியே, அந்த அணி பலமுறை மீண்டும் கொடைக்கானலுக்கு வந்து நீரின் மாதிரிகள், வண்டல்கள், மீன் மாதிரிகள் ஆகியவற்றைச் சேகரித்தது.

2002 DAE நடத்திய ஆய்வின் அறிக்கை பற்றி டாக்டர் ஜெயராமனின் கருத்து வெளியான பிறகு ஒரு முக்கிய நிகழ்ச்சி நடந்தது. HLL அதன் மாதிரிகள், ஆய்வு முறைகளைப் புரிந்து கொள்ள ஒரு கலந்துரையாடல் செய்ய விரும்பிற்று. முன்னர் பெங்களூரில் CHC அணியின் ஆய்வின்போது செய்தது போலவே இதையும் செய்தது. ஒருநாள் காலை முன்னறிவிப்பு எதுவுமில்லாமல் HLL அணி ஒன்று ஐதராபாத்திலுள்ள NCCCM சோதனைக் கூடத்திற்கு வந்தது. DAE-யின் ஆய்வு அணியைச் சந்திக்க விருப்பமும் தெரிவித்தது. அவர்கள் கேட்டதைச் செய்யக் கட்டாயம் இல்லாவிட்டாலும் சில அணி உறுப்பினர்கள் ஒத்துக் கொண்டார்கள். கூட்டம் நடந்து கொண்டிருந்தபோதே HLL பிரதிநிதிகள் NCCCM ஆய்வில் குற்றம் கண்டுபிடிப்பதிலேயே குறியாக இருந்தார்கள் என்பது தெளிவாயிற்று. "சுற்றுச்சூழலை எங்கள் குழுமம் வேண்டுமென்றே மாசுபடுத்துவதாக ஏன் குற்றம் சாட்ட முயலுகிறீர்கள்?" என்று கேட்டது. அப்போது டாக்டர் அருணாச்சலம் அங்கே இல்லை. மற்ற உறுப்பினர்கள் NCCCM வேதியியல் ஆராய்ச்சியில் ஈடுபடும் நிறுவனம் என்றும், அது எந்த நிறுவனத்திற்கும் ஆதரவாகவோ எதிராகவோ செயல்படுவதில்லை என்றும் விளக்கினார்கள். அங்குள்ள ஆய்வாளர்கள் கனிமங்களின் தன்மை பற்றிய ஆய்வில் ஈடுபட்டிருக்கிறார்கள் என்றும் வெளியிடப்பட்ட அறிக்கைகளிலும், மாநாட்டு உரைகளிலும்,

கம்பெனியைப் பெயர் சொல்லிக் குறிப்பிடவில்லை என்றும் சுட்டிக் காட்டி, கொடைக்கானல் வாழ்விடத்தில் பாதரச மாசு படிந்திருந்தது என்பது நிரூபிக்கப்பட்டதும், பாதரச வெப்பமானி தொழிற்சாலை அங்கிருந்தது என்பதும் மறுக்க முடியாதது என்று எடுத்துரைத்தார்கள்.

HLL உடனான இந்தக் கூட்டம் பகை உணர்வோடு நடந்தது, இது DAE விஞ்ஞானிகளுக்கு, குறிப்பாக டாக்டர் அருணாச்சலத்திற்கு ஏற்புடையதாக இல்லை. இந்தக் கூட்டத்திற்குப் பிறகு அவர்கள் இனி ஆய்வுகளைத் தீவிரப்படுத்த முடிவு செய்தார்கள். அவர்களது முடிவை மேலும் உறுதிப்படுத்த விரும்பினார்கள். இதனால், கிருஷ்ணாவும், கருணாசாகரும் பலமுறை மலை வாழ்விடத்திற்கு வந்தார்கள். அதன் நில அமைப்பு, பருவ நிலைகள், காற்றிலும் மழையிலும் பாதரசம் பரவக்கூடிய சாத்தியக்கூறு, தாவரங்கள், விலங்குகள் மேல் அது ஏற்படுத்தக்கூடிய தாக்கம், அதனை எப்படி அறிவியல்பூர்வமாக அளவிடுவது ஆகியவற்றை ஆராய்ந்தார்கள். டாக்டர் அருணாச்சலம் அவருடைய வேலைகளுக்கு மத்தியிலும் கிருஷ்ணாவோடு நேரடியாக ஆய்வுசெய்து நிலைமையைப் புரிந்து கொள்ள கொடைக்கானலுக்கு வந்தார்.

அணியின் உறுப்பினர்கள் இதேபோன்ற இன்னொரு மலை வாழ்விடத்திற்குச் சென்றார்கள். ஊட்டிக்குச் சென்று கொடைக்கானலில் சேகரித்த மாதிரிகளைப் போலவே இங்கும் சேகரித்தார்கள். இது இரண்டையும் ஒப்பிட்டுப் பார்த்து, உயரம் அதிகமான இடங்களில் இப்படிப் பாதரச அளவு அதிகமாக இருப்பது பொதுவானது இல்லையென்று உறுதிசெய்ய இந்த முயற்சி. இவை கட்டுப்பாட்டுக்குள்ள மாதிரிகளாக இருக்கும். அப்போது கொடைக்கானல் மாதிரிகளோடு ஒப்பிட முடியும்.

இந்த இரண்டாவது ஆய்வு கொடைக்கானல் ஏரியிலுள்ள நீர்வாழ் உயிரினங்கள், நீர், வண்டல் ஆகியவற்றில் பாதரச அளவைக் கணக்கிடும்; அதன் முடிவுகளை அருகிலுள்ள இரண்டு ஏரிகளின் ஆய்வு முடிவுகளோடு ஒப்பிட்டுப் பார்க்கும் ஒன்று இருபது கிலோ மீட்டர் தூரத்திலுள்ள பேரிஜம் ஏரி, இன்னொன்று நாற்பது கிலோ மீட்டர் தூரத்திலுள்ள குக்கல்.

2004 ஏப்ரலில் இந்த மூன்று ஏரிகளிலுமிருந்து மாதிரிகள் சேகரிக்கப்பட்டன. ஒவ்வொரு ஏரியின் சுற்றளவும் முழுவதுமாக ஆய்வுக்கு எடுத்துக் கொள்ளப்பட்டது. ஒவ்வொரு இடத்திலிருந்தும்

நீரும், ஒரு வண்டல் மாதிரியும் சேகரிக்கப்பட்டன. நீர் மாதிரிகள் கரையிலிருந்து இரண்டு மீட்டர் தள்ளி எடுக்கப்பட்டன. இதற்கு ஒரு படகினை வாடகைக்கு எடுத்துக் கொண்டார்கள். மேல் மட்டத்திலிருந்து முப்பது சென்டி மீட்டருக்குக் கீழேயுள்ள நீர் எடுக்கப்பட்டது. காய்ந்த இலைகள், செத்தைகள் ஆகியவற்றைத் தவிர்க்கவே இந்த ஏற்பாடு. கசடுகளும் மூன்று ஏரிகளிலிருந்தும் சேகரிக்கப்பட்டன.

இந்த மாதிரிகள் குளிர்சாதனப் பெட்டிகளில் வைக்கப்பட்டுச் சோதனைச் சாலைக்கு அனுப்பப்பட்டு 25^0C-யில் பாதுகாக்கப்பட்டன. வண்டல் மாதிரிகள் மணலிலிருந்து பிரிக்கப்பட்டுக் காயவைக்கப்பட்டன. அவை காய்ந்தவுடன், பொடியாக்கிச் சலித்து, பாலித்தீன் புட்டிகளில் அடைக்கப்பட்டன.[1] மீன்களைப் பொறுத்தவரையில் ஏரியில் பிடித்து, அவற்றை அறுத்து, உண்ணக்கூடிய சதைப் பகுதிகள் ஒரு மிக்சரில் அரைக்கப்பட்டன. இந்த உடல் திசு உறைய வைக்கப்பட்டு ஆய்வுக்குப் பயன்படுத்தப்பட்டது.[2]

இந்த ஆய்வின் முடிவு *Environmental Pollution* 2006 செப்டம்பர் இதழில் வெளியாயிற்று. "சுற்றுலாப் பயணிகளின் மகிழ்விடமான கொடைக்கானலில், வெப்பமானி தொழிற்சாலையினால் பாதரச மாசுபடிதல் பற்றிய ஆய்வு," என்ற தலைப்பில் கட்டுரை. அதன் துணைத் தலைப்பில் 'பாதரசத் தொழிற்சாலையிலிருந்து பாதரசம் ஏரியை மாசுபடுத்தியது' என்று குறிப்பிடப்பட்டிருந்தது.[3]

அந்த ஆய்வுக் கட்டுரையின் சுருக்கம்:

> ஒரு வெப்பமானித் தொழிற்சாலையிலிருந்து வந்த கதிர்வீச்சு, கழிவு ஆகியவற்றினால் இந்தியாவிலுள்ள கொடைக்கானலில் பாதரச மாசு படிதல் ஏற்பட்டிருக்கிறது. கொடைக்கானல் ஏரி தொழிற்சாலைக்கு வடக்கே உள்ளது. நீர், வண்டல், மீன் மாதிரிகளில் பாதரச அளவை இவ்வாய்வு கணக்கிட்டு அதை இன்னும் இரண்டு ஏரிகளான பேரிஜம், குக்கல் ஆகியவற்றோடு ஒப்பிட்டது."[4]

முடிவுகளை ஆராய்ந்தபோது கொடைக்கானல் ஏரியில் நீரில் ஒரு லிட்டருக்கு 356 முதல் 465 நானோ கிராமளவு பாதரசமும் மெதில் மெர்க்குரி ஒரு லிட்டருக்கு 50 நானோ கிராமும் இருந்தது கண்டுபிடிக்கப்பட்டது. பேரிஜத்திலும், குக்கலிலும் இதைவிடக் குறைவு. கொடைக்கானல் ஏரியில் வண்டல் ஒரு கிலோ கிராமில்

276-350 மைக்ரோ கிராம் இருந்தது. ஆறு சதவீதம் மெத்தில் மெர்க்குரி. ஆனால் பேரிஜம், குக்கல் ஏரிகளில் வண்டல் ஒரு கிலோவிற்கு முறையே 189-226 மைக்ரோ கிராமும், 85-91 மைக்ரோ கிராமும் இருந்தன. அதில் மொத்த மெத்தில் மெர்க்குரியின் அளவு பேரிஜத்தின் அளவு 3-4 சதவீதமும், குக்கலில் 2 சதவீதமும் இருந்தன.[5]

மேலும், தொழிற்சாலை உயரத்தில் இருந்ததாலும், கழிவு நீர் பாதரசத்தை ஏரிக்குக் கொண்டு சென்றிருக்கும் என்று ஆய்வுகள் கூறியது. இதற்கு ஆதாரமாக HLL ஏற்பாடு செய்த டேம்ஸ் & மூரின் ஆய்வை எடுத்துக்காட்டினார்கள். பாதரச ஆவி காற்றில் வெளி விடப்பட்டவுடன், தொலை தூரங்களுக்குப் பயணிக்குமாதலால், அதன் மாசு எல்லா இடங்களுக்கும் பரவியிருக்கும். மீன் மாதிரிகளில் ஒரு கிலோவில் 120 முதல் 290 மைக்ரோ கிராம்கள் பாதரச அளவு இருந்தது. இதனால் NCCCM ஆய்வு ஏரி HLL தொழிற்சாலையிலிருந்து வந்த பாதரசத்தினால் மாசுபட்டிருக்கிறது என்ற முடிவிற்கு வந்தது.

அந்தப் பத்திரிகையில் இவ்வாய்வுக் கட்டுரை வெளியிட ஏற்றுக் கொண்டபோது நான் கிரீன்பீஸிலிருந்து ராய்டர் நிறுவனத்திற்குப் போய்விட்டேன். எனினும் நான் இந்த வழக்கு பற்றி ஆர்வம் கொண்டு அதனைத் தொடர்ந்து கவனித்து வந்ததால், நான் முக்கியமான நிருபர்களுடன் தொடர்புகொண்டேன். அவர்கள், அவர்களுடைய பத்திரிகைகளில் இதனைப் பிரதானமாக வெளியிட்டார்கள். சிறிது காலத்திற்குப் பிறகு கிருஷ்ணா சென்னையில் நடந்த ஒரு மாநாட்டில் இன்னும் அதிகமாக விபரங்கள் தந்தார். ஓராண்டுக்குப் பிறகு, போர்ச்சுக்கல்லில் லிஸ்பனில் நடைபெற்ற ஒரு பன்னாட்டு மாநாட்டில் விரிவான கட்டுரையை வாசித்தார். அதில் பாதரசத்தை உயிர் அளவிடலில் ஒரு கருவியாகப் பயன்படுத்துவதைப் பற்றிக் குறிப்பிட்டிருந்தார்.

லிஸ்பன் மாநாட்டில் Environmental Pollution இதழில் தான் எழுதிய ஆய்வுக் கட்டுரையின் முடிவின் முக்கியத்துவத்தை வலியுறுத்தினார். அதாவது தண்ணீர், வண்டல், மீன் மாதிரிகளைக் கொடைக்கானல் ஏரியிலிருந்து எடுத்து ஆராய்ந்ததில் பாதரச வெப்பமானித் தொழிற்சாலையிலிருந்து, அது மூடப்பட்டு நான்கு வருடங்கள் கழிந்த பிறகும்கூடப் பாதரச அளவு அதிகமாக இருந்தது என்பதை வலியுறுத்தினார்.[6]

பகுதி V
பாதரசம் என்ற பெயர் கொண்ட நஞ்சு

26
ஹக்கில்பி குடும்ப அவலம்...

1969 டிசம்பரில், அதிபர் ரிச்சர்ட் நிக்சன் வியட்நாமுக்கு அணுகுண்டு தாங்கிய B52 குண்டு வீச்சு விமானங்களை அனுப்பிக் கொண்டிருந்த வேளையில், புது மெக்சிகோவில் அலமாங்கோர்டாவில் எர்னஸ்ட் லீ ஹக்கில்பி என்று ஐம்பத்தோரு வயது பள்ளிக் காவல்காரர். பகுதிநேர விவசாயி. அவருடைய எட்டுக் குழந்தைகளுக்கும், மூன்று மாதக் கர்ப்பிணி மனைவிக்கும் உணவு கொடுக்கவே திண்டாடிக் கொண்டிருந்தார். பனிப் போரினால் ஏற்பட்ட பொருளாதாரச் சரிவினால், ஹக்கில்பிக்குத் தன் குழந்தைகளுக்கு உணவு தரப் பல வழிகள் திறந்திருக்கவில்லை. எனவே, டெக்சிகோவில் கோல்டன் வெஸ்ட் கம்பெனி என்ற குழுமம் தரையில் விழுந்து கூட்டிய தானியங்களை விலை இல்லாமல் தருவதாகக் கேள்விப்பட்ட அவரும் அவரது நண்பர்களும் அவர்களது லாரியில் ஏறி 400 கி.மீட்டர் தொலைவிலுள்ள கிட்டங்கியை நோக்கிப் புறப்பட்டார்கள்.

ஆனால் அங்கு போய்ச் சேர்ந்தவுடன் தானிய மூட்டைகளைப் பார்த்தவுடன் குழம்பிப் போனார்கள். சில தானியங்கள் கரும் பிரவுன் நிறத்திலும் சில சிகப்பு நிறத்திலும் இருந்தன. இவற்றில் ஏதோ கோளாறு உறுதியாக இருக்கிறது. ஹக்கில்பியின் நண்பர்களில் ஒருவர், "நாம் இவற்றைத் தூக்கிக்கொண்டு போய் பன்றிகளுக்குக் கொடுப்போம்," என்றார்.

"எனக்குத் தெரியாது. நானாக இருந்தால் செய்யமாட்டேன்," என்றார் விதை கம்பெனியில் வேலை பார்த்த ஒருவர்.

"நாங்கள் அப்படியே கொடுக்கமாட்டோமே; இதை வழக்கமாகக் கொடுக்கும் தீவனத்தோடு கலந்து தருவோம்," என்றார் ஹக்கில்பியின் நண்பர்களில் இன்னொருவர்.

நீண்ட விவாதத்திற்குப் பிறகு, தானியத்தை எடுத்துப் போகத் தீர்மானித்தார்கள். ஐந்தரை டன் எடை தானியங்களை எடுத்துக்கொண்டு ஊரை நோக்கிப் புறப்பட்டார்கள். அங்கே எல்லோரோடும் பகிர்ந்துகொண்டார்கள். ஹக்கில்பி மட்டும் சிறு தானியம் 3000 பவுண்டுளைக் கொண்டு வந்தார்.

பன்றிக் கொட்டத்தில், அவருடைய பதினேழு பன்றிகளும், காயடிக்காத ஓர் ஆண் பன்றியும் வித்தியாசமான நிறங்களில் இருந்தாலும் தானியத்தைத் தின்றன. மூன்று வாரங்கள் கழித்துச் சில பன்றிகளுக்கு நோய்க் குறிகள் தோன்றியிருப்பதை ஹக்கில்பி கவனித்தார். 'குருட்டுத் தள்ளாடுதல்' என்று விவசாயிகள் அந்த நோய்க்குப் பெயர் சொன்னார்கள். அந்த நோய் உணவில் நஞ்சு சேர்ந்ததால் வரும்; கண் பார்வை இல்லாதது போலப் பன்றிகள் தள்ளாடி நடக்கும். சில நாட்களுக்குப் பிறகு ஹக்கில்பி குடும்பம் பன்றிக் கறி சமைத்துச் சுவைத்து உண்டது. இறைச்சி மணமாகவும், ருசியோடும் இருந்ததாகப் பின்னர் சொன்னார்கள்.

ஒரு வாரத்திற்கும்மேல் குடும்பம் முழுவதும் பன்றி இறைச்சி தான் மூன்று வேளையும் எடுத்துக்கொண்டது. டிசம்பர் 4 அன்று ஏர்னஸ்டின் என்ற அவர்களது எட்டு வயதுக் குழந்தை பாரில் விளையாடும்போது கீழே விழுந்துவிட்டாள். முதுகு வலிப்பதாகச் சொன்னாள். தள்ளாட்டம் (*ataxia*) நிலைகுலைவு, கண்பார்வை மங்கல், நினைவு தவறுதல் முதலான நோய்க் குறிகள் காணப்பட்டன. சில நாட்கள் ஆகியும் நோய் குணமாகவில்லை. எனவே எர்னஸ்டினை அவளது அம்மா உள்ளூர் மருத்துவரிடம் அழைத்துச் சென்றார். அவர் மருந்து கொடுத்தார், ஆனால் உடல்நிலை சீராகவில்லை.

எர்னஸ்டினை மருத்துவமனையில் சேர்த்தார்கள். இப்போது பாதி நினைவில்லாத நிலை, கண் பார்வை மிகவும் பாதிக்கப்பட்டு விட்டது. இப்போது ஹக்கில்பியின் பதிமூன்று வயது, பதினெட்டு வயது குழந்தைகளான ஆமோஸ், டாரத்தி ஜூன் இருவருக்கும் அதே போன்ற நோய்க் குறிகள் காணப்பட்டன. ஏற்கெனவே எர்னஸ்டின் சேர்க்கப்பட்டிருந்த அலமா கோர்டோ மருத்துவமனையில் இருவரையும் பத்து நாட்கள் கழித்துச் சேர்த்தார்கள். அதன் பிறகு அந்த மூவரையும் டெக்சாசிலுள்ள எல்பாகோ என்ற இடத்திலுள்ள பிராவிடன்ஸ் பொது மருத்துவமனைக்குக் கொண்டு போனார்கள். அங்கே நோய்க் குறிகளை ஆராய வசதிகள் இருந்தன.[1]

விரைவிலேயே மூவரும் முழு மயக்க நிலையில் அல்லது பாதி மயக்க நிலையில் இருந்தார்கள். அவர்களுக்குக் குழாய்கள் மூலம் உணவு செலுத்தப்பட்டது. கவனமாகக் கண்காணித்து வந்தார்கள். ஒரே குடும்பத்தைச் சேர்ந்த மூன்றுபேர் ஒரே மாதிரியான நோயினால் பாதிக்கப்பட்டிருந்தார்கள். ஆனால் அது 'வைரஸ்' நோயில்லை. இதனால் மருத்துவர்கள் கவலைப்பட்டார்கள். மேலும் குருட்டுத் தள்ளாட்ட நோயால் அவர்கள் வீட்டுப் பன்றிகளும் பாதிக்கப்பட்டிருந்தன. உடனே அவசரச் செய்தி ஒன்று மாவட்ட அதிகாரியிடமிருந்து மாநில உடல்நலத் துறைக்கு அனுப்பப்பட்டது. மாநில மருத்துவப் பணி இயக்குநர் புரூஸ் டி ஸ்டோர்சின் கவனத்திற்கு இது வந்தது. அவர் பன்றிகளிடம் குருட்டுத் தள்ளாட்ட நோய் ஆர்சனிக் அல்லது பாதரசம் போன்ற அடர் உலோகங்களின் நஞ்சினால் சில வேளைகளில் ஏற்படும் என்பதைக் கவனப்படுத்தினார். மனிதரிடம் காணப்படும் நோய்க் குறிகள் மத்திய நரம்பு மண்டல நோய்களுடையவை போல இருக்கும்.

காலம் தாழ்த்தாமல் உடனே மாநில மருத்துவச் சேவை சிறுநீர், இரத்த மாதிரிகளை ஹக்கில்பி குடும்ப உறுப்பினர்களிடமிருந்து எடுத்து அட்லாண்டாவிலுள்ள நோய் கட்டுப்பாட்டு மையத்திற்கும் (CDC) டல்லாசிலுள்ள உணவு, மருந்து நிர்வாக (FDA) ஆய்வகத்திற்கும் அனுப்பி வைத்தது. ஹக்கில்பி குடும்பத்தினர் வேறு மருத்துவர்களையும் கலந்து ஆலோசித்தார்கள்.

பல மருத்துவர்களிடம் பேசிய பிறகு குடும்பத்தார் உண்மையைத் தெரிந்துகொண்டார்கள். அவர்கள் அனைவருக்குள்ளும் மெத்தில் மெர்க்குரி செலுத்தப்பட்டுவிட்டிருந்தது. அதை விலங்குகளுக்கான உணவைப் பதப்படுத்தப் பயன்படுத்துவார்கள்.[2] உடனடியாகச் சுகாதாரத் துறையினர் மெத்தில் மெர்க்குரி எங்கிருந்து வந்ததென்று கண்டுபிடிக்க அழைக்கப்பட்டார்கள். இவர்கள் மருத்துவமனையில் சிகிச்சைபெற்று வந்த நேரத்திலேயே, மாநிலச் சுகாதார அலுவலர்கள் அவர்களது வீட்டில் இறங்கினார்கள். தானியத்தைப் பற்றிக் கேள்விப்பட்டவுடன், பன்றிகளுக்குத் தரப்பட்ட தானியத்தில் பாதரசக் கூட்டுப் பொருளான பனோஜர் என்ற பூச்சிக்கொல்லி கொண்டு அவை பதப்பட்டிருக்கும் என்று கண்டுபிடித்தார்கள். ஹக்கில்பி வீட்டுப் பன்றிகள் சோதனைகளில் கிடைத்த தரவுகளை ஆராய்ந்த CDC-யும், FDA-யும், ஹக்கில்பி குடும்பத்திலுள்ள ஒவ்வொருவருடைய திசுக்களிலும், பன்றிகளிலும்

பாதரசம் சேர்ந்திருப்பதைக் கண்டுபிடித்தார்கள்.[3] மேலும் பாதரசக் கூட்டுப் பொருள்களே நோய்க்கு மூலக் காரணம் என்றும் அறிந்தார்கள். அதாவது மெத்தில் மெர்க்குரி கலந்த விதைத் தானியங்களைத் தெரியாமல் தவறாகப் பயன்படுத்தியதன் விளைவு அந்தக் குடும்பத்தின் மூலம் வெளிப்பட்டது.[4]

திருமதி. ஹக்கில்பிக்கு வயது நாற்பத்து ஒன்று. ஏழு மாதக் கர்ப்பிணி. அவருடைய உயிருக்கும், அவரது கருவிலிருந்த குழந்தையின் உயிருக்கும் பாதுகாப்பு கருதி, அவர் அல்புகர்க்கிலுள்ள நியூ மெக்சிகோ பல்கலைக்கழக மருத்துவக் கல்லூரிக்கு அனுப்பப்பட்டார். குழந்தை பிறக்கும் வரை அவர் அங்கே கண்காணிப்பில் இருந்தார், குழந்தைகளைப் பெற்றெடுத்தார். குழந்தை எந்தக் குறைபாடும் இல்லாமல் சாதாரணமாகவே இருந்தது. சில மாதங்களுக்குப் பிறகு அவனுக்கு மைக்கேல் என்று பெயரிட்டார்கள். குழந்தைக்குக் கண் பார்வை இல்லை, மன, உடல் குறைபாடுகள் மட்டும் இருந்தது தெரிந்தது.

திருமதி ஹக்கில்பி அல்புகர்க் மருத்துவமனையில் இருந்தபோது மூன்று குழந்தைகளும் எல்பாசோ மருத்துவமனையிலிருந்து அனுப்பப்பட்டார்கள். இன்னும் மயக்க நிலையிலிருந்த ஆமோசும் எர்னஸ்டினும், அலமாகோர்டாவிலுள்ள ஜெரால்ட் சேம்பியன் நினைவு மருத்துவமனைக்கு அனுப்பப்பட்டனர். டாரத்தி ஜீன் ராஸ்வெல் நர்சிங், மறுவாழ்வு மையத்திற்கு அனுப்பப்பட்டாள். அது மூளைத் தாக்கம் ஏற்பட்டவர்கள் உடல்தேர்ச்சி பெறும் இடம்.

எர்னஸ்டைன் பல மாதங்களுக்குப் பிறகு மயக்கம் தெளிந்து வந்தாள். அவளுக்குக் கண்பார்வை போய்விட்டது. உடல் இயக்கம் பாதிக்கப்பட்டது. அவளைச் சுற்றி என்ன நடக்கிறது என்பதை அவளால் புரிந்துகொள்ள முடியவில்லை.

ஓராண்டுகளுக்குப் பின்னர் National Geographic எங்கேயோ பார்த்துக்கொண்டு ஒரு கரடி பொம்மையை அணைத்துக் கொண்டிருந்த ஒரு சிறுமியின் படத்தைப் போட்டது. அது எர்னஸ்டினுடைய படம். அவளது முகமே அமெரிக்காவில் மெத்தில் மெர்க்குரி நச்சுப் பாதிப்பின் முகமாக ஆயிற்று. 'நாம் உயிர் வாழ மூச்சு விடும்போது: நமது சுற்றுச்சூழலின் அறைகூவல்'[5] என்பது அந்த அறிக்கையின் தலைப்பு. அந்தப் புகைப்படக்காரர் பின்னர் 'முப்பத்தைந்து ஆண்டுகளில்

என்னுடைய வேலைகளிலேயே மிக வருத்தம் தந்தது இதுதான்,' என்று கூறினார்.[6]

நஞ்சினால் பாதிக்கப்பட்ட நான்கு நோயாளிகளை நியூ மெக்சிகோவில் பல்கலைக்கழக மருத்துவத்துறை தொடர்ந்து கண்காணித்து வந்தது. நால்வருமே நரம்பு நோயினால் சிறிது சிறிதாய் பாதிக்கப்பட்டு வந்தார்கள். மிகச் சிறு வயதுக் குழந்தைக்கும் பாதிப்பு அதிகமாக இருந்தது. பிளாசென்டாவில் நச்சுக் கலந்ததால் அதிகப் பாதிப்பு பிறந்த குழந்தைக்கு ஏற்பட்டிருந்தது. 1976இல் வெளியான ஆய்வு அறிக்கையின்படி பாதரச நஞ்சினால் ஏற்பட்ட நரம்புப் பாதிப்பு கடுமையாக இருந்தது. "ஐந்து ஆண்டுகள் தொடர்ந்து கண்காணித்ததில், வித்தியாசமான உணர்வு இழப்பு காணப்பட்டது. தொடுதல், வலி, வெப்பம், அதிர்வு ஆகியவற்றில் உணர்வு இல்லை, வேறுபடுத்திக் காணத் தெரியவில்லை," என்று அறிக்கை காட்டியது.[7] ஐம்பது ஆண்டுகளுக்குப் பிறகும்கூட, ஹக்கிஸ்பி குடும்பத்தில் நடந்த சோகம் அமெரிக்காவில் மெத்தில் மெர்க்குரி நச்சுப் பாதிப்பு நடந்த மிக மோசமான நிகழ்வாகப் பொதுமக்கள் மனதில் பதிந்து விட்டது. அதே நஞ்சுதான் கொடைக்கானல் ஏரியில் மீன்கள், வண்டல்கள், தண்ணீர் ஆகியவற்றிலும் காணப்பட்டது.

27

பார்ட்டன் பூத்தும் கறுப்பு மாத்திரைகளும்

கொடைக்கானலில், குறிப்பாகத் தொழிலாளர்களின் மத்தியில் நஞ்சு பாதிப்பிற்கு முக்கியக் காரணம் பாதரச உலோகத்தோடு நேரடியான தொடர்பு ஏற்பட்டதுதான். HLL நிகழ்ச்சிக்கு இணையாகப் பாதரசத்தோடு நேரடித் தொடர்பால் ஏற்பட்ட பாதிப்புகள் வரலாற்றில் நிறையவே உண்டு. அந்தக் காலத்தில் பாதரசக் கலவைகள் பல நோய்களைக் குணப்படுத்தும் என்று நம்பப்பட்டது. வீட்டு மருந்தாகவும், மருத்துவமனைகளிலும் பாதரசம் பயன்பட்டது.

மக்களுக்கு விநோதமான நோய்க் குறிகள் ஏற்படும் வரையில் அது தொடர்ந்தது.

பதினைந்தாம் நூற்றாண்டின் பிற்பகுதியில், பாலியல் தொடர்பின் காரணமாக ஒரு வித்தியாசமான நோய் ஐரோப்பா முழுவதும் பரவிற்று. இந்த மர்ம நோயின் வெளியில் தெரியக்கூடிய நோய்க் குறிகள் ஏற்கெனவே தொற்றுள்ள ஒருவரோடு உடலுறவு கொண்ட பிறகு பிறப்புறுப்பில் கொப்புளம் ஏற்படும். பிறகு அது உடல் முழுவதும் பரவும், காய்ச்சலும் குளிரும் வரும். கொப்புளம் நாற்றமெடுத்து வெடிக்கும். நாற்றம் பிடித்த நோய்; மருந்தே கிடையாது. அதற்கு 'பிரெஞ்ச் நோய்' என்று பெயர் சூட்டினார்கள். ஏனென்றால் ஃபிரெஞ்ச் படைவீரர்கள்தான் இந்த நோயைக் கொண்டுவந்துவிட்டார்கள் என்று நம்பப்பட்டது. அதற்கு மருந்து தேடும் வேலை தொடங்கிற்று. அதற்கு கிரேட் பாக்ஸ் (பெரிய அம்மை நோய்) என்று பெயர் தரப்பட்டது. 1570இல் ஒரு இத்தாலிய மருத்துவர் அதற்கு 'சிஃபிலிஸ்' என்று பெயர் சூட்டினார்.[1]

இறுதியில், பதினாறாம் நூற்றாண்டில் இதற்கு ஒரு மருந்து கண்டுபிடிக்கப்பட்டது. அதுதான் பாதரசம். தண்ணீரில் கரையக் கூடிய மெர்க்குரி குளோரைட் சிஃபிலிஸ் நோய்க்கு நல்ல மருந்தாக இருந்தது. அதனை உடலில் எங்கு தடவினாலும் அது

உடனே ஈர்க்கப்பட்டுவிடும். அதைப் போடும் இடத்திலுள்ள தோலை எரித்துவிடும். ஆதலால் இது கொப்புளங்களைக் குணப்படுத்திவிடுவதாக நம்பப்பட்டது.[2] பாதரசத்தை இப்போது ஒரு மருந்தாக ஏற்றுக்கொண்டு அதன் அபூர்வமான குணங்களைப் பாராட்டத் தொடங்கினார்கள்.

பதினெட்டாம் நூற்றாண்டின் முற்பகுதியில் ஐரோப்பாவில் பாதரசத்தை ஓர் அதிசய மருந்தாகப் புகழ்ந்தார்கள். பாதரசத்தை மற்றவற்றோடு சேர்த்துக் களிம்புகளைத் தயாரித்தார்கள். தோலில் சிக்கிக்கொண்ட சிஃபிலிஸ் கிருமிகளைத் தாக்கவும், தோல் நோய்களைக் குணப்படுத்தவும் பயன்படுத்தினார்கள்.

இருபதாம் நூற்றாண்டின் மத்திய காலம் வரையில்கூட இந்த மருந்து ஒரு களிம்பாகவும், ஆவிக் குளியலிலும் பயன்பட்டு வந்தது. சில சமயம் வாய் வழியாகவும் தரப்பட்டது. மக்களும் மருத்துவர்களும் பாதரசம் உடலின் எந்த அடுக்கையும் துளைத்துக் கிருமிகளை வியர்வையாகவும், எச்சிலாகவும், கழிப்புகள் வழியாகவும் நீக்கி விடுமென்று நம்பினார்கள். உடல் அமைப்பில் கோளாறு ஏற்படும்போது அகஸ்தீன் பெல்லோஸத், ஜான் ஆபர்நெதி முதலான பதினெட்டாம், பத்தொன்பதாம் நூற்றாண்டுகளில் புகழ் மிக்க மருத்துவர்கள் மிகவும் பொடியாக்கப்பட்ட பாதரசத்தைச் சிறிய அளவில் உட்கொள்ளப் பரிந்துரைத்தார்கள். ஆபர்நெதியின் சிறு பாதரச வில்லைகளுக்கு நீல வில்லையென்று பெயர். அமெரிக்காவில் அதற்கு எவ்வளவு புகழ் என்றால் ஆபிரகாம் லிங்கன் கூடச் சுத்தமான பாதரசத் திரவம், அதிமதுர வேர், பன்னீர், தேன் கலந்து தயாரிக்கப்பட்ட நீல வில்லையைத் தனது துக்க மனநிலைக்கு மருந்தாகப் பயன்படுத்தினார். ஆனால், வெள்ளை மாளிகைக்குப் போன பிறகு அதை நிறுத்திவிட்டார் என்று ஆவணங்கள் கூறுகின்றன.[3]

மன்னர் ஆட்சிக் காலத்தில் ஐரோப்பிய மக்கள் பாதரசமும், அதைக் கொண்டு தயாரிக்கப்பட்ட மருந்துகளும் மன வருத்தம், வயிற்று வலி, சிஃபிலிஸ், இன்ஃபுளூயன்சா, ஒட்டுண்ணியால் ஏற்படும் நோய்கள் ஆகியவற்றைக் குணப்படுத்தும் என்று நம்பினார்கள். மெர்க்கூரஸ் குளோரைடு அல்லது கால்மெல், சிறு கடலை வடிவ வில்லைகளாகப் புழக்கத்திற்கு வந்தது. தேனும், சர்க்கரையும் கொண்ட வில்லைகளில் அது வைக்கப்பட்டிருக்கும். அப்போதைய பெரும் புள்ளிகளான நெப்போலியன், ஆன்ட்ரூ ஜேக்சன், லூயிசா

மே ஆல்காட், எட்கர் ஆலன் போ போன்றவர்களுக்குக் கூட அது பயன்படுத்தப்பட்டதாம்.

பல நோய்களோடு தொடர்புடையது மலச் சிக்கல். காலமல் வயிற்றை உடனே சுத்தப்படுத்திவிடும், உடலிலுள்ள நஞ்சும், கிருமிகளும் வெளியேற்றப்பட்டுவிட்டதாகக் கருதப்பட்டது. இதுதான் அது மருந்தாகப் பயன்படுத்தப்பட்டதன் காரணம். பாதரசத்தின் தவறான பயன்பாடு முதலில் பதிவு செய்யப்பட்டது மேடை நடிகர் பார்டன் பூத்தின் வாழ்க்கையில்தான்.

பிரிட்டனில் வசித்து வந்த பூத்திற்கு 1722இல் கடுமையான காய்ச்சல் கண்டது. நாற்பத்தி ஆறு நாட்களாகியும் விடவில்லை. அப்போது புகழ்மிக்க மருத்துவராக இருந்த தாமஸ் டாவர் உட்பட பல சிறந்த மருத்துவர்கள் சிகிச்சை அளித்தார்கள். ஓரளவு குணமாயிற்று. நான்கு ஆண்டுகளுக்குப் பிறகு திரும்ப வந்தது. இப்போது விடாத மஞ்சள் காமாலை நோயாக வந்தது. அவரும் பலவித சிகிச்சைகளை எடுத்துக் கொண்டார், பயனில்லை. மருத்துவர்கள் அவரைக் கடல் பயணம் மேற்கொள்ளச் சொன்னார்கள். அப்போது வாந்தி ஏற்பட்டால் சரியாகிவிடும் என்றார்கள். அதுவும் செய்து பார்த்தார். இப்போது காய்ச்சல் துரித வேகத்திலேயே திரும்பி வந்தது. இப்போது வயிற்று வலியும் சேர்ந்துகொண்டது.

உடல்நலம் மோசமாக ஆனாலும், கொஞ்சம் சரியானவுடன் மீண்டும் நாடக மேடைக்கு வந்துவிடுவார். 1933இல் குடல் வலி அதிகமாக, மே மாதம் இறந்துவிட்டார்.

பூத் தனது கடைசி இரண்டு நாட்களும் சர் ஹேன்ஸ் ஸ்லோன் என்ற மருத்துவரிடம் சிகிச்சை பெற்று வந்தார். அவர் பூத்தினுடைய உடலிலிருந்து கட்டிகளைக் குறைக்க இரத்தத்தை வடிக்கச் செய்தார். பூத்தினுடைய மறைவுக்குப் பிறகு அவருடைய உடல், உடற்கூராய்வுக்கு உட்படுத்தப்பட்டது. பிரபலமான ஒருவருக்கு அப்படி நடத்தப்படுவது அதுவே முதன்முறை.[4]

உடற்கூராய்வு அறிக்கையின்படி, குடலில் குண்டூசித் தலை அளவிற்கான பாதரச உருண்டைகள் ஒட்டிக் கொண்டிருந்தன.[5] மருத்துவர்கள் அதை ஆராய்ந்தார்கள். ஐம்பத்து இரண்டு வயதில் அவருடைய சாவுக்கான காரணத்தைக் கண்டுபிடித்தார்கள். நீண்டகாலம் பாதரசத்தை அதிகளவில் பயன்படுத்தியதுதான் காரணம் என்றார்கள். சிறுகுடலில் சேர்ந்த பாதரசம் அவருக்குக் குடல் வலியை ஏற்படுத்தி மஞ்சள்காமாலையில் கொண்டு

போய் விட்டுவிட்டது. எனவே பாதரசம் அதிகளவில் உட்செலுத்தப்பட்டதே அவர் இறப்பிற்குக் காரணமாயிற்று. ஐரோப்பாவிலும், அமெரிக்காவிலும் மட்டுமல்ல பாதரசம் பல வடிவங்களில், நிறங்களில், பெயர்களில் பல இடங்களிலும் பயன்பட்டு வந்தது.

பழங்காலச் சீனத்தில், குவிங் அரச பரம்பரையின் முதல் பேரரசரான கீன் ஷூ ஹீவாங் (259-210 BC) நிலையான உயிர் வாழ்க்கையைத் தேடி அவரது அரச இரசவாதிகள் உயிரமுதம் என்று தயாரித்த பாதரசக் கலவைகளை உட்கொண்டார். விளைவு கீன் ஷூ ஹீவாங் இளம் வயதிலேயே பாதரச நஞ்சினால் இறந்தார். அவருக்கு குவிக் சில்வர் என்ற பெயர் கொண்ட பாதரசத்தின் மேல் எவ்வளவு ஆசை என்றால் பாதரசம் ஓடும் கல்லறையில் தன்னைப் புதைக்க வேண்டும் என்றும் பாதரசப் பொருட்களாலான அலங்காரங்கள் மேற்கூரைக்குச் செய்யப்பட்டிருக்க வேண்டும் என்றும் அவர் கட்டளை இட்டிருந்தார். அவருடைய கல்லறையைத் திறந்தால் பாதரச நச்சு வெளிப்பட்டுவிடும் என்று அஞ்சி அதைத் திறக்காமலேயே வைத்திருக்கிறார்கள்.

வட இந்தியாவில் ஐரோப்பிய, அமெரிக்க, திபெத்திய மருந்துக் கடைகள் அண்மைக் காலம் வரையில் ஸ்சு-மார் 2, அல்லது நகை 25 என்ற பெயர் கொண்ட மாத்திரைகளை விற்றுவந்தன. அதனோடு திபெத்திலும் ஆங்கிலத்திலும் எழுதிய அட்டை ஒன்று இருக்கும். அதில் பென்சின் ஃபுன்சாக் என்ற பதினேழாம் நூற்றாண்டு துறவி ஒரு அபூர்வ வகை நோய்க்காக பாதரசம் கலந்த வில்லைகளைத் தயாரித்தார் என்றும் அதைக்கொண்டு அவர் தன்னைக் காப்பாற்றிக் கொண்டார் என்றும் கூறப்பட்டிருக்கும்.

சீனர்களும், இந்தியர்களும் பாதரசத்தை ஒரு ‘அதிசய’ மருந்தாக நீண்ட காலம் பயன்படுத்தி வந்தார்கள். திபெத்தியர்கள் மாத்திரை செய்வதை இந்தியர்களிடமிருந்தும் சீனர்களிடமிருந்தும் கற்றுக் கொண்டார்கள். அங்கே பிக்குகள் நரம்பு நோய்கள் முதல், எலும்பு முறிவு வரையில் பல நோய்களைக் குணப்படுத்த ரின்-சென் ரில்-நாக் என்ற மாத்திரையைத் தயாரித்தார்கள். இந்தச் சொற்றொடருக்கு ‘கறுப்பு மாத்திரைகள்’ என்று பெயர். கறுப்பு மாத்திரைகள் பாதரசமும், திபெத்திய புத்த மதமும் கலந்த கலவை என்று கருதப்பட்டது. திபெத்திய புத்தமத மருத்துவ, அதிசய மரபுகளின் ஒரு பகுதி அது. இன்னும்கூட அது இருந்து வருகிறது. மென்-ட்சி-காங் அல்லது திபெத்திய மருத்துவ வாரியக் கழகம்

இந்தக் கறுப்பு மாத்திரைகளை விற்கின்றது. பெயர் மட்டும் ரின்-சென் ட்சஜார் சென்மோ அல்லது மதிப்புமிக்க மாத்திரை என்று மாற்றப்பட்டுள்ளது. இதில் பதினான்கு மூலிகை அல்லது மூலிகைப் பொருட்கள் சேர்ந்திருக்கின்றன. அவற்றில் ஒன்று 'ட்சோதல்' என்பது. அது சாறுகளின் அரசன் என்று அழைக்கப்பட்டது. ட்சோதல் என்பது பாதரசத்திலிருந்து நச்சுத் தன்மையை நீக்கி மருத்துவப் பயன்பாட்டிற்கு உரியதாக மாற்றப்பட்டதாகக் கூறியது. பாதரசத்தின் இந்த வகைகள் கவுட், ஆர்த்ரைட்டில், புற்று நோய், சிரங்கு, தொழு நோய், வீக்கம் முதலானவற்றைத் தடுக்கப் பயன்படுகிறது என்று பரிந்துரைக்கப்படுகிறது. அசுத்த இரத்தத்தைத் தூய்மைப்படுத்தவும் பயன்படுகிறது என்று அந்த அட்டை கூறியது.[6] சுற்றுலாப் பயணிகளுக்குத் தரப்படும் விளம்பர அட்டைகளில் இந்த மருந்து திபெத்திய மருத்துவ வல்லுநர்களின் முறைப்படி ஆன்மீக ஆசீருடன் தயாரிக்கப்பட்டது என்று குறிப்பிடப்பட்டிருக்கும்.[7] இந்த ஆசீர் மிக அதிகமான நச்சுத் தன்மை கொண்டதாக ஆகிவிட்டது.

28

மினமாட்டா வளைகுடா மர்மம்

மினமாட்டா என்பது தெற்கு ஜப்பானில் அமைதியான யட்சுஷிரோ கடற்கரையில் அமைந்த ஒரு சிறு நகரம். சுற்றிலும் கியுஷூ நிலப்பரப்பும் தூய்மையான பல சிறு தீவுகளையும் கொண்ட அமைதியான நகரம்.

1956 ஏப்ரல் 21 அன்று மினமாட்டாவில் ஷின் நிஹான் சிசோ ஹைரோ கம்பெனியின் மருத்துவமனையில் ஒரு மருத்துவர் ஐந்து வயதுச் சிறுமியைச் சோதித்துக் கொண்டிருந்தார். அந்தக் குழந்தைக்கு நடப்பதில் சிரமம், பேச்சுக் குறைபாடு, வலிப்பும் வரும். இந்த நோய்க் குறிகளைக் குறித்துக் கொண்டிருந்த மருத்துவருக்குப் பைத்தியத் தொப்பி நோய், நினைவுக்கு வந்தது.

லீவிஸ் காரோல் எழுதிய விந்தை உலகில் ஆலசின் சாகசங்கள் (1856) என்ற கதையில் ‘பைத்தியத் தொப்பிக்காரன்’ (mad hatter) வரும். பத்தொன்பதாம் நூற்றாண்டில் தொப்பிகள் செய்வதில் பாதரச நைட்ரேட் பயன்பட்டு வந்தது. முயல்கள், குழி முயல்கள், நீர் நாய்கள் முதலியவற்றின் முடிகளை அவற்றின் தோலிலிருந்து வெட்டியெடுத்து அவற்றை ஆரஞ்சு வண்ண மெர்குரிக் நைட்ரேட்டைப் பயன்படுத்திச் சேர்த்து மென்மைப்படுத்துவார்கள். இதற்கு கேரட்டிங் என்று பெயர். இந்த முடியைப் பெரிய கூம்புகளாக ஆக்கி, தண்ணீரில் கொதிக்க வைத்துச் சுருக்கி, காயவைத்துத் தொப்பி செய்வார்கள்.[1] இந்த வேலையைச் செய்பவர்களுக்கு ஒருவகைப் பைத்தியம் ஏற்படுவது உண்டு. அதனால் இந்த நோயை, பைத்தியத் தொப்பிக்காரர் நோய் என்று அழைத்தார்கள். இது மத்திய நரம்பு மண்டலத்தைப் பாதிக்கும் நரம்பு நோய். இந்த நோயால் பாதிக்கப்பட்டவர்கள் எரிச்சல் படுவார்கள், தன்னம்பிக்கை இருக்காது, மன அழுத்தம், வெறுப்பு, கோழைத்தனம் முதலிய நோய்க் குறிகள் இருக்கும். அதிகக் காலம் பாதரச ஆவிக்கு உட்பட்டவர்களுக்கு ஜன்னி, நடத்தையில்

மாற்றங்கள், நினைவாற்றல் இழப்பு ஆகியவையும் ஏற்படும். இந்த நோய்க்கான அறிகுறிகள் எல்லாமே கொடைக்கானல் தொழிற்சாலையில் வேலை செய்தவர்களுக்கும் ஏற்பட்டன.

பாரம்பரியமாகத் தொழில் செய்கின்ற முறையில் மாற்றம் ஏற்பட்டவுடன், இந்நோயும் பெரிதும் குறைந்துவிட்டது. எனினும் உலகின் பல பகுதிகளில் இவை போன்ற நோய்க் குறிகள் மக்களிடம் காணப்பட்டு வந்தன. டிம்பர்டனின் இயக்கத்தில் வந்த ஆலிஸ் இன் ஒண்டர்லேண்ட் (2010) திரைப்படத்தில் ஜானி டெப், மேட் ஹேட்டர் பாத்திரத்தில் நடித்தார். கேரட், ஆரஞ்சு நிறத் தொப்பிக்காரர். இதில் பாதரச நஞ்சு பற்றி எடுத்துச் சொல்ல ஒளிவிடும் பச்சைக் கண்கள், ஆரஞ்சு தலைமுடியுடன் தோல் நிறத்தையும் மாற்றிக்கொண்டார்.[2] 2020இல் வெளியான மினமாட்டா (2020) திரைப்படத்திலும் டெப் நடித்தார். படம் சுற்றுச்சூழல் பாழ்படுவது பற்றியது.

மீண்டும் மினமாட்டாவுக்கு வருவோம். 1956இல் சிசோ மருத்துவமனையில் ஐந்து வயதுச் சிறுமிக்கு மருத்துவப் பரிசோதனை நடந்த இடங்களில் அவளுடைய சகோதரிக்கும் அதேபோன்ற அறிகுறிகள் தோன்றின. அவர்களுடைய பக்கத்து வீட்டுக்காரருடைய மகளுக்கும் இதுபோன்ற அறிகுறிகள் இருப்பதாகக் குழந்தைகளின் தாய் சொன்னார்.

உடனடியாக வீட்டுக்கு வீடு சோதனை நடத்தியதில் இவை போன்ற நோய்க் குறிகளுடன் இன்னும் எட்டுக் குழந்தைகள் இருந்தது கண்டுபிடிக்கப்பட்டது. மே 1 அன்று உள்ளூர் மருத்துவ அதிகாரிகளுக்கு மத்திய நரம்பு மண்டலத்தைப் பாதிக்கும் இந்த மர்மநோய் பற்றித் தெரிவிக்கப்பட்டது.

இந்த நோய்க்கு மினமாட்டா நோய் என்று பெயர் தரப்பட்டது. குழப்பமடைந்த குமாமோடோ பெர்பெக்சர் அரகாவும் வளைகுடா பகுதியில் வேகமாகப் பரவும் தொற்றுநோய் என்று சந்தேகப்பட்டது. உடனே பாதிக்கப்பட்டவர்கள் தனிமைப்படுத்தப்பட்டார்கள், நோய்க் கிருமிகள் நீக்கம் செய்யப்பட்டன. உள்ளூர் மருத்துவர்களுடன் சேர்ந்த ஓர் அபூர்வமான நோய்க்கான எதிர்ச் செயல்கள் குழு ஒன்றை அமைத்தது. இதற்குள் வீட்டுப் பிராணிகளிடமும் வினோதமான நடத்தைகள் கவனிக்கப்பட்டன. அவற்றில் முக்கியமானது பாதிக்கப்பட்ட பூனைகளிடம் காணப்பட்ட நடத்தைதான்.

அவற்றிற்கு ஜன்னி கண்ட பிறகு பைத்தியக்காரத்தனமாக நடந்துகொள்ளும், கடைசியில் இறந்துபோகும். அவர்கள் அதை 'நெகோ ஓடோரி பையோ' (பூனை நடனமாடும் நோய்) என்று அழைத்தார்கள்.[3]

இப்போது இந்த வினோத நடத்தை பிற தாவரங்களுக்கும் விலங்குகளுக்கும் பரவியது. பறக்கும்போதே நடு வழியில் பறவைகள் கீழே விழுந்தன. ஆற்றில் தாவரங்கள் வளர்வது நின்று போயிற்று. செத்த மீன்கள் கடலில் மிதந்தன.

இதுவரையில் ஆவணப்படுத்தப்படாத, இதுவரையில் அறிந்திராத ஒரு நோயைப் பற்றி ஆராய அருகிலுள்ள குமாமோடோ பல்கலைக் கழகத்தின் மருத்துவக் கல்லூரியை அணுகினார்கள்.[4] அடுத்த சில மாதங்களுக்கு மருத்துவக் கல்லூரியில் நேரடியாகவே நோயாளிகள் சேர்க்கப்பட்டு, அங்குள்ள வசதிகளைக் கொண்டு ஆய்வு செய்தார்கள்.

கல்லூரியின் ஆய்வு முடிவின்படி நோய் ஆபத்தானதாக இருந்தாலும், தொற்று நோய் எதுவும் இல்லை என்று கண்டுபிடிக்கப்பட்டது. அங்கு சேர்க்கப்பட்ட இருபத்து ஆறு நோயாளிகளுக்கும், அக்டோபரில் இறந்த பதினான்கு பேருக்கும் நோய் முன்னறிகுறி எதுவும் காட்டாமல் திடீரென்று வந்தது. திடீரென்று உணர்வுகள் இழந்து போய், கை கால்கள் மரத்துப் போகும். நோயாளி எதையும் கையில் பிடிக்க முடியாது. சட்டைப் பொத்தான்களைக் கூடப் போடமுடியாது. ஆரம்ப அறிகுறிகள் குரல் கம்முதல், வாய் திக்குதல், கீழே விழாமல் நடக்கவோ, ஓடவோ முடியாத நிலை, உணர்வுகளில் பாதிப்பு ஆகியவையாக இருக்கும்; ஜன்னி காணும், ஆழ் மயக்கம் ஏற்படும், கடைசியில் மரணம்.

இந்த நோய் திடீரென்று எப்படி இவ்வளவு வேகமாக வந்தது என்பதை மருத்துவக் கல்லூரி ஆராய்ந்தது. பாதிக்கப்பட்டவர்களில் பெரும்பாலோர் மினமாட்டா வளைகுடாவில் மீனவர் கிராமங்களைச் சேர்ந்தவர்கள் என்று கண்டார்கள். அவர்களில் குடும்பம் குடும்பமாகப் பாதிக்கப்பட்டார்கள். மீன்பிடித் தொழிலில் ஈடுபட்டிருந்ததாலும், கடற்கரைக்கு அருகில் இருந்ததாலும் அவர்கள் அதிக அளவில் மீன், நண்டு, இறால் ஆகியவற்றை உண்டிருக்கிறார்கள். மேலும் இறந்துபோன பூனைகள் உணவுக் கழிவுப் பொருள்களை உண்டிருக்கின்றன. அவற்றில் மீன்

கழிவுகளே அதிகம். எனவே இந்த நோய் உணவில் நஞ்சு கலந்ததால் ஏற்பட்டதென்று முடிவு செய்யப்பட்டது.

நவம்பர் 4 அன்று ஆய்வுக் குழு, "மினமாட்டா நோய் ஓர் அடர் உலோக நஞ்சினால் ஏற்பட்டது. அது மீன் அல்லது நண்டு போன்ற கடல் உயிரினங்களால் மனித உடலுக்குள் போயிருக்கிறது," என்று அறிவித்தது.[5]

அடுத்த வினா கடல் உயிரினங்களுக்குள் அந்த நச்சுப் பொருள் எப்படி நுழைந்திருக்க முடியும்? மினமாட்டா வளைகுடாவிலிருந்து வந்திருக்குமா? அங்குதானே வசித்தார்கள்? மீன் பிடித்து உண்டிருக்கிறார்கள்? விசாரணை தொடர்ந்தது.

ஷின் நிஹான் சிசோ ஹைரோ கம்பெனிதான் முதலில் சந்தேகத்திற்கு உள்ளானது. ஏனென்றால் அதுதான் கழிவுத் தண்ணீரையும் தொழிற்சாலைக் கழிவுகளையும் மினமாட்டா வளைகுடாக் கடலுக்குள் அனுப்பியது. முன்னால் நடத்தப்பட்ட ஆய்வின்படி இக்கழிவுப் பொருள்களில் ஈயம், பாதரசம், மாங்கனீசு, ஆர்சனிக், தூலியம், செம்பு, செலானியம் ஆகியவை இருந்தது கண்டுபிடிக்கப்பட்டது. ஆனால் அண்மைக் காலத்தில் ஆய்வுகள் மேற்கொள்ளப்படவில்லை. கம்பெனியின் ஒத்துழைப்பு கிடைக்காத நிலையில் எந்த வேதிப்பொருள் காரணமென்று உறுதியாகக் கூற முடியவில்லை. அடுத்த சில ஆண்டுகளில் நோயை இந்த உலோகங்கள் ஒவ்வொன்றோடும் தொடர்புபடுத்தும் கருதுகோள்கள் வந்தன. ஆனால் அறிவியல்பூர்வமாக உறுதியாக எதையும் சொல்ல முடியவில்லை.

ஆனால் சரியான தீர்வு 1958 மார்ச்சில் கிடைத்தது. பிரிட்டிஷ் நரம்பு நோய் வல்லுநர் டக்ளஸ் மக்கல்டைன் நகரத்திற்கு வந்தார். மருத்துவக் கல்லூரிக் குழுவுடன் நிகழ்ந்த உரையாடலுக்குப் பிறகு நோய்க் குறிகள் இந்த நோய், பாதரச நஞ்சினால் ஏற்பட்டதென்று கூறுகின்றன எனத் தெரிவித்தார். அதனை அடிப்படையாகக் கொண்டு ஆய்வாளர்கள் வளைகுடாவைச் சுற்றிலும் பாதரசம் பரவி இருப்பதை ஆராய்ந்தார்கள். அவர்கள் மீன், நண்டு, இறால், தாவரம், தண்ணீர், அடியிலிருந்து வண்டல்-எல்லாவற்றிலும் பாதரசம் இருந்ததைக் கண்டு அதிர்ச்சி அடைந்தார்கள். கால்வாய் வரையிலும் சிசோ தொழிற்சாலை அருகில் பெருமளவு பாதரசம் இருந்தது கண்டுபிடிக்கப்பட்டது. ஒரு டன் சேற்றில் இரண்டு கிலோ பாதரசம் இருந்தது (அதாவது ஒரு மில்லியனில் 2010

பகுதிகள்). அதன் அளவு ஹியாக்கன் துறைமுகத்தில் குறைவாகவும், கடல் சங்கமத்தில் மிகக் குறைவாகவும் இருந்தது. இதனால் தொழிற்சாலையில் இருந்துதான் நச்சுப் பொருள் வந்ததென்பது தெளிவாயிற்று.

எங்கிருந்து வந்ததெனக் கண்டுபிடிக்கப்பட்டவுடன், ஆராய்ச்சி இப்போது பாதரசம் எவ்வகையில் மனிதர்களைப் பாதித்தது என்பதைக் கண்டுபிடிப்பதில் திரும்பியது. இதற்கு நோயாளிகளின் தலைமுடிகளையும், பாதிக்கப்படாத மக்களின் தலைமுடி மாதிரிகளையும் ஆய்வு செய்தார்கள். எவ்வளவு பாதரசம் சேர்ந்திருக்கிறது என்பதைக் கணக்கிட்டார்கள்.

தாங்கள் பாதிக்கப்படவில்லை என்று நம்பிக்கை வைத்திருந்தவர்களின் தலைமுடியும் அதிக அளவு பாதரசம் இருப்பதைக் காட்டிற்று. மிக அதிக அளவாக 191ppm பதிவு செய்யப்பட்டது. அவர்களுக்கும் சில நாட்களில் மினமாட்டா நோய் வந்துவிட்டது. ஏற்கெனவே பாதிக்கப்பட்ட நோயாளிகளிடம், அவர்கள் கடல் உணவைச் சாப்பிடுவதை 1956இல் நிறுத்திய பிறகும் கூட அதிக அளவாகப் பாதரசம் 705ppm இருந்தது.[6]

இந்த முடிவுகளின் அடிப்படையில் விலங்குகள் மேல் சோதனைகள் நிகழ்த்தப்பட்டது, பூனைகளுக்கும், மீன்களுக்கும் மெத்தில் பாதரசம் செலுத்தப்பட்ட உணவு தரப்பட்டது. பத்துப் பன்னிரண்டு வாரங்களில் பூனைகளுக்கு நோய்க் குறிகள் தோன்றத் தொடங்கி விட்டன, ஜன்னியும் வந்தது.

இவ்வாறு நோய்க்கும் மெத்தில் பாதரசத்திற்குமுள்ள தொடர்பு காட்டப்பட்டது. அதனைத் தொடர்ந்து 1950 நவம்பரில் பல்கலைக் கழக மினமாட்டா நோய் ஆய்வுக் குழு தனது அறிக்கையை ஜப்பான் நலத்துறை அமைச்சகத்திற்கு அனுப்பியது. அதில், "சிசோ ஆலையிலிருந்து வந்த கழிவு நீரில் இருந்த MeHg (மெத்தில் பாதரசம்)-ஆல் மினமாட்டா நோய் வந்தது," என்று குறிப்பிட்டது.[7]

உடனே சிசோ தொழிற்சாலையும் ஓர் ஆய்வுக் குழுவை அமைத்தது. அதுவும் சோதனையை விலங்குகளின் மேல் நடத்தியது. சோதனையில் எழுபத்தி எட்டாம் நாள் பூனைகளுக்கு வலிப்பு ஏற்பட்டது. ஆகவே சிசோ அந்த ஆய்வுக் குழுவைக் கலைத்து விட்டது.[8] பல ஆண்டுகளுக்குப் பிறகு 2020இல் சோதனைக்குப் பொறுப்பான மருத்துவர்களில் ஒருவர் பூனை மூளையின்

மாதிரியை பத்திரமாகத் தன்னிடம் வைத்திருந்தார் என்று கண்டுபிடிக்கப்பட்டது. இது ஒரு முக்கியமான தடயம்.

இதற்கிடையில் சிசோ நிறுவனமும், அதுபோன்று அப்பகுதியிலிருந்த பிற நிறுவனங்களும் சேர்ந்து மெத்தில் பாதரசம் பற்றிய ஆய்வு முடிவைத் தவறெனக் காட்ட ஒரு ஆய்வை மேற்கொண்டன. நீண்டகால எதிர்ப்புகளுக்குப் பிறகு, உடல் நலம், தொழில், நல அமைச்சகம் சான்றளித்த நோயாளிகளுக்கு இழப்பீட்டுத் தொகை தர முன்வந்தது. நோயினால் இறந்த ஒவ்வொரு குடும்பத்துக்கும் 100,000 யென் முதல் 300,000 யென் வரை கொடுத்தது.[9]

ஆனால், எதிர்பாராத தாக்கம் பிறந்த குழந்தைகளிடம் காணப்பட்டது. 1961இல் அப்பகுதியில் செரிப்ரல் பால்சி என்ற மூளை முடக்குவாத நோயால் பாதிக்கப்பட்டவர்கள் பற்றிய செய்தி வந்தது. அந்தக் குழந்தைகளின் தாய்மாருக்கு எந்த நோய்க் குறியும் இல்லை. நச்சுக்கொடி, கருவுக்குப் பாதுகாப்புக் கவசமாக இருக்குமென்று நம்பப்பட்டு வந்தது. பெரும்பாலான வேதிப் பொருள்களைப் பொறுத்தவரையில் அது சரிதான். ஆனால் தாயின் உடலிலிருந்து மெத்தில் பாதரசத்தைக் கருப்பை உறை கருவிற்குள் கடத்திவிட்டிருந்தது.

ஷின் நிஹான் சிசோ ஹைரோவுக்கும் நோய்க்குமுள்ள தொடர்பு முடிவுக்கு வந்தது. அரசு அளித்து வந்த மானியமும் நிறுத்தப்பட்டது, ஆனால் 1963ஆம் ஆண்டு குமாமாமீடா பல்கலைக் கழகம் மினமாட்டா நோய் ஷின் நிஹான் சிசோ கம்பெனியிலிருந்து வந்த மெத்தில் பாதரசம் கலந்த கழிவினால் ஏற்பட்டதென்று அறிவித்தது. இரண்டு ஆண்டுகள் கழித்து இந்தக் குழுமம் தன் பெயரை சிசோ கார்ப்பரேஷன் என்று மாற்றிக்கொண்டது.

ஆனால் சிசோ நிறுவனம் பாதரசத்தைப் பயன்படுத்துவதை நிறுத்தவில்லை. அதனுடைய மினமாட்டா ஆலையில் அசிடால் டிகைடு தயாரிப்பில் பாதரசம் ஒரு கிரியா ஊக்கியாகப் பயன்பட்டது. ஐந்து ஆண்டுகளுக்குப் பிறகே இந்தப் பயன்பாட்டை நிறுத்தினார்கள்.

இரண்டாண்டுகளுக்குப் பின்னர் 1965இல் 1400 கி.மீ தொலைவிலுள்ள நிகாடா நகரிலும் மினசாடா நோய் போன்ற அறிகுறிகள் கொண்ட நோய் மக்களைப் பாதித்தது. செய்தித்தாள்கள் தலைப்புச் செய்தியாக வெளியிட்டன. நிகாடா நகரத்தில் ஏற்பட்ட நோய் பல தரவுகளைத் தந்தது. முழுமையான

பாதிப்பு ஏற்படும் மினசாடா நோய் ஒரு நாளைக்கு சராசரியாக 1/2 முதல் 3 முறை மீன் சாப்பிடுவதால் வந்ததென இந்தத் தரவுகள் காட்டின. ஒரு சாப்பாட்டில் சராசரியாக மீன் 150 முதல் 200 கிராம் இருக்கும். இவர்கள் சாப்பிட்ட மீனில் எடைப்படி 5000ppb முதல் 20,000ppb வரையில் இருந்தது.[10]

நிகாடாவில் ஏற்பட்ட நோய் மெத்தில் பாதரசம் கலந்த உணவை கர்ப்பிணிகள் உட்கொண்டால் குழந்தைகளுக்குப் பிறப்பிலேயே ஊனம் ஏற்படும் என்பதை உறுதி செய்தது. மினமாட்டாவிற்கும், நிகாடாவிற்கும் இடையேயுள்ள காலகட்டத்தில் இருபத்திரண்டு குழந்தைகள் பிறப்பிலேயே ஊனமுள்ளவையாகப் பிறந்தன. அவர்களுடைய தாய்மார் தெரியாமலேயே நஞ்சுள்ள மீனைக் கர்ப்ப காலத்தில் உண்டவர்கள், ஆனால் அவர்களுக்கு எந்த நோய்க் குறிகளும் காணப்படவில்லை. இதிலிருந்து கருவிலிருக்கும் குழந்தை மெத்தில் பாதரசத்தால் எளிதில் பாதிக்கப்படுகிறது என்பதை உறுதிசெய்தது. மினமாட்டா நோயினால் கருவிலேயே பாதிக்கப்பட்ட குழந்தைகளை உடற்கூராய்வு செய்தபோது அந்த நஞ்சு, மூளை செல்களில் சேதத்தை ஏற்படுத்தியது தெரியவந்தது. மெத்தில் பாதரசம் மூளை செல்களையே கரைத்துவிடுகின்றது. அவை இருந்த இடத்தில் திரவம் நிறைந்த குழிதான் இருந்தது. மேலும் மெத்தில் பாதரசம் நரம்பு மண்டலத்தில் கை, கால் விரல்கள் வரையில் பாதிப்பை ஏற்படுத்திவிடுகின்றது. இதனால் தான் விரல்கள் உணர்வை இழந்துவிடுகின்றன.[11]

அப்போதிருந்து மினமாட்டா பாதரச நஞ்சினால் ஏற்பட்ட அழிவு பாடப் புத்தகங்களில் கரிமமற்ற பாதரசம் கரிமப் பாதரசமாக மாறுவது பற்றிப் பாடமாக இடம்பெற்றுவிடுகிறது, இந்த நச்சு கூட்டுப் பொருள் உணவுச் சங்கிலியில் மனிதர்களை அடைகிறது என்பதையும் இது விளக்குகிறது.

பல ஆண்டுகளுக்குப் பிறகு ஆய்வு முடிவு, சிசோ நிறுவனம் மெத்தில் பாதரசத்தை ஆற்றில் கலந்திருக்கும் என்று காட்டியது. தொடர்ந்து நவீன ஆய்வுக் கருவிகளின் மூலம் ஆய்வுகள் நடந்தது. அதைத் தொடர்ந்து 2020இல் அதிர்ச்சியான முடிவு கிடைத்தது.

சஸ்கேட்சுவன் பல்கலைக்கழகத்தின் ஆய்வுக்குழு மினமாட்டாவில் விலங்குகளின் மூளைத் திசுவின் மாதிரிகளை ஆராய்ந்தது. இந்தச் சோக நிகழ்ச்சிக்கு வேறு வகையான கரிமப் பாதரசம் காரணமென்று கண்டுபிடித்தது. அசிட்டால் தயாரிப்பின் துணைத்

தயாரிப்பாகக் கிடைக்கும் ஆல்பால் மெர்க்கூரிக் அசிடால் டிஹைட்தான் காரணமென்று கண்டுபிடிக்கப்பட்டது.[12] இப்போது முதலில் பூனை நடமாடும் நோயில் செய்யப்பட்ட ஆய்வு உதவி செய்தது. 1989இல் ஒரு மருத்துவர் பாதுகாத்து வைத்திருந்த பூனையின் மூளைப் பகுதி இந்த ஆய்விற்கு உதவியது.

மினமாட்டா போன்ற நச்சுப் பாதிப்பு உலகின் பல பாகங்களிலிருந்தும் வந்தன. இவற்றை மினமாட்டா நோயின் நிகழ்வுகள் என்று கருதினார்கள். எடுத்துக்காட்டாக ஈராக், கௌடமாலா, பாகிஸ்தான் ஆகிய நாடுகளிலும் இந்த நோய்க் குறிகள் பற்றிய செய்திகள் வந்தன.

மினமாட்டா கன்வென்ஷன் என்ற பாதரசப் பயன்பாட்டை ஒழுங்குபடுத்த ஐ.நா.வில் உலகளாவிய ஒப்பந்தம் 2011 ஆகஸ்டில் நடைமுறைக்கு வந்தது. இதற்கிடையில் சிசோ நிறுவனம் பாதிக்கப்பட்ட 14,000 பேருக்கு இழப்பீடு தந்தது.

மினமாட்டா நோயின் தொடக்கத்தையும், காரணங்களையும் ஆராய நீண்ட காலம் ஆனது போலவே மினமாட்டா கன்வென்ஷன் செயல்படவும் நீண்டகாலம் ஆயிற்று. மனிதச் சுற்றுச்சூழல் பற்றிய 1972 ஸ்டாக் ஹோம் மாநாட்டில் பாதரச ஒப்பந்தம் பற்றிய பேச்சு தொடங்கிற்று. அப்போது மினமாட்டா நோயினால் உடல் குறைபாடு ஏற்பட்ட ஜப்பானிய மாணவன் ஷினோடி சகமாடா நேரில் தோன்றிய மாநாட்டிற்கு வந்தவர்களின் மனச் சான்றை உலுக்கிப் போட்டான்.

அதே ஆண்டு ஐ.நா. சுற்றுச்சூழல் திட்டம் (UNEP) தோற்றுவிக்கப்பட்டது. நச்சுப் பொருளால் மாசு ஏற்படுவது பற்றித் தனது திட்டத்தில் சேர்த்துக்கொண்டது. பாதரசத்தினாலும் அதன் கூட்டுப் பொருள்களாலும் ஏற்படும் உடல்நல பாதிப்புகள், அவற்றின் தோற்றுவாய்கள், வணிகம், தடுப்பு, கட்டுப்பாடு ஆகிய அனைத்தையும் பற்றி உலக அளவில் மதிப்பிட பேச்சு வார்த்தைகளை அதன் ஆட்சிக்குழு துவங்கிற்று. அவ்வாறு உடன்படிக்கை பற்றிய வேலை தொடங்கிற்று. 2004இல் பாதரசம் பற்றிய உலக அளவில் கட்டுப்படுத்திடக் கூடிய ஒரு அமைப்பை உருவாக்குவதற்குக் குழு தீர்மானித்தது. இதுதான் பாதரசம் பற்றிய முதல் தீர்மானம்.

2009 முதல் 2013 வரையில் ஐந்து கட்டங்களில் பேச்சு வார்த்தைகள் நடந்தன. உலக நாடுகள் அங்கீகாரத்துக்கான கையெழுத்துப் பெற

வேண்டும். முதலில் ஐம்பது நாடுகள் இதனை ஏற்றுக்கொள்ள பாதரசத்தின் தீய விளைவுகளிலிருந்து மனித உடல் நலத்தையும், சுற்றுச்சூழலையும் காப்பாற்ற மினசாடா கன்வென்ஷன் 2017 ஆகஸ்டில் நடைமுறைக்கு வந்தது.[13] பாதரசத்தைப் பொறுப்பின்றியும், அறியாமையிலும் தவறாகப் பயன்படுத்துவதை மினமாட்டா வெளிக்கொண்டு வந்தது. ஒப்பந்தம் அதற்குச் சான்று.

கொடைக்கானலிலும், பாதரசம் கலந்த கழிவு ஓடைகள், கொடைக்கானல் ஏரி முதலான நீர் நிலைகளில் கொட்டப்பட்டது. உள்ளூர் மக்கள் இந்த நச்சுத் தண்ணீரில் வளர்ந்த மீனைத் தொடர்ந்து உண்டு வந்தார்கள். மேலும், கொடைக்கானல் தொழிற்சாலையில் வேலை பார்த்தவர்கள் நீண்டகாலம் தொடர்ந்து பாதரசத்தைக் கையாண்டு, கரிமமில்லாத பாதரசத்தின் நஞ்சிற்கு நேரடியாக ஆளானார்கள்.

வாயு நிலையிலுள்ள கரிமப் பாதரசம் உள்ளூர் காற்றையும் மாசுபடுத்தி பாதுகாப்பிற்கு மேலேயே அதிக அளவில் சுற்றுப்புறத்தில் பாதரச நஞ்சினைக் கூட்டிற்று. காற்றில் கடத்தப்பட்டு அது நீர் நிலைகளில் படிகிறது. நீர் உயிரினங்களில் உயிரிகளாகச் சேர்கிறது. அங்கிருந்து உணவுச் சங்கிலியைப் போய் அடைகிறது. மினமாட்டாவிலிருந்து கொடைக்கானல் வரை மினமாட்டா வளைகுடாவின் மர்மம் விடுவிக்கப்பட்ட பிறகும்கூட அது தொடர்கிறது.

29
அலாய்ஸ் அல்சமீர்

அலாய்ஸ் அல்சமீர் 1888ஆம் ஆண்டு ஜெர்மனியில் ஃபிராங்க்ஃபர்ட் நகரின் மனநலக் காப்பகத்தில் தனது மருத்துவப் பணியைத் தொடங்கினார். அங்கு அவர் சேர்ந்ததற்கு முதன்மைக் காரணம் அங்கிருந்த சிறந்த உளவியலாளர் எமில் சியோலி என்ற தலைமை மருத்துவர். ஆய்வைப் பொறுத்தவரையில் தனது மாணவர்களுக்கு முழு உரிமை கொடுப்பார் என்று பெயர் பெற்றவர்.

மருத்துவமனையில் இன்னொரு நரம்பு நோய் வல்லுநரான ஃபிரான்ஸ் நிசி என்பவரோடு சேர்ந்து அல்சமீர் மனித மனமும் மூளையும் எப்படி இயங்குகின்றன என்பதைப் புரிந்துகொள்ள இரவும் பகலும் முயற்சி செய்து வந்தார். மூளை, நரம்பு மண்டலம் பற்றிய இதுவரையில் செய்யப்படாத ஆராய்ச்சியில் இருவரும் ஆய்வுகளை மேற்கொண்டார்கள். இக்கால கட்டத்தில் அவர்கள் மேற்கொண்ட ஆய்வின் விபரங்கள் 1906 முதல் 1918 வரையில் Histologic and Histopathologic studies of cerebral cortex என்று ஆறு தொகுதிகளாக வெளிவந்தன. 1901இல் ஃபிராங்க்ஃபர்ட்டின் இன்னொரு மனநோய் மருத்துவமனையில் அகஸ்தே டிடர் என்ற மத்திய வயது நோயாளியைச் சந்தித்தார். அவரிடம் வித்தியாசமான நடத்தைகள் காணப்பட்டன. கண்ணால் பார்த்து அடையாளம் காணுவதில் சிரமம், குறுகியகால நினைவாற்றலில் குறைவு ஆகியவை காணப்பட்டன. இது மறதி நோயில் (dementia) கொண்டுபோய் விட்டது. அவருடைய கணவர் கார்ல் டிடரால் சிகிச்சைக்குப் பணம் செலவழிக்க முடியவில்லை. எனவே அகஸ்டேயை வேறொரு செலவு குறைவான மனநலக் காப்பகத்தில் சேர்க்க அனுமதி கேட்டார். அல்சமீர் தானே அவரது மருத்துவச் செலவை ஏற்றுக்கொள்ள முன்வந்தார். பதிலுக்கு அவருடைய இறப்பிற்குப் பிறகு அவருடைய மூளையையும் மருத்துவப் பதிவேடுகளையும் தரக் கேட்டுக்கொண்டார்.[1]

1906இல் அகஸ்தே டிடர் இறந்துவிட்டார். இதற்கிடையில் அல்சமீர் முனிக் நகரில் எமில் கிரேப்லின் என்ற உளவியல் அறிஞரின் சோதனைச் சாலையில் சேர்ந்து பணியாற்றி வந்தார். எமில் கிரேப்லின் நவீன உளவியல் மருத்துவத்தின் தந்தை என்று அழைக்கப்பட்டார். அவர்தான் முதலில் உளவியல் நோய்களுக்கு உயிரியல் மாற்றங்களும், மரபியல் பிறழ்வுகளுமே முதன்மைக் காரணங்கள் என்ற கருத்தியலை முன்வைத்தார். அல்சமீர் டிடரின் மூளையை உடற்கூறு ஆய்வுக்கு உட்படுத்தினார். மூளையில் பெருமூளை மேலுறையில் சுருக்கம், இழைகளில் முடிச்சுகள் (neurofibrillary tau or tangles), இயல்புக்கு மாறான கொத்துக்கள் (amyloid plaque) ஆகியவை காணப்பட்டன. மூளையில் ஏற்படும் இந்த மாற்றங்கள் மூப்பினால் ஏற்படும் மறதியின் அறிகுறிகள். ஆனால் இந்த நோய் பற்றிய விபரங்கள் இதுவரையில் சரியாக ஆவணப்படுத்தப்படவில்லை.

உடற்கூராய்வு நடத்தப்பட்ட சில மாதங்களுக்குப் பிறகு டுபிங்ஜன் என்ற இடத்தில் தென்மேற்கு ஜெர்மன் உளநோய் மருத்துவர்களின் ஆண்டு மாநாட்டில் அல்சமீர் ஓர் உரை நிகழ்த்தினார். தலைப்பு 'நினைவாற்றல் இழப்பு, நிலை தடுமாற்றம், மாயத் தோற்றம் ஆகிய நோய்க் குறிகளுடன் பெருமூளை மேலுறையில் ஏற்படும் அசாதாரண நோய்' பற்றியது. அல்சமீர் ஐம்பத்து ஐந்து வயதில் இறந்த அகஸ்தே டிடரின் நோய் நிகழ்வினை அதில் விளக்கினார். புதிதாக அடையாளம் காணப்பட்ட இந்த நோய் கேட்டோரைக் கவர்ந்தது, தேசிய அளவில் கவனம் பெற்றது. அகஸ்தே டிடரின் மூளையை ஆய்வு செய்ததில் அல்சமீர் ஒரு புதிய நோயை அடையாளப்படுத்தினார். நரம்பு முடிச்சுகள், அமிலோய்ட் பிளேக்குகள் என்ற பட்டைகள் ஆகியவற்றை முதன் முதலாக விவரித்தார். கிரேப்ளின் இந்த நோய்க்கு அல்சமீரின் பெயரையே தந்தார். இப்போது அது அல்சமீர் நோய் (AD) என்று அடையாளப்படுத்தப்படுகிறது.[2]

மூளையின் மேல் முடிச்சுகளும், பக்குகளும் இருப்பது AD-இன் தன்மைகளாக இன்றும் கருதப்படுகிறது. அவற்றோடு நியூரான்களுக்கு இடையேயான தொடர்புகளும் விட்டுப் போகின்றன. இதனை மூளையில் வெவ்வேறு பகுதிகளுக்குள்ளும், அங்கிருந்து உடலில் பிற உறுப்புகள், தசைகள் ஆகியவற்றிற்கும் செய்திகளை அனுப்புவது இயலாது போகும்.

ஆனால் அல்சமீர் நோயில் பாதரசத்தின் பங்கென்ன?

கடந்த பத்து ஆண்டுகள் நடந்த ஆய்வின்படி, *AD* நோய்க்கு பாதரசத்தின் பங்கு இருக்கிறது என்பது தெளிவாயிற்று. ஏனென்றால் பாதரசம் ஈயத்தைவிடப் பத்து மடங்கு நச்சுத் தன்மை உள்ளது. கேட்மியம், மாங்கனீஸ், அலுமினியம், இரும்பு, ஈயம் ஆகியவற்றோடு ஒப்பிடும்போது, *AD*-இன் மாற்றங்கள் மிகக் குறைந்த அளவு பாதரசத்தினால் மட்டுமே ஏற்படுகின்றன. *AD* போன்ற நரம்பு அழிவு நோய்களினால் பாதிக்கப்பட்டு இறந்தவர்களின் நியூரான்கள், இன்டர் நியூரான்கள், *CNS*-என்டோரேலியம் செல்கள் ஆகியவற்றில் செல்களுக்கு இடையேயான பாதரசச் சேமிப்புகள் காணப்பட்டன. அதாவது இரத்தம்-மூளைத் தடையையும் மீறி, நியூரான்களுக்குள் நுழையக் கூடியது பாதரசம். இதனால் நியூரான்களில் இழப்பு ஏற்படுகிறது.[3]

இதுவரையில் இந்தத் துறையில் மேற்கொள்ளப்பட்ட ஆய்வுகளை 2019இல் மீளாய்வு செய்தார்கள். அல்சமீர் நோயோடு தொடர்புடைய எல்லாக் காரணிகளையும் ஆராய்ந்து பாதரசத்தின் இடம் பற்றிப் புரிந்துகொள்ள அந்த ஆய்வு மேற்கொள்ளப்பட்டது. எழுபது காரணிகள் வெவ்வேறு விகிதங்களில் பாதரசத்தோடு தொடர்புடையவை. பிளாக்குகள் என்று சொல்லப்பட்ட பக்குகள், பீட்டா அமிலாய்ட் புரோட்டீன், நரம்பு இழை முடிச்சுகள், ஃபாஸ்போரிலேட்டட் டாவ் புரோட்டீன் மூளையில் காணப்படுவதற்குப் பாதரசமே காரணம் என்று காணப்பட்டது. அதேபோல அசிட்டைல் கோபின், செரோடானின், டோபோசைன், குளுடோமேட், நோர்டைன் பிளரல் ஆகிய நரம்புச் செல்களுக்கு இடையே செய்தி பரிமாற்றத்திற்குப் பொறுப்பான *(neuro transmission)* வேதிப்பொருள்களின் செயல்பாடுகள் பாதரசம் இருப்பதால் குறைந்து போகின்றன. மேலும், மூளைச் செயல்பாடுகளுக்குப் பொறுப்பான நொதிகள் *(enzyme)* பாதரசத்தால் கடுமையாகப் பாதிக்கப்படுகின்றன. இதனால் நோய்த் தடுப்பு அமைப்பு அதிகளவில் செயல்படத் தூண்டப்படுகிறது. மூளையில் வீக்கம் ஏற்படுகிறது. இவ்விரண்டும் அல்சமீர் நோயாளிகளிடம் காணப்படும் முக்கியத் தன்மைகள். மேலும் பாதரசம் ஹிப்போகேம்பஸிலுள்ள *DNA* ஒன்று சேர்ப்பதைத் தடுக்கிறது. ஹிப்போகேம்பஸ் என்பது செய்தியை மூளையில் ஒன்று சேர்த்து வைக்கும், அதாவது குறுகிய, நீண்டகால இட நினைவாற்றலுக்குப் பொறுப்பான பகுதி அது. மேலும் சில முக்கியப் புரோட்டீன்களின் மரபு மாற்றங்களுக்கும் அதுவே பொறுப்பு. இதுவே சிலரிடம்

முன்கூட்டியே இதை நோக்கி வருவதற்கான முக்கியக் காரணம். மிக முக்கியமாக அலுமினியம், கால்சியம், செம்பு, இரும்பு, மக்னீசியம், செலேனியம், துத்தநாகம் ஆகிய தாதுப் பொருள்களும் வைட்டமின்கள் *B1, B12, E, C* ஆகியவையும் பாதரசத்தில் இயல்புக்கு அப்பாற்பட்ட விளைவுகளை ஏற்படுத்துகின்றன. இது அல்சமீர் நோயாளிகளிடமும் காணப்படுகிறது.

அல்சமீர் நோயில் காணப்பட்ட பிற காரணிகள்: இரத்த நுண் தகடுகளின் அதிகச் செயல்பாடு, மணத்தை நுகர்ந்து அடையாளம் காண முடியாது, அதிக இரத்த அழுத்தம், மனத் தளர்ச்சி, அக்கி (ஹெப்பஸ் பெரஸ்), கிளாமைடியா என்ற பால்வினை நோய்த் தொற்று போன்றவையும் பாதரசத்தோடு தொடர்பு கொள்வதால் ஏற்படுகின்றன. மேலும் அல்சமீர் நோயுள்ளவர்களிடம் மூளையில் பாதரசம், இரத்தத்தில் பாதரசம், திசுவில் பாதரசம் ஆகியவை அதிகளவு காணப்படுகின்றன.[4]

பாதரசத்தினால் ஏற்படும் நஞ்சிற்கு மெர்கூரியலிசம், ஹைட்ராஜைரா, ஹைட்ராஜைரிசம் என்ற பெயர்களும் உள்ளன. இப்போது நரம்பு மண்டலப் பாதிப்புகளோடு அதற்குத் தொடர்பு உள்ளது நிரூபிக்கப்பட்டுவிட்டதால் அதை நரம்பு மண்டல பாதரசம் நஞ்சூட்டல், நரம்பு மண்டல மெர்கூரியலிசம் என்றும் அது அறியப்படுகிறது. நரம்பு மண்டலத்தின் மேல் ஏற்படும் தாக்கத்தினால் வேறு மாற்றங்களும் தோன்றின. அவற்றிற்கு பாதரசத்தால் தூண்டப்பட்ட நரம்பு மண்டல நோய் மெர்கூரியஸ் ரியூரோ அனஸ்தேனியா ஆகும்.

பாதரசம் நரம்பு மண்டலத்தில் நஞ்சைப் புகுத்தும் அடர் உலோகம் என்று கருதப்படுகிறது. இது மூளை செல்களில் வயது ஆக ஆகப் படிந்துவிடுகிறது. இரத்தத்தின் வழியாக அனுப்பப்படும்போது, பாதரசம் இரத்தத்தையும் செரியரோஸ்பினல் திரவத்தையும் பிரித்துப் பாதி கடத்தும் தன்மையுள்ள ஜவ்வை உடைத்து மூளைக்குள் புகுந்துவிடுகிறது. பாதரசம் இரத்த மூளை தடையைப் பாதிக்கிறது என்று ஆய்வு முடிவுகள் கூறுகின்றன.[5] இரத்தக் குழாய்களில் ஏற்படும் நோய்கள் *AD*-யோடு தொடர்புடையவை. பாதரசம் இரத்தக் குழாய் மண்டலத்தைப் பாதிக்கிறது. மேலும் மெத்தில் பாதரசம் மைய நரம்பு மண்டலத்தைப் பாதிக்கிறது. இரத்தக் குழாயில் சேதம், இரத்தக் கசிவு, மூளை வீக்கம் ஆகியவற்றிற்கும் இதுவே காரணம்.[6]

அண்மைக்கால ஆய்வுகள் பாதரசத்தில் புழங்குபவர்களுக்கு அது சிறிய அளவாக இருந்தாலும், இதய நோய்களும், இனப் பெருக்கக் குறைபாடுகளும் ஏற்படுகின்றன என்று காட்டுகின்றன. மேலும் கூடிக்கொண்டே போகும் நச்சுத் தன்மை, சிறுநீரக நச்சு, நோய்த் தடுப்பு நச்சு, புறநோய் நச்சு ஆகியவற்றிற்கும் இதுவே காரணம். மேலும் இரத்த அழுத்தம், இரத்தக் குழாய் இதய நோய், மாரடைப்பு ஆகிய இதய நோய்களுக்கும் பாதரசத்திற்கும் இடையே உள்ள தொடர்பை ஆராய்ந்து வருகிறார்கள். பாதரச நஞ்சு இவை அனைத்தோடும் தொடர்புடையது. அவற்றோடு *Cardiac Arrhythmias* (இதயத்துடிப்புக் கோளாறுகள்), *Carotid artery obstruction* (இரத்தக் குழாய் அடைப்பு), பெருமூளை இரத்தக் குழாய் பாதிப்பு, பொதுவான அதிரோஸ் சிலரோசிஸ் (பெரும் தமனி துடிப்பு) ஆகிய நோய்களோடும் தொடர்புடையது.[7]

பார்க்கின்சன் நோய்க்கும் பாதரசம் முதலான நச்சு உலோகங்களைப் புழங்குதல் முதன்மைக் காரணமாக இருக்கும் என்ற கருதுகோள்களும் உள்ளன. பார்க்கின்சன் நோய் ஓர் இயக்க நியூரான் நோய். நரம்புச் சிதைவுக் கோளாறு. இதனால் மூளையில் வீக்கம் தோன்றும். மூளையிலுள்ள ஆக்சிஜன் அளவுகளில் மாற்றம் காணப்படும். பாதரசத்தைப் பார்க்கின்சன் நோயோடும் தொடர்புபடுத்த ஆய்வுகள் மேற்கொள்ளப்பட்டுள்ளன. இரத்தக் குழாய் வளர்ச்சிக்குரிய புரதம் முதுகுத் தண்டிலும், மூளையிலும் இருக்கிறது. இது செல்கள் இறப்பதிலிருந்து நியூரான்களைக் காப்பாற்றுகிறது. இந்தப் புரதம் அழியத் தொடங்குகிறது. எனவே செயல்பாடுகள் சிதைகின்றன. மூளைக்கும், தசைகள், எலும்பு மண்டலம் ஆகியவற்றிற்கும் இடையேயான செய்தி பரிமாற்றம் நின்றுவிடுகிறது.

பாதரசத்தோடு புழங்குதலுக்கும் பார்க்கின்சன் நோய்க்கும் உள்ள தொடர்பு ஆவணப்படுத்தப்பட்டிருக்கிறது. பார்க்கின்சனைப் போன்ற இன்னொரு நோய் அமியோட் ரோபிக் லேட்டிரல் ஸ்கஷாரசிஸ் (ALS) (தசையூட்டமில்லாத பக்கவாத மரப்பு நோய்) பாதரசத்தோடு தொடர்ந்து இருப்பதன் விளைவு. சாதாரண உடல் நலத்தில் இருப்பவர்களைவிடப் பார்க்கின்சன் நோய் இருப்பவர்களுக்கு இரத்தத்தில் பாதரச அளவு ஆறு மடங்கு இருக்கிறது. இந்த நோயின் ஆரம்பத்தில் அதிகமான அளவுகளில் பாதரசத்தோடு இருத்தல் காணப்படும்.[8]

கொடைக்கானல் தொழிற்சாலையில் பணியாற்றியவர்களுக்கும் உள்ளூர்வாசிகளுக்கும் அல்சமீர், பார்க்கின்சன் நோய்க் குறிகள் காணப்பட்டன. ஆனால் மினமாட்டா நோயை ஜப்பானில் கவனமாக ஆராய்ந்தது போல கொடைக்கானலில் இந்த அறிகுறிகள் காணப்பட்ட தொழிலாளர்களைக் கவனமாக ஆராயவில்லை. பல அணிகள் காலம் தாழ்த்திச் செய்த ஆய்வுகள் தொழிலாளரின் நோய்களைப் பாதரசத்தோடு இணைக்கும் முடிவுகளுக்கு வர முடியவில்லை. ஒருவேளை அவர்களது ஆய்வுமுறை காரணமாக இருக்கலாம். பாதிக்கப்பட்ட தொழிலாளர்களிடமும், உள்ளூர் மக்களிடமும் அல்சமீர், பார்க்கின்சன் நோய்க் குறிகள் இன்னும் காணப்படுகின்றன. ஆனால் அவர்களுக்கு இந்த நோய்கள் இருப்பதே தெரியாது.

30

மீன் பாதரசத்தை உண்கிறது, மனிதன் மீனை உண்கிறான்

பொருளின் அழிக்கப்பட முடியாத தன்மை விதி பதினெட்டாம் நூற்றாண்டின் பிரெஞ்ச் வேதியியல் அறிஞர் அந்துவான் லவாய்ஷரின் மிகப்பெரிய பங்களிப்பு. அதே சமயம் வேறு ஒரு சோதனையின் மூலமும் அவர் பெயர் பெற்றார். இங்கிலாந்து நாட்டு வேதியியல் அறிஞர் ஜோசப் பிரிஸ்ட்லியுடன் இணைந்து அவர் நடத்திய பாதரச சோதனை ஆக்சிஜனைக் கண்டுபிடிக்கக் காரணமாயிற்று.

வெள்ளி போன்ற வெண் திரவமான பாதரசம் -38.83^0Cஇல் திடப் பொருளாக மாறுகிறது. 25^0C இல் ஆவியாகிறது. ஆனால் அதன் கொதிநிலை 356.73^0C. லாவாய்ஷிமரின் விதியின்படி, அது தனது வடிவத்தை மாற்ற முடியுமே தவிர அழிய, அழிக்கப்பட முடியாது.

1911இல் லெய்டன் பல்கலைக் கழகத்தில் பணியாற்றிய டச்சு நாட்டு இயற்பியலாளர் ஹெய்க் கேமர்லிங் ஆனீஸ், திரவ ஹீலியத்தின் 4^0 Kelvin-க்கு பாதரசத்தைக் குளிர வைத்தார்.[1] அப்போது அதன் எதிர்ப்புத் திறனை இழந்துவிடுகிறது. அப்போது மிக உயர்ந்த கடத்தியாக ஆகிறது. இந்தக் கண்டுபிடிப்புக்குக் கேமர்லிங் ஆனிசுக்கு இரண்டு ஆண்டுகள் கழித்து நோபெல் பரிசு வழங்கப்பட்டது.

காற்றிலுள்ள உலோகம் பாதரசம் பெரிதும் ஆவி நிலையில் உள்ளது (Hg^0). இது ஆக்சிஜனோடு சேரும்போது இரண்டு வகை ஆக்சைடுகள் கிடைக்கின்றன. அவை மெர்க்குயிரஸ் (Hg_2^{2+}), மெர்க்குயிரிக் (Hg^{2+}) ஆகும். இவற்றின் தன்மைகள் வேறுபட்டவை. இயற்கையின் செயல் முறைகளினால் பாதரசச் சேர்மம் (Compound) உலோகப் பாதரசத்தைவிட வேகமாக மறைந்துவிடுகின்றது. அவை காற்றிலுள்ள துகள்களுடன் சேர்ந்து நீக்கப்படுகின்றன அல்லது வீழ்படிவாக ஆகின்றன. அதற்கு மாறாகப் பாதரச உலோக ஆவி

நெடுங்காலம் வளிமண்டலத்திலேயே தங்கிவிடும். அது எளிதாக புவியின் மேற்புறத்தில் படியாது, வீழ்படிவாகவும் ஆகாது.

தண்ணீர், மண், வண்டல்கள் ஆகியவற்றில் காணப்படும் பாதரசம் பெரும்பாலும் கரிமம் அல்லாத பாதரச உப்புகளாக இருக்கும். ஆனால் உயிரிகள், தாவரங்கள், விலங்குகளில் கரிம நிலையில் மெத்தில் மெர்க்குரியாக (பாதரச-கரிமச் சேர்மம்) இருக்கும். மெத்தில் மெர்க்குரி என்பது கரிம மெத்தில் குழுமத்தைச் சேர்ந்தது. (மூன்று ஹைட்ரஜன், ஒரு கார்பன் அணு) ஒரு பாதரச அணுவோடு சேர்ந்திருக்கும். இது கரிமம் இல்லாத பாதரசம் நீர் நிலைகளிலுள்ள (ஏரி, ஆறு, கடல்) உயிரிச் செயல்பாட்டினால் உண்டாகின்றன.

பாதரசம் காற்றில் பல வழிகளில் இயங்குகிறது. முதலாவது, அது வளி மண்டலத்திலிருந்து தண்ணீரிலும், நிலத்திலும் ஈரச் சேமிப்புகளாகப் படிகின்றது. நீர் நிலைச் சூழல் அமைப்புகளில் அது கரைந்துவிடும்; அல்லது துகள் வடிவத்தில் வேதி மாற்றங்களுடன் தங்கியிருக்கும்; அது சேரும் பொருளின் தன்மையைப் பொறுத்து இது மாறுபடும். நீர் நிலைகளின் அடியில் படிந்திருக்கும் வண்டல்கள் பாதரசத்திற்குச் சேமிப்பு நிலையங்களாகச் செயல்படுகின்றன. அங்கு அது மாசுப் பொருள்களுடன் சேர்ந்து கொள்கிறது. அப்படியே நீண்டகாலம் இருக்கும். பிறகு தண்ணீரிலும், காற்று மண்டலத்திலும் சிறிது சிறிதாக விடப்படும்.

எந்த உயிரும், தாவரமும், விலங்கினமும் பாதரசத்திற்கு இலக்கானவுடன் அது அந்த உயிரிக்குள் நுழைந்து உடல் திசுக்களில் சேர்கிறது. வாயு பாதரசத்தைச் சுவாசித்தாலோ, அதனால் நச்சுப்பட்ட உணவையோ, நீரையோ உட்கொண்டாலோ இது நடைபெறும். நீர்ச் சூழல்களில், பாதரசம் வண்டல்களில் சேர்கிறது அல்லது மாற்றம் பெறுகிறது. அங்கே இவை ஃபைடோ பிளாங்டன் என்று நுண்ணிய ஆல்கேக்களால் உண்ணப்படுகிறது. இந்த பிளாங்க்டன், சூபிளாங்க்டன்கள் அவற்றை விடப் பெரிய உயிரிகளால் விழுங்கப்படுகின்றன. சூபிளாங்க்டன்களைச் சிறு மீன்கள் உண்ண, அவற்றைப் பெரிய மீன்கள் உண்கின்றன. அங்கிருந்து புறப்பட்டு பாதரசம் மீனை உண்ணும் பறவைகள், ஊர்வன, மனிதர்கள் ஆகியோரை அடைகின்றது. அறிவியல் மொழியில் இந்தச் செயல்முறைக்கு உயிர் திரட்சி *(bio accumulation)* என்று பெயர்.

உயிரினங்களின் உடல் செல்களில் பாதரசம் நுழைந்தவுடன் அது ஆபத்தான ஒரு வேதியியல் மாற்றத்தைத் தொடங்குகிறது. அதற்கு 'மெதிலேஷன்' என்று பெயர். இது தண்ணீரிலும், வண்டல்களிலும்கூட நடக்கும். இதில் உலோகப் பாதரசம் அதன் கரிமமற்ற நிலையிலிருந்து பாக்டீரியா போன்ற நுண்ணுயிரிகளின் துணையுடன் கார்பன் மூலக் கூறுகளிலும் சேர்ந்து மெத்தில் உள்ள கரிமப் பொருளாக மாற்றம் பெறுகிறது. இப்போது பல வேதியியில் மாற்றங்கள் நடைபெறுகின்றன. வண்டல்களிலுள்ள பாக்டீரியா பாதரசம் மெத்தில் பாதரசமாக மாற்றம் அடைகிறது. மெத்தில் பாதரசம் மனிதருக்கும், காட்டுயிர்களுக்கும் மிகவும் ஆபத்தானது. மீனின் செவுள்களில் நீர் பரவும்போது அதன் உடல் செல்கள் மெத்தில் பாதரசத்தை உறிஞ்சிக் கொள்கின்றன. அல்லது பிற உயிரிகளை உண்ணும்போது பெறுகின்றன. இவ்வாறு பாதரசத்தின் அடர்ந்த பெரிய மீன்களில் அதிக அளவாகக் கூடுகிறது. இதன் விளைவாகப் பிற மீன்களை உண்ணும் பெரிய மீன்களில் அதிக அளவு மெத்தில் பாதரசம் இருக்கும்.[2]

நீர் நிலைச் சூழல் அமைப்புகளில் மெத்தில் பாதரசம் உண்டாவதும், திரள்வதும் பாதரசம் அதிகம் சேர்வதற்கு வசதியான ஒரு முறை. இது எளிதாக மீன் உண்ணும் உயிரினங்களுக்குள் செலுத்தப்பட்டு விடும். மீனை உண்ணும் பறவைகள், விலங்குகள், மனிதர்கள் இரையாகிறார்கள்.[3] பாதரசம், மெத்தில் பாதரசமாக மாறிய பிறகு தான் உணவுச் சங்கிலியில் ஓர் உயிரியிலிருந்து இன்னொன்றுக்குக் கடத்தப்படுகிறது. நிலக்கரியைப் பயன்படுத்தும் மீன் உற்பத்தி நிலையங்களிலிருந்து வெளிப்படும் கழிவுகளில் மெத்தில் பாதரசம் அதிகம் உள்ளது. கடந்த அரை நூற்றாண்டில் கரியைப் பயன்படுத்தும் மின்னுற்பத்தி நிலையங்களிலிருந்து வரும் பாதரசக் கழிவுகளைப் பற்றிய ஆய்வு முடிவுகள் இதனை உறுதி செய்கின்றன. நிலக்கரி மின் உற்பத்தி நிலையங்களுக்கு அருகில் வசிக்கும் மக்களின் தலைமுடியையும், இரத்தத்தையும் சோதித்த முடிவுகள் இதை நிரூபிக்கின்றன. நோய்களும், நீண்டநாள் பாதிப்புகளும் காணப்படுகின்றன என்று ஆய்வுகள் கூறுகின்றன. இவை அனைத்தும் இந்தப் பிரச்சினையின் கடுமையை விவரிக்கின்றன.

இவை எல்லாம் நேரடியாகப் பாதரச வாயுவை உள்ளிழுப்பவர்களின் பாதிப்போடு சேர்ந்தவைதான். உலக அளவில் பொருளாதார வளர்ச்சியால் மின்தேவையும் நுகர்வும் அதிகமாதலால், நிலக்கரியை மின்தேவைக்குச் சார்ந்திருக்க வேண்டியதிருக்கிறது. அது

பாதுகாப்பற்ற முறையில் எரிக்கப்படுவதால், நிலக்கரி, பாதரசம் போன்ற ஆபத்தான வாயுக்களை வெளியிடுவதைத் தடுக்க முடியவில்லை. அவை வெளியிடும் பாதரச அளவு அதிர்ச்சி தரும் அளவிற்கு அதிகம். வருங்காலத்திலும் இது தொடரும். ஏனென்றால் நிலக்கரி கூட்டிணையங்கள் அந்தந்த நாடுகளில் அரசாங்கத் தலைமையால் பாதுகாக்கப்படுகின்றன. ஐ.நா. சுற்றுச்சூழல் 2018இல் நடந்த உலகளாவிய பாதரசக் கணக்கீடு பாதரச வாயு வெளிப்படுதலில் முப்பத்தெட்டு விழுக்காடு நிலக்கரியிலிருந்து வருவதென்று அறிவித்தது. மிக அதிக அளவிலான பாதரசம் அங்கிருந்துதான் வருகிறது. வளிமண்டலத்தில் அது வெளிவிடும் பாதரசம் கலந்துவிடுகிறது.[4]

மெத்தில் பாதரசத்தை மட்டுமல்லாமல், கரிமம் இல்லாத பாதரசமும் உயிரினங்களில் உறிஞ்சப்படுகின்றது. மெத்தில் பாதரசத்தை நீக்குவது உயிரினங்களுக்குள் நடைபெறாது. அதன் 'அரை-உயிர்' நீண்டதாக இருப்பதால், அது வெளியேற பல ஆண்டுகள் ஆகும். (அரை-உயிர் என்பது கதிர்வீச்சுப் பொருள்கள் பாதியாகச் சிதைவதற்கு எடுத்துக்கொள்ளும் நேரம்.) பாதரசத்தின் ஐசோடோப்புகள் எல்லாம் கதிர்வீச்சு உள்ளவை அல்லது கதிர்வீச்சு நிலையை அடையக் கூடியவை. அண்மைக்கால ஆய்வுகளின்படி, மீனின் உடலில் மெத்தில் பாதரசத்தின் அரை-உயிர் காலம் ஐம்பது நாட்கள் அதாவது மனித உடலிலுள்ள பாதரசம் ஒரு கிராம் எடை அரை கிராமாக ஆவதற்கு ஐம்பது நாட்களாக ஆகும்.

31

அல்மேடனிலிருந்து புதிய அல்மேடனுக்கு

1850 வரையில் உலகப் பாதரசத் தேவைக்கு ஸ்பெயினிலுள்ள அல்மேடன், ஸ்லோவெனியிலுள்ள இத்ரிஜா, பெருவிலுள்ள சான்டா பார்பரா ஆகிய இடங்களிலுள்ள மூன்று சுரங்கங்களிலிருந்து பாதரசம் வந்தது.

அல்மேடன் பாதரசச் சுரங்கம் உரோமானியப் பேரரசின் காலத்திலிருந்தே இருந்து வருகிறது. அதுதான் உலகிலேயே பழமையான, பாதரசம் அதிகளவில் கிடைக்கும் இடம். குயிக்சில்வர் என்று அழைக்கப்படும் பாதரசம் மிக அடர்வாக இருக்கும் இடமும் இதுதான். அல்மேடன் என்ற பெயர் அரபுச் சொல்லான 'அல்-மஃறடன்'-இலிருந்து வருவதாக நம்பப்படுகிறது. அதற்கு உலோகம் அல்லது சுரங்கம் என்று பொருள். எட்டாம் நூற்றாண்டில் ஐபீரியா மேல் அரேபியர்கள் படையெடுப்பிற்குப் பிறகு சுரங்கங்கள் அவர்களுடைய கட்டுப்பாட்டில் வந்தன.

இன்று வரையில் 2,50,000 மெட்ரிக் டன் பாதரசம் அல்மேடன் சுரங்கத்திலிருந்து எடுக்கப்பட்டிருப்பதாகக் கணக்கிடப்பட்டிருக்கிறது. அதாவது இன்று வரையில் மனித இனம் பயன்படுத்தியுள்ள பாதரசத்தில் மூன்றில் ஒரு பங்கு. அல்மேடனிலுள்ள சுரங்கச் சேமிப்புகளில் அதிகளவு அதாவது எட்டு சதவீதம் பாதரசம் கிடைக்கும். இது மிக அதிகமான அளவு. இத்தோடு ஒப்பிடும்போது இத்தாலியிலுள்ள அபாடியா சான் சால்வடோர் சுரங்கத்தின் சின்னபார் என்ற பாதரசமுள்ள கனிமத்தின் அடர்வு 0.6 முதல் 2 சதவீதம் வரையில்தான் இருக்கும்.[1]

2000 ஆண்டுகளாக உலகிற்குப் பாதரசம் அளித்து வந்த அல்மேடன் சுரங்கங்களில் தோண்டி எடுப்பது 2001ஆம் ஆண்டோடு நின்று விட்டது. எல்லா உலோகத் தயாரிப்பு வேலைகளும் 2004இல் நிறுத்தப்பட்டது.

அல்மேடனில் வியாபாரம் பாத்தலோமி தெ மெடினா என்பவரின் கண்டுபிடிப்புக்குப் பிறகு செழித்தது. அவர் 1554இல் பாதரசத்தைக் கலவையாக்கித் தங்கத்தையும், வெள்ளியையும் பிரித்து எடுக்க யார்ட் பெனஃபிஸ் என்ற புதிய உலோகச் செய்முறையைக் கண்டுபிடித்தார். இது பாதரசத்திற்கு ஒரு புதிய யுகத்தைக் கொண்டு வந்தது. பாதரசத்தைப் பெருமளவு தொழிற்சாலைகளிலும் வணிகத்திலும் பயன்படுத்தத் தொடங்கினார்கள்.

எனினும் கலவையாக்கல் *(amalgamation)* முறையை கிறிஸ்துவிற்கு ஒரு நூற்றாண்டுக்கு முன்னரே உலோகத்தைப் பிரித்தெடுக்கப் பயன்படுத்தினார்கள். இதனால் பாதரசத்தின் பயன்பாடும், தேவையும் அதிகமாயின. கி.பி. 1000ஆம் ஆண்டிலெல்லாம், தங்கத்தைப் பிரித்தெடுக்கப் பாதரசம் பயன்பட்டது. அடுத்த ஆயிரம் ஆண்டுகளில் பாதரசம் வாழ்வாதாரத்தில் முக்கிய இடத்தைப் பெறத் தொடங்கிற்று. கொல்லர் பட்டறைகளிலிருந்து மருத்துவமனைகளுக்கும், தொழிற்சாலைகளுக்கும் சென்று கடைசியில் வீடுகளுக்கே வந்துவிட்டது.

இன்னும்கூடக் கலவையாக்கல் தங்கத்தை வெட்டி எடுக்கும் சிறு தொழிலில் (ASGM) பயன்பட்டு வருகிறது. இதனை இந்த நச்சுப் பொருளோடு பத்து மில்லியன் தொழிலாளர்கள் நேரடித் தொடர்பு கொள்கிறார்கள். வளிமண்டலத்தில் ஓராண்டுக்கு 1000 டன் பாதரசம் விடப்படுகிறது.[2] ஐ.நா. சுற்றுச்சூழலின் கணிப்பின்படி நான்கு முதல் ஐந்து மில்லியன் பெண்கள், குழந்தைகள் உட்பட 15 மில்லியன் பேர் இந்தப் பாதரசத் தொழிலைச் சார்ந்திருக்கிறார்கள். சுரங்க வேலைகளிலிருந்து நீர், நிலம், காற்று ஆகியவற்றில் ஒவ்வொரு நாளும் பாதரசத்தின் மொத்த அளவு அச்சுறுத்துவதாக இருக்கிறது. சுற்றுச்சூழலுக்கும் மனித உயிருக்கும் ஆபத்து அதிகரித்து வருகிறது.

இருபதாம் நூற்றாண்டின் மத்தியில் புதியனவற்றைத் தேடும் ஆய்வுப் பயணிகள் வட, தெற்கு அமெரிக்காவிலும், உலகின் பிற பகுதிகளிலும், பாதரசச் சேமிப்புகளைத் தேடத் தொடங்கினார்கள். பதினாறாம் நூற்றாண்டிலேயே ஸ்பானியர்களின் பயணங்கள் மெக்சிகோ, பெரு, பொலிவியா ஆகிய நாடுகளில் தங்க, வெள்ளிப் படிவுகளைக் கண்டுபிடிப்பதற்கு இட்டுச் சென்றன.[3] இதனால் கலவையாக்கலில் பாதரசத்தின் பயன்பாடு அதிகமாயிற்று. இவ்வாறு ஆய்வுப் பயணங்கள் கலிஃபோர்னியாவில் சுரங்கங்கள் கண்டுபிடிக்கக் காரணமாயின. இவற்றிற்குப் புது அல்மேடன்

சுரங்கங்கள் என்று பத்தொன்பதாம் நூற்றாண்டில் பெயர் தரப்பட்டது. இதனால் உலகளவில் பாதரசச் சந்தையில் ஸ்பெயினுக்குப் போட்டியாக அமெரிக்கா வந்தது. உலகின் பாதரச மூலங்களில் 600,000 டன்கள் சீனா, கிரகிஸ்தான், மெக்சிகோ, பெரு, ரஷியா, ஸ்லோவேனியா, ஸ்பெயின், உக்ரைன் ஆகிய நாடுகளில் இருக்கின்றன. மெக்சிகோவில் ஸ்பானிய காலனிய வெள்ளிச் சுரங்கக் கழிவுகளிலிருந்து பாதரசத்தைப் பிரித்தெடுக்கப்படுகிறது.

அமெரிக்காவில் அலாஸ்கா, அர்க்கன்சாஸ், கலிஃபோர்னியா, நெவேடா, டெக்சாஸ் ஆகிய இடங்களில் பாதரசப் படிவுகள் உள்ளன. அவற்றைத் தோண்டி எடுக்கும் முயற்சிகள் இவை.

1982இலிருந்து பாதரசம் தோண்டி எடுக்கப்படுவதில்லை. தெரிந்த படிவுகளில் கலிஃபோர்னியாவில்தான் அதிகம் இருக்கிறது. அமெரிக்காவின் நெவேடாவிலுள்ள அதன் உற்பத்தித் தொழிற்சாலையை 1992இல் மூடிய பிறகு தோண்டி எடுப்பது நிறுத்தப்பட்டது. அதன்பிறகு பாதரசத்தைப் பயன்படுத்திய பிறகு மீட்டெடுக்கப்படுகிறது. 1998ஆம் ஆண்டுக்குப் பிறகு பாதரசம் தயாரிப்பதற்கான ஆவணம் எதுவும் இல்லை.

அமெரிக்காவில் இப்போது பாதரசத்திற்குள்ள ஒரே மூலப்பொருள் பல் கலவையாக்கல். மின்னணுக் கழிவு, கார் ஸ்விட்சுகள், மின்னொளிக் குழாய்கள், காம்பேக்ட் ஃப்ளூரசன்ட் (CFLS) விளக்குகள், சோதனைச் சாலை, மருத்துவக் கருவிகள், பாதரசம் கலந்த கழிவுகள், தெர்மோடைட்டுகள் ஆகியவற்றில் பயன்படுகிறது. அண்மைக்காலக் கணக்கின்படி, அமெரிக்கா இன்னும் பல காரணங்களுக்காக 40 டன் பாதரசத்தை ஓராண்டில் பயன்படுத்துகிறது. இப்போது அதிகமாகப் பாதரசத்தை வீட்டுப் பொருள்களில் பயன்படுத்துவது, குளோரின் காஸ்டிக் சோடா, பல தயாரிப்புகள், மின்னணு, ஒளிரும் விளக்குகள் ஆகியவை தயாரிக்கப்படும் தொழிற்சாலைகள். இப்போது அமெரிக்காவில் இரண்டு பாதரசச் செல் குளோர் ஆல்கலித் தொழிற்சாலைகள் மட்டும் இயங்குகின்றன.

கடந்த இருபதாண்டுகளில் பாதரசத்தைத் தோண்டி எடுப்பதைப் பல நாடுகள் முடிவுக்குக் கொண்டு வந்துவிட்டன. ஆனால் சீனா தொடர்ந்து பெருமளவில் இந்த நச்சுப் பொருளைத் தயாரிக்கிறது. 2019ஆம் ஆண்டு 3500 மெட்ரிக் டன்கள் தயாரித்தது. அதற்கு

அடுத்தபடியாக மெக்சிகோ, தஜிகிஸ்தான், பெரு, நார்வே மற்றும் கிர்கிஸ்தான் வருகிறது.[4]

உலகளவில், பாதரச விநியோகம், வணிகம், தேவை ஆகியவற்றைப் பற்றிய ஐ.நா. சுற்றுச்சூழலின் 2017 அறிக்கையின்படி, சீனாவின் உள்நாட்டுப் பாதரச வணிகத்தைக் கணக்கிலெடுத்தால், ஆண்டுக்குத் தோண்டி எடுப்பதன் மூலம் 800 முதல் 1000 டன்கள் பயன்படுகின்றன. உலக வங்கியை மேற்கோள் காட்டும் அறிக்கை ஒன்றின்படி சீனாவின் வணிகக் கூட்டாளிகள் அங்கிருந்து வரும் பாதரசத்தை ஆவணம் செய்திருக்கிறார்கள். ஆப்பிரிக்காவிலும், சீனப் பாதரசம் அவ்வப்போது காணப்படுகிறது. இப்போது பாதரசத்தை அதிகளவில் உற்பத்தி செய்யும் நாடுகள் சீனாவும், மெக்சிகோவும். அவை மினமாட்டா கன்வென்ஷனை ஏற்றுக் கொண்டுள்ளன. அதன்படி புதிய பாதரசச் சுரங்கங்களை நாடுகள் திறக்கக்கூடாது. ஏற்கெனவே இருப்பவற்றையும் மூடவேண்டும்.

32

காய்ச்சல் வெப்பமானிகள், ஒளி விளக்குகள், பல்புகள்

அன்றாட வாழ்க்கையில் இந்தத் திரவ உலோகம் எங்கும் பரவியிருப்பதைப் புரிந்துகொள்ளாமல் அதைப் பற்றி விவாதிப்பது பொருளற்றது. நாம் அன்றாடம் பயன்படுத்தும் கருவிகளில் நமது கண்ணுக்குத் தெரியாமல் பாதரசம் இருக்கிறது. அவற்றின் பயன்பாட்டிலும், அவற்றை நீக்கம் செய்வதிலும் சூழ்ந்திருக்கும் ஆபத்துகள் நம் கவனத்துக்கு வராமலேயே இருக்கின்றன. மின்சார, மின்னணுத் துறைகளில் அது பயன்படுகிறது. பாட்டரிகள், ஒளி விளக்குகள், பல்புகள், ஸ்விட்சுகள், அளவுக் கலன்கள், சமையல் அடுப்புகள், கணினிகள், *TV* திரைகள் என்று எல்லாக் கருவிகளிலும் பாதரசம் பயன்படுகிறது. பட்டன் செல் பாட்டரிகளில் சிங்க் ஏர், சில்வர் ஆக்சைடு, கார மாங்கனீசு ஆக்சைடு பாட்டரிகள் அடங்கிய பேட்டரிகளிலும் கூடப் பாதரசம் இருக்கிறது. பட்டன் செல் பாட்டரிகள் என்பவை சிறியவை, மீண்டும் அவற்றில் மின்னாற்றல் ஏற்றமுடியாது. அவை வாட்சுகள், பொம்மைகள், செவிக் கருவிகள் முதலான சிறிய மின்னணுக் கருவிகளில் பயன்படுகின்றன. பத்து ஆண்டுகளுக்கும், அதற்கும் மேலும்கூட அவை செயல்படும். பயனாளிகளின் அறியாமையில் அவற்றைக் கழித்து நீக்கும் வழிமுறைகள் ஆபத்தானவையாக இருக்கின்றன.

சென்ற பத்தாண்டுகளில், சோனி கார்ப்பரேஷன், நியூ லீடர், எனர்ஜைசர் முதலான பெரிய பாட்டரி தயாரிப்பாளர்கள், பாதரசம் பயன்படுத்தப்படாத லிதியம் பாக்சுடன் செல் பாட்டரிகள், பாதரசம் இல்லாத பாட்டரிகள் ஆகியவற்றைத் தயாரித்தன. ஆனால் அவை பாதரசம் பயன்படும் பாட்டரிகளை விட அதிகச் செலவு பிடித்தன.[1] அறை வெப்ப நிலையில் திரவ நிலையிலிருக்கும் ஒரே உலோகம் பாதரசம்தான். வெப்ப நிலை, அழுத்தம் ஆகியவற்றில் மாற்றம் ஏற்படும்போது பாதரசம் விரிவடையும். எனவே அது வெப்ப நிலையையும், அழுத்தத்தையும் அளக்கும் கருவிகளில் அதிகமாகப் பயன்படுகிறது.

மருத்துவத் துறையில் வெப்பத்தையும், அழுத்தத்தையும் அளக்கும் மருத்துவ நோய்க் குறிகள் ஆய்வில் பயன்படுகிறது. அழுத்தத்தை அளக்கும் காற்றழுத்தமானிகள், இரத்த அழுத்தத்தை அளக்கும் ஸ்பிக்மோமானோ மீட்டர்கள், காய்ச்சல் அளக்கும் வெப்பமானிகள், முன்னங்கை இரத்த ஓட்டம், தமனிகளில் இரத்தம் உள்ளே போதல் ஆகியவற்றை அளக்கும் அழுத்தமானிகள் இதில் அடங்கும்.

தொழிற்சாலையிலும் பாதரசமுள்ள கருவிகள் பயன்படுகின்றன. அத்தோடு, அறிவியல் ஆய்விலும், வானிலை ஆய்விலும் பயன்படுகிறது. ஒரு கருவியில் 5000 கிராம் பாதரசம் வரை இருக்கும்.[2] வெப்பநிலை சீராக்கும் தெர்மோஸ்டேட் ஸ்விட்சுகளிலும், வெப்பம், காற்றோட்டம், குளிர்சாதன (HVAC) கருவியோடு தொடர்புகொண்டு அறையின் வெப்பநிலையை உணரவும் கட்டுப்படுத்தவும் பயன்படுகின்றன. ஆனால் கடந்த பத்தாண்டுகளில் வளர்ந்த நாடுகளில் தெர்மோஸ்டாட்டுகள் பயன்படுவது பெரிதும் குறைந்துவிட்டது. எடுத்துக்காட்டாக அமெரிக்காவில் 2001இல் ஓராண்டுக்குப் பதினைந்து டன்களாக இருந்தது.[3] 2016இல் பயன்பாடே இல்லாமல் ஆயிற்று. ஆனால் உலகின் பல பாகங்களில் இன்னும் பயன்பாட்டில் உள்ளது.

அமெரிக்காவிலும், ஐரோப்பாவிலும் பாதரசம் பயன்படும் கருவிகள் உற்பத்தி செய்யப்படுவதோ, விற்கப்படுவதோ இல்லை. என்றாலும் பாதரசம் பயன்படாத கருவிகள் இன்னும் விலை அதிகமாகவே உள்ளன. எனவே சீனாவும் சில ஆசிய நாடுகளும் பாதரசம் பயன்படும் கருவிகளையே பயன்படுத்துகின்றன. இந்தக் கருவிகளில் பாதரசப் பயன்பாட்டை அளவிடுவது, சீனாவில் தயாராகி வரும் இரத்த அழுத்தக் கருவிகளிலும், வெப்பமானிகளிலும் உள்ள பாதரசத்தைப் பொறுத்தே இருக்கிறது. 2004இல் உற்பத்தி செய்யப்பட்ட இந்த இரண்டு கருவிகளில் மட்டுமே 270 டன் பாதரசம் பயன்பட்டது. இது மொத்தப் பாதரசப் பயன்பாட்டில் எண்பது சதவீதம் ஆகும்.[4]

பாதரசம் பயன்படும் இன்னொரு துறை ஒளி தரும் கருவிகள். பாதரசம் நிரப்பிய விளக்குகளைப் பல பிரிவுகளாகப் பிரிக்கலாம். ஒளிரும் குழாய்கள், உலோக ஹாலைடு, பீங்கான் உலோக ஹாலைட், உயிரற்ற சோடியம், பாதரச வாயு, பாதரச ஆர்க், பாதரச சிறு குழாய் விளக்குகள். காட்சிப்படுத்தும் கருவிகள். வீட்டிலும், அலுவலகத்திலும் பயன்படும் கருவிகளான கணினிகள்,

தொலைக்காட்சிப் பெட்டி, இட அடையாளம் காட்டும் அமைப்பு (*GPS*), கைப்பேசிகள், கேளிக்கைக் கருவிகள், டிஜிட்டல் காமராக்கள் ஆகியவை பாதரசம் உள்ள *LCD* காட்சி அமைப்புகளைப் பயன்படுத்துகின்றன.[5]

கார்களிலும், கேளிக்கை வாகனங்களிலும் பாதரசம் சேர்த்த விளக்குகள் பயன்படுகின்றன. அதிகத் திறனுள்ள *HID* முகப்பு விளக்குகள் திசை காட்டும் அமைப்புகள், *LCD* திரைகளுள்ள கருவிப் பலகைகள் பின்புல வெளிச்சங்கள் ஆகியவற்றிலும் பாதரசப் பயன்பாடு உள்ளது. சீனாவில் மட்டுமே ஒளிரும் குழாய் விளக்குகள், *CFL*-கள் ஆகியவற்றில் 2004இல் பயன்படுத்திய பாதரசத்தின் அளவு 55 டன்களாக இருந்தது. இவற்றில் பெரும்பாலானவை ஏற்றுமதிக்கானவை.[6] அமெரிக்காவில் கடந்த இருபது ஆண்டுகளில் விளக்குகள் தயாரிக்கும் ஐம்பது பெரிய நிறுவனங்கள் பாதரசப் பயன்பாட்டைச் சிறிது சிறிதாகக் குறைத்துவிட்டன. இதுபோன்ற ஒரு சூழலை ஆஸ்திரேலியா, ஜப்பான், சில ஐரோப்பிய நாடுகள் ஆகியவற்றில் காண்கிறோம். ஆனால் ஆசிய, குறிப்பாக தென் கிழக்கு ஆசிய நாடுகளில் இவை அதிகம் காணப்படுகின்றன. அதாவது இன்னும் பாதரச ஆபத்து ஓயவில்லை. பல்புகள், காட்சிப் பொருட்கள், மின், மின்னணுக் கருவிகள் ஆகியவற்றினுள் இருக்கும் பாதரசம், அவை பயன்பாட்டில் இருக்கும் வரை எந்த உடல்நலப் பாதிப்பையும் ஏற்படுத்துவதில்லை. ஆனால் அவை உடையும்போதும், கழிவுத் துண்டுகளை உருக்கும்போதும், பாதுகாப்பான இடத்தில் வைக்கக் கொண்டு போகும்போதும், எரித்துக் கழிவை நீக்கும்போதும், திரும்ப மறுசுழற்சி செய்யும் போதும் வரும் பாதரசத்தைக் கட்டுப்படுத்துவது எளிதல்ல. மேலும் பாதரசத்தைத் திறமையுடனும் பாதுகாப்புடனும் எப்படிக் கழிவு செய்வது என்பது விடை காண முடியாததாகவே இருக்கிறது.

பகுதி VI
கொடைக்கானலில் எழும் பாதரசம்

33

குப்பையைக் கொட்டும் குப்பை மேடு

கொடைக்கானலுக்கு அறிவியல் சார்ந்த ஆதாரம் வருவதற்கு முன்னர் யூனிலீவருக்கும் ஓர் இக்கட்டான சூழல் ஏற்பட்டது. நான் கிரீன்பீசில் சேர்ந்தவுடன், தொழிற்சாலையில் கிடந்த பாதரசம் கொண்ட 300 டன் கழிவுப் பொருளை வட மாநிலம் ஒன்றில் குழியில் கொட்டும் ஒரு திட்டம் என்னிடம் முன்வைக்கப்பட்டது. TWPCD கொண்டு வந்த கருத்துகளின்படி கம்பெனி ஒரு ஆள் நடமாட்டமில்லாத இடத்தில் நிலம் வாங்கி அதனை நிலத்தில் குப்பைக் கிட்டங்கிகளில் கொட்டுவது என்பது.

இந்த ஆபத்தான திட்டத்தை கிரீன்பீஸும், உள்ளூர் மக்களும் கடுமையாக எதிர்த்தார்கள். நாட்டின் வேறு பகுதிகளுக்கு அந்த இடத்திலும், சுற்றிலும் உள்ள மக்களின் வாழ்வுக்காக ஏற்படக்கூடிய ஆபத்தைக் கண்டுகொள்ளாமல், பிரச்சினையை இன்னொரு இடத்திற்கு மாற்றுவதாகும் இது என்று வாதிட்டோம். பிரச்சார அணி கழிவுப் பொருள் அது அனுப்பப்பட்ட இடமான அமெரிக்காவிற்கே திரும்ப அனுப்பவேண்டும் என்பதில் உறுதியாக இருந்தது. கழிவுகளை மூன்றாம் உலக நாடுகளில் கொட்ட முயற்சி செய்வது பற்றிக் கடுமையான எதிர்ப்பைக் கூட்டிணையங்களுக்கு அனுப்ப வேண்டியிருந்தது. மேலும், அமெரிக்காவில் பாதரசத்தை மறுசுழற்சி செய்யும் வசதிகள் இருக்கின்றன என்றும், அங்கே கழிவுப் பொருள்களை மறுசுழற்சி செய்து நிரந்தரமாக நீக்கி விடலாம் என்றும் ஒழுங்குமுறை ஆணையத்திற்குத் தெரிவிக்கப்பட்டது.

அடுத்து குழுமத்தின் அதிகாரிகளுக்கு நிலத்தில் குப்பைமேட்டில் கொட்டுவதால் ஏற்படும் ஆபத்துகளையும், ஐரோப்பாவிலும், அமெரிக்காவிலும் பாதரசக் கழிவை அழிப்பதற்கான வழிகள் இருப்பதையும் பிரச்சாரக் குழு எடுத்துக் கூறிற்று. மேலும் கழிவுக் கிட்டங்கிகளிலிருந்து தொழிற்சாலைக்குக் கொண்டு போனால்

அது நீண்டக்காலம் பாதரச வெளியீட்டுக்குக் காரணமாக ஆகலாம் என்று நவ்ராஸ் மோடி எதிர்பார்த்தார். ஏற்கெனவே பாதரச ஆவி பரவுதலுக்குப் பல வழிகள் இருந்து வந்தன. எனவே 2002இல் மோடியும் உள்ளூர் கண்காணிப்புக் குழுவும், மாநில ஒழுங்கு முறை ஆணையத்தின் வழியாகக் கழிவினை மறுசுழற்சிக்கும், நிரந்தரமாக அழிக்கவும் அனுப்பக் குழுமத்தை வற்புறுத்தின. பல TNPCB அலுவலர்களுடன் பல மட்டங்களில் பிரச்சாரக் குழு ஆவணங்களையும் உலக அளவில் கையாளப்படும் கழிவுநீக்க முறைகள் பற்றிய விளக்கங்களையும் அளித்தது. ஒழுங்குமுறை ஆணையம் அதை ஏற்றுக்கொண்டது. ஷீலா ராணி சுங்கத் இந்த விஷயத்தை முழுவதுமாகப் புரிந்துகொண்டு கடுமையான நிலைப்பாட்டை எடுத்தார்.

2003 மார்ச் 12 அன்று, ஒழுங்குமுறை ஆணையம் 290 டன் பாதரசக் கழிவைத் தகுந்த பாதுகாப்புடனும், தகுந்த கவனத்துடனும், சரியான நெறிமுறைகளைப் பின்பற்றிக் கொண்டு செல்ல வேண்டுமென்று குழுமத்திற்கு ஆணையிட்டது.[1] அது எளிதான காரியம் இல்லை; ஆனால் யூனிலீவர் போன்ற பெரிய கம்பெனிக்கு இது முடியாத ஒன்றல்ல. அப்போது அபாயகரமான கழிவுப் பொருள்களைக் கொண்டு செல்வதை ஒழுங்குபடுத்தும் பேசல் கன்வென்ஷனை அப்போது ஏற்றுக்கொள்ளவில்லை. ஆகவே கழிவைக் கொண்டு செல்வதற்கு இந்திய அரசு அமெரிக்காவோடு இருதரப்பு ஒப்பந்தம் ஒன்றை கம்பெனி ஏற்பாடு செய்ய வேண்டியிருந்தது. இந்தப் பெரிய தடையைக் கடந்தபிறகு, அமெரிக்காவிலுள்ள பென்சில்வேனியாவின் ஹெலர்டவுனிலுள்ள பெத்லகம் அப்பாரேட்டசுக்கு மறுசுழற்சிக்காக அனுப்பத் தயாரிப்புகள் தொடங்கின.[2]

அமெரிக்காவிலுள்ள குறிப்பிடப்பட்ட துறைமுகத்துக்கு அனுப்ப சிப்பம் கட்டுவது, அடையாளம் ஒட்டுவது, பாதுகாப்பாகக் கொண்டு செல்வதற்கான நெறிமுறைகளை HLL-இன் சுற்றுச்சூழல் ஆலோசகர்களான டேம்ஸ் & மூர் கொடுத்தது. அதேபோல கப்பலில் கழிவுப் பொருளைக் கையாளும் தொழிலாளர்களுக்கான பாதுகாப்பு நெறிமுறைகளைத் தந்தது. ஒழுங்குமுறை ஆணையம் அதை ஏற்றுக்கொண்ட பிறகு, கழிவுப் பொருள் தொழிற்சாலையிலிருந்து மதுரைக்கு அருகிலுள்ள கிட்டங்கிக்கு அனுப்பி வைக்கப்பட்டது. அங்கே கழிவுப் பொருள் கசிவு ஏற்படாத 1416 பீப்பாய்களில் அடைக்கப்பட்டது.

அது இந்தியக் கரைகளை விட்டுப் போகும் வரையில் அதன் போக்குவரத்தைக் கண்காணிக்க வேண்டியது முக்கியமாக இருந்தது. ஆனால் குழுமம் அதன் விவரங்களை வெளியில் சொல்ல மறுத்துவிட்டாலும் அப்போது சமூக வலைதளங்கள் இல்லாததால், செய்தித்தாள்கள், டி.வி. சேனல்களையே இதற்குச் சார்ந்திருக்க வேண்டியிருந்தது.

இங்கும் டாக்டர் ஜெயராமன்தான் தனது இதழியல் திறமைகளைக் காட்டினார். மயிலாடுதுறையில் பிறந்தவர் ஜெயராமன். அது கொடைக்கானலுக்குக் கிழக்கே இருந்தது. அவர் மலைவாழ்விடத்தில் நடத்தப்பட்ட அழிவு பற்றிப் பெரிதும் கவலை கொண்டிருந்தார். மேலும் 1899இல் அமைக்கப்பட்ட கொடைக்கானல் சூரிய வான ஆய்வகத்தில் பணியாற்றிய வான் இயற்பியில் அறிஞர்களுடன் நீண்ட நட்பு கொண்டிருந்தார். டாக்டர் ஜெயராமன் கழிவுப் பொருள் அகற்றப்படுவது பற்றி எழுதிய முதல் அறிக்கையை PTI 2003 ஏப்ரல் 16 அன்று வெளியிட்டது. சிப்பம் கட்டி, இன்ட்மாக்ஸ் டாலியன் என்ற கப்பலில் ஏப்ரல் 23 அன்று அனுப்பப்பட ஏற்பாடு செய்யப்பட்ட பிறகு எழுதினார்: “கொடைக்கானலில் மூடப்பட்ட வெப்பமானி ஆலையிலிருந்து ஆபத்தான பாதரச மற்றும் அது தொடர்பான கழிவுப் பொருட்களை அமெரிக்காவிற்கு அனுப்ப HLL இறுதியில் ஏற்பாடு செய்திருக்கிறது,” என்று அதில் குறிப்பிட்டார். ‘கிரீன்பீஸ் அலுவலர்’ என்று என்னை மேற்கோள் காட்டி எழுதிய கட்டுரை அடுத்த நாளே “இந்தியா ஆபத்தான கழிவுப் பொருளை அமெரிக்காவிற்குத் திருப்பி அனுப்புகிறது,” என்ற தலைப்பிட்டு நாடு முழுவதும் செய்தித்தாள்களில் வெளியானது.[3]

வரலாற்றில் முதல்முறையாக, வளரும் / வளர்ச்சியடையாத நாடு ஒன்று வளர்ந்த ஒரு நாட்டுக்கு கழிவுப் பொருட்களைத் திருப்பி அனுப்பிற்று. அச்சு இயந்திரங்கள், கணினிகள், நகல் எடுக்கும் கருவிகள் போன்ற மின்னணுச் சரக்குகளின் கழிவைக் கொட்டும் குப்பைத் தொட்டிகளாக, பணக்கார நாடுகள் வளரும் நாடுகளையே பயன்படுத்தி வந்தன. இன்னும்கூட அது தொடர்கிறது. ஆசிய, மேற்கு ஆப்பிரிக்க நாடுகள்தான் அவை வந்து சேரும் இடங்கள்.

இப்போது வளரும் நாட்டிலிருந்து பணக்கார நாட்டுக்கு அனுப்பப்படுவது வளர்ந்த நாடுகளுக்கு ஒரு முக்கியச் செய்தியைக் கொடுத்தது. டாக்டர் ஜெயராமன் இதனைத் திரும்பக் கொட்டுதல் (*reverse dumping*) என்று வர்ணித்தார். தமிழ்நாட்டிலுள்ள

கொடைக்கானல் வெப்பமானி தொழிற்சாலையிலிருந்து 290 டன் ஆபத்தான பாதரசக் கழிவு 1416 பீப்பாய்களில் அமெரிக்காவிற்கு அனுப்பப்பட்டது,' என்று விளக்குகிறார்.[4]

அடுத்த நாள் பல இந்தியச் செய்தித்தாள்கள் சுவாரஸ்யமான தலைப்புச் செய்திகளுடன் வெளியிட்டன. எடுத்துக்காட்டாக புதுடில்லியின் செய்தித்தாளான *The Statesman*, "குப்பைக்குக் குப்பை, இந்தியாவிலிருந்து அமெரிக்காவுக்கு"[5] என்று தலைப்பிட்டது. ஆனால் ஜெயராமனின் '*reverse dumping*' என்ற சொற்றொடர் பிரபலமாயிற்று. பன்னாட்டு செய்தி நிறுவனங்களான ராய்டர்ஸ், AEP, AP ஆகியவை அதனை உலகெங்கும் எடுத்துச் சென்றன. அதன்பிறகு அந்தச் சொற்றொடர் கழிவுப் பொருள் அது உண்டாக்கப்பட்ட இடத்திற்கே திருப்பி அனுப்புவதை விவரிக்கப் பயன்படத் தொடங்கிற்று.

நாங்கள் கவனமுடன் கண்காணித்து வந்த தூத்துக்குடி துறைமுகத்தில் நம்பத் தகுந்த ஒருவரிடமிருந்து அதிர்ச்சி தரும் செய்தி வந்தது. குறித்த நாளான ஏப்ரல் 23 அன்று சரக்குத் துறைமுகத்தை விட்டு எடுத்துச் செல்லப்படவில்லை. இன்ட்மாக்ஸ் டாலியன் கப்பலில் இடம் பற்றாக்குறையினால் மூன்று, நான்கு வெவ்வேறு சரக்குக் கப்பல்களில் ஏப்ரல் 23, 24 அன்று அனுப்பத் திட்டமிடப்பட்டிருந்தது. ஆனால் நச்சுக் கழிவைப் பிரித்து அனுப்புவதற்கு அமெரிக்க அதிகாரிகள் எதிர்ப்புத் தெரிவித்தார்கள். ஒரே கப்பலில் அனுப்ப வேண்டுமென்று வலியுறுத்தினார்கள்.[6] மொத்தமாக 290 டன்களை அனுப்ப சரக்குக் கப்பல் எதுவும் கிடைக்காததால், அனுப்பப்படுவதில் தாமதம் ஏற்பட்டது. கம்பெனியும் தகுந்த கப்பலைத் தேட வேண்டியதாயிற்று.

இன்னொரு சிக்கலும் குழுமத்திற்கு வந்தது. சரக்கை அனுப்பும் கப்பல் தளம் போக்குவரத்து நிறைந்தது. அங்கே கழிவுப் பொருட்களைப் பாதுகாப்பாக வைப்பதில் சிரமம் இருந்தது. பாதரசத்தை அனுப்பும்போது மாற்றும் இடத்தில் பத்து நாட்களுக்கு மேல் வைத்திருக்கக் கூடாதென்று அமெரிக்கா விதிமுறை கட்டுப்பாடு விதித்திருந்தது. இதனை கிரீன்பீஸ் USA என்னிடம் தெரிவித்தது.[7] அமெரிக்கா வந்து சேர்வதைக் கண்காணித்து வந்த கிரீன்பீஸ் USA-வைச் சேர்ந்த கேசி ஹேரெல் அரசாங்கப் பதிவேட்டிலிருந்து இந்தப் பகுதிகளை என்னுடன் பகிர்ந்துகொண்டார். அவருடைய குழுவினர் அமெரிக்க அதிகாரிகளுக்கு இதைத் தெரிவித்தனர். ஆபத்தான கழிவுப் பொருளை அனுப்புவதால் குழுமத்தின் மோசமான

திட்டமிடலையும், அக்கறையின்மையையும் இது காட்டியது. முன்னரே சரியான முறையில் ஒரே சரக்குக் கப்பலைக் குழுமம் ஏற்பாடு செய்யவில்லை. அதாவது சரக்கு அனுப்பும் முகவர்களின் விருப்பத்திற்கே பொறுப்பு விடப்பட்டது.

கிரீன்பீஸ் இந்தியாவின் சார்பில் நான் இந்தப் பெரிய தவறினைச் சுட்டிக் காட்டி இந்திய ஒழுங்குமுறை ஆணையத்திடம் எனது எதிர்ப்பைப் பதிவு செய்தேன். இந்தக் கவனக் குறைவான செயலினால், சரக்கு, துறைமுகத்தை விட்டுப் போகும் வரையில் கவனமாகக் கண்காணிக்க வேண்டியது அவசியமாயிற்று. இப்போது இந்தப் பொறுப்பை யாரிடம் ஒப்படைப்பது என்ற கேள்வி எழுந்தது.

நான் சென்னை மவுண்ட் சாலையிலுள்ள இந்து அலுவலகத்திற்குச் சென்றேன். அங்கு M.R.சுப்ரமணி என்ற மூத்த ஆசிரியர் *The Hindu Business Line* இடம் T.E.ராஜசிம்மன் என்ற திறமையான நிருபர் இருப்பதாகத் தெரிவித்தார். அவர் உடனே வேலையைத் தொடங்கி விட்டார்.

மே 4, ஞாயிறன்று *Hindu Business Line* துறைமுகத்தில் கிடந்த சரக்கின் நிலை பற்றி விளக்கமான ஓர் அறிக்கையை வெளியிட்டது. நீண்டகாலமாகத் துறைமுகத்தில், சரக்கு வைக்கப்பட்டிருந்தது பற்றிய கிரீன்பீசின் கவலையைக் குறிப்பிட்டது. மேலும் மே 7 அன்று இன்டர்மெக்ஸ்-செசாபேக் கப்பலின் மூலம் பாதரசக் கழிவு அனுப்பப்படவிருக்கிறது என்று கூறியது.[8]

'இந்து' நாளேட்டில் வந்த கட்டுரையோடு தமிழ்நாட்டில் மிகப் பெரிய வலைதளமான சன் டி.வி-க்கு இது பற்றிச் சொல்லப்பட்டது. அதனுடைய தூத்துக்குடி புகைப்படக்காரரும், நிருபரும் தூத்துக்குடி துறைமுகத்தைக் கண்காணிக்க ஒப்புக் கொண்டார்கள். மே 6 அன்று சன் டி.வி-க்காரர்களும், நாங்களும் துறைமுகத்தினுள் நுழைந்து கப்பலில் சரக்கு ஏற்றப்படும் காட்சிகளைப் படம் எடுத்தோம். அடுத்த நாள் நான் உள்ளூர் பிரதிநிதி ஒருவருடன் துறைமுக அலுவலகத்திற்குப் போய் இன்டர்மெக்ஸ் செசாபேக் அபாயகரமான கழிவுப் பொருள் சரக்கை ஏற்றிக்கொண்டு அன்று காலை துறைமுகத்தை விட்டுப் புறப்பட்டுவிட்டது என்பதை உறுதிசெய்து கொண்டோம்.

இதற்கிடையில் எனக்கு *Newyork Times* பன்னாட்டுப் பத்திரிகைகள் தமிழ் செய்தித்தாள்கள், டி.வி. சேனல்கள் முதலியவற்றிலிருந்து

தொலைபேசி அழைப்புகள் வந்த வண்ணம் இருந்தன. டாக்டர் ஜெயராமனின் அறிக்கை வெளியிடப்பட்ட நாளிலிருந்தே தொலைபேசி அழைப்புகள் வரத் தொடங்கிவிட்டன. பன்னாட்டுச் செய்தி நிறுவனங்கள் அவற்றின் அறிக்கைகளை அனுப்ப சரக்குகள் கொண்டு செல்லப்படும் செய்திக்காகக் காத்திருந்தன. செய்தியை முதலில் Newyork Times-இன் இந்திய நிருபரான சரிதா ராயுடனும், அசோசியேட்ஸ் பிரசின் ஜார்ஜ் ஐப்புடனும் பகிர்ந்துகொண்டோம். அவர்கள் என்னுடன் தொடர்ந்து தொடர்பில் இருந்தார்கள். பிறகு இதில் ஆர்வம் கொண்டிருந்த ஊடகங்களுக்குத் தெரிவித்தோம்.

கிரீன்பீசின் வெற்றியை Newyork Times இவ்வாறு அறிவித்தது. "இந்தியாவின் சுற்றுச்சூழல் ஆர்வலர்கள் பெரிய வெற்றியாகக் கொண்டாடும் வகையில், இந்தியாவில் மிகப்பெரிய நுகர்பொருள் தயாரிப்பாளரான இந்துஸ்தான் லீவருக்குச் சொந்தமான இப்போது மூடப்பட்ட வெப்பமானி தொழிற்சாலையிலிருந்து டன் கணக்கில் அபாயகரமான கழிவுப் பொருள்கள் அமெரிக்காவில் பாதுகாப்பாகக் கழிக்கப்படுவதற்காக மறுசுழற்சி ஆலைக்குப் போய்க் கொண்டிருக்கிறது."[9] அந்த அறிக்கை என்னை "கிரீன்பீஸ் இந்தியாவிற்கான கூட்டிணைய பிரச்சார ஒருங்கிணைப்பாளர்" என்று குறிப்பிட்டிருந்தது. கப்பலில் அனுப்பப்பட்டதை 'reverse dumping'[10] என்ற சொற்றொடரைப் பயன்படுத்தியது. என்னிடம் கேட்கப்படும் வினாக்களில் ஒன்று, 'இதனை 'reverse dumping' என்று அழைக்கலாமா?' என்பது. டாக்டர் ஜெயராமன் உண்டாக்கிய சொற்றொடர் பன்னாட்டு விவாதத்தைத் தொடங்கிவிட்டதை நான் உணர்ந்தேன்.

மே 29 அன்று சரக்கு நியூயார்க் துறைமுகத்தை அடைந்தது உட்பட விரிவான செய்திகளை Newyork Times-ம், AP-யும் வெளியிட்டதற்கு இன்னொரு பயனும் இருந்தது. என்ன நடந்து கொண்டிருந்தது என்பது பற்றி அமெரிக்க அதிகாரிகளும் சமுதாயமும் அறிந்துகொள்ள உதவிற்று. சரக்கு நியூயார்க்கில் வருவதைக் கண்காணிக்கும் பொறுப்பை கிரீன்பீஸ் USA எடுத்துக் கொண்டது. பென்சில்வேனியாவிலுள்ள ஹெலர்டவுனின் பெத்லஹேம் அப்பரேட்டசுக்கு இறுதியாக வந்து சேர்ந்ததையும் அது கவனித்து வந்தது. 2003 ஜூன் முதல் வாரம் வரையில் இரண்டு மாதங்கள் நாங்கள் அனைவரும் பதற்றத்தோடு இருந்தோம். ஏனென்றால் செய்தி நாட்டைத் தலைப்புச் செய்திகளுக்குள் கொண்டு வந்துவிட்டது.

34
நேரடி நடவடிக்கை

கிரீன்பீஸின் நேரடி நடவடிக்கை அணி எப்போதும் வேலை செய்து கொண்டிருக்கும். பிரச்சாரக்குழு அறிவியல் முறை ஆய்வைப் பயன்படுத்தி பாதிக்கப்பட்ட சமூகங்கள், ஒழுங்குமுறை ஆணையங்கள், பொதுச் சமூகம் ஆகியவற்றோடு பணியாற்றும் வழி வகைகளை ஆராய்ந்து தவறு செய்கிறவர்களை அவர்களது செயலுக்குப் பொறுப்பேற்கச் செய்யும். கொள்கை அணி அரசாங்கத்தோடு பசுமை பற்றிய கொள்கைகளை வகுப்பதில் ஈடுபடும். செய்தித் தொடர்புக் குழு, மற்ற குழுக்களின் பணியில் உச்ச அளவு வெளிப்படைத் தன்மை இருப்பதை உறுதிசெய்யக் கொள்கை பரப்புப் பணிகளுக்கான செய்திகளைக் கையாளும், ஊடகத்தோடு இணைந்து செயல்படும்.

நடவடிக்கைக் குழு தொழிற்சாலை அல்லது தாஜ்மகால் போன்ற வரலாற்றுச் சின்னம் ஆகியவற்றின் உச்சியில் பெரிய விளம்பரத் தட்டிகளை வைக்கும். முதன்மைச் செயல் அலுவலரோடு நேரடியாக மோதும்; ஒரு குழுமத்தில் அலுவலகத்தில் சங்கிலித் தொடர் போராட்டம் நடத்தும். விழிப்புணர்வை ஏற்படுத்தும் வழி அமைதியாக இருக்கவேண்டும் என்பதும், தனியாளுக்கோ குழுமத்திற்கோ எந்தச் சேதமும் இல்லாமல் பார்க்கவேண்டும் என்பதும் முக்கியக் கொள்கை. அதேசமயம் தெளிவான செய்தியைச் சொல்லவேண்டும். கிரீன்பீஸ் அதனை 'நேரடி நடவடிக்கைகள்' என்று அழைக்கிறது. குவேக்கர்களின் (கிறிஸ்தவர்களில் ஒரு பிரிவினர்) மரபான சாட்சி பகர்வது- தவறான செயல் நடக்கும் இடத்தில் எதிர்ப்பைப் பதிவு செய்வது -என்ற மரபின் கிரீன்பீசின் நிறுவனருடைய அறிவுரைகளில் ஒன்றிலிருந்து அது வருகிறது. அந்த அறிவுரையின்படி, அதன் பரப்புரையாளர்கள் அரசுகள், கூட்டிணையங்கள், மாஃபியாக்கள், தரகர்கள் ஆகியவற்றின் ஏற்க முடியாத ஆபத்தான வழக்கங்களை

நிறுத்திவிட அர்த்தமுள்ள செயல்பாடுகளில் ஈடுபட்டனர். இதில் சில வேளைகளில் உயிரையும் பணயம் வைக்க வேண்டியிருந்தது.

ஆபத்து விளைவிக்கும் சூழலுக்கு முன் நின்று, இதுவரையில் மறைமுகமாக நடந்த சூழலைக் கெடுக்கும் முயற்சிகளை வெளிக் கொணர்ந்து, பொதுமக்களின் எதிர்ப்பைத் தூண்டி, அழிவு செய்யும் நடைமுறைகளையும் கொள்கைகளையும் விட்டுவிடவோ திருத்தவோ பரப்புரை செய்வோர் முயற்சி செய்வார்கள்.[1] இவ்வாறு பரப்புரை செய்ய வேண்டிய இடங்கள் பற்றிய புதுக் கருத்துகளை எடுத்து வைப்பதும், புதிய நடவடிக்கைகளைத் தொடரச் செய்வதும் நடைமுறைப்படுத்தும் குழுவினரின் பொறுப்பு. இது மக்கள் மத்தியிலும், அதிகாரிகளிடமும் பிரச்சினை பற்றிய விழிப்புணர்வை ஏற்படுத்தும். அத்தோடு பிரச்சினையை ஏற்படுத்தியவர்கள் அதனைத் தீர்க்க கட்டாயப்படுத்தப்படுவார்கள்.

2003 கோடைக் காலத்தில் 'ஏரி நடவடிக்கை' என்ற ஒரு புதிய கருத்தினைக் குழு முன் வைத்தது. அதன் ஒரு பகுதியாக, பரப்புரை செய்வோர் 'கொடைக்கானலில் பாதரசத்தை நீக்கு', 'தொழிலாளர்களுக்கு மருத்துவ உதவி' போன்ற பதாகைகளை ஏரியின் நடுப் பகுதியில் ஒரு படகில் வைத்தார்கள். அதுவரையில் HLL-க்கு எதிரான கிளர்ச்சி 2002 நவம்பரில் நடந்தது. அப்போது சென்னையில் HLL அலுவலகத்தின் முன்பு தன்னார்வலர்கள் சங்கிலிப் போராட்டம் நடத்தினார்கள். 'ஜதா' என்று அழைக்கப்பட்ட 'வாகன உலா' கர்நாடகத்தில் மங்களூர், தெட்டபல்லபுரா, தமிழ்நாட்டில் சென்னை, கடலூர், கேரளாவில் கொச்சி, காசர்கோடு ஆகிய தொழிற்சாலை மாசு அதிகமாகும் தெற்கு நகரங்களுக்குச் சென்றது.[2] 'போபால் இனி வேண்டாம்' என்ற செய்தியைத் தாங்கிய 'ஜதா' சென்னையை அடைந்தபோது, இருபதுக்கும் மேற்பட்ட புரட்சியாளர்கள் HLL அலுவலகத்தின் முன்புறத்தில் மனிதச் சங்கிலிப் போராட்டம் நடத்தினார்கள்.

இந்த ஏரி நடவடிக்கையின் மேலும் வேறு நடவடிக்கைகள் பற்றியும் அவ்வளவு உடன்பாடு இல்லை. இவை பொதுஅமைப்புக்கு வெளியில் குறிப்பிட்ட அளவு பயனுள்ள தாக்கத்தை ஏற்படுத்த முடியாது.

முதலாவதாக இந்த நடவடிக்கைக் குழுமத்திலிருந்து எந்தக் கவனத்தையும் பெறாது. ஏரியின் நடுவில் ஒரு விளம்பரத்தட்டி இருப்பது புகைப்படம் எடுப்பதற்கு நல்ல வாய்ப்பாக இருக்கும்.

ஆனால் ஊடகங்களை இது கவராது. மேலும் மின்னணு ஊடகம் மலைவாழ் நகரத்தில் அதிகம் இல்லை. எனவே உல்லாசப் பயணிகள் மட்டும்தான் பார்ப்பார்கள். நான் இன்னும் அதிக சக்திமிக்க ஒரு நடவடிக்கை வேண்டும் என்றேன். ஆனால் கிரீன்பீஸ் இந்தியாவின் செயல் இயக்குநர் என்னுடைய எதிர்ப்புகளை ஏற்றுக்கொள்ளவில்லை.

டிசம்பரில் ஒருநாள் நடவடிக்கைக் குழுவின் இரண்டு முக்கிய உறுப்பினர்களான சமீர் நாசரேத்தும் ஆதர்ஷ் வர்ஷினியும் ஒரு படகில் நின்று கொண்டிருந்தார்கள். நடுவில் மோடி ஒரு பெரிய மஞ்சள் பேனரைப் பிடித்துக்கொண்டு ஒருமணி நேரம் உட்கார்ந்திருந்தார். பலமான காற்றில் படகோட்டி படகு நிலையாக மிதக்குமாறு பார்த்துக்கொண்டார். படகில் இருந்தவர்கள் அனைவரும் மருத்துவரின் வெள்ளை உடை அணிந்திருந்தார்கள். எதிர்பார்த்தபடியே புகைப்படம் எடுக்க நல்ல வாய்ப்புக் கிடைத்தது.

HLL-இன் ஆண்டு பொதுக் குழுக் கூட்டத்தில் (AGM) இன்னும் முக்கியமான நிகழ்ச்சி நடந்தது. மும்பையில் மரைன் லைன்சில் மதுஷ்ரி மண்டபத்தில் குழுமத்தின் 2000 பங்குதாரர்கள் கூடினார்கள். பங்குச் சந்தை முதலீட்டாளர்களிடம் HLL-க்கு நம்பிக்கைக்கு உகந்த ஒரு கம்பெனி என்று பெயருண்டு. பங்குதாரர்கள் கம்பெனியின் ஷேர்களில் முதலீடு செய்ததை இழந்ததே இல்லை. 1956இல் இந்துஸ்தான் லீவர் லிமிடெட் என்று அமைக்கப்பட்டவுடன் அதன் பங்கு மதிப்பு ஏறிக்கொண்டே போயிற்று. மற்ற சந்தேகத்திற்கு இடமான குழுமங்கள் போலில்லை. லீவர் தனது பங்குதாரர்களை நன்றாகவே நடத்தியது. அவர்களும் அதனிடம் முழு நம்பிக்கை வைத்திருந்தார்கள். ஒவ்வோர் ஆண்டும் முதலீட்டாளர்களுக்குப் பங்குத் தொகை வழங்கப்பட்டு வந்தது. ஆண்டுக் கூட்டத்தில் பங்குதாரர்களுக்குப் பாராட்டின் சின்னமாக அன்பளிப்புகள் வழங்கப்படும். இவ்வாறுதான் குழுமத்திற்கு ஆதரவாளர்களை அது சேர்த்து வைத்திருந்தது.

பூனே, தானே போன்ற தொலைதூர இடங்களிலிருந்தும் மக்கள் கூட்டத்தில் பங்கு கொள்ளப் பயணம் செய்து வருவார்கள். பலர் ஆண்டறிக்கையைப் பள்ளிக் குழந்தைகள் போலக் கவனமாகப் படிப்பார்கள். கூட்டத்தில் கேள்வி கேட்கக் குறிப்புகளுடன் வருவார்கள். ஒவ்வோர் ஆண்டும் குழுமத்தின் செயல்பாட்டில் மன நிறைவோடு திரும்பிப் போவார்கள்.

எங்களது அடுத்த போராட்ட நடவடிக்கை AGMஇல் நடத்த வேண்டுமென்று முன்மொழிந்தேன். நடவடிக்கைக் குழு ஒத்துக் கொண்டது. நிர்வாகத்தை இக்கட்டில் மாட்டுவது நோக்கமில்லை. மாறாக அதன் பங்குதாரர்களுக்குக் குழுமம் செய்த தவறுகளை வெளிப்படுத்த வேண்டும்.

முதல் அறைகூவல் கூட்டம் நடக்கும் இடத்திற்கு அருகில் போவது. AGM-க்குள் செல்லவேண்டுமென்றால் நுழைவுச் சீட்டும், வாக்குப் படிவங்களும், ஆண்டு அறிக்கையும் வேண்டும். அவை பங்குதாரர்களுக்கு நேரடியாக அனுப்பப்பட்டுவிடும். ஆனால் நடவடிக்கைக் குழு உள்ளே நுழைய ஒரு மாற்று ஏற்பாடு செய்திருந்தது. காவல் காப்பதற்குத் தனியாளரை ஏற்பாடு செய்திருந்தார்கள். இவர்களை அவர்கள் அடையாளம் கண்டுபிடித்துவிட்டால், வெளியில் தள்ளிவிடுவார்கள், அல்லது காவல்துறையிடம் ஒப்படைத்துவிடுவார்கள்.

எனவே நாங்கள் சட்டப்பூர்வமான முறையிலேயே உள்ளே போகத் தீர்மானித்தோம். அப்படியானால் உள்ளே போகிறவர்களெல்லாம் குழுமத்தின் பங்குதாரர்களாக ஆக வேண்டும். ஒவ்வொருவரும் ஒரு பங்காவது வாங்கவேண்டும். ஆனால் பங்குதாரர்கள் சேர்க்கையை ஏற்கெனவே முடித்துவிட்டு, AGM-க்கான அழைப்பிதழ்களை அனுப்பிவிட்டார்கள். இப்போது ஒரே வழிதான் இருந்தது. பங்குதாரர்கள் அவர்களுடைய இடத்தில் வேறு ஒருவரை அனுப்ப முடியும். எங்களுக்கு உதவக்கூடிய பங்குதாரர்களைத் தேடினோம். அவர்களது படிவங்களில் கையெழுத்திட்டு எங்களுக்கு அனுப்ப வேண்டும். அப்படி எங்களுக்கு நான்கைந்துதான் கிடைத்தது. எங்களுக்குப் பன்னிரண்டு படிவங்களாவது தேவைப்பட்டது. கூட்டத்திற்கு இரண்டு நாட்கள் இருந்தபோது 2003 ஜூன் 13 அன்று எங்கள் உதவிக்குத் தாடி வைத்த கணேஷ் நொச்சூர் வந்தார்.

அவர் பம்பாயில் நீண்டகாலம் வசிப்பவர். மக்கள் உரிமைப் போராளி. நர்மதா-பச்சோ அண்டோலனில் மாதா பட்கருடன் பணியாற்றியவர். மேற்கு இந்தியாவில் பழங்குடியினர் வீடிழக்கச் செய்தபோது நடந்த போராட்டத்தில் கலந்து கொண்டார். இப்போது அவர் போபால் வாயு விஷத்தில் பாதிக்கப்பட்டவர்களுக்கு நிதி கிடைப்பதற்காகப் போராடிக் கொண்டிருந்தார். அந்தக் காலகட்டத்தில் பல கம்பெனிகளின் ஆண்டறிக்கைகள் பங்கு வணிகத்தில் ஈடுபட்டவர்களிடம் இருக்கும் என்பது அவருடைய நினைவுக்கு வந்தது. பல

முதலீட்டாளர்களுக்கு அவர்கள் முதலீடு செய்த குழுமங்களின் ஆண்டறிக்கைகள் இந்தப் பங்கு வணிகர்களுக்கு வரும். பங்கு வணிகர்கள் முதலீட்டாளர்களின் முகவரிகளாக அவர்களது முகவரிகளையே கொடுப்பார்கள். நொச்சூர் மும்பையிலிருந்து இரண்டு வணிகர்களை அணுகினார். இப்போது எங்களுக்கு மீதம் தேவையாக இருந்த பதிவாளர் படிவங்கள் கிடைத்துவிட்டன.

AGM நடப்பதற்கு இரண்டு நாட்களுக்கு முன்னரே கிரீன்பீஸ் மும்பை ஊடகக்காரர்களை ஒன்றாகத் திரட்ட நீதியரசர் *S.N.*பார்கவாவின் இந்திய மக்களின் தீர்ப்பாயத்தின் அறிக்கையை வெளியிட்டது. அதில் *HLL* வெப்பமானி ஆலையில் வேலை பார்த்த தொழிலாளர்களின் உடல்நலப் பாதிப்பு பற்றி விளக்கப்பட்டிருந்தது. இந்த முன்னேற்பாட்டுடன் *AGM*-க்கு கிரீன்பீஸ் தயாராக ஆயிற்று. *AGM*-க்குப் போகவிருந்த பன்னிரண்டு பேரும் என்ன செய்யவேண்டும் என்று அறிவுரை கூறப்பட்டது. அதன் பிறகு நடவடிக்கைக் குழுக்கூட்டம் நிகழவிருந்த இடத்தை நேரடியாகச் சென்று ஆய்வு செய்தார்கள்.

அடுத்த நாள் காலை 10.30 மணிக்கு எல்லோரும் மரைன் லைன்சிலுள்ள பிர்லா மதுஷ்ரி மண்டபத்திற்கு முன் வந்தார்கள். கடைசியாக ஒருமுறை அவர்கள் செய்யவேண்டியது பற்றி எடுத்துரைத்துவிட்டு, நாங்கள் கடைசி நிமிட ஆலோசனைகள் வழங்கினோம். காலை 10.55க்கு பன்னிரண்டு பதிலிகளும் மண்டபத்தின் வெவ்வேறு இடத்தில் அமர்ந்துகொண்டார்கள். மேடைக்கு முக்கியப் பிரமுகர்கள் அழைக்கப்பட்டார்கள். மூத்த நிர்வாகிகள் *CEO*-பங்காவின் தலைமையில் அவர்களுடைய இருக்கைகளில் அமர்ந்தார்கள். நிகழ்ச்சி தொடங்கியது.

தொடக்க அறிவிப்புகள் கொடுக்கப்பட்டபோது, கிரீன்பீஸ் ஆர்வலர்கள் ஒரு சிறு அட்டையை உறுப்பினர்களுக்கு வழங்கினார்கள். அதில் ‘பணத்தை மட்டுமே குறிக்கோளாகக் கொண்ட தொழில் ஒரு மோசமான தொழில்’[3] என்று அச்சடிக்கப்பட்டிருந்தது. இந்த மேற்கோள் *HLL*-இன் ஆண்டறிக்கையிலிருந்து எடுக்கப்பட்டது. ஃபோர்ட் மோட்டார் கம்பெனியின் நிறுவனரான ஹென்றி ஃபோர்ட் சொன்னது.

யாரும் எதுவோ நடக்கப்போகிறது என்று சந்தேகப்படவில்லை. கம்பெனியின் ஆட்கள்தான் இதைக் கொடுக்கிறார்கள் என்று நினைத்துக்கொண்டார்கள். ஏனென்றால் அந்தச் செய்தி

பங்குதாரர்களின் கையிலிருந்த ஆண்டறிக்கையிலிருந்து எடுக்கப்பட்டிருந்தது.[4] நிர்வாகிகள் அவர்களது உரைகளை முடித்த பிறகு கேள்வி நேரம் வந்தது, தன்னார்வலர் ஒருவர் கேள்வி கேட்கத் தொடங்கினார். யாரோ அவரைத் தடுக்க முயன்றார்கள். கடைசியில் அவர் மேடையில் ஏறிப் பேச அனுமதிக்கப்பட்டார். 'கொடைக்கானல் என்ற மலைவாழ்விடத்தில் நம்மிடம் பணியாற்றிய நூற்றுக்கணக்கான தொழிலாளர்களும் உள்ளூர் மக்களும் நமது குழுமத்தின் பொறுப்பற்ற செயலால் பாதிக்கப்பட்டிருக்கிறார்கள் என்பது தெரியுமா? ஒரு பங்குதாரராக நாம் செயல்படுவது குறித்து நான் வெட்கப்படுகிறேன்,' என்றார். அவர் ஹென்றி ஃபோர்டின் செய்தியைக் காட்டிப் பேசியபோது மேடையிலிருந்தவர்களும், பார்வையாளர்களும் அதிர்ச்சி அடைந்தார்கள். இதற்கு முன்னர் இழப்பு ஏற்படுத்தக் குழுமங்களை விற்றது பற்றியும், அதிக விலைக்கு ஒரு கம்பெனியை வாங்கியது பற்றியும், முந்தைய ஆண்டில் எதிர்பார்த்த வருமானம் கிடைக்காதது பற்றியும் குறிப்பிட்டுக் காட்டியிருக்கிறார்கள். ஆனால் *AGM*-இன் வரலாற்றில் இப்படி ஒரு பங்குதாரர் கம்பெனி தவறு செய்துவிட்டது என்று குற்றம் சாட்டியதே இல்லை.

அதிர்ச்சியிலிருந்து விடுபட்டவுடன், வின்டி பங்கா பதில் சொல்ல முயன்றார். இதுபற்றி கம்பெனி ஆராய்ந்து வருகிறது என்று உறுதியளித்தார். கம்பெனி பொறுப்புடன் நடந்துகொண்டது என்றும் பிரச்சினை நிர்வாகத்தின் கவனத்திற்குக் கொண்டு வரப்பட்டவுடன் தொழிற்சாலை மூடப்பட்டுவிட்டது என்றும் சொல்லப்பட்டது. ஆனால் தொழிலாளர்களின் உடல்நலம் பற்றிய பிரச்சினையையும், தொழிற்சாலையையும் அதைச் சுற்றியுள்ள இடங்களையும் தூய்மைப்படுத்தும் சிக்கலை எப்படித் தீர்க்கப் போகிறது என்பது பற்றியும் குறிப்பிடவில்லை.[5]

நீதியரசர் பார்கவாவின் அறிக்கையும் கொடைக்கானலில் சுற்றுச்சூழல் பாதிப்பு பற்றிய ஆய்வில் *HLL*-இன் தவறைச் சுட்டிக் காட்டியிருக்கிறது என்று இன்னொரு தன்னார்வலர் குறிப்பிட்டார். அந்த அறிக்கையின்படி தொழிற்சாலையில் முன்னால் பணியாற்றியவர்கள் பலர் தொழில் தொடர்பாக உடல்நலம் பாதிக்கப்பட்டிருக்கிறார்கள் என்று அறிக்கை கூறியிருப்பதையும் எடுத்துக் காட்டினார். *IPT* குழு அதன் அறிக்கையில் 'இதன் பொருளடக்கத்திற்கு அது பொறுப்பில்லை,' என்று அறிவித்திருக்கிறது என்று பங்கா சமாதானம் கூறினார்.

அறிக்கை எங்கோ ஒரு பகுதியில் ஏதோ ஒரு குறிப்பை எடுத்துக் கொண்டு அவர் வாதிட்டார். இதிலிருந்து கம்பெனியால் தெளிவான விளக்கத்தைத் தர முடியவில்லை என்பது உறுதியாயிற்று.

இதற்கிடையில் HLL-இன் அலுவலகத்தில் இது எப்படி நடந்தது என்று மூத்த நிர்வாகிகள் கோபம் கொண்டார்கள். புரட்சியாளர்கள் எப்படிக் கூட்டத்திற்குள் வந்தார்கள்? அவர்களை உள்ளே விட்டது யார்? கம்பெனிக்குள்ளே இருந்த யாரும் உதவி செய்தார்களா?

AGMஇல் பாதுகாப்பு ஏற்பாடுகளில் என்ன கோளாறு என்று கண்டுபிடிக்கத் தலைவர் செயலாளரைக் கேட்டுக் கொண்டார். இதற்கிடையில் கூட்டத்திலும், IPT அறிக்கையிலும் எழுதப்பட்ட பிரச்சினைகளுக்கு விடை தயாரிக்க அதற்குரிய பிரிவுக்கு ஆணையிடப்பட்டது.

குழுமச் செயலாளரின் அலுவலகம் ஆய்வுகள் மேற்கொண்டது. நுழைவுப் படிவங்கள், பதிலிகள், ஆவணங்கள் ஆகியவற்றை ஆராய்ந்தது. பாதுகாப்புக்கு ஏற்பாடு செய்யப்பட்ட கம்பெனியிடம் விசாரணை செய்தது. இறுதியில் தன்னார்வலர்கள் பதிலிகளாக அனுமதிபெற்று வந்திருக்கிறார்கள் என்று கண்டுபிடித்தது. இதுபோன்ற நிகழ்வு எதிர்காலத்தில் நடக்காமல் இருக்க ஆவன செய்யவேண்டும் என்று எல்லாத் துறைகளும் எச்சரிக்கப்பட்டன.

கொடைக்கானல் பிரச்சினை எல்லாப் பங்குதாரர்களுக்கும் எட்டி விட்டது என்ற செய்தியை விவரிக்க அதை லண்டன், ராட்டர் டேம் அலுவலர்கள் எதிர்பார்க்கவில்லை.

அடுத்த நாள் செய்தித்தாள்களில் செய்தி வெளியிடப்பட்டவுடன் செய்தி மற்ற பங்குதாரர்களையும் சென்றடைந்தது. இதற்குள் கம்பெனியின் செய்தித் தொடர்புப் பிரிவு முன்வைக்கப்பட்ட குற்றச்சாட்டுகள் ஒவ்வொன்றுக்கும் எதிர் அறிக்கை தயாரித்தது. பல பிரிவுகளின் ஒத்துழைப்புடன் இது நடந்தது. AGMஇல் கிரீன்பீஸும், அதன் தொண்டர்களும் எழுப்பிய கேள்விகளுக்குப் பதிலாக அச்சு ஊடகத்தில் அறிக்கை வெளியிட்டது.[6] ஆனால் இந்த விஷயம் பற்றிப் பொதுமக்களிடம் பதில் சொல்லவேண்டிய கட்டாயம் ஏற்பட்டுவிட்டது என்பதைக் கம்பெனி உணரவில்லை.

HLL-இன் இந்த எதிர் அறிக்கைக்கு மறுப்பாக ஜூன் 15 அன்று கிரீன்பீஸ் ஓர் அறிக்கையை வெளியிட்டது. அது கம்பெனியின்

விடையிலுள்ள ஓட்டைகளைச் சுட்டிக்காட்டி கொடைக்கானல் மக்கள் பற்றிய இரக்கமற்ற அவர்களது அணுகுமுறையைக் கண்டித்தது. HLL முதலில் குறிப்பிடப்பட்டிருந்த 'நாங்கள் பொறுப்பில்லை என்று IPT' குறிப்பிட்டதை எடுத்துக்காட்டி அது ஒரு குழு பதிவுசெய்த அறிக்கைகள் பற்றியது என்று காட்டிற்று. அதாவது அவர்கள் சொன்ன விபரங்களுக்கு IPT பொறுப்பில்லை என்பதே அதன் பொருள் என்று விளக்கிற்று. HLL எடுத்துக் காட்டிய அந்தச் சொற்றொடர் குழு தீர்ப்பாயத்திடம் சொன்ன விபரம் பற்றியது என்பது எந்த வாசகருக்கும் விளங்கும் என்று கிரீன்பீஸ் வாதிட்டது.[7] தீர்ப்பாய ஆய்வறிக்கை குழுமத்தின் பொறுப்பினை ஏற்காத நிலையைக் காட்டியது என்பதைச் சுட்டிக் காட்டியது. அதனுடைய அறிக்கை மட்டுமே சரி என்ற நிலைப்பாடு எடுத்ததாகக் குற்றம் சாட்டிற்று.

மேலும் IPT அறிக்கையின் பகுதி III-ஐ வாசிக்குமாறு CEO-ஐக் கேட்டுக் கொண்டது. அதில் செய்தி தரப்பட்டிருந்த முறை, அதன் அறிக்கைகளிலுள்ள முரண்பாடுகள், அதன்பிறகு பாதரசக் கையிருப்பைத் திருத்தி எழுதியது ஆகியவற்றிற்காகக் குழுமத்தினைக் குற்றம் சாட்டியது. மேலும், பிழையான அறிக்கைகளைக் கொண்டு உண்மைகளைத் தவறாகத் திருத்திக் கூறியதற்குக் கண்டனம் தெரிவித்தது.[8] போராட்டத்தில் இது ஒரு மைல் கல். மேலும் 2003 AGM நடவடிக்கை இனிவரும் காலங்களில் சக்திமிக்க நடவடிக்கைகளுக்கு ஒரு மாதிரியாகவும் இருக்கும்.

35

மும்பையில் ரெயின்போ வாரியர்

கிரீன்பீஸின் லிக்கன் பற்றிய ஆய்வினை DAE-இன் ஆய்வு மறைத்துவிட்டது என்பதறிந்து ரூத் ஸ்ட்ரிங்கருக்கு ஏமாற்றம். எனினும், ஒரு நேர்மையான அறிவியலாளராக HLL-இன் பிழைகளை அறிவியல் கண்டுபிடிப்புகள் வெளியில் காட்டி விட்டன என்பது குறித்து அவருக்கு மகிழ்ச்சிதான். குறிப்பாக DAE நடத்திய காற்று மாதிரிகளின் தொடர் ஆய்வுகளின் முடிவுகள் பற்றி அவருக்குத் திருப்தி. கிரீன்பீஸ் ஆய்வுக்கூடம் DAE-இன் ஆய்வினை எடுத்துக்கொண்டபோது, ரூத் இந்தியாவிற்கு 2004இல் புறப்பட ஆயத்தமாகிக் கொண்டிருந்தார். கிரீன்பீசின் அறிக்கையை வெளியில் அவர் தனது பயணத் திட்டத்தில் முன்கூட்டியே வர மாற்றம் செய்தார். இது DAE-இன் ஆய்வு முடிவை சூட்டோடு சூடாக வெளியில் கொண்டு வரவும் HLL உடன் மோத இன்னும் அதிகப்படியான அறிவியல் ஆதாரங்களைக் காட்டவும் உதவின.

அவர் 2003 டிசம்பரில் இந்தியா வந்தார். அப்போதுதான் கிரீன்பீஸின் பிரச்சாரக் கப்பலான ரெயின்போ வாரியர் மும்பைக்கு வந்திருந்தது. அந்தக் கப்பலிலேயே அறிக்கையை அதிகாரப்பூர்வமாக வெளியிடுவது, அதன் பிரதியை மும்பையில் லீவர் அலுவலகத்தில் அலுவலர்களிடம் நேரடியாகக் கொடுப்பது என்று திட்டம்.

கப்பலுக்கு வேறுபல திட்டங்களும் இருந்தன. 1978இல் ஐஸ்லாந்தில் திமிங்கல வேட்டைக் கப்பலைத் தடுக்கும் முயற்சியில் தொடங்கப்பட்ட அதன் பணி பல பணிகளுக்குத் தொடக்கமாக அமைந்தது. அதன் பல செயல்பாடுகள் பருவநிலை மாற்றம் பற்றியதாக இருந்தது. கடலைப் பாதுகாக்கும் முயற்சி, மரபணு மாற்றம் செய்யப்பட்ட உயிரிகளுக்கு (GMO) எதிர்ப்பு, நச்சுப்படுத்தப்படுதலுக்கு எதிர்ப்பு, திமிங்கல வேட்டைக்கு எதிர்ப்பு, சீல் வேட்டைக்கு எதிர்ப்பு, அணு ஆயுதச் சோதனைக்கு

எதிர்ப்பு, அணுக் கழிவுகளைக் கொட்டுவதற்கு எதிர்ப்பு முதலான பரப்புரைகளை அது மேற்கொண்டது.

இதில் முதல் முயற்சியான ரெயின்போ வாரியர் கப்பலுக்கு நல்ல வரவேற்பு இருந்தது. குறிப்பாக 1985 ஜூலையில் நியூசிலாந்து துறைமுகத்தில் ஃபிரெஞ்ச் நுண்ணறிவு முகமை அதன்மேல் குண்டு போட்டதற்குப் பிறகு அதன் பணி பற்றி உலகெங்கும் தெரிந்தது. இந்த நிகழ்வில் கப்பல் மூழ்கியது. டச் நாட்டுப் புகைப்படக்காரர் இறந்தார். இரண்டாண்டுகளுக்குப் பிறகு ஃபிரெஞ்ச் பிரதமர் லாரன் லேபியஸ் தனது அரசு அதற்குக் காரணம் என்பதை ஒத்துக் கொண்டார். கிரீன்பீஸுக்கு 8.1 மில்லியன் அமெரிக்க டாலர் இழப்பீடாகத் தரப்பட்டது.

அதிலிருந்து பல சக்திவாய்ந்த நாடுகள், கூட்டிணையங்கள், மாஃபியாக்கள் முதலானவற்றோடு அது மோத வேண்டியதாயிற்று. ரெயின்போ வாரியர் வருகிறது என்ற செய்திகூடக் குற்றம் செய்தவர்களுக்கும், அதிகாரிகளுக்கும் அதிர்ச்சி தரும்.

இந்திய அதிகாரிகளும் விதிவிலக்கல்ல.

2003ஆம் ஆண்டு இந்தியப் பயணத்தை ரெயின்போ வாரியர் மேற்கொண்டது. கிரீன்பீஸ் முதல் ரெயின்போ வாரியர் கப்பலை அறிமுகப்படுத்தியதின் இருபத்தைந்தாவது ஆண்டு விழாவிலிருந்து அந்தப் பெயர் தரப்பட்டது. இந்தப் புவி சீரழிக்கப்படும், விலங்குகள் இறக்கும்போது, பல நிறங்கள், வகுப்புகள், மதங்கள் கொண்ட ஒரு புது இனம் வரும். அது மீண்டும் நிலத்தைப் பசுமையாக ஆக்கும். அவர்கள் வானவில்லின் வீரர்கள் (வாரியர்ஸ் ஆஃப் தெ ரெயின்போ) என்று அழைக்கப்படுவார்கள். 1962இல் வாரியர்ஸ் ஆஃப் தெ ரெயின்போ என்ற நூல் ஒன்று வெளிவந்தது. அதில் "மிகவும் கால தாமதம் ஆவதற்கு முன்னர், இந்தியர்கள் அவர்களது ஆன்மாவைத் திரும்பப் பெற்று மண்ணுக்கு மரியாதை செய்ய வெள்ளையனுக்குக் கற்றுத் தருவார்கள். அவற்றோடு சேர்ந்து அவர்கள் 'வாரியர்ஸ் ஆஃப் தெ ரெயின்போ' என்று அழைக்கப்படுவார்கள் என்று மேற்கோள் காட்டியது.[1]

ரெயின்போ வாரியர் குஜராத் கடற்கரைக்கு வந்தது. அங்கே பழைய கப்பல்களை உடைத்து முக்கியமான பகுதிகளை எடுத்துக்கொண்டு ஆஸ்பெஸ்டாஸ் முதலான கழிவுப் பொருட்களைக் கடலில் போட்டுவிட்டார்கள். இதை எதிர்த்து ரெயின்போ வாரியர் பிரச்சாரம் மேற்கொண்டது. நவம்பர் 12இல் கப்பல் அலாஸ்

துறைமுகத்திற்கு வந்தது. அப்போது ஜெனோவா பிரிட்ஜ் என்ற சரக்குக் கப்பல் அங்கு வந்தது. அதில் ஆஸ்பெஸ்டாஸ் என்ற புற்று நோய் உண்டாக்கக் கூடிய வேதிப் பொருள்களை அது கொண்டு வந்தது. துறைமுகத்தில் கப்பலை உடைப்பார்கள். ரெயின்போ வாரியர் இதை எதிர்த்துச் செயல்பட்டது. இந்திய அரசுக்கும், துறைமுக அதிகாரிகளுக்கும் கப்பலைத் திருப்பி அனுப்புமாறு கேட்டது. இதில் சுற்றுச்சூழல், வனத்துறை அமைச்சகம் குஜராத் மாசுக் கட்டுப்பாட்டு வாரியத்துக்குக் கப்பலைப் பார்வையிடுமாறு ஆணையிட்டது. அவர்களும் குற்றச்சாட்டு உண்மை என்று அறிக்கை தந்தார்கள்.

இப்போது இன்னோர் இடி காத்திருந்தது. குஜராத் கடல் வாரியம் இந்தியக் கடற்படைக்கும், கடற்கரைக் காவலர்களுக்கும் ரெயின்போ வாரியர் கப்பலைப் பிடித்து அதன் மாலுமியைக் கைது செய்யுமாறு ஆணையிட்டது. துறைமுகத்தின் முக்கியத் தொழில் பழைய கப்பல்களை உடைப்பதுதான். இதனால் வாரியம் கோபம் கொண்டது. ஆனால் இந்தியக் கடற்படை அதன் வேண்டுகோளை நிராகரித்துவிட்டது.

எனினும் மாநில அதிகாரிகளின் தூண்டுதலின் பேரில், அலாஸ்காவிலுள்ள சுங்கத்துறை அலுவலர்கள் கப்பலின் பயண அனுமதி ஆணைகளைப் பிடித்து வைத்துக்கொண்டு திருப்பித் தர மறுத்துவிட்டது. மேலும் கிரீன்பீஸ் சார்பாகவும், ரெயின்போ வாரியருக்காகவும் சுங்கத்துறை அதிகாரிகளுடன் பேச்சு வார்த்தை நடத்த எந்த முகவரும் முன்வரவில்லை. சில நாட்கள் கழித்து கப்பல் அலாஸ்கா துறைமுகத்திலிருந்து மும்பைக்கு ஆவணங்கள் எதுவுமின்றிப் புறப்பட்டுவிட்டது. நவம்பர் 30 அன்று துறைமுகத்தை அடைந்தபோது எட்டு நாட்கள் கரை இறங்க அனுமதி தரப்படவில்லை.[2] பல குறுக்கீடுகளுக்குப் பிறகு கப்பல் நிறுத்தப்பட அனுமதி கிடைத்தது. ஆனால் மாலுமிகள் கரை இறங்க அனுமதிக்கப்படவில்லை. சிலர் தங்கள் நாடுகளுக்குப் போக வேண்டும். கரையிலிருப்பவர்கள் சில மாலுமிகளின் இடத்தை எடுக்க வேண்டும். டிசம்பர் 9 அன்று கொச்சினுக்குக் கப்பல் புறப்பட்டது.[3]

கப்பல் தளத்திற்கு ஊடக ஆட்கள் டிசம்பர் 8 அன்று அழைக்கப் பட்டார்கள். கொடைக்கானல் பாதரச மாசு பற்றி கிரீன்பீஸின் ஆய்வுக்கூட அறிக்கை வெளியிடப்பட்டது. அதே சமயம் நாங்கள் வேறு ஒரு சிறு நடவடிக்கைகளையும் எடுக்கத் தீர்மானித்தோம்.

நானும் ரூத் ஸ்ட்ரிங்கரும் முன்னறிவிப்பு எதுவுமின்றி பேக்பே ரெக்னமேஷனிலுள்ள லீவர் ஹவுசுக்குப் போனோம். லீவர் ஹவுசுக்கு வெளியில் ஒரு பெரிய பதாகை தொங்கவிடப்பட்டது. அதில் 'HLL கொடைக்கானல் மாசுக்குப் பொறுப்பு ஏற்றுக்கொள்' என்று எழுதியிருந்தது.

கம்பெனி அலுவலர்கள் எங்களைச் சந்திக்கத் தயாராக இல்லை. வெளியில் போடப்பட்டிருந்த விளம்பரத் தட்டி பற்றிய செய்தியும் அவர்களுக்குக் கிடைத்தது. தொலைபேசி மூலம் எங்களிடம் அறிக்கையைக் கொடுத்துவிட்டுப் போகச் சொன்னார்கள். நாங்கள் மறுத்துவிடவே இரண்டு மூத்த அதிகாரிகள் எங்களைச் சந்தித்தார்கள். அறிக்கையை அவர்களிடம் கொடுத்த பிறகு ஸ்ட்ரிங்கர் விவரங்களை விளக்கிச் சொன்னார்.[4] சுத்தப்படுத்துவதற்கான காலக் கெடுவை நான் கேட்டேன். பத்து நிமிடங்கள் கூட்டம் நடந்திருக்கும்.

லீவர் ஹவுசை விட்டுப் போகும்போது எங்களைப் பல நிருபர்கள் சூழ்ந்துகொண்டார்கள். அவர்களுக்கு அறிக்கையின் படிகளைக் கொடுத்தோம். சிறிது நேரத்தில் எங்கள் நடவடிக்கை முடிந்து விட்டாலும் அதன் தாக்கம் முக்கியமானதாக இருந்தது.

36

பங்குதாரர்களின் செயல் முனைப்பு

அடுத்த பங்குதாரர்களின் கூட்டத்திற்கு முன்னதாகவே கிரீன்பீஸினர் தயாரிக்கத் தொடங்கிவிட்டார்கள். எங்கள் தொண்டர்களை வெளிக் கதவிலேயே தடுத்து நிறுத்த கம்பெனி முயற்சிகள் செய்யுமென்று எங்களுக்குத் தெரியும். AGM-க்குப் பல மாதங்கள் இருந்ததால், தொண்டர்கள் ஒவ்வொருவரும் பங்குகளை வைத்திருந்தால் நல்லது என்று சொன்னேன். நிகழ்வில் பங்கு கொள்ளக்கூடிய தன்னார்வலர்களை அடையாளம் கண்டு முகவர்கள் மூலம் அவர்கள் பங்குகளை வாங்கச் செய்தோம். இப்போது அவர்களுக்குக் கூட்டத்தில் கலந்து கொள்ளவும் கேள்விகள் கேட்கவும் உரிமை கிடைக்கும். கிரீன்பீஸ் அலுவலர்கள், மும்பையிலுள்ள சில தன்னார்வலர்களுடன் கொடைக்கானலிலிருந்து சில முன்னாள் தொழிலாளர்களையும் பங்குகள் வாங்கி மும்பைக்கு வரவழைத்தோம்.

மோடியோடு தொடர்பு கொண்டோம். அவர் முன்னாள் தொழிலாளர்களை மும்பைக்குக் கொண்டுவர ஏற்பாடு செய்தார். மீனாட்சியும் உதவி செய்தார்.

சென்றமுறை போல இல்லாமல் இப்போது பலவகைப்பட்ட செயல்பாடுகளை அரங்கேற்ற முடிவு செய்தோம். நடவடிக்கைக் குழு பல கருத்துகளைக் கூறியது. காவல்துறை தொண்டர்களைக் கைது செய்யவும் கூடும். எனவே ஒரு திறமையான வழக்கறிஞரை ஏற்பாடு செய்தோம். மற்றபடி எல்லாம் பழைய மாதிரிதான். தேவையான பொருட்களை ஆயத்தமாக வைத்தல், செய்தித் தொடர்புக்கு ஏற்பாடு செய்தல் ஆகியவை வழக்கம்போலவே நடந்தன. மும்பையில் மரைன் லைன்சிலுள்ள பிர்லா மதுஷ்ரி மந்திரில் 2004 ஜூன் 21 அன்று AGM கூட்டம்.[1]

காலையிலேயே ஒரு பத்திரிகையாளர், ‘இன்று HLL கூட்டத்தில் கலந்துகொள்வீர்களா?’ என்று தொலைபேசியில் கேட்டார். இது

கவலை அளித்தது. அவர் சென்ற ஆண்டு நடந்ததை வைத்துக் கேட்டாரா அல்லது கம்பெனி இவர் மூலம் வேவு பார்த்ததா என்பது தெரியவில்லை.

எங்களுடைய தொண்டர்கள் கூட்டத்திற்கு ஒருமணி நேரம் முன்னதாக, 10 மணிக்கே வந்துவிட்டார்கள். மண்டபத்துக்கு வெளியே காவலர் பாதுகாப்புக்கு நிறுத்தப்பட்டிருந்தார்கள். 50 காவலருக்கு மேல் இருப்பார்கள். சீருடை இல்லாமலும் சிலர் இருக்கலாம். அந்த இடம் இராணுவ முகாம் போலக் காட்சியளித்தது. ஒரு தொண்டர் எனக்குத் தொலைபேசியில், "நாம் திட்டமிட்டபடி உள்ளே போக முடியுமா எனத் தெரியவில்லை," என்று தெரிவித்தார்.

"திட்டத்தில் எந்த மாற்றமும் இல்லை, மேலே செல்லுங்கள்," என்றேன்.

ஆனால் நுழைவாயிலில் எந்தத் தடையும் இல்லை. பங்குதாரர் படிவம் அனுமதியைப் பெற்றுத்தந்துவிட்டது. அதே தொண்டர், 'நான் உள்ளே வந்துவிட்டேன், ஒரு சிக்கலும் இல்லை,' என்று தெரிவித்தார். செய்தி எல்லோருக்கும் தெரிவிக்கப்பட்டது. அவர்கள் கூட்டமாக வரமாட்டார்கள். கொடைக்கானலிலிருந்து வந்த முன்னாள் தொழிலாளர்களோடு மட்டும் ஒரு கிரீன்பீஸ் தொண்டர் வந்தார். நுழைவாயில்களில் 'மெட்டல் டிடக்டர்களால்' சோதித்துக் கொண்டிருந்தார்கள். தொண்டர்கள் பதாகைகளை எப்படிக் கொண்டு போவது? நடவடிக்கைக் குழுத் தலைவர்கள் அவற்றைத் தங்கள் கால்சட்டைக்குள் மறைத்து வைத்துக் கொண்டார்கள். இருவரும் காலை 10.50-க்கு உள்ளே போய் விட்டார்கள்.

பத்து கிரீன்பீஸ் தொண்டர்கள் கேள்விகள் கேட்பதற்குப் பதிவு செய்யவேண்டும் என்று தீர்மானித்தோம். அவர்கள் வினாக்களைத் தயாரித்து வைத்திருப்பார்கள். கேள்வி கேட்பவர்கள் மேடைக்குச் சென்று பெயர்களைப் பதிவு செய்யவேண்டும். பதிவேட்டைக் காப்பவர் கவனமாகப் பெயர்களைப் பார்த்து வந்தார். கிரீன்பீஸ் தொண்டர்கள் பத்து பேரின் பெயர்களும் பதிவேற்றப்பட்டன. அவர்களது பெயர்கள்தான் முதலில் இருந்தன.

கூட்டம் கம்பெனியின் தலைவர் விண்டி பங்காவின் உரையுடன் தொடர்ந்தது. உடனே பார்வையாளர்கள் மத்தியிலிருந்து இரண்டு மஞ்சள் 'பேனர்கள்' உயர்த்தப்பட்டன. அவற்றில் 'HLL,

கொடைக்கானல் பாதரசத்திற்குப் பொறுப்பேற்றுக்கொள்,' 'HLL, கொடைக்கானல் பாதரச மாசுக்காக மன்னிப்புக் கேள்,' என்ற வாசகங்கள் இடம் பெற்றிருந்தன.[2] உடனே அச்சு ஊடக புகைப்படக்காரர்களும், வீடியோ எடுப்பவர்களும் அவர்களது நாற்காலிகளில் ஏறி நின்று படம் எடுத்தார்கள். சிறிது நேரம் குழப்பம் ஏற்பட்டது. இந்தக் குழப்பத்தில் கிரீன்பீஸ் தொண்டர்கள் 'HLL, கொடைக்கானலைச் சுத்தப்படுத்து,' என்று வாசகங்களைத் தாங்கிய டி-ஷர்ட்டுகளை அணிந்திருந்தார்கள். உடனே பாதுகாப்பு அலுவலர்கள் அவர்களிடம் கொடிகளைக் கீழே போடும்படி சொன்னார்கள். அவர்கள் மறுக்கவே அவர்களைக் கட்டாயப்படுத்தி வெளியேற்றினார்கள்.

குழுமத்தின் செயலதிகாரிகளின் உரைகளுக்குப் பிறகு பங்குதாரர்களின் கேள்வி நேரம். அழைக்கப்பட்ட முதல் பெயர் மரியம் ஜோசப். வெள்ளை குர்தாவும், நீலச் சால்வையும் அணிந்த ஒரு பெண் மேடையில் ஏறினார். BBC, Channel 4 ஆகியவற்றில் பணியாற்றியவர்.[3] முதலில் அவர் கம்பெனியின் சமூகப் பொறுப்பான செயல்பாடுகளைப் புகழ்ந்து பேசினார். உடனே கொடைக்கானலில் மூடப்பட்ட வெப்பமானி தொழிற்சாலையில் கம்பெனியின் கொடூரச் செயல்களைப் பட்டியலிட்டார். முன்னாள் தொழிலாளர்களுக்கு மறுவாழ்வு தரும் முயற்சி பற்றிக் கேள்விகள் கேட்க, தான் ஓர் பங்குதாரர் என்ற முறையில் கம்பெனி மன்னிப்புக் கேட்க வேண்டுமென்று கேட்டார். அதற்குப் பதிலாக விண்டி பங்கா கம்பெனி வெளி ஆலோசகர், மாசுக் கட்டுப்பாட்டு வாரியம் ஆகியவற்றோடு சேர்ந்து முடிந்த அளவு பிரச்சினையைத் தீர்க்க முயற்சி எடுத்திருப்பதாகக் கூறினார்.

அடுத்து S.A.மகேந்திரன் என்ற முன்னாள் தொழிலாளர் சங்கத் தலைவர் பேசினார். முன்னாள் தொழிலாளியான விஜயலட்சுமி என்ற ஒப்பந்தத் தொழிலாளரின் நிலை பற்றி விவரித்தார். தொழிற்சாலையில் வேலை பார்த்ததால் கருச் சிதைவு பலமுறை நடந்ததாகவும், அவருக்குக் கற்பப் பையில் கட்டி இருப்பதாகவும் கூறி இன்னும் அவர் துன்பப்பட்டுக் கொண்டிருப்பதாகவும் தெரிவித்தார். மகேந்திரன் அவருடன் பணியாற்றிய இருபத்து மூன்றுபேர் இள வயதிலேயே இறந்துவிட்டார்கள் என்று புகாரளித்தார். விசாரணையின் போது பாதரசத்தைக் கையாண்டது பலருக்கு நுரையீரல், இதயம் தொடர்பான நோய்களும், சிறுநீரகம் செயலிழத்தலும் ஏற்பட்டதாகக் கண்டுபிடிக்கப்பட்டது

என்று எடுத்துக் காட்டினார். மூன்றாவது நொச்சூர் என்பவர். அவரும், அவருக்குப் பின் வந்தவர்களும் கொடைக்கானலில் பாதரசத்தினால் ஏற்பட்ட பாதிப்புகளை விளக்கினார்கள். விண்டி பங்கா எல்லாக் கேள்விகளுக்கும் பதிலளித்துத் தனது கம்பெனியைப் பாதுகாக்க முயன்றார். *HLL*-இல் அவர் அனுபவித்த கடுமையான நாள் அதுவாகத் தான் இருக்க வேண்டும்.

கடைசியில் நான் பேசினேன். நான் ஏற்கெனவே மேடைக்கு மிக அருகில் நின்றிருந்தேன். என்னுடைய உரையில் கம்பெனி சுத்தப்படுத்துவதையும், மறு சீரமைப்பதையும் வேண்டுமென்றே தாமதப்படுத்துகிறது, தமிழ்நாடு மாசுக் கட்டுப்பாட்டு வாரியத்திற்குச் சரியான ஆவணங்களைத் தராமல் தாமதப்படுத்துகிறது என்று குறிப்பிட்டேன். மண்ணிலும், காற்றிலுமுள்ள பாதரச அளவு தானாகவே குறைந்துவிடும் என்று எதிர்பார்த்தே தாமதப்படுத்துகிறது என்றேன். ஆனால் *DAE* ஆய்வின்படி தொழிற்சாலைக்கு வெளியில் பாதரசம் மிக ஆபத்தான அளவு இருக்கிறது என்று காட்டுகிறது என்று கூறினேன்.[4]

கம்பெனி அலுவலர் ஒருவர் நான் பேசி முடித்து வெளியில் போகும்போது என்னைக் கேலி செய்தார். இன்னொரு ஆள் என்னருகில் வந்து ஏதோ சில வார்த்தைகளைச் சொன்னார். மராத்தியில் பேசியதால் என்ன சொன்னார் என்று தெரியவில்லை.

எங்கள் பணியை வெற்றிகரமாக முடித்து வெளியே வந்தபோது ஊடகத்தார் எங்களைச் சூழ்ந்து கொண்டார்கள். 'அடுத்து என்ன செய்யப் போகிறீர்கள்?' என்றும், '*HLL* இந்தப் பிரச்சினையைத் தீர்க்கும் என்று நினைக்கிறீர்களா?' என்றும் கேட்டார்கள்.

ஏற்கெனவே தயாராக வைத்திருந்த பத்திரிகையாளர்களுக்கான அறிக்கை அவர்களுக்கு அளிக்கப்பட்டது. பிறகு நாங்கள் கலைந்து போனோம்.

37

அலுவலக அறைகளிலிருந்து தொலைக்காட்சி நிலையங்களுக்கு

பிற்பகலுக்கு முன்னர் AGM நடவடிக்கை முடிந்துவிட்டது. அதன்பிறகுதான் எனக்கும் HLL அலுவலர்களுக்கும் வேலை தொடங்கிற்று. லீவர் ஹவுசில் தொலைக்காட்சி நிறுவனங்கள் பங்குதாரர்கள் எழுப்பிய கேள்விகளைக் கேட்டார்கள். கொடைக்கானல் நிகழ்ச்சிக்குப் பொறுப்பேற்க வேண்டும் என்று நிர்வாகத் தலைவரைக் கேட்டதை மீண்டும் காட்டினார்கள். பங்காவிற்குக் கடுங்கோபம். சென்றமுறை நடந்ததுபோல நடக்கக்கூடாது என்று கடுமையாக எச்சரித்திருந்தார். இந்த முறை அதைவிட அதிகமான கவனத்தை ஈர்த்தது. AGM இல் தொடர்புடைய குழுமத்தின் எல்லாப் பிரிவுகளையும் விசாரணைக்கு உட்படுத்தினார். அழையாமல் ஊடகத்தார் வந்திருந்தாலும் அவர்களைத் திருப்பி அனுப்புவது முறையாகாது.

ஊடகம் நிறைய கேள்விகளைக் கேட்கத் தொடங்கியவுடன் செய்தித் தொடர்பு பிரிவு கம்பெனியின் நிலைப்பாட்டை நியாயப்படுத்த அறிக்கை தயாரித்தது. ஆனால் கம்பெனியின் உலக அளவிலான அதிகாரிகள் அந்த அறிக்கையை வெளியிட வேண்டாமென்று சொன்னார்கள்.

சென்ற ஆண்டு அனுபவத்தைக் கொண்டு கம்பெனியின் மேலிடம் எதிரியுடன் நேரடியாக மோதுவதைத் தவிர்த்தது. "உன்னுடைய பகைவனுக்காகப் பாறையில் நடனமாடினாலும், அவன் தன்மேல் தண்ணீர் அடித்துவிட்டதாகக் குற்றம் சாட்டுவான்," என்று ஆப்பிரிக்கப் பழமொழி எடுத்துக் காட்டியது. கம்பெனியின் தலையிடாக் கொள்கை செயல்படுத்தப்பட்டாலும், அடுத்த வாரியக் கூட்டத்தில் ஒரு இயக்குநர் பிரச்சினையைக் கிளப்பினார்.

என்னைப் பொறுத்தவரையில் எங்கள் 'நடவடிக்கை' முடிந்து ஒரு மணி நேரத்தில் ஊடகம் பல கேள்விகளை முன்வைத்தது. சில ஐயங்களுக்கு விளக்கம் கேட்டார்கள். பத்திரிகை ஆசிரியர்கள்

மேலும் விபரங்கள் கேட்டார்கள். சில டி.வி. சேனல்களில் அவர்களது மாலை நிகழ்ச்சியில் எங்களைப் பற்றிக் குறிப்பிட விரும்பினார்கள். அவற்றில் ஒன்று NDTV. அவர்களது மாலை நிகழ்ச்சியில் பங்குகொள்ள ஒத்துக்கொண்டோம்.

சீனிவாசன் ஜெயின்தான் ஆங்கர். குருசரண் தாஸ் கம்பெனிக்காக வாதிட்டார். அவர் பிராக்டர் & கேம்பிளின் முன்னாள் முதன்மை செயல் அலுவலர். நான் காலையில் அணிந்த T-ஷர்ட்டையே அணிந்திருந்தேன். தாஸ் நேரடியாகக் கம்பெனியின் செயல்பாடுகளை ஆதரித்துப் பேசாமல், சுற்றி வளைத்துப் பேசினார். செயல் முன்னெடுப்போர் பெரிய கூட்டிணையங்களைத் தாக்கத் தொடங்கியிருக்கும் நிலையைச் சுட்டிக் காட்டினர்.[1] நான் HLLஇல் 2003ஆம் ஆண்டு ஆண்டறிக்கையிலிருந்து கம்பெனி அதன் தொழிலாளர்களுக்கும், நுகர்வோருக்கும், சமுதாயத்திற்கும் உள்ள பொறுப்பினைப் பற்றிச் சொன்னதை மேற்கோள் காட்டினேன்.[2]

அரைமணி நேர நிகழ்ச்சி கொடைக்கானல் பிரச்சினை நாடு முழுவதும் பேசப்படக் காரணமாயிற்று. மேலும் இந்தியாவில் பங்குதாரர்களின் செயல் முன்னெடுப்புக்கு முதல் படியாகவும் அது அமைந்தது. அப்போதிருந்து யூனிலீவர் AGMகளில் இந்தியாவிலும் உலக அளவிலும் எதிர்ப்புகள் வாடிக்கையாக ஆகிவிட்டன.

***

கொடைக்கானலுக்கு நீதி என்ற பிரச்சாரம் மும்பையில் ஒவ்வொரு ஆண்டும் யூனிலீவர் AGMஇல் எழுப்பப்பட்டது. 2015ஆம் ஆண்டு வரையில் நடைபெற்றது. அடுத்த ஆண்டு அங்கு பணியாற்றியவர்களுக்கான இழப்பீட்டுத் தொகை தீர்மானிக்கப்பட்டது. ஒவ்வொரு ஆண்டும் கிளர்ச்சியின் யுத்திகள் மாற்றப்பட்டன. புதிய யுத்திகள் பயன்படுத்தப்பட்டன. 2015 AGM கூட்டத்திற்குக் கொடைக்கானலில் முன்னாள் பணியாற்றியவர்கள் உட்பட ஐம்பதுக்கும் மேற்பட்டோர் கூடினர். தீபிகா டி சூசா என்பவர் இந்தப் பிரச்சினையை எழுப்பினார். ஹரிஷ் மன்வானி என்ற முதன்மை அலுவலர், “உடனடியாக இந்த விஷயம் கவனிக்கப்படும்,” என்று பதிலளித்தார். கூட்டம் நடந்து கொண்டிருந்தபோது புரட்சியாளர்களை, துண்டுப் பிரசுரங்கள் வினியோகிப்பதைக் காவலர்கள் தடுத்தார்கள். கூட்டத்திற்குப் போகும் பங்குதாரர்கள் இந்தத் துண்டுப் பிரசுரங்களை வெளியே விட்டுச் செல்லுமாறு கட்டாயப்படுத்தப்பட்டார்கள். கூட்டம்

நடந்துகொண்டிருந்தபோது, நகரத்துத் தன்னார்வலர்கள் புரட்சியாளர்களோடு சேர்ந்துகொண்டார்கள். கம்பெனியின் மனித உரிமை மீறலுக்கு எதிராக முழக்கங்கள் எழுப்பினார்கள். காவலர்கள் அதைத் தடுத்தார்கள்.[3]

யூனிலீவரின் பன்னாட்டு AGM-இல் கொடைக்கானல் பிரச்சினை பலமுறை எழுப்பப்பட்டது. 2015இல் இங்கிலாந்தில் நடந்த பங்குதாரர்கள் கூட்டத்தில், சாலே மமான் என்ற முன்னாள் ஆசிரியரின் தலைமையில் கொடைக்கானல் மக்களுக்கு நீதிக்கான போராட்டக் குழுவைச் சார்ந்தவர்கள் எதிர்ப்புத் தெரிவித்தார்கள். *HUL clean up UR Mess* என்ற பதாகைகளை வைத்திருந்தார்கள். பால் போல்மேனைச் சங்கடத்துக்கு உள்ளாக்கும் கேள்விகளைக் கேட்டார்கள்.

ஒரு வாரத்திற்கு முன்னால் *Sunday Times* பத்திரிகை கொடைக்கானல் மலை வாழ்விடத்தைப் பற்றித் தலைப்புச் செய்தி வெளியிட்டது.[4] அதன் அடிப்படையில் மமான் கேள்விகள் கேட்டார். பழைய ஆய்வுகள் காலாவதி ஆகிவிட்டதால் புது ஆய்வுகள் நடத்தப்பட வேண்டுமென்று கேட்டார். இன்னும் நஞ்சு பரவாமலிருக்கப் புதிய மேற்பார்வை அமைப்பு ஏற்படுத்தப்பட வேண்டும் என்றார். சுத்தப்படுத்தும் நடவடிக்கை ஏன் இங்கிலாந்து வழிமுறைகளின்படி நடத்தப்படவில்லை என்று கேள்வி கேட்டார். முன்னாள் பணியாளர்களுக்குப் பாதரச நஞ்சினால் ஏற்பட்ட பாதிப்பை அளவிட ஏன் சரியான ஆய்வுகள் எதுவும் 15 ஆண்டுகளுக்குப் பிறகும் மேற்கொள்ளப்படவில்லை, முன்னாள் பணியாளர்களுக்கான மருத்துவ உதவிக்கு ஏன் இடைக்காலத் திட்டம் வகுக்கப்படவில்லை என்று கேள்வி எழுப்பினார்.

போல்மேன் கேள்வி கேட்பவரின் அக்கறையைப் பாராட்டினார். அதே சமயம் செய்தித்தாளில் வந்த அறிக்கை ஒரு சார்பானது என்றார். AGM-இன் 2016ஆம் ஆண்டு கூட்டத்தில் போல்மேன் கூட்டிணையங்கள் ஏழ்மையை நீக்கவும், சுற்றுச்சூழலைப் பாதுகாக்கவும் *Imagine* என்ற அமைப்பை ஏற்படுத்துவதாக அறிவித்தபோது பங்குதாரர்கள் யூனிலீவர் அவ்வளவு பரிசுத்தமானது இல்லையென்று எதிர்ப்புக் குரல் எழுப்பினார்கள்.[5] லண்டன், ராட்டர்டாம் அலுவலகங்கள் முன்னாலும் போராட்டங்கள் நடந்தன.

யூனிலீவரின் ஆண்டுப் பொதுக் கூட்டத்தில் இருபது ஆண்டுகளாகப் பல எதிர்ப்புப் போராட்டங்கள் நடைபெற்றன. ஒவ்வொரு முறையும் சமூக ஊடகங்களின் கவனம் ஈர்க்கப்பட்டது. யூனிலீவர் எப்படியாவது பிரச்சினையைத் தீர்க்க வேண்டுமென்ற தீர்மானத்திற்கு வர இது ஒரு காரணம் எனலாம்.

பகுதி VII
கிரீன்பீஸ் இந்தியாவிற்கு வருகிறது

38
"கிரீன்பீஸாக ஆக்குங்கள்"

பெர்லின் கடலில் அலாஸ்கா ரேட் (rat) தீவுகளின் மத்தியில் அம்சிட்கா இருக்கிறது. 300 சதுர கிலோ மீட்டருள்ள இந்த இடம் பூமி அதிர்ச்சி ஏற்படக்கூடிய எரிமலைப் பகுதி. அமெரிக்காவுக்கும் கனடாவுக்கும் இடையில் வட பசிபிக் பெருங்கடலில் இருக்கும் இந்தத் தீவில் 3000 ஆபத்தான நிலையிலுள்ள கடல் ஆல்பாக்கள், கழுகுகள், ராஜாளிகள், பிற கடல்பாசி உயிரினங்கள் இருக்கின்றன. ஒரு எலி 1780இல் மூழ்கிக் கொண்டிருந்த ஜப்பான் கப்பலிலிருந்து தப்பி அங்கே வந்து சேர்ந்ததால் அதற்கு ரேட் தீவுகள் என்று பெயர் வந்ததாம். அமெரிக்க அதிபர் ஆன்ட்ரூ ஜேக்சன் 1867இல் 7.2 மில்லியன்களுக்கு ரஷியாவிலிருந்து அலாஸ்காவை வாங்கிய பிறகு அதனோடு சேர்த்தது. இங்குதான் அறுபதுகளில் அமெரிக்கா தனது அணு ஆயுதச் சோதனைகளை நடத்தியது.

அமெரிக்கர்கள் ஜப்பான் நகரங்களில் அணு குண்டுகளை வீசிய பிறகு, வியட்நாம் போரில் நடத்திய கோரத்திற்குப் பிறகு கனடாக்காரர்கள் இரண்டு அணுச் சோதனைகளை அவர்களுக்கு அருகில் அமெரிக்கா நடத்தியதாக அச்சமுற்றார்கள். முதல் சோதனை கனடா நாட்டுக் குடிமக்களுக்கு அதிர்ச்சி அளித்தது. இரண்டாவது சோதனை அவர்களது பொறுமையைச் சோதித்தது. எனவே மூன்றாவது சோதனையை அமெரிக்கா நடத்தப் போகிறது என்று கேள்விப்பட்டவுடன் பல கனடாக்காரர்கள் எதிர்ப்புத் தெரிவித்தார்கள். சியரா கிளப் அமைதி காத்தது யாருக்கும் பிடிக்கவில்லை.[1]

ஜிம் போலன் என்பவர் ஒரு கப்பலில் போய் எதிர்ப்பு தெரிவிக்கப் போவதாகத் தெரிவித்தார். உள்ளூர் செய்தித்தாள் தலைப்புச் செய்தி வெளியிட்டது. சியரா கிளப்பின் அமெரிக்கத் தலைமையகம் இதனை ஏற்கவில்லை. எனினும் எதிர்ப்பாளர்கள் தங்கள் திட்டத்தைக் கைவிடவில்லை. முதலில் அதற்கு 'அலையை உண்டாக்காதீர்கள் குழு,' என்று பெயர் தந்தார்கள்.[2]

ஆனால் பில் டார்னல் என்ற இளைஞர் அதற்கு 'பசுமை அமைதி-கிரீன்பீஸ்' என்று ஆக்குங்கள் என்றார்.[3]

இவ்வாறு 'கிரீன்பீஸ்' பிறந்தது. அதனுடைய ஐம்பது ஆண்டுகளில் வரலாற்றில் புது வகையான எதிர்ப்பியக்கம் ஏற்படுத்தி இயற்கையைக் காத்தல், சுற்றுச்சூழல் முரண்பாடுகள், அறிவியல் பயன்பாடு ஆகியவற்றில் பழைய பழக்கங்களுக்குச் சவால்விட்டது.

39

ஃபிலிஸ் கார்மாக், எட்ஜ் வாட்டர் ஃபார்ச்சூன், கான்னிகின்

புதிதாக ஏற்படுத்தப்பட்ட கிரீன்பீஸ் 1941ஆம் ஆண்டு ஒரு மீன்பிடிப் படகை வாங்கிற்று. அதில் பன்னிரண்டு பேர் பயணம் செய்யலாம். அதற்கு ஃபிலிஸ் கார்மாக் என்று பெயர் சூட்டினார்கள்.

பல எதிர்ப்புகளைச் சமாளித்து 1971 செப்டம்பர் அன்று பிற்பகல் 4 மணிக்கு கப்பல் வட பசிபிக் பெருங்கடலில் பயணித்தது. பிரதமர் டிருடோ உட்பட அமெரிக்காவிடம் சோதனைகளை நிறுத்தவேண்டும் என்று கூறியிருப்பதாகச் சொல்லி இவர்கள் பயணத்தை நிறுத்த முயன்றார்கள்.[1]

இப்போது ஃபிலிஸ் கார்மாக் கிரீன்பீஸாக ஆயிற்று. அதில் மூன்று பத்திரிகையாளர்களும் ஒரு புகைப்படக்காரரும் இருந்தார்கள். வரலாற்றுப் பயணம் தொடங்கிற்று. கனடாவின் பிராட்காஸ்டிங் கார்ப்பரேஷன் நிருபர் கப்பலிலிருந்து, அறிக்கை அளித்தார். “எங்களுடைய இலக்கு எளிமையானது, தெளிவானது, நேர்மையானது, சாவின் மக்களுக்கும், வாழ்வின் மக்களுக்கும் இடையில் மோதலை ஏற்படுத்துவது. நாங்கள் பழமைவாதிகள் தான். ஆனால் நாங்கள் எங்களுக்காகவும், மனிதனின் வருங்காலத் தலைமுறையினருக்காகவும் சுற்றுச்சூழலைப் பாதுகாக்க வேண்டும் என்று வலியுறுத்துகிறோம்.”[2]

இன்னொரு பத்திரிகையாளர், அமெரிக்கத் தொன்மக் கதைகள் அடங்கிய *Warriors of the Rainbow* என்ற நூலைக் கொண்டு வந்திருந்தார். அது படகின் பயணிகளால் பெரிதும் விரும்பி வாசிக்கப்பட்டது.

வடபசிபிக் கடலில் பயணிப்பது கடினமானது; ஒரு மீன்படி படகில் பயணிப்பது மேலும் கடினமானது. மேலும் அணு ஆயுதச் சோதனை நவம்பருக்குத் தள்ளி வைக்கப்படுவதாக அறிவித்தார்கள்.

டச்சுத் துறைமுகத்தில் நுழைய அனுமதி மறுக்கப்பட்டது. படகில் உணவு, நீர், எரிபொருள் பற்றாக்குறை. அமெரிக்கக் கடற்கரைக் காவல்படை செப்டம்பர் 30 அன்று தடுத்து நிறுத்தியது. USS Confidence என்ற அந்தக் கப்பலின் தலைமை மாலுமி அவர்களைக் கைது செய்தார்.

ஆனால் இதற்கிடையில் Confidence கப்பலின் மாலுமிகள் பதினோரு பேர் கையெழுத்திட்டு ஒரு கேபிள் அனுப்பினார்கள். அதில் "நீங்கள் செய்வது மனித நலனுக்காக என்று கான்ஃபிடன்சின் மாலுமிகள் உணர்கிறார்கள். ஆனால் எங்கள் கைகள் கட்டப்பட்டிருக்கின்றன. எனினும் நாங்கள் நூறு சதவீதம் உங்கள் பின்னால் வருகிறோம்," என்று எழுதியிருந்தார்கள்.[3]

இது போராட்டக்காரர்களை ஊக்கப்படுத்தியது. எனினும் கைது செய்யப்பட்டதால் கார்மாக் படகு வேறு பாதை எடுக்க வேண்டியதாயிற்று. மேலும் கான்னிக்கில் எப்போது அணுகுண்டு வெடிக்கும் என்று சொல்ல முடியவில்லை.[4] எனவே அவர்கள் பின்வாங்கத் தீர்மானித்தார்கள். இதற்கிடையில் பல நிகழ்ச்சிகள் நடந்தன.

மிக முக்கியமான பத்திரிகையாளர்கள் இருந்ததால் அவர்கள் தினமும் அவர்களது பத்திரிகைகளுக்குச் செய்தி அனுப்பினார்கள். இதனால் நன்கொடை பெற்று பெரிய கப்பல் ஒன்றை விலைக்கு வாங்கினார்கள். அதன் பெயர் எட்ஜ்வாட்டர் ஃபார்ச்சூன். இது இருபத்தி எட்டு பேருடன் மீண்டும் புறப்பட்டது. இப்போது கப்பலுக்கு கிரீன்பீஸ் என்று பெயரிட்டார்கள். அந்த நேரத்தில் அமெரிக்க அதிபர் ரிச்சர்ட் நிக்சன் நவம்பர் 4-ஐச் சோதனை செய்வதற்கான நாளாக அறிவித்தார். கப்பல் 1100 கி.மீ பயணம் செய்து அம்சிட்காவை நோக்கிச் சென்றது. 1971 நவம்பர் 6 அன்று அணுச் சோதனை நடத்தப்பட்டது. 5 மெகா டன் குண்டு அது. கான்னிக்கின் சோதனை ஒரு புதிய ஆன்டி பாலிஸ்டிக் மிசைலைச் சோதிப்பதற்காக வடிவமைக்கப்பட்டது.[5]

உடனே கனடாவிலும், உலகெங்கும் அமைதியை நாடும் மக்களிடமும் எதிர்ப்புக் கிளம்பிற்று. இதற்கு நான்கு மாதங்கள் கழித்து அமெரிக்க அரசு அரசியல், பிற காரணங்களுக்காக அம்சிட்காவில் அணு ஆயுதச் சோதனையை நிறுத்துவதாக அறிவித்தது.[6] கிரீன்பீஸுக்கு வெற்றி.

அம்சிட்கா சோதனைகள் நிகழ்ந்த ஓராண்டுக்குப் பிறகு, ஃபிரான்ஸ் பாலினேஷியத் தீவுகளில் சோதனை மேற்கொள்ளத் திட்டமிட்டது. இதனைத் தடுக்க மொரூராவிற்குப் புறப்படத் தன்னார்வலர்கள் கேட்டுக் கொள்ளப்பட்டார்கள். அப்போது டேவிஸ் மக்டக்கார்ட் என்பவர் முன்வந்தார். டார்நெல்லுடன் தொலைபேசியில் தொடர்புகொண்டு ஒரு படகை ஏற்பாடு செய்யமுடியுமா என்று கேட்டார். அப்போது டார்நெல் கிரீன்பீஸின் தலைவர். சிறு படகான 'வேகா' ஏற்பாடு செய்யப்பட்டது. மக்டக்கார்ட் அதில் புறப்பட்டார். 1972ஆம் ஆண்டும் 1973ஆம் ஆண்டும் அவர் வெற்றிகரமாகத் தனது பிரச்சாரத்தை மேற்கொண்டார். பிரெஞ்ச் படையினர் அவரது படகில் ஏறி அவரை அடித்தார்கள் என்று வழக்குத் தொடர்ந்தார். வான்குவாரில் கிரீன்பீஸிற்கு அலுவலகமும், வங்கிக் கணக்கும் தொடங்கப்பட்டன. பாரிசிலும், லண்டனிலும் அலுவலகங்கள் தொடங்கப்பட்டன.

1979 கிரீன்பீஸ் வான்குவார் சான் பிரான்சிஸ்கோ அலுவலகத்தின் மேல் வழக்குத் தொடர்ந்தது. மக்டக்கார்ட் சமாதானம் செய்ய ஐரோப்பாவிலிருந்து ஓடி வந்தார். வட அமெரிக்கா, ஐரோப்பியக் குழுக்கள் கிரீன்பீஸ் இன்டர்நேஷனல் என்ற நிறுவனத்தின் கீழ் கொண்டு வரப்பட்டன. தலைமை அலுவலகம் நெதர்லாண்டில் இருக்கும்.[7]

அடுத்த பத்தாண்டுகள் மக்டக்கார்ட் அமைப்பை உலகளாவிய நிறுவனமாக மாற்றினார்கள். அவர் 2001 மார்ச் 23 அன்று ஒரு விபத்தில் இறக்கும் வரையில் அவர் கிரீன்பீஸுடன் தொடர்பு கொண்டிருந்தார். அன்றுதான் கொடைக்கானலில் இந்துஸ்தான் லீவரின் வெப்பமானி தொழிற்சாலை மூடப்பட்டது. அதற்கு கிரீன்பீஸ் நிறுவனமே காரணம்.

40
காதல் கால்வாய்

உலகெல்லாம், 'லவ் கனால்' என்பது பெண் குறியைக் குறிக்கும் சொல். ஆனால் அதில் ஒரு விதிவிலக்கு நியூயார்க் மக்கள். அவர்களுக்கு அது ஒரு இடையில் நிறுத்தப்பட்ட கால்வாயின் பெயர். மேலும் அரை நூற்றாண்டுக்கு முன்னர் சுற்றுச்சூழல் கேடு நடந்த இடம். நஞ்சு எதிர்ப்புப் போராட்டம் 1970களில் தொடங்கிய இடம் அது.

லவ் கனால் நயாகரா ஆற்றையும், ஒன்டாரியோ ஏரியையும் இணைக்கும் திட்டம். 1894இல் நீர் வசதிக்காகவும், மின்சாரம் எடுப்பதற்காகவும் தொடங்கப்பட்டது. அதற்கு வில்லியம் லவ் என்பவர் தலைமை ஏற்றிருந்தார். அதனால்தான் அந்தப் பெயர் ஏற்பட்டது. இடையிலேயே திட்டம் கைவிடப்பட்டது.

1953ஆம் ஆண்டு வரையில் இந்தப் பாதி தோண்டிய கால்வாயை ஹீக்கர் கெமிக்கல் கம்பெனி 12,000 டன் இரசாயனக் கழிவைக் கொட்டப் பயன்படுத்தியது. பதினாறு ஏக்கர் பகுதியை ஹீக்கர் கம்பெனி களிமண் வைத்து மூடிற்று. சிறிது காலம் கழித்து நயாகரா அருவி நகரக் கல்வி வாரியத்திற்கு விற்றுவிட்டது. வருங்காலத்தில் வரும் சேதங்களுக்கும், நிவாரணக் கோரிக்கைகளுக்கும் அவர்கள் பொறுப்பில்லை என்று பத்திரத்தில் குறிப்பிட்டது. கல்வி வாரியம் ஒரு தொடக்கப் பள்ளியைக் கட்டிவிட்டது. மீதப் பகுதியை வீடுகள் கட்டி விற்றுவிட்டது.[1]

விரைவிலேயே அங்கு 1000 குடும்பங்கள் வந்துவிட்டன. கடைகளும் பிற வசதிகளும் வந்துவிட்டன. அந்தக் குடியிருப்பிலுள்ள குழந்தைகள் தொடக்கப் பள்ளியில் படித்தார்கள். பலர் ஆபத்தான கழிவுப் பொருட்கள் மேல் கட்டப்பட்ட வீடுகளில் வசித்தார்கள். 1970களில் பிரச்சினை தொடங்கிற்று. பள்ளிக் குழந்தையின் தாய்மார் பலருக்குக் கருச் சிதைவு ஏற்பட்டது என்றும், பல குழந்தைகள் பிறக்கும்போதே குறைபாடுகளுடன் பிறந்தன என்றும்

கண்டுபிடிக்கப்பட்டது. அப்பகுதிக் குழந்தைகளுக்குப் புற்றுநோய் வந்தது. குழந்தைகள் பலர் இறந்து போனார்கள்.[2] 1976இல் பனியும், மழையும் அதிகமாகப் பெய்ய, தரை நீர் மட்டம் உயர்ந்தது. ஹீக்கர் மூடிய பகுதிகள் அடித்துச் செல்லப்பட, பக்கத்து நீர் நிலைகளில் நஞ்சு படர்ந்தது.

இதனால் அபாய மணி அடித்தது.

Niagara Gazette என்ற செய்தித்தாள் பல ஆய்வுகள் மேற்கொண்டு 1978 ஏப்ரலில் அப்பகுதியில் ஏற்பட்ட நோய்களுக்கும், இறப்புகளுக்குமான காரணத்தை விளக்கி அது பற்றி அறிக்கை ஒன்றை வெளியிட்டது. ஹீக்கர் கழிவுப் பொருட்களைக் கொட்டியது பற்றியும், மூடிய இடத்தை விற்றது பற்றியுமான விபரங்களைச் செய்தித்தாள் வெளியிட்டது. பாதிக்கப்பட்ட தாய்மாரில் ஒருவரான லூபிஸ் மாரி கிட்ஸ் என்பவர் 1978இல் உள்ளூர் நீதிமன்றத்தில் வழக்குத் தொடர்ந்தார்.

பிரச்சினை தேசிய அளவில் பெரிதாகி ஊடகத்தின் கவனத்தைக் கவர்ந்தவுடன் அதிபர் ஜிம்மி கார்ட்டர் தேசிய அளவில் லவ் கனால் பகுதிக்கு அவசரநிலை அறிவித்தார். மறுவாழ்வு தரவும் முன் வந்தார். 239 குடும்பங்களுக்குக் குடியிருக்க மாற்றிடம் தரப்பட்டது.[3] மற்றவர்கள் அங்கேயே தங்க ஊக்கப்படுத்தப்பட்டார்கள். அவர்களுக்கு ஆபத்துகள் இல்லையென்று உறுதியளிக்கப்பட்டது.

1980இல் சுற்றுச்சூழல் பாதுகாப்பு முகமை (EPA) மீதியிருக்கும் மக்களுக்கு இரத்தப் பரிசோதனை செய்து அவர்களிடம் குரோமோசோம் பாதிப்பு ஏற்பட்டதால் அவர்களும் புற்றுநோய் முதலான பாதிப்புகளுக்கு உள்ளாகலாம் என்று கூறியது. உடனடியாக எல்லாக் குடும்பங்களையும் வேறிடத்திற்கு மாற்ற வேண்டுமென்று போராட்டம் தொடங்கியது. 1980 அக்டோபர் 1 அன்று அதிபர் ஜிம்மி கார்ட்டர் லவ் கனாலிலுள்ள எல்லா மக்களையும் வேறு இடங்களில் நிரந்தரமாகக் குடியமர்த்த வேண்டுமென்று ஆணையிட்டார்.[4]

அப்பகுதி மக்கள் சார்பில் கிப்ஸ் நேரடித் தாக்குதல் நடத்தினார். 'எனது புழக்கடையில் கூடாதது' (NIMBY) என்ற இயக்கத்தின் வழியாக உள்ளூர் மக்களைத் திரட்டி ஓர் அமைப்பை ஏற்படுத்தினார். பல வழக்கு மன்றங்களில் போராடிய பிறகு 1987இல் கிப்ஸ் தலைமையிலான குடிமக்களுக்கும், இரசாயனக் கம்பெனிக்கும் இடையில் ஒப்பந்தம் ஏற்பட்டது. அப்பகுதியில்

இருந்த குடும்பங்களுக்கு 20 மில்லியன் அமெரிக்க டாலர் இழப்பீடாகத் தரப்பட்டது.

கிப்ஸின் பணியினால் EPA என்று ஒரு சங்கம் உருவானது. நாட்டிலுள்ள நச்சுக் கழிவுப் பொருட்களைச் சுத்தப்படுத்துவது அதன் நோக்கம். இந்தத் தொண்டுகளுக்காக அவருக்குப் பல விருதுகள் வழங்கப்பட்டன. 2003இல் அவர் பெயர் நோபெல் பரிசுக்குப் பரிந்துரைக்கப்பட்டது. மேலும் 1975இல் ஆக்சிடென்டல் கெமிக்ஸ் கார்ப்பரேஷன் அப்பகுதியைச் சுத்தப்படுத்த 129 மில்லியன்கள் கொடுக்க வேண்டியதாயிற்று.

கிப்ஸின் அமைப்பைப் போலவே பல இயக்கங்கள் 1970-களிலும், 1980-களிலும் அமெரிக்காவில் ஏற்படுத்தப்பட்டன. அவையெல்லாம் ஒன்றிணைந்து National Toxics Campaign என்ற அமைப்பாக உருவாயின.

இவ்வாறு அமெரிக்காவில் இயக்கங்கள் செயல்படத் தொடங்கிய காலகட்டத்தில் கிரீன்பீஸ் உலகின் பிற பகுதிகளிலுள்ள பிரச்சினைகளில் கவனம் செலுத்தியது. அதன் செயல்பாடுகள் வட அமெரிக்காவில் தொடங்கி உலகளாவிய பிரச்சினைகளில் தலையிட்டன. நச்சுப் பொருள்களைக் கடலில் எரிப்பதைத் தடை செய்ய வேண்டுமென்ற இயக்கத்தைத் தொடங்கிற்று.

அப்போதுதான் அமெரிக்கப் பாதுகாப்புத் துறை இரசாயன வெடிபொருள் கழிவைக் கடலில் எரிக்கக் கப்பல்கள் வாங்கத் திட்டமிட்டது. EPA-வும் தொழிற்சாலைக் கழிவுகளைக் கிழக்கு, மேற்கு, வளைகுடாக் கரைகளில் எரிக்கத் திட்டமிட்டது. இதற்குப் பலமான எதிர்ப்புக் கிளம்பியது.[5]

அந்தக் கால கட்டத்தில் சுற்றுச்சூழல் அழிவைப் பொதுமக்கள் ஒத்துழைப்புடன் தடுக்க இயக்கங்கள் தொடங்கப்பட்டன. வளர்ந்த நாடுகளிலேயே இந்த இயக்கங்கள் தீவிரமாகச் செயல்பட்டன.

பன்னாட்டு நிறுவனங்களால் ஏற்படும் நச்சுப் பொருள் மாசினை நீக்க உலகளவில் இயக்கங்கள் தோன்றின. இவ்வுலகம் அனைத்தையும் பாதிக்கும் பிரச்சினை இது. இந்த நச்சுப் பொருள் எதிர்ப்பு இயக்கங்கள் வேகமெடுத்தன. கதிர்வீச்சினால் ஏற்படும் ஆபத்துகளையும் போராட்டக்காரர்கள் கையிலெடுத்தார்கள்.[6]

வளர்ந்த நாடுகளில் அமெரிக்காதான் உலக மக்களின் மையப் புள்ளியாக ஆயிற்று. சுற்றுச்சூழலுக்கான ஆபத்தையும், மக்களின்

உடல்நலத்தைப் பாதிக்கும் அபாயத்தையும் பற்றிய கவலை உலக மக்களை அமெரிக்காவில் ஒன்று சேர்த்தது. ஏனென்றால் உலகில் அமெரிக்கா தான் உற்பத்திப் பெருக்கத்தினாலும், நுகர்வுக் கலாச்சாரத்தாலும் அதிக ஆபத்தை விளைவிக்கிறது.

அமெரிக்க இடதுசாரி செயல் முன்னெடுப்பாளர்கள், உள்ளூர் மக்கள் மேல் முதலாளித்துவத்தைச் சுமத்த தொழில்நுட்பத்தையும், அறிவியலையும் பயன்படுத்துவதாகக் குற்றம் சாட்டினார்கள். நச்சுப் பெருருள்களைக் கொட்டுவதை எதிர்த்து இயக்கம் தொடங்கினார்கள். வாஷிங்டன் பல மாசுக் கட்டுப்பாட்டுச் சட்டங்களை இயற்றியதால் பன்னாட்டு நிறுவனங்கள் அவர்களது தொழிற்சாலைகளை வேறு இடங்களுக்கு மாற்ற முற்பட்டார்கள்.[7] இதனால் ஆபத்தான கழிவுகள், ஐரோப்பாவிற்கும், அங்கிருந்து ஆசியாவுக்கும், பிறகு ஆப்பிரிக்காவுக்கும் பரவின. வளரும் நாடுகளுக்கு நச்சுக் கழிவுகளை உண்டாக்கும் ஆலைகள் சென்றன.

ஆனால், சுற்றுச்சூழல் பாதுகாப்பு மக்கள் இயக்கமாக மாறி வளரும் நாடுகளில் எதிர்ப்பு ஏற்பட நீண்ட காலம் ஆயிற்று. அதுவும் பல சுற்றுச்சூழல் அழிவுகள் ஏற்பட்ட பிறகே தோன்றின. அவற்றில் ஒன்று போபால் வாயுப் பேரழிவு.

41
"நச்சு வாயு பரவுகிறது!"

"கடவுளே, இந்த நகரத்தைக் காப்பாற்று" என்று போபாலிலிருந்து வெளிவந்த ஒரு இந்தி நாளிதழ் 1982 செப்டம்பர் 17 அன்று தலைப்புச் செய்தி வெளியிட்டது. அதனை ராஜ்குமார் கேஸ்வானி என்பவர் எழுதியிருந்தார். யூனியன் கார்பைடு தொழிற்சாலை பூச்சிக் கொல்லி தயாரித்து வந்தது. அது நகரின் மத்தியில் இருந்தது. அதில் வரப்போகிற பேரழிவு பற்றிய எச்சரிக்கை இருந்தது. "உங்களுக்குப் புரியாவிட்டால் நீங்கள் துடைத்தெறியப்படுவீர்கள்," என்று எச்சரித்தது.

கேஸ்வானியின் மூன்றாவது அறிக்கை அச்சுக்குப் போனபோது, அவருடைய எச்சரிக்கை உண்மையாயிற்று. நச்சு வாயுக்களின் கலவை தொழிற்சாலையிலிருந்து கசிந்தது. இதனால் அருகிலுள்ள பகுதியின் சேரிகளிலிருந்த மக்கள் தங்கள் உடைமைகளை எடுத்துக்கொண்டு ஓடினார்கள். காற்றில் வாயுவின் அளவு குறைந்த பிறகு, எட்டு, பத்து மணி நேரம் கழித்தே அவர்கள் வீடு திரும்பினார்கள்.

பேரழிவு காத்திருக்கிறது என்பது இப்போது கேஸ்வானிக்கு உறுதியாகத் தெரிந்தது. எனவே தொடர்ந்து அதுபற்றி எழுதினார். ஜன்கட்டா என்ற செய்தித்தாளுக்கு 1984 ஜூன் 16 அன்று எழுதினார். மத்தியப் பிரதேச முதல்வருக்குக் கடிதம் எழுதினார். அவருடைய எச்சரிக்கைகள் யூனியன் கார்பைடு கம்பெனியில் 1982 மே அறிக்கையின் அடிப்படையிலேயே தரப்பட்டது.[1] ஆனால் அரசு அவரது எச்சரிக்கைகளைக் கண்டுகொள்ளவில்லை.

அதன்பிறகுதான் நஞ்சின் அகோரம் தாக்கிற்று. உயிர்களும், உடைமைகளும் அழிந்தன. டிசம்பர் 2,3 அன்று ஒரு மேற்பார்வையாளர் தொழிற்சாலையின் மெதில் ஐசோசைனேட் ரியேக்டரில் (MIC) ஒரு பாதுகாப்பு உலோகத்தைச் செருக மறந்துவிட்டார். இதனால் பேரழிவு ஏற்பட்டது.[2] 30 மெட்ரிக்

டன் சயனைடுகளும், சையனேட்டுகளும் கலந்து நஞ்சு வாயு வெளிப்பட்டது. இரவு முழுவதும் நஞ்சு கசிந்தது. மக்கள் உயிர்களைக் காப்பாற்றிக்கொள்ளச் சிதறி ஓடினார்கள். தூங்கிக் கொண்டிருந்தவர்கள் படுக்கையிலேயே இறந்தார்கள். பலர் மூச்சுத் திணறி இறந்தார்கள்.

காற்றில் நஞ்சு பரவியவுடன் தொழிற்சாலை ஊழியர்கள், நகர அதிகாரிகள், காவல்துறையினர், தீயணைப்புப் படையினர் எல்லோருமே ஓடிவிட்டார்கள். காவலர் ஒலி பெருக்கியில் 'ஓடு, ஓடு,' என்று அலறினார்கள். இதனால் வீடுகளிலிருந்து மக்கள் வெளியில் ஓட இன்னும் அதிகமாக நஞ்சைச் சுவாசித்தார்கள்.[3] சாவும், அழிவும் பல நாட்கள், பல மாதங்கள், பல ஆண்டுகள் வரையில் கூடத் தொடர்ந்தன.

எத்தனை பேர் இறந்தார்கள் என்று சரியாகக் கணக்கில்லை. ஆனால் இரண்டு நாட்களில் 5,000 பேர் இறந்தார்கள் என்றும் தொடர்ந்த நாட்களில் அது 20,000-ஆக உயர்ந்தது என்றும் கணக்கிடப்பட்டது. 8,00,000 மக்கள் தொகையுள்ள நகரில் 200,000 பேர் பாதிக்கப்பட்டார்கள். 60,000 பேருக்கு மேல் நீண்டகால மருத்துவச் சிகிச்சைக்கு உள்ளானார்கள்.[4] போபால் நச்சு வாயுப் பேரழிவு நினைத்துப் பார்க்க முடியாத அளவிற்குப் பாதிப்பை ஏற்படுத்திற்று. இது ஒரு கம்பெனியின் இரக்கமற்ற கவனக் குறைவினால் ஏற்பட்டது.

அந்தக் கால கட்டத்தில் கிரீன்பீஸ் இந்தியாவில் இல்லை. எனினும் அது தனது தலைமை அலுவலகத்திலிருந்து இந்த அழிவைக் கவனித்து வந்தது.

42

ரெயின்போ வாரியரின் பிறப்பு

"மரங்கள் இறக்கும் காலம் வரப்போகிறது" என்று சொல்லப்படுகிறது. ஓரினம் வந்து புவியைக் காக்கும். அவர்கள் தங்களை வானவில்கள் என்று அழைப்பார்கள். இது பூர்வகுடி அமெரிக்கர்களின் முன்னறிவிப்பிலிருந்து எடுக்கப்பட்டது. அது *Warriors of the Rainbow* என்ற 1962ஆம் ஆண்டு வெளியிடப்பட்ட நூலிலிருந்து எடுக்கப்பட்டது.[1]

அந்த நூல் வெளியிடப்பட்டதிலிருந்து இச்சொற்களைத் தவறான பொருள் தரும்படி எடுத்தாள்கிறார்கள். உலகை ஒரு பெரும் இக்கட்டு சூழும். இந்தக் கோளைக் காப்பாற்ற எல்லா இன மக்களும் ஒன்று சேர்வார்கள் என்ற பொருளில் பயன்படுத்தப்பட்டது. எனினும் இதனால் இந்த உலகின் நிலையில்லாத் தன்மை பற்றிப் பல்லாயிரக்கணக்கான மக்கள் சிந்திக்கத் தொடங்கினார்கள். நிலத்தைக் காத்தல், சுற்றுச்சூழலியல் போன்ற இயக்கங்கள் தோன்றும். இந்த நிலையில் கிரீன்பீஸ் 1977ஆம் ஆண்டு பிரிட்டிஷ் அரசிடமிருந்து 94,000 பவுண்ட் விலைக்கு ஒரு கப்பலை வாங்கியபோது அதற்கு *Rainbow Warrior* என்று பெயர் சூட்டினார்கள். வில்லியம் வில்லோசும் விசைன் பிரவுனும் எழுதிய புத்தகத்தில் வந்த வாசகம் இப்பெயரைக் கொடுத்தது. "உலகம் நோய்வாய்ப்பட்டு இறந்து கொண்டிருக்கிறது. மக்கள் ரெயின்போ வீரர்கள் போல எழுவார்கள்."

1955ஆம் ஆண்டு கட்டப்பட்ட 418 டன் எடையும் 145 அடி நீளமும் உள்ள அந்தக் கப்பலுக்கு முதலில் சர் வில்லியம் ஹார்டி என்ற பெயரிருந்தது. கிரீன்பீஸிடம் 40,000 பவுண்டுகளை உடனடியாக ஏற்பாடு செய்ய முடியவில்லை. பத்து சதவீதம் உடனடியாகச் செலுத்த எட்டு மாதங்கள் எடுத்துக்கொண்டது. மீதியை அறுபது நாட்களுக்குள் செலுத்த வேண்டும்.[2] அவர்கள் தடுமாறிக் கொண்டிருந்தபோது மக்டகார்ட் டச்சு உலகக்

காட்டுயிர் நிதியத்திலிருந்து 40,000 பவுண்ட் மானியமாகப் பெற ஏற்பாடு செய்தார். ஐஸ்லாந்தில் திமிங்கல வேட்டையைத் தடுக்கப் பிரச்சாரம் மேற்கொள்வதற்காக அது ஒதுக்கப்பட்டது. கப்பலை வாங்கி அதற்கு ரெயின்போ வாரியர் என்று பெயர் சூட்டினார்கள்.

பச்சை நிற வண்ணம் பூசி கப்பலின் ஒரு பக்கத்தில் கிரீன்பீஸ் என்று எழுதப்பட்டிருந்தது. இன்னொரு பக்கம் ஒரு புறா, ஆலிவ் சின்னம் வைத்திருப்பது போலப் படம்.³ 1977 ஏப்ரல் 29 அன்று ரெயின்போ வாரியர் லண்டனிலிருந்து புறப்பட்டது. கிரீன்பீஸ் கொடியும், ஐ.நா. கொடியும் கப்பலில் பறந்தன. இருபத்து நான்கு நாடுகளைச் சேர்ந்தவர்கள் கப்பலில் பணியாற்றுகிறார்கள் என்பதை அது காட்டியது. முதலாவதாக, கிழக்கு லோரிலன் கடற்கரைக்குப் போனது. அங்கே 3000 பேர் அணு ஆயுதம் தயாரிக்கும் கருவியை அமைப்பதற்கு எதிர்ப்பைத் தெரிவித்துக் கொண்டிருந்தார்கள். அடுத்தாற்போல ஐஸ்லாந்தில் திமிங்கல வேட்டையைத் தடுக்கும் பணி. அதன்பிறகு எங்கெல்லாம் பூவுலகைத் தாக்கும் முயற்சி நடந்ததோ அங்கெல்லாம் கப்பல் பயணப்பட்டது. 1985 வரையில் பல இடங்களுக்குச் சென்று ஆர்க்னே தீபகற்பத்தில் ஸ்காட்லாந்துக்குப் பக்கம் சீலை வேட்டை ஆடுவதைத் தடுக்கப் புறப்பட்டது. பசிபிக்கில் அணு ஆயுதச் சோதனைக்கு எதிர்ப்பாகச் சென்றது. 1985 மார்ச்சில், ரோங்கிலாப் என்ற இடத்திற்கு உயிர் காக்கும் பணிக்காகப் புறப்பட்டது. இது மார்ஷல் தீவுகளில் உள்ளது.

ரோங்கிலாப்பிற்கு அருகில் அமெரிக்கா அணு ஆயுதச் சோதனைகள் அறுபத்தாறு நடத்தியிருக்கிறது. 1946 முதல் 1958 வரையில் நடத்திய சோதனைகளில் கதிர்வீச்சால் ரோங்கிலாப் முழுவதும் பாதிக்கப்பட்டது. இருபதாண்டுகளுக்குப் பிறகு தீவுகளில் வசித்தவர்கள், அதிக அளவில் தைராய்டு புற்றுநோயாலும், இரத்தப் புற்றுநோயாலும் பாதிக்கப்பட்டவர்கள். 1954 மார்ச்சில் ஹைட்ரஜன் குண்டு சோதனை செய்யப்பட்டது. இது ஹிரோஷிமாவில் போடப்பட்ட அணுகுண்டை விட 1000 மடங்கு சக்தி வாய்ந்தது.⁴

எனவே உள்ளூர் மக்கள் ரெயின்போ வாரியரை அணுகி, அவர்களது படகில் தங்களை ஏற்றி 200 கி.மீ. தொலைவிலுள்ள பாதுகாப்பான தீவுகளில் குடியமர்த்துமாறு கேட்டுக் கொண்டார்கள். மே 17 முதல் 30 வரையில் 300 உள்நாட்டு

மக்களையும், அவர்களது 100 டன் எடையுள்ள பொருட்களையும் பல நாட்களில் கொண்டுபோய் புதிய இடத்தில் சேர்த்தார்கள்.[5]

அடுத்தாற்போல மோருரோ என்ற இடத்தில் ஃபிரெஞ்சுக்காரர்கள் அணு சோதனை நடத்தத் திட்டமிட்டார்கள். கிரீன்பீஸ் ஃபிரெஞ்ச் அதிபர் பிரான்நோய்ஸ் மிட்டரஸ்டிக்கு எதிர்ப்புப் போராட்டம் நடத்தப் போவதாக அறிவித்தது.[6] ஹோனலூலிவில் இருந்தபோது ஃபிரெஞ்ச் இரகசியத் துறையைச் சார்ந்த கிறிஸ்டினா கேபன் என்பவர் கப்பலில் வேலைக்குச் சேர்ந்தார். அவருடைய வேலை ரெயின்போ வாரியரை எப்படி மூழ்கடிப்பது என்பதற்கான விபரங்களைச் சேகரிப்பது.

பல ஃபிரெஞ்ச் இரகசிய ஏஜெண்டுகள் இறுதித் தயாரிப்பில் இறங்கினார்கள். கப்பல் நியூசிலாந்தில் நடந்த எதிர்ப்புப் போராட்டங்களில் கலந்துகொள்ளச் சென்றது. அது ஆக்லாந்திலுள்ள மார்ஸ்டன் வார்க்குப் பிறகு வந்தபோது முப்பது படகுகள் வரவேற்றன. முப்பது படகுகளும் வாரியர் மோருரோவிற்குப் போகும்போது அதனோடு சேர்ந்து கொள்வார்கள்.

ஜூலை 10 அன்று இரவு 11.38 மணிக்கு மார்ஸ்டன் துறைமுகத்தில் ரெயின்போ வாரியர் நின்று கொண்டிருந்தபோது ஃபிரெஞ்ச் இரகசிய உளவாளிகள் வைத்திருந்த குண்டு வெடித்தது. என்ஜின் அறையில் பெரிய ஓட்டை விழுந்திருந்தது. தண்ணீர் உள்ளே கொப்பளித்துக் கொண்டு வந்தது. கப்பல் மூழ்கத் தொடங்கியவுடன், முடிந்தவர்களெல்லாம் கப்பலை விட்டுக் குதித்தார்கள்.

உடனே இரண்டாவது குண்டு வெடித்தது.

தப்பித்துப் பிழைத்த ஒருவர் கிரீன்பீஸ் அலுவலகத்திற்குச் செய்தி சொன்னார். உடனே டெலெக்ஸ் செய்தி உலகெங்குமிருந்த கிரீன்பீஸ் அலுவலகங்களுக்கு அனுப்பப்பட்டது.

> "அவசரம், அவசரம், இரண்டுமணி நேரத்திற்கு முன்னர் ரெயின்போ வாரியர் இரண்டு குண்டு வெடிப்புகளால் மூழ்கடிக்கப்பட்டுவிட்டது. சதிவேலை என்று சந்தேகிக்கப்படுகிறது. ஒருவர் காணவில்லை. ஒரு மணி நேரத்தில் மேலும் செய்தி கிடைக்கலாம்."[7]

இது ஒரு கறுப்பு நாள். அமைப்பிலுள்ள அனைவரும் அதிர்ந்து போனார்கள். இப்படிப்பட்ட ஒரு நிகழ்ச்சி சாத்தியமே இல்லை. கிரீன்பீஸ் அமைப்பின் செல்வாக்கு அதிகரித்து வந்ததுதான்; ஆனால் இப்படி நடக்குமென்று யாரும் எதிர்பார்க்கவில்லை.[8]

ஒரே ஒரு உயிர்ச் சேதம்: டச்சுப் புகைப்படக்காரர் ஃபெர்னாண்டோ பெரெய்ரா உயிரிழந்துவிட்டார். காவல் பணியாளர்கள் பலர் தூங்காமல் இருந்ததாலும், சிலர் கரைக்குப் போயிருந்ததாலும் மேலும் உயிரிழப்புகள் தவிர்க்கப்பட்டது.[9] ஃபிரெஞ்ச் அரசாங்கத்தின் மிகப் பெரிய பிழை அது. இரண்டு ஆண்டுகளுக்குப் பிறகு, பிரெஞ்ச் அரசாங்கம் NZ$13 மில்லியன் இழப்பீடாக நியூசிலாந்து அரசுக்குக் கொடுத்து மன்னிப்பு கேட்டது. பெரெய்ராவின் குடும்பத்துக்கு F$.2.3 மில்லியன் கொடுத்தது. புதிய ரெயின்போ வாரியர் II 1989இல் வாங்கப்பட்டது. அதற்கு ரெயின்போ வாரியர் II என்று பெயரிடப்பட்டது.

ரெயின்போ வாரியர் II, இந்தியாவில் கிரீன்பீஸ் அலுவலகம் திறக்கப்பட்ட பிறகு, 2003இல் வந்தது. மூன்று முறை வந்தது. குஜராத்தில் அலாங் என்ற இடத்தில் கப்பலை உடைக்கும் தொழிற்சாலைக் கழிவுகளைக் கொட்டுவதை எதிர்க்க ஒரு முறை வந்தது. இரண்டாவதாக யூனிலீவர் கொடைக்கானலில் செய்த குற்றத்திற்கு எதிர்ப்பைத் தெரிவிக்கும் போராட்டத்தில் கலந்துகொள்ள வந்தது. மூன்றாவதாக, தடைசெய்யப்பட்ட DDT என்ற பூச்சிக் கொல்லியை இன்னும் தயாரித்துக் கொண்டிருந்த அரசாங்கத்திற்குச் சொந்தமான கம்பெனியை எதிர்த்து கொச்சியில் போராட்டம் நடத்த வந்தது.

எல்லாவற்றிலும் மேலாகக் கொடைக்கானல் பாதரச நச்சுப் பரவலில் யூனிலீவரின் பங்கு மற்றும் அறிக்கையைக் கப்பல் தளத்திலும் வெளியிட்டது.

43
ஆனி லெயோனார்டும் தாஜ் மகாலும்

புத்தாயிரம் ஆண்டு பிறக்கும்போது கிரீன்பீஸ் போபால் வாயுப் பேரழிவுக்கு எதிரான பிரச்சாரத்தில் தன்னையும் ஈடுபடுத்திக் கொண்டது. நியூயார்க் மைய நீதிமன்றத்தில் யூனியன் கார்பைடுக்கும் அதன் அப்போதைய முதன்மை அலுவலர் வாரன் ஆண்டர்சனுக்கும் எதிராக வழக்கைத் தொடர்ந்தது. பன்னாட்டு மனித உரிமைகள் சட்டம், சுற்றுச்சூழல் சட்டம், குற்றவியல் சட்டம் ஆகியவற்றை மீறியதாக வழக்கு. அதன் பிறகு அமைப்பு கிரீன்பீஸ் இன்டர்நேஷனலின் இந்தியக் கிளையோடு 1995 முதல் பணியாற்றியது.

முதலில் ஆம்ஸ்டர்டேம் அலுவலகத்திலிருந்து இரண்டு அலுவலர்கள் வந்தார்கள். அவர்கள் மேதா பட்கரைச் சந்தித்தார்கள். அவர் நர்மதா பச்சோ அன்டோலன் (NBA) செயல்பாட்டில் விவசாயம், சுற்றுச்சூழல் பிரச்சினைகளில் ஈடுபட்டு வந்தார்கள். பட்கர் மும்பையிலிருந்து, அவரது ஆட்களை கிரீன்பீஸுக்கு இந்திய அரசியல் சுற்றுச்சூழல் பிரச்சினைகளைப் பற்றி விளக்குமாறு கூறினார்.

சில மாதங்கள் கழித்து ஆனி லெயோனார்டு என்பவர் கிரீன்பீஸ் இன்டர்நேஷனலிலிருந்து இந்தியா வந்தார். அவர் புதுடில்லியில் நிர்மலா கருணன் என்ற இளம் பெண்ணைச் சந்தித்தார். அவர்கள் இருவரும் லாபமில்லாமல் உழைக்கும் சுற்றுச்சூழல் ஆர்வலர்களைச் சந்தித்தார்கள். லெயோனார்டு சுற்றுச்சூழல், பல்லுயிர் காத்தல் ஆகியவற்றில் ஈடுபட்டிருந்த நிறுவனங்களோடு தொடர்பு கொண்டார். கருணன் இந்திய கிரீன்பீஸ் நிறுவனம் தொடங்குவதில் கவனம் செலுத்தினார். அதே ஆண்டு நியூ டில்லியில் முறைசாரா அலுவலகம் ஒன்று தொடங்கப்பட்டது.

ஓராண்டிற்குள் கிரீன்பீஸ் இந்தியா முதல் போராட்டத்தைத் தொடங்கிற்று. எல்லாவிதமான நச்சுக் கழிவுகள் ஏற்படுவது பற்றியும்

அவற்றை அகற்றுதல் பற்றியும் விழிப்புணர்வை ஏற்படுத்தும் பிரச்சாரம். இதனை மாலினி மோசாரியா தலைமை ஏற்று நடத்தினார். மாலினி உலகத் தலைவர்களுடனும் கருணன் போன்ற உள்நாட்டுத் தலைவர்களுடனும் தொடர்புகளை ஏற்படுத்திக் கொண்டார். பின்னர் நித்தியானந்த ஜெயராமனும் சேர்ந்து கொண்டார். அவர் நவரோஜ் மோடியை அழைத்து வந்தார்.

மேலை நாடுகள் கழிவுகளை இந்தியாவிற்குள் கொண்டு வருவதை வழக்கமாகக் கொண்டிருந்ததால், இந்திய அணி நச்சுக் கழிவு விற்பனையில் கவனம் செலுத்திற்று. 1992இல் ஐ.நா. சுற்றுச்சூழல் பாதுகாப்பால் (UNEP) கொண்டு வரப்பட்ட பேசல் கன்வென்ஷன் நாட்டு எல்லைகளைக் கடந்து ஆபத்தான நச்சுப் பொருட்களை அகற்றுவதைக் கட்டுப்படுத்திற்று. கிரீன்பீஸ் இந்திய அரசை இந்த ஒப்பந்தத்தில் கையெழுத்திட வற்புறுத்தியது.

1995இல் முதல் வன்முறையற்ற நேரடி நடவடிக்கை நியூ டில்லியில் சுற்றுச்சூழல், வனத்துறை அமைச்சக வாயில் முன்னர் நடந்தது. அதில் ஒரு பெண் புவியின் உருவமாக வெண்ணிற ஆடை உடுத்தி நின்றார். அவர்மேல் புழுதியையும், சேற்றையும் திரட்டி தொண்டர்கள் எறிந்தார்கள். மனிதர்கள் புவியின்மேல் சுமத்தும் சுமைகளைக் காட்டுவதாக அது அமைந்தது.

ஓராண்டுக்குப் பிறகு தாஜ்மகாலில் லெயோனார்டின் பிரச்சாரம் நடந்தது. தாஜ்மகாலின் மேல் ‘அணு ஆயுத நீக்கம் இப்போது’ என்ற வாசகம் பொறித்த பலூன் பறந்தது. அடல் பிகாரி வாஜ்பாய் அரசுக்கு இது ஏற்புடையதாக இல்லை. ஏனென்றால் அவர் 1974ஆம் ஆண்டு நடந்த போக்ரான் சோதனைக்குப் பிறகு இப்போது இரண்டாவது சோதனையைத் திட்டமிட்டிருந்தார். 1998 மே 11, 13 அன்று இரண்டு அணு சோதனைகள் நடத்தப்பட்டன.

இப்போது அரசாங்கம் கிரீன்பீஸின் நடவடிக்கைகளைக் கண்காணிக்கத் தொடங்கிற்று. அது ஒரு அரசு சாராத அமைப்பாகப் பதிவு செய்ய அனுமதிக்கவில்லை. லெயோனார்டின் நடவடிக்கையினால் இது ஏற்பட்டதால், சிறிதுகாலம் காத்திருக்க வேண்டுமென்று ஆலோசனை கூறப்பட்டது.

கிரீன்பீஸ் இந்தியா சங்கம் என்று சென்னையில் பதிவு செய்யப்பட நான்கு ஆண்டுகள் காக்க வேண்டியதாயிற்று. மோகன் அன்ட் தேவிகா அசோசியேட்ஸ் என்ற சுற்றுச்சூழல் சட்ட நிறுவனத்தின் உதவியுடன் இது நடந்தது. தமிழ்நாடு சங்கங்கள் பதிவுச் சட்டப்படி

பதிவு செய்யப்பட்ட பிறகு கிரீன்பீஸ் தீவிரமான முயற்சிகளில் இறங்கிற்று. மார்ச் 2001 கொடைக்கானல் பாதரசப் போராட்டத்தில் பங்கு வகித்தது. பிறகு போபால் வாயு பேரழிவில் பிழைத்தவர்களுக்கு ஆதரவாகச் செயல்பட்டது. 2002 மே-இல் கிரீன்பீஸ் போபாலில் பிழைத்தவர்களுடன் டோவ் இரசாயனத் தொழிற்சாலையில் அதன் முதன்மைச் செயல் அலுவலரைச் சந்தித்தது. அந்த மாதம் பாலியில் நடைபெற்ற உலக உச்சி மாநாட்டில் கூட்டிணையங்களின் பொறுப்பு பற்றிய பத்து கொள்கைகளை அது வெளியிட்டது.

ஆகஸ்டில் கிரீன்பீஸ் ஒரு கணினி மையத்தை போபாலிலுள்ள டோவ் தொழிற்சாலையில் அமைத்தது. யூனிலீவர் கார்பைடிலிருந்து இழப்பீடு கேட்டுச் செய்திகள் அனுப்பப்பட்டது. அந்த மாத இறுதியில் வாரன் ஆண்டர்சனின் நியூயார்க் நகர வீட்டிற்குச் சென்று சிறைப்படுத்தும் ஆணையை வழங்கினார்கள். டிசம்பர் சோக நிகழ்ச்சிக்குப் பிறகு அவரை போபாலில் கைது செய்தார்கள். அவர் பிணையில் வெளிவந்து அமெரிக்காவிற்கு ஓடிவிட்டார். இந்தியாவிற்குத் திரும்பி வரவில்லை. அவரைத் 'தப்பி ஓடியவர்' என்று இந்திய நீதிமன்றங்கள் குறிப்பிட்டன. ஆனால் அவரை இந்தியாவுக்கு அனுப்ப அமெரிக்கா மறுத்துவிட்டது.

இதற்கிடையில் கிரீன்பீஸினால் பயிற்சிபெற்ற செயல்பாட்டாளர்கள் KJB-க்கும், உள்ளூர் மக்களுக்கும் ஆபத்துகளை விளைவிக்கும் பூச்சிக் கொல்லிகளை எப்படி அகற்றுவது என்ற முறைகளைக் கற்றுக்கொடுக்க முன்வந்தார்கள். அவர்களைக் காவலர்கள் அடித்து விரட்டினார்கள். எழுபது போராட்டக்காரர்கள் கைது செய்யப்பட்டார்கள். இரண்டு நாட்கள் கழித்து டோவ் கெமிக்கல், 'கிரீன்பீஸ் என்ன போராட்டம் நடத்தினாலும் டோவ் கெமிக்கல் போபால் நிகழ்ச்சிக்குப் பொறுப்பேற்காது,' என்று அறிவித்தது.

லெயோனார்ட் அமெரிக்காவிலிருந்துதான் நடவடிக்கைகளுக்கு ஆதரவு அளிக்க முடியும். அவருக்கு விசா தர இந்திய அரசு மறுத்து விட்டது.

போபால் தொழிற்சாலையிலிருந்து பாதரசம், பிற நச்சுக் கழிவுப் பொருட்கள் எவ்வாறு நிலத்தடி நீரை அடைந்தது என்பதைக் கொடைக்கானல் பிரச்சினையோடு ஒப்பிட்டது கிரீன்பீஸ். உலகம் முழுவதும் பரவியிருக்கும் இரண்டு பெரிய நிறுவனங்களான டோவ், யூனிலீவர் ஆகியவற்றின் குற்றங்களை இப்போது வெளிக் கொணர வேண்டும்.

பகுதி VIII

நீதிமன்றங்கள்: சென்னை முதல் லண்டன் வரை

44
இந்தியன் எரின் ப்ரோகோவிச்

வைகை ஆறு மதுரை நகரத்தின் வாழ்வாதாரமாக தொன்றுதொட்டு இருந்து வருகிறது. பச்சையும், கறுப்புமான மலையிடுக்குகளிலும், மலைப் பிரிவுகளிலும் தொடங்கி, சிறு பாறைகளையும், கூழாங்கற்களையும் மெல்லத் தடவி மலை அமுதமாக ஓடுகிறது. மேற்குத் தொடர்ச்சி மலையின் தொடக்கத்திலிருந்து சிறு சிறு நீரோடைகள் வழியில் சேர 300 கிலோ மீட்டர் தூரம் ஓடி இராமநாதபுரத்து ஏரிகளை நிரப்பி வங்காள விரிகுடாவைத் தொடுகிறது. பத்தொன்பதாம் நூற்றாண்டின் இறுதியில் பிரிட்டிஷார் கொடைக்கானலிலிருந்து முப்பது கிலோ மீட்டர் தொலைவில் அதே பெயரில் ஒரு அணையைக் கட்டினார்கள். (பெரியாறு அணையையும் 1959ஆம் ஆண்டு கட்டப்பட்ட வைகை அணையையும் ஆசிரியர் குழப்பிக் கொள்கிறார் மொ-ர்)

சென்ற நூற்றாண்டின் தமிழ்நாட்டுப் பொதுவுடைமைக் கட்சியின் பெரும் தலைவராகத் திகழ்ந்த பி. இராமமூர்த்தி (PR என்று அன்புடன் அழைக்கப்பட்டார்) தனது மகளுக்குப் பொருத்தமாக வைகை என்று பெயரிட்டார். பி.ஆர். இடதுசாரிகளின் தலைவராகப் பிரிக்கப்படாத சென்னை மாநிலத்தின் தேர்ந்தெடுக்கப்பட்ட சட்டமன்றத் தலைவராக இருந்தார். அரசியல் சூழ்ச்சிகளின் விளைவாக பிரிட்டிஷ் இந்தியாவின் கடைசி கவர்னர் ஜெனரல் அப்போதைய சென்னை ஆளுநரைக் கட்டாயப்படுத்தித் தன்னையே முதல் முதலமைச்சராக ஆக்கும்படி செய்தார். ஆனால் பி.ஆருக்குத்தான் பெரும்பான்மை இருந்தது.

தன்னுடைய தந்தையைப் பின்பற்றினார் வைகை. அவர் எளிதில் பாதிக்கப்படக் கூடிய, பாதுகாப்பற்ற மக்களுக்காக வாதாடும் வழக்கறிஞராக அறியப்பட்டார். அவருடைய வாடிக்கையாளர்கள் பெரும்பாலும் ஒடுக்கப்பட்ட மக்களாகவே இருந்தார்கள். உரிமை

இல்லாதவர்களுக்காக உரிமைக் குரல் கொடுக்கும் வழக்கறிஞராக ஆனார்.

2005இல் மோகன் அன்ட் தேவிகா அசோசியேட்ஸ் என்ற நிறுவனம் கொடைக்கானலில் ஏற்பட்ட சுற்றுச்சூழல் அழிவையும், மனித உரிமை பாதிப்புகளையும் பற்றி வைகையிடம் எடுத்துச் சொன்னது. அந்த நிறுவனம் கிரீன்பீசுடன் இணைந்து வேலை செய்தது. மூடப்பட்ட வெப்பமானித் தொழிற்சாலையில் பாதிக்கப்பட்ட முன்னாள் தொழிலாளர்களுக்கு ஏற்பட்ட உடல்நலப் பாதிப்புகள் பிரச்சினையைப் பற்றிப் பேச மறுத்த இந்துஸ்தான் லீவர் பற்றிய வழக்கு அது. வைகை சம்பந்தப்பட்ட ஆவணங்களை ஆராய்ந்தார். இதில் தொடர்புடைய சிலருடன் பேசினார். இந்திய நீதித் துறையிலிருந்த நெளிவு சுளிவுகளுக்குள் வழக்கை நடத்துவதிலுள்ள சிக்கல்களை உணர்ந்தார். இந்திய நீதி அமைப்பின்படி ஒரு குழு மொத்தமாகச் சேர்ந்து வழக்கு தொடர முடியாது. ஆனால் மேலை நாடுகளில் அப்படி இல்லை.

வைகை இந்த வழக்கைப் பற்றிச் சில மாதங்கள் சிந்தித்தார். இந்திய சட்டவிதிகளின்படி ஒரு கம்பெனியை அதன் செயல்களுக்காகக் குற்றம் சாட்டுவது எளிதில்லை. ஒரே வழி, அரசாங்கத்தை அணுகுவதுதான். அரசாங்கம் செய்யத் தவறினால், நீதிப் பேராணை கேட்டு உயர்நீதிமன்றத்திற்குப் போகவேண்டும். நீதிப் பேராணையின்படி நீதிமன்றங்கள் அரசு செய்யத் தவறிய அல்லது செய்ய மறுக்கும் கடமைகளைச் செய்ய அதற்கு ஆணையிடும். இதற்குத் துணையாக வேறு சில நீதிப் பேராணைகளும் இருந்தன. அரசமைப்புச் சட்டத்தில் பிரிவுகள் 32, 226-இன்படி, உயர் நீதிமன்றம் அல்லது உச்ச நீதிமன்றத்தை அரசுக்கு எதிராகக் கொண்டு வரலாம். ஆனால் இதுவரையில் இழப்பீடுகள் கேட்டு ஒரு தனியார் நிறுவனத்திற்கு எதிராக வழக்கு நடத்தப்பட்டதில்லை.

எனவே, மாநில மத்திய அரசு அதிகாரிகளுக்கு, கம்பெனி மேல் நடவடிக்கை எடுக்கவேண்டும் என்றும், இழப்பீடுகள் வழங்க வேண்டுமென்றும் எழுதுமாறு வைகை அறிவுரை வழங்கினார்.

அடுத்து பாதிக்கப்பட்ட மக்களை அடையாளம் காண்பது. பாதிக்கப்பட்டவர்கள் பெரிய எண்ணிக்கையில் இருக்கிறார்கள் என்று காட்ட உதவும் முன்னாள் தொழிலாளர்கள் சங்கங்களின் தலைவர்கள் இதற்குப் பொறுப்பெடுத்துக் கொண்டார்கள்.

ஏற்கெனவே மோடியின் வழிகாட்டலில் அவர்கள் ஒரு சங்கத்தை நிறுவியிருந்தார்கள்.

பாண்ட்ஸ் இந்துஸ்தான் லீவர் லிமிடெட் முன்னாள் பாதரச பணியாளர்கள் நலச் சங்கம் என்ற அந்தச் சங்கத்தின் தலைவர்களாக முகமது, கிருஷ்ணன், மகேந்திரன் ஆகியோர் இருந்தனர். அவர்கள் சுற்றியுள்ள பகுதிகளில் பாதிக்கப்பட்டவர்களை அடையாளம் காணும் முயற்சியில் இறங்கினார்கள். இதற்கு மோடியும் மீனாட்சியும் ஆதரவளித்தார்கள்.

கலிஃபோர்னியாவில் பசிபிக் கேஸ் அன்ட் எலக்ட்ரிக் கம்பெனிக்கு எதிராகத் தொண்ணூறுகளில் அமெரிக்கப் போராளியான எரின் பிரோகோவிச் போல இவர்களும் வீடு வீடாகச் சென்று ஆய்வு செய்தார்கள். அதில் கம்பெனி 1996இல் 333 மில்லியன் டாலர் இழப்பீடு கொடுக்க வேண்டுமென்று தீர்ப்பாயிற்று. அந்தக் கம்பெனி பயன்படுத்திய இரசாயனப் பொருள் குடிதண்ணீரை மாசுபடுத்திவிட்டது என்பதே வழக்கு.

இதனை அடிப்படையாகக் கொண்டு எரின் பிரோகோவிச் என்ற திரைப்படம் வெளியாயிற்று. அதனால் உந்தப்பட்டு மூன்று பேரும் வீடு வீடாகச் சென்று விபரம் சேகரித்தார்கள். சிலர் அவர்களாகவே முன்வந்து விபரங்கள் தந்தார்கள். ஆனால் அதில் பிரச்சினைகள் இருந்தன. பாதிக்கப்பட்டோர் சிலரிடம் எந்த ஆவணங்களும் இல்லை. அவர்கள் கம்பெனியில் பணியாற்றினார்கள் என்பதற்கு ஆதாரம் எதுவும் இல்லை. பலர் மருத்துவப் பதிவுகளைப் பாதுகாக்கவில்லை. ஒரு சிலருக்கு இதில் சேர ஆர்வம் இல்லை. தலைவர்கள் ESI, EPCO, தொழிற்சங்கங்கள், ஆய்வாளர்கள் அலுவலகம் முதலியவற்றிற்குச் சென்று பதிவுகளை மீட்டு எடுத்தார்கள்.

பல மாதங்கள் செலவழித்த பிறகு 500 முன்னாள் தொழிலாளர்கள் பற்றிய ஆவணங்கள் தயாராயின. அவற்றோடு வைகையைப் பார்த்தார்கள்.

45

மோடி, முகமது, கிருஷ்ணன்

மோடி, முகமது, கிருஷ்ணன் ஆகியோர் வைகையைப் பார்ப்பதற்குள், 2005ஆம் ஆண்டு முதலில் சில அரசு அலுவலகங்கள் பதில் அனுப்பியிருந்தன. மோடியும் முன்னாள் தொழிலாளர்களும், மாசுக் கட்டுப்பாட்டு வாரியத்தோடும், தொழிற்சாலைகளின் இயக்குநரோடும் தொடர்பு வைத்திருந்தார்கள். வைகையின் ஆலோசனையின்படி மாநில மத்திய அரசுகள் கம்பெனிக்குத் தண்டனை அளித்து, தொழிலாளர்களுக்கு இழப்பீடுகள் வழங்க வேண்டுமென்று கேட்டிருந்தார்கள். இப்போது பொறுப்பு அரசிடம் இருந்தது. இப்போது வைகை ஒரு முக்கிய யுத்தியைக் கையிலெடுத்தார்.

வைகையும் அவரது உதவியாளர்களும் எல்லா ஆவணங்களையும் அலசி ஆராய்ந்தார்கள். அதே சமயம் இந்திய அரசமைப்புச் சட்டம், மாநில மத்திய சட்டங்களில் தங்களுக்குப் பயன்படுத்தக் கூடியவற்றைத் தேடினார்கள். உயர் நீதிமன்றங்களிலும், உச்ச நீதிமன்றங்களிலும் இதுபோன்ற வழக்குகளுக்குக் கொடுக்கப்பட்ட தீர்ப்புகளையும் ஆராய்ந்தார்கள்.

இவற்றை வகைப்படுத்துவதற்குப் பல மாதங்கள் ஆயின. கிருஷ்ணன், மோடி, முகமது, ஜெயராமன் முதலியோரும் அவ்வப்போது கலந்து கொண்டார்கள். இறுதியில் சென்னை அர்மேனியன் தெருவிலுள்ள அலுவலகத்தில் 2006 மார்ச்சில் மனு தயாரானது. மாநில மத்திய அரசுகளுக்குக் கட்டளை நீதிப் பேராணை வழங்க வேண்டுமென்று கேட்டது. ஹிந்துஸ்தான் லீவரின் கொடைக்கானல் வெப்பமானி தொழிற்சாலையில் வேலை பார்த்தவர்களுக்குப் பொருளாதார வசதியும் மருத்துவச் செலவுகளுக்குத் தேவையான பணமும் தர ஏற்பாடு செய்யவேண்டுமென்று கேட்டுக்கொண்டது. மேலும் கம்பெனித் தொழிற்சாலைகள் விதி 1948-லுள்ள பல விதிகளை மீறிய குற்றத்திற்காகக் கம்பெனியின் மேல் நடவடிக்கை

எடுக்க வேண்டும் என்றும் கேட்டது.[1] அத்தோடு இந்திய அரசு அதனுடைய தொழில் சார்ந்த உடல்நலம், பாதுகாப்புத் தரங்களை மாற்றியமைக்க வேண்டுமென்றும் வேண்டியது.[2]

மனு சென்னை உயர் நீதிமன்றத்தில் கோடை விடுமுறைக்கு முன்னரே 2006 மார்ச் 22 அன்று முறையிடப்பட்டது. அதில் பிரதிவாதிகளாக ஹிந்துஸ்தான் லீவர் உட்பட ஏழுபேர் குறிப்பிடப்பட்டார்கள். ஹிந்துஸ்தான் லீவர் மனுவை ஏற்றுக் கொள்ளாமலிருப்பதற்குப் பல முட்டுக்கட்டைகள் போட்டது. நடைமுறை, தொழில்நுட்ப எதிர்ப்புகளைக் கொண்டு வந்தது. மனு ஏற்றுக்கொள்ளப்பட்டால் அதற்குத் தோல்விதான் என்று அதற்குத் தெரியும்.

கம்பெனி உச்ச நீதிமன்ற வழக்கறிஞர் துஷ்யந்த் தாவேயை நியூ டில்லியிலிருந்து கொண்டு வந்தது. அவர் வாதத்தாலேயே நீதிமன்ற அறை நிரம்பி வழிந்தது. தொழிலாளர்கள் பாதரசம் தொடர்பான நோய்களால் துன்புற்றார்கள் என்பதற்கு எதிராக வாதங்கள் எழுப்பப்பட்டன. அவர்கள் கம்பெனியிடமிருந்து பின்னர் இழப்பீடு பெறலாம் என்பதற்காக வேண்டுமென்றே பாதரசத்தை விழுங்கியிருப்பார்கள் என்று தாவே வாதிட்டார். உடனே வைகை இது மூர்க்கத்தனமான வாதம் என்றார். நீதிமன்றம் தாவேயின் வாதத்தை ஏற்றுக்கொள்ளவில்லை, தாவேயைக் கடிந்து கொண்டது.

நீதிமன்றம் மனுவை ஏற்றுக்கொள்ள வேண்டுமென்ற வாதத்தைக் கவனமாக எடுத்துக்கொண்டது; ஏற்றுக்கொண்டது. 2007 ஜூன் 29 அன்று நீதிமன்றம் ஒரு வல்லுநர் குழுவை நியமித்தது. அது குடும்ப உறுப்பினர்களின் உடல்நலம், நோய்க் குறிகள் பற்றி ஆராய்ந்து அவை பாதரசத்தால் ஏற்பட்டதா என்று சொல்லவேண்டும்.[3] அதனுடைய அறிக்கை மூன்று மாதத்திற்குள் அளிக்கப்பட வேண்டும். குழுவின் உறுப்பினர்களையும் நீதிமன்றமே நியமித்தது.

குழுவின் உறுப்பினர்களைப் பார்த்தவுடன், எல்லோரும் அதிர்ச்சிக்குள்ளானார்கள். ஏனென்றால் அவர்களோடு இணக்கமாக கம்பெனி 2001 மார்ச்சிலிருந்து இயங்கி வந்திருக்கிறது. ITRC-யில் ஓய்வுபெற்ற இயக்குநரான டாக்டர் P.N.விஷ்வநாதன் இந்தப் பணிக்குத் தகுதியானவர்தான். அவர் தொழிற்சாலையை மார்ச் 16 முதல் 19 வரையில் நேரில் சென்று ஆய்வு செய்து இரண்டு வாரங்களுக்கு அறிக்கையை அளித்தார். அறிக்கையில் தொழிற்சாலையிலிருந்து வந்த பாதரசத்தால் இப்போதைக்குச்

சுற்றுச்சூழலுக்கோ மனிதருக்கோ எந்த ஆபத்தும் 'இல்லை,' என்று குறிப்பிட்டார்.[4] மேலும் உள்ளூர் மக்களின் கோரிக்கைகளைக் கற்பனையாக வருங்காலத்தில் வரும் ஆபத்துகளின் அடிப்படையில் தரப்பட்டன என்றார். HLL இந்த அறிக்கையைத் தனக்குச் சாதகமாகப் பயன்படுத்திற்று.[5] மேலும் IRTC, NIOH, AIIMS ஆகியவற்றின் வல்லுநர்களுடன் கம்பெனி நெருக்கமாக இருந்து வந்திருக்கிறது.[6] இந்த வல்லுநர்கள் HLL-இன் ஆய்வறிக்கையை மட்டுமே எடுத்துக்கொண்டு தனிப்பட்டவர்களின் மருத்துவ அறிக்கையைக் கணக்கில் எடுக்கவில்லை, தொழிலாளர்கள் யாரையும் சந்திக்கவில்லை என்று உள்ளூர் மக்கள் குற்றம் சாட்டினார்கள்.

IRTCஇல் Dr.ஸ்ரீவஸ்த்வா என்பவர் ஏற்கெனவே இந்துஸ்தான் லீவருக்கு அறிக்கை அளித்தவர். அவர் இப்போது இந்தக் குழுவுக்குத் தலைவராக நியமிக்கப்பட்டது அனைவரையும் அதிர்ச்சிக்குள்ளாக்கியது.[7] மற்ற உறுப்பினர்களும், கொடைக்கானல் பற்றிய ஆய்வுகளில் தொடர்புடையவர்கள். Dr.K.ஆனந்த் என்பவர் ஏற்கெனவே HLL-இன் உடல்நலம், பாதுகாப்பு நடவடிக்கையைப் பாராட்டியவர். எனவே குழுவில் குறைந்தது மூன்று வல்லுநர்கள் பாதரசத்தால் எந்த உடல்நலப் பாதிப்பும் ஏற்படவில்லை என அறிக்கை தந்தவர்கள். எனவே கம்பெனி இப்போது வலுவான இடத்தில் இருந்தது.

ஆனால் ஐந்து உறுப்பினர்களில் ஒருவர் நம்பிக்கைக்கு உரியவர். அவர் வேலூர் கிறிஸ்தவ மருத்துவக் கல்லூரியில் சமூக உடல்நலம் பற்றிய வல்லுநரான டாக்டர் ஜயப் பிரகாஷ் முலியில்.[8] தொழிலாளர்களில் யாரும் பாதரச நச்சூட்டலால் பாதிக்கப்பட்டார்களா என்று முலியில்லால் உறுதியாகச் சொல்ல முடியாவிட்டாலும், அப்படி இருக்கலாம் என்பதையும் அவரால் ஏற்றுக்கொள்ளாமல் இருக்க முடியவில்லை என்றார். 2001 அக்டோபர் 10 அன்று குழு தொழிற்சாலையைச் சுற்றி இருந்த பாதிக்கப்பட்டவர்கள் இருபத்து ஒன்பது முதல் ஐம்பத்து ஒன்பது வரையிலுள்ளவர்களைச் சோதித்தார்கள்.

எனினும் 234 பக்க அறிக்கை கம்பெனியைப் பாதுகாப்பதற்காகவே என்று தோன்றியது. மேலும் அதற்குத் தரப்பட்ட பணிக்கும் அதிகமாகவே சென்றது. MOH-இன் டாக்டர். S.K.தாவே கம்பெனி சுற்றுச்சூழல் உயர் நிலையை மேற்பார்வையிடவில்லை என்று மனுதாரர் சொல்வது தவறு எனப் பதிவு செய்தார்.[9]

பாதரசத்தினால் உயிருக்கு ஆபத்தான விளைவுகள் முன்னாள் தொழிலாளர்களிடம் ஏற்பட்டன என்பதைத் தவறு என நிரூபிக்க, அந்தக் குழு முன்வைத்த வாதங்களில் பாதரசத்தின் பாதி உயிர் (Half-life) அறுபது நாள் என்பது. பாதி உயிர் வாழ்க்கை என்பது ஒரு வேதிப்பொருள் தனது மூலக் குணத்தில் பாதி இழக்கும் காலத்தைக் குறிக்கும். 100 பாதரச அலகுகள் மனித உடலுக்குள் புகுந்தால் 600 நாட்களில் 0.1 அலகாகக் குறையும், ஆனால் முழுவதுமாகப் போகாது. எனவே பாதி உயிருள்ள எதுவும் முழுமையாக வெளியேற்றப்பட முடியாது. பாதரச ஆவியில் வேலை செய்யும் ஒருவர் தினமும் எட்டு மணி நேரம் 320 நாட்கள் ஓராண்டில் பாதரச ஆவியைச் சுவாசிக்கும்போது அவரது உடலில் அது சேர்ந்து கொண்டே இருக்கும். அது தொழிலாளி தொழிற்சாலையில் வேலை செய்யும் வரையில் அதிகரித்துக்கொண்டே இருக்கும்.

இந்தக் குழு உறுப்பினர்கள் அவர்கள் குடும்ப உறுப்பினர் யாரையாவது பாதரச அரை-உயிர் மனித உடலில் அறுபது நாட்கள் என்பதால் வேலை செய்ய அனுமதிப்பாரா என்று கிருஷ்ணன் கேட்டார். தொழிற்சாலையில் வேலை செய்யும் ஒருவருக்கு ஒன்றிரண்டு ஆண்டுகளிலேயே உள்ளுறுப்புகள் பாதரசத்தால் சேதமடைந்துவிடும் என்ற அறிவியல் உண்மை ஏன் அந்தக் குழுவிற்குத் தெரியாமல் போய்விட்டதென்று அவர் ஆதங்கப்பட்டார்.

இதற்கிடையில் HLL-இன் மருத்துவ ஆலோசகர் டாக்டர் T.ராஜகோபால் இரகசியமாக வைக்கப்பட்டிருந்த 255 முன்னாள் தொழிலாளர்களின் மருத்துவ அறிக்கையின் அடிப்படையில் ஒரு கட்டுரையை வெளியிட்டார். அதன் நம்பகத் தன்மையை 2002இல் NIMHANS வல்லுநரும், டாக்டர் மோகன் CHC அணியும் கேள்வி கேட்டனர். இதனால் ராஜகோபால் தன்னுடைய ஆய்வுக்கு ஆதரவு தேடும் முயற்சியில் ஈடுபட்டார். தொழிலாளர்கள் தந்த தரவுகளைக் கொண்டு அவர்கள் தொழிற்சாலையில் பணியாற்றியபோது பாதரசத்தால் பாதிக்கப்பட்ட உடல் நலப் பாதிப்புகள் எதுவும் இல்லையென்று காட்ட முயன்றார்.

2005இல் MEDICHEM மாநாட்டில் ராஜகோபால் தனது ஆய்வு முடிவுகளை வெளியிட்டார். இது Indian Journal of Occupational and Environmental Medicine இதழிலும் வெளியானது. 2006 மார்ச் 22 அன்று முன்னாள் தொழிலாளர்கள் நீதிப் பேராணை மனு கொடுத்த ஒரு மாதத்திற்குள்ளேயே இது வெளிவந்தது.[10]

அந்தப் பத்திரிகையின் ஆசிரியர் குழுவில் ராஜகோபால் இருந்தார். ஒரு கட்டுரை எப்போது வெளியிட வேண்டும் என்று அவர்தான் முடிவு செய்தார். டாக்டர் பாண்டஸ் என்பவர் ஏற்கெனவே கம்பெனிக்கு ஆதரவாக அறிக்கை தந்தவர். அவரும் நீதிமன்றம் நியமித்த குழுவின் தலைவர் டாக்டர் ஸ்ரீவஸ்த்வாவும்[11] ராஜகோபாலுக்கு நெருக்கமானவர்கள். கம்பெனியின் ஆய்வறிக்கையும், அவர்களது ஆய்வின்படி வெப்பமானித் தொழிற்சாலையில் பணியாற்றிய யாரும் பாதரசத்தால் பாதிப்படைந்தார்கள் என்று காட்ட எந்த ஆதாரமும் இல்லை என்று கூறியது.[12] மேலும் இறந்த பத்து பேரின் தரவுகள் அவர்களது இறப்பு பாதரசத்தின் தாக்கத்தால் ஏற்பட்டது என காட்டவில்லை என்று அறிவித்தது.[13] ஆனால் இறப்புத் தரவுகளில் உடற்கூறு ஆய்வு அறிக்கைகள் இணைக்கப்படவில்லை.

அந்தக் கட்டுரையின் கடைசி வரிகள்தான் வினோதமாக இருந்தன. சுய லாபம் கருதிய சில குழுக்களால் பொதுமக்கள் நலன் பற்றிய எந்த அறிவியல் ஆதாரமும் இல்லாமல் பிரச்சினைகள் தூண்டப்பட்டன என்று முடித்தது அறிக்கை.[14]

46

அடிப்படை பாதரசம்

2000ஆம் ஆண்டில் கொடைக்கானல் பாதரச நச்சூட்டல் பற்றிய வழக்கு வெளிப்பட்ட வேளையில் ஒரு டச்சு இளைஞன் அரசு ஆய்வகத்தில் பணி புரிந்தார். டாம் என்ற அந்த இளைஞர் உயிர் வேதியியல், நச்சு இயல் ஆகியவற்றில் பட்டம் பெற்று சிகாகோவில் ஆய்வுகள் செய்துகொண்டிருந்தார். அவர் சுற்றுச்சூழல் ஆலோசனை நிறுவனம் ஒன்றை நடத்தி வந்தார். 1999இல் TNO-வில் அவருக்கு வேலை கிடைத்தது. இரண்டாண்டுகளில் அவர் திட்ட மேலாளராகப் பதவி உயர்வு பெற்றார். தொழிற்சாலைப் பகுதிகள் மாசுகளை நீக்கும் பிரச்சினைகளில் ஈடுபட்டிருந்தார். அப்போது கிரீன்பீஸ் பற்றிக் கேள்விப்பட்டார்.

2001 ஏப்ரலில் தமிழ்நாடு மாசுக் கட்டுப்பாட்டு வாரியம் கிரீன்பீசிடம் கொடைக்கானல் பாதரச மாசு பற்றி ஆலோசனை கூற ஒரு ஆலோசகரைப் பரிந்துரைக்குமாறு கேட்டது. கிரீன்பீஸ் இன்டர்நேஷனல் டாமின் பெயரைப் பரிந்துரைத்தது. ஆனால் இந்தப் பரிந்துரை பற்றிப் பின்னர் வருந்தவேண்டிய நிலை ஏற்பட்டது. டாம் கிரீன்பீசில் இருந்து விலகி HLL-க்கு ஆதரவாக அவர் மாறிவிட்டார். கம்பெனியின் தலைமையகம் நெதர்லாண்டில் உள்ள ரெட்டாகேமில் இருக்கிறது என்பதை கிரீன்பீஸ் முதலில் சொல்லவில்லை. ஒருசில வாரங்களிலேயே டாம் தனது ஒரு பக்க அறிக்கையை அளித்தார். 2001 மே 28 அன்று அளித்த அந்த அறிக்கையில் HLL-க்கு ஆதரவாக எழுதினார். உடனே அவர் உலக அளவில் சுற்றுச்சூழல் உடல்நல வல்லுநராக உயர்த்தப்பட்டார். WHOஇல் இடம் பெற்றார். ஆனால் அவருக்கு மருத்துவப் பணியில் எந்த அடிப்படைப் பயிற்சியும் இல்லை; மருத்துவ ஆய்வு அனுபவமும் இல்லை.[1] அவரது அறிக்கையில் பாதரச அளவு அதிகமுள்ள தொழிலாளர்கள் மேல் பல குற்றச்சாட்டுகளை வைத்தார். பாதரசப் பாதிப்புக்கு வேறு காரணங்கள் இருக்கக்கூடும்

என்றார். “மருத்துவ ஆய்வறிக்கைகளை மீளாய்வு செய்தபிறகு, தொழிலாளர்களுக்குப் பாதரசம் சம்பந்தமான ஆபத்துகள் இல்லை என்பது எனது முடிவு,” என்று அறிவித்தார்.[2]

TNO-இன் ஆய்வுகள் டேம்ஸ் & மூர் கொடைக்கானலில் மண், நீர், வண்டல், மீன் மாதிரிகளைச் சோதித்தது என்பது தெரிய வந்தது. கிரீன்பீசுக்கு *TNO* உடன் நல்ல உறவு இருந்ததால், டாமின் துரோகத்தை விட்டுவிட அதற்கு விருப்பமில்லை. *TNO*-க்குக் கடுமையான எதிர்ப்பைத் தெரிவித்தது. அவருடைய அறிக்கையில் துணைப் பகுப்பாய்வோ, ஆதாரமோ இல்லை என்று எடுத்துக் காட்டிற்று.

டாம் *TNO*யை விட்டு விலகிவிட்டார். அவரது இரண்டாவது அறிக்கைக்கு எந்த நிறுவனமும் ஆதரவு தரவில்லை. தனிப்பட்ட முறையில் வெளியிட்டார். “என்னுடைய தொழில்சார் திறமை, தொடக்கநிலை (*elementary*) பாதரசத்திற்கு உட்படலுக்கும், நோய்க்கும் உள்ள தொடர்பு பற்றிய ஆய்வு ஆகியவை பாதரசத்திற்கு உட்பட்டவர்கள் நோய் வாய்ப்பட்டார்களா என்று கூறும் தொழிலாளர்களுடைய கோரிக்கைகளுக்கு ஆதாரமான தரவுகள் இல்லையென்ற எனது அறிவியல்பூர்வமான முடிவை உறுதிப்படுத்துகின்றது.”[3]

இந்த அறிக்கைகளை எடுத்துக்கொண்ட மோடியும் மற்றவர்களும். அவருக்குத் ‘தொழில்சார் திறமை’ இல்லை என்று கூறினார்கள். ஏனென்றால் அவருக்குத் தொடக்க நிலை (*elementary*) என்பதற்கும், மூலப்பொருள் (*elemental*) என்பதற்குமுள்ள அடிப்படை வேறுபாட்டைக் கூறத் தெரியவில்லை என்றார்கள்.

HLL டாமின் அறிக்கை கிரீன்பீஸின் போராட்டத்தை முடிவிற்குக் கொண்டுவந்து விடுமென்று நம்பியது. இருப்பினும் தனது நிலையை உறுதிப்படுத்திக் கொள்ளப் பல வழிகளில் முயன்றது.

IAOH நடத்திய இன்னொரு ஆய்வு தொழிலாளர்களின் உடல்நலம் பாதிக்கக்கூடிய வாய்ப்பு மிகக் குறைவு என்று சான்றளித்தது. *AIIMS*-இன் இணைப் பேராசிரியர் பாண்டே பாதரசத்திற்கு உட்பட்டதால் எந்த உடல்நலப் பாதிப்பும் ஏற்படுவதற்கான ஆதாரம் இல்லை என்று உறுதியளித்தார். இந்த அறிக்கை ராஜகோபால் தனது ஐந்து மருத்துவர்கள் அடங்கிய குழுவில் பேசியதற்குப் பிறகு வந்தது. அந்த ஐவரில் ஒருவர் டாக்டர் ஆனந்த். இதற்கிடையில் *IRTC*, *INIOH* அறிக்கைகளும் வந்துவிட்டன. சான்றளிக்கும்

மருத்துவரும் தொழிலாளர்கள் நலமாக இருக்கிறார்கள் என்றே குறிப்பிட்டிருந்தார்.

இவ்வாறு ஏற்கெனவே வந்த பன்னிரண்டுக்கு மேற்பட்ட அறிக்கைகள் எல்லாம் குழுமம் ஏற்பாடு செய்த ஆட்களின் அறிக்கைகள் என்று சுற்றுச்சூழல் ஆர்வலர்கள் குற்றம் சாட்டினார்கள். இந்த அறிக்கைகள் எல்லாமே தேசிய அளவில் முக்கியமான மருத்துவ நிறுவனங்கள் கொடுத்தவை. அவை எல்லாம் குடிமகனின் நலனைப் பாதுகாக்க ஏற்படுத்தப்பட்டவை.

47
வழக்கறிஞர் வைகை

2008இல் சென்னை உயர் நீதிமன்றத்தில் வல்லுநர் குழுவின் அறிக்கை அளிக்கப்பட்டவுடன், வழக்கு தொழிலாளர்களுக்கு எதிராக முடியும் என்பது உறுதியாயிற்று. HLL-இன் கொள்ளை நோய் அதன் மதிப்பீட்டுக்கு ஆதரவாக இருந்தது. பல நிறுவனங்களின் அறிக்கைகள் இணைக்கப்பட்டிருந்தன. மேலும் HLL மூன்று பன்னாட்டு வல்லுநர்கள், பல உள்நாட்டு வல்லுநர்களின் மதிப்பீட்டையும் இணைத்திருந்தது. பன்னாட்டுப் பத்திரிகையில் வெளியான ஆய்வுக் கட்டுரை, பன்னாட்டு மதிப்பீட்டில் வாசிக்கப்பட்ட கட்டுரை ஆகியவையும் சேர்க்கப்பட்டிருந்தது. இவை எல்லாமே HLL-க்குச் சாதகமாகவே இருந்தன.

இதற்கு மாறாக, முன்னாள் தொழிலாளர்களின் வாதங்கள் வலுவின்றி இருந்தன. கிரீன்பீஸ் கொண்டுவந்த பன்னாட்டு வல்லுநர்கள்கூட எதிராகத் திரும்பிவிட்டார்கள். தொழிலாளர்கள் சார்பில் முன்வைக்கப்பட்ட வாதங்கள் அவர்கள் இணைத்திருந்த ஆதாரங்கள் எல்லாம் கம்பெனியின் வாதங்களுக்கு முன் எடுபடவில்லை. மேலும் தாவே அறிவியல் ஆதாரத்தைப் பயன்படுத்தி முன்னாள் தொழிலாளர்களின் ஆதாரத்தைத் தவறென்று காட்டினார். ஆனால் தொழிலாளர்கள் ஒரு சிலரை மட்டுமே தேர்ந்து இந்த ஆதாரம் தரப்பட்டதாக வாதிட்டார்கள்.[2]

தாவே தனிப்பட்ட வழக்குகளில் அறிவியல்பூர்வமான ஆதாரங்கள் இல்லை என்றார். ஆனால் அவற்றை ஆராய்ந்த புகழ்மிக்க மருத்துவ வல்லுநர்கள் பாதரசம்தான் நோய்க்குக் காரணமென்று குறிப்பிட்டிருந்தார்கள். ரூத் பிரியாவின் வழக்குகளில் தகுந்த ஆதாரங்கள் பதிவிடப்பட்டிருந்தன. அதைப் பற்றி தாவே கூறும்போது, இப்படிப்பட்ட வாதங்களும் பாதரசத்திற்குட்பட்டது பற்றிய சரியான வரலாறு இல்லாமலும், அறிவியல்பூர்வமான கட்டுரை இல்லாததாலும் ஏற்கமுடியாது என்றார். ஆனால்

பாதரசத்துக்குட்பட்டது பற்றிய சரியான வரலாறு இல்லை என்பது பொருத்தமற்றது என்று வாதிட்டார்கள். ஏனென்றால் அவர் 1991 முதல் தொழிற்சாலை மூடப்படுவதற்கு ஓராண்டுக்கு முன்பு வரையில் அங்கேதான் வேலை பார்த்து வந்தார். மேலும் அறிவியல் சார்ந்த ஆய்வுகளை தாவே வேண்டுமென்றே தெரியாதது போல நடிக்கிறார் என்று தொழிலாளர்கள் சொன்னார்கள்.[2]

அடுத்து தொழிற்சாலையில் வேலை பார்த்த ஓர் இளம் பெண் பாதரசத்திற்கு உட்பட்டதால், குறைபாடுள்ள குழந்தைகளைப் பெற்றார் என்ற வழக்கு. ஞானசுந்தரி ஜெயப்பிரகாஷ் பல ஆண்டுகள், தொழிற்சாலைக்கு அருகில் வசித்து அங்கேயே வேலை பார்த்து வந்தார். அவருக்கு உடல் வீக்கம், நெஞ்செரிச்சல் தொடங்கி தலைவலி வாந்தி மயக்கம் ஏற்பட்டது. அவருக்கு கருச்சிதைவுகள் ஏற்பட்டன. பிறகு பிறந்த இரண்டு குழந்தைகளுமே குறைபாடுள்ளவையாகப் பிறந்தன. கால்களில் குறைபாடு, பாதத்தில் பிளவு ஆகியவை இருந்தன. அவை பாதரச நஞ்சினால் ஏற்படும் கரு வளர்ச்சியில் ஏற்படும் குறைபாடுகள்.[3] ஆனால் தாவே பாதரசம் இப்படிப்பட்ட பாதிப்பைப் பாதரசம் ஏற்படுத்த முடியாது என்றும், அது மரபணு சார்ந்த பிறப்பிலேயே ஏற்படும் குறைபாடு என்றும் கூறினார். ஆனால் அவருக்கு இது மரபணுவோடு தொடர்புடையதல்ல என்று நன்றாகவே தெரியும்.[4]

எப்படி இருப்பினும் குழு தொழிலாளர்களின் இப்போதைய மருத்துவ நிலைகளைக் கடந்த காலத்தில் பாதரசத்தைப் பயன்படுத்தியதால் ஏற்பட்டது என்று கூறுவதற்கான தகுந்த ஆதாரங்கள் கிடைக்கவில்லை என்ற முடிவுக்கு வந்தது.[5]

அதே சமயம் முன்னாள் தொழிலாளர்கள் பாதரசத்திற்கு உட்பட வாய்ப்பு இருந்தது என்றும், வேலை இழப்புக்கு ஆளாக வேண்டியிருந்தது என்றும் இதனால் சமூகப் பொருளாதாரப் பிரச்சினைகளைச் சந்திக்க வேண்டியிருந்தது என்றும் அறிக்கை கூறியது. ஆனால் பாதரசத்தினால் ஏற்பட்ட உடல் நலத்திற்கான ஆபத்துகளைத் தள்ளிவிட்டது. மேலும் இதனால் வாழ்க்கை முறை மாற்றங்கள் ஏற்பட்டிருக்கலாம், அது அவர்களது உடல் நலத்தைப் பாதித்திருக்கலாம் என்பதையும் சேர்த்துக்கொண்டது.[6]

அதாவது வல்லுநர் குழு முன்னாள் தொழிலாளர்களுக்கு உடல் நலத்தில் கடுமையான சிக்கல் இருக்கிறது என்பதை ஒத்துக் கொண்டு, அது பாதரசத்தினால் ஏற்பட்டது இல்லை என்றும்

சொன்னது. இவ்வாறு குழுமத்தைப் பாதரசப் பிரச்சினையிலிருந்து காப்பாற்றியது.

இதற்கு மறுமொழியாக, மோடி, முகமது, கிருஷ்ணன் ஆகியோர் குழு உறுப்பினரின் ஒரு சார்புத் தலைமையை முன்வைத்தார்கள். கூடியிருந்த 500 பேரில் பன்னிரண்டு உறுப்பினர்களை அறுபது நிமிடங்களில் குழு சோதித்தது என்றும் அவர்களில் யாரும் பாதரசத்தினால் பாதிக்கப்படவில்லை என்றும் முடிவுக்கு வந்தது. எனவே வேறு அறிவியல் ஆய்வின்றி ஒரு சார்பாக முடிவெடுத்தது. வெட்கக் கேடு என்னவென்றால் குழு சோதித்த குழந்தை ஒன்று, அவர்கள் நல்ல உடல் நலத்தோடு இருக்கிறது என்று அறிவித்த ஒரு வாரத்தில் இறந்துவிட்டது.[7]

வழக்கு எதிர்பாராத திசைகளில் போனதால் அவர்கள் இங்கிலாந்தில் உயர் நீதிமன்றத்தில் வழக்கு தொடரத் தீர்மானித்தார்கள். உலகில் ஐந்து பெரிய நுகர்பொருள் நிறுவனங்களில் ஒன்றான யூனிலீவருக்கு எதிராக இது ஒன்றே வழி எனவும் நினைத்தார்கள்.

வழக்கு மந்தமாகப் போய்க் கொண்டிருந்த நிலையில் முன்னாள் தொழிலாளர்களின் சங்கத்தின் அலுவலர்கள் சென்னைக்குப் போகும் செலவை ஈடு கட்டவே முடியாமல் திணறினார்கள். UK-க்கு முறையீடு செய்தபிறகு செலவு இன்னும் அதிகமானது.

அறிக்கையில் கூறப்பட்டவை 2008இல் எல்லோருக்கும் தெரிந்தவுடன் முன்னாள் தொழிலாளர்கள் மத்தியில் நம்பிக்கையின்மை நிறைந்தது. தீவிரப் போராட்டக்காரர்கள் கூட இனிமேல் செய்வதற்கு ஒன்றுமில்லை என்ற நிலைக்கு வந்து விட்டனர். முகமது உயர் நீதிமன்றத்தில் வாக்குமூலம் ஒன்றைத் தாக்கல் செய்தார். வல்லுநர் குழுவின் அறிக்கைக்கு அதிக எதிர்ப்புகளைத் தெரிவித்தார். அறிக்கை நோய்த் தொற்று ஆய்வின் அடிப்படையில் வந்த முடிவுகளைப் பெற ஆய்வாளர்கள் 300 தொழிலாளர்களின் உடல்நலப் பதிவுகளை மட்டுமே பயன்படுத்தினார்கள். அந்தத் தொழிலாளர்களுக்கு அவர்களது பதிவுகளைப் பார்க்க கம்பெனி அனுமதி மறுத்துவிட்டது.[8]

ஆனால், சில தொழிலாளர்கள் இந்துஸ்தான் லீவரிடமிருந்து தரவுகளை வெளியில் கொண்டுவந்துவிட்டார்கள். அவற்றின்படி பாதரச அளவு 100 முதல் 200 மைக்ரோ கிராம்ஸ் இருந்தது. 152 தொழிலாளர்களில் 81 பேர் மட்டுமே அவர்களது மருத்துவ

அறிக்கைகளைப் பெற முடிந்தது. 98 தொழிலாளர்களின் சிறுநீர்ச் சோதனையில் 50 மைக்ரோ கிராம்களுக்கு மேல் இருந்தது முகமதுவின் வாக்குமூலத்தில் குறிப்பிட்டிருந்தது.

கொடைக்கானல் வழக்கு தொடர்பாக ஹிட்டிலண்டன் தனது *Frontline* இதழுக்காக டாக்டர் லிண்டா ஜோன்சை நேர்காணல் செய்திருந்தார். லிண்டா நியூசிலாந்தில் புகழ்பெற்ற தொற்றுநோய் வல்லுநர். அவர் தனது அனுபவத்தின் அடிப்படையில் நீண்ட காலம் பாதரசத்தைக் கையாண்டதன் தாக்கத்தைக் கண்டுபிடிக்க சிறுநீர், இரத்தம் ஆகியவற்றைச் சோதித்தால் மட்டுமே போதாது, நோய்க் குறிகளையும் ஆராய வேண்டுமென்று உறுதியாகக் கூறினார்.

சிறுநீரில் பாதரச அளவு ஒரு லிட்டருக்கு 50 மைக்ரோ கிராம் வரையில் இருக்கலாம். ஆனால் ஒருவர் உடலில் ஐந்து மைக்ரோ கிராம் பாதரசம் இருந்தாலும், அவருக்குப் பாதரச நச்சூட்டலின் அறிகுறிகள் காணப்படும்.[9] இதனால்தான் லிண்டா ஜோன்ஸ் சிறுநீர், இரத்தம் ஆகியவற்றிலுள்ள பாதரச அளவுச் சோதனைகளை ஏற்கவில்லை. ஆனால் இதன் அடிப்படையில் தான் கம்பெனியின் ஆய்வு இருந்தது.[10] ஜோன்ஸ் இந்த முறையினால் எவ்வளவு பாதரசம் உடலில் சேர்ந்திருக்கிறது, எவ்வளவு வெளியில் போகிறது என்று கணக்கிட முடியாது. எனவே மனநிலை, நடுக்கம், நடை, ஆளுமை மாற்றம், நடத்தை ஆகிய அறிகுறிகளைக் கணக்கிலெடுக்க வேண்டும் என்றார்.

இந்த நிலையில் பல முன்னாள் தொழிலாளர்கள் அவர்களது வழக்கு தோற்றுவிடும் என்றே நினைத்தார்கள். ஆனால் வைகை தோல்வியை ஒத்துக்கொள்ளத் தயாராக இல்லை. வழக்குப் பதிவு செய்யப்பட்டதிலிருந்து இரண்டு ஆண்டுகளாகக் கம்பெனி மேற்கொண்ட நடவடிக்கைகள் அவருக்குத் தெரியும். அதன் பிறகு நடந்த நிகழ்வுகளும் கம்பெனி தவறிழைத்தது என்று அவருக்குத் தெளிவாகக் காட்டின.

அறிக்கை சமர்ப்பிக்கப்பட்ட பிறகு வழக்கு விசாரணை 2008 ஜூன் 12 அன்று தொடங்கியது. தலைமை நீதியரசர் A.K.கங்குலி, நீதியரசர் F.M.இப்ராகிம் கலிஃபுல்லா ஆகியோர் முன்னால் வழக்கு வந்தது. இடையில் கலிஃபுல்லாவிற்குப் பதிலாக நீதிநாயகம் K.சந்துரு நியமிக்கப்பட்டார். நான்கு மாதங்களில் பத்து விசாரணைகள் நடந்தன. நீதியரசர் கங்குலியின் பணிக் காலத்தின் கடைசி

நாள் வரையில் நடந்தது. அதன் பிறகு விசாரணை இரண்டரை ஆண்டுகள் ஆமை வேகத்தில் நகர்ந்தது.

2011இல் இந்துஸ்தான் லீவர் நிறுவனம் இந்துஸ்தான் யூனிலீவர் என்று மாறியது.

48

தூங்கும் சிங்கம்

பத்தாண்டுகளாக யாரும் தூங்கும் சிங்கமான *Directorate General Factory Advice Service and Labour Institute (DGFASLI)*-ஐத் தொந்தரவு படுத்துவதில்லை. அது பெரிய முதலைகளைச் சந்திக்கும் சக்தி வாய்ந்தது. இந்தியாவின் தொழில் அமைச்சகத்தின் ஒரு அங்கம். மாநில மத்திய அரசுகளுக்குத் தொழிற்சாலைகள் சட்டம் 1948இல் நிர்வாகம் பற்றி ஆலோசனை வழங்கும். தொழிற்சாலைகள், துறைமுகங்கள் ஆகியவற்றில் பாதுகாப்பு, உடல்நலம் பற்றிய தேசியக் கொள்கைகளை வகுக்க உதவி செய்யும். மேலும், தொழிலாளர்களின் பாதுகாப்பு, உடல்நலம் முதலானவை பற்றித் தொழிற்சாலைகளுக்கு அறிவுரைகள் வழங்கும் பொறுப்பும் அதற்குண்டு.

2011இல் மீண்டும் நீதிமன்றத்திற்கு நீதியரசர் வேணுகோபால், நீதியரசர் எலிப்வே தர்மாராவ் அமர்விற்கு வழக்கு வந்தது. நீதிமன்றம் எல்லாப் பிரதிவாதிகளும் அவர்களுடைய மதிப்பீட்டை அளித்துவிட்டார்கள் என்பதைப் பார்த்தது. ஆறு பேர் அளித்து விட்டார்கள். ஏழாவது இல்லை. இந்தக் குறைபாட்டைப் பெரிய பிரச்சினையாக ஆக்க முடியுமென்று வைகைக்குத் தெரியும். எனவே இந்திய அரசின் தொழில் அமைச்சகத்திடம் ஏழாவது பிரதிவாதியைப் பதிலளிக்குமாறு வேண்டினார். நீதிமன்றமும் அதனையே கேட்டது.

விசாரணையின்போது தொழில் அமைச்சகத்திற்கு இவ்வழக்கில் தலையிட வாய்ப்பில்லை என்று யூனிலீவர் கருதி வந்தது. ஏனென்றால், தொழிலாளர், தொழிற்சாலைகள் ஆகியவை மாநிலம் தொடர்பானவை. எனவே இந்திய அரசுக்கு இதில் பங்கில்லை என்று கருதப்பட்டது. ஆனால் இது தவறான முடிவு.

இந்திய அரசமைப்புச் சட்டம் ஏழாவது பிரிவின்படி, மத்திய அரசுக்குத் தொழிலாளர், பாதுகாப்பு பற்றிய சட்டம் இயற்ற முழு

அதிகாரம் உண்டு. தொழிலாளர்கள், தொழிற்சாலைகளின் நலன்கள் பற்றிய சட்டங்கள் இயற்ற மத்திய மாநில அரசுகளுக்கு அதிகாரம் உண்டு. அதாவது இந்திய அரசின் தொழில் அமைச்சகத்திற்கு மாநில அரசுகளின் தொழில் துறைகளுக்கும் தொழிலாளரின் உடல் நலம், பாதுகாப்பு ஆகியவற்றை உறுதிசெய்ய முழுப்பொறுப்பு உள்ளது.

தொழில் அமைச்சகம் சட்டங்களை இயற்றும், அல்லது ஏற்கெனவே உள்ள சட்டங்களுக்குத் திருத்தங்கள் கொண்டுவரும். தொழிலாளர் உடல்நலம், பாதுகாப்பு பற்றிய இவை மாநில அரசுகள், தொழிற்சாலைகள் ஆகியவற்றைக் கலந்து ஆலோசித்த பிறகு நடைபெறும். DGFASLI முதலில் நகல் தயாரித்து அமைச்சகத்திற்கு அனுப்பும். மேலும் அது மாநில தொழிற்சாலை ஆய்வாளர்களுடன் தொழிற்சாலைச் சட்டம் நடைமுறைப்படுத்துவது பற்றி மேலாய்வு செய்யும். தொழில் சார்ந்த உடல்நலம், பாதுகாப்பு ஆகிய பிரச்சினைக்குத் தீர்வு காணவும் DGFASLI அமைச்சகத்தின் அதிகாரம் பெற்றது.

இது தொழிலாளர், வழக்கறிஞர், தொழிற்சங்கத் தலைவராக இருந்து அரசியல்வாதியான மல்லிகார்ஜுன கார்கே, பொருளாதார வல்லுநர், சுற்றுச்சூழலாளர், அரசியல்வாதியான ஜெயராம் ரமேஷ் ஆகியோரின் உதவியுடன் கொண்டுவரப்பட்டது.

எனவே 2010 மார்ச்சில் உள்ளூர் மக்கள் அப்போது சுற்றுச்சூழல், வனத்துறை அமைச்சராக மன்மோகன் சிங்கின் UPA அரசில் இருந்த ஜெயராம் ரமேஷை அணுகினார்கள். அவர் தமிழ்நாடு அரசின் TNPCB சரிசெய்யும் அளவுகளை நீர்த்துப்போகச் செய்ததுபற்றி மாநில அரசிடம் விளக்கம் கேட்டார். சென்னை உயர்நீதிமன்றத்தில் நடக்கும் நிகழ்வுகளைக் கேட்டறிந்து தனது நண்பரான தொழில்துறை அமைச்சர் மல்லிகார்ஜுன கார்கேயிடமும் பேசினார்.

கார்கே தொழிலாளருக்கான ஒரு வழக்கறிஞராகத் தனது பொது வாழ்க்கையைத் தொடங்கினார். வட கர்நாடகாவில் தொழிற் சங்கத் தலைவராக ஆனார். அவருக்கு நிலைமையை எடுத்துச் சொன்னவுடன், அவருடைய துறைக்கு இது பற்றி ஆய்வு மேற்கொள்ளுமாறு கட்டளையிட்டார். வழக்கறிஞர் வைகையின் முன்னெடுப்பால் சென்னை உயர்நீதிமன்றம் DGFASLI இடம்

அறிக்கை கேட்டது. எனவே இந்துஸ்தான் லீவர் தப்பிக்க வழி தேடியது.

சென்னை உயர்நீதிமன்ற உத்தரவின்படி, கார்கேயின் ஆணையின் கீழ், தொழிலாளர் அமைச்சகம் 2011 செப்டம்பர் 9 அன்று ஒரு குழுவை அமைத்து வெளியிட்டது. அதற்குத் தலைமை DGFASLI.[1]

குழு ஆய்வு செய்ய வேண்டியவை: பாதிக்கப்பட்டவர்களின் மறு வாழ்வு, உடல்நலம் பேணல், தொழிற்சாலைச் சட்டத்தில் பாதரசப் பாதிப்புக்கான உடல்நல, பாதுகாப்பு விதிமுறைகளைத் திருத்துதல், தொழிலாளர்களுக்கான இழப்பீடு 1923 சட்டத்தின்படி[2] தரப்பட வேண்டிய இழப்பீடு ஆகியவை.

பாதிக்கப்பட்டவர்களின் இழப்பீடு, மறுவாழ்வு பற்றி இதில் குறிப்பிட்டிருப்பதால், தொழில்துறை அமைச்சகம் தொழிலாளர்கள் பாதிக்கப்பட்டிருக்கிறார்கள் என்பதை ஏற்றுக்கொண்டதாக ஆயிற்று. இழப்பீடு எவ்வளவு என்பதுதான் பிரச்சினை.

DGFASLI-இலிருந்து அதன் துணை இயக்குநர் டாக்டர் M.ராஜாராம் குழுவிற்குப் பொறுப்பெடுத்துக் கொண்டார். முதல் கூட்டம் செப்டம்பர் 22 அன்று நடந்தது. அடுத்த நாள் வேறு வல்லுநர்களும் சேர்த்துக் கொள்ளப்பட்டார்கள். IRTC, NIOH-இலிருந்து பழைய உறுப்பினர்கள் சேர்த்துக் கொள்ளப்படவில்லை.

மூன்று நாட்கள் கொடைக்கானலில் ஆய்வு செய்தார்கள். நூற்றுக்கணக்கானவர்களைச் சந்தித்தார்கள். பல ஆயிரம் பக்க ஆவணங்களை ஆய்வு செய்தார்கள். குழு 2011 நவம்பர் 11 அன்று தனது அறிக்கையைத் தாக்கல் செய்தது. குழு வெளிப்படையான கூட்டங்களில் இறந்தவர்கள் குடும்பங்கள், பாதிக்கப்பட்டு உயிர் பிழைத்தவர்கள் ஆகியோரின் வாக்குமூலங்களைப் பெற்றார்கள். ஒவ்வொன்றுக்கும் விளக்கம் கேட்டார்கள். அந்த இடத்திலேயே மருத்துவப் பரிசோதனை நடத்தப்பட்டது. பாதிக்கப்பட்டவர்களின் மருத்துவப் பதிவுகள் கவனமாக ஆய்வு செய்யப்பட்டன. இறுதியாக, குழு அளித்த அறிக்கை யூனிலீவருக்குப் பாதகமாக இருந்தது.

குழுவின்முன் வந்த பாதிக்கப்பட்டவர்கள் சிலருக்குப் பாதரச நஞ்சினால் பாதிப்பு ஏற்பட்டிருந்தது, ஆனால், அதனைத் தகுதியுள்ளவர்கள் யாரும் சோதித்து அளவுடன் முடிவு செய்யவில்லை.[3] எவ்வளவு இழப்பீடு வழங்க வேண்டுமென்று

முடிவு செய்ய இது அவசியம். யூனிலீவரின் அறிக்கைகளை வைத்தே பாதரசத்தினால் பாதிக்கப்பட்டவர்களையும் அவர்களுக்கு ஏற்பட்ட நோய்களையும் பற்றி அறிந்துகொண்டார்கள்.

தொற்றுநோய் அறிக்கை, வல்லுநர் குழு அறிக்கை ஆகியவற்றைப் புறம் தள்ளிவிட்டு குழு டேம்ஸ் & மூர் தந்த அறிக்கையில் சிறுநீரில் இருந்த பாதரச அளவை எடுத்துக்கொண்டது. 1988 முதல் அது தொடர்ந்து தொழிலாளர்களிடம் அதிகமாகிக் கொண்டே வந்திருந்தது. 1991-க்குப் பிறகு அது குறையத் தொடங்கிற்று.

மேலும் பாதரசம் நிரப்பும் அறையில் தொழிலாளர்கள் அதிக அளவில் பாதரசத்திற்கு உட்பட்டிருந்தார்கள் என்ற முடிவுக்கு வந்தது. இது Dr. ராஜகோபாலின் ஆய்வுக் கட்டுரையில் குறிப்பிட்டிருந்ததற்கு மாறாக இருந்தது. அவர் சிறுநீரில் பாதரச அளவு ஏற்றுக் கொள்ளப்படக் கூடிய அளவிற்கே இருந்தது என்று குறிப்பிட்டிருந்தார். இது டேம்ஸ் & மூர் தந்த அறிக்கைக்கு முரணாக இருக்கிறது என்று குழு குற்றம் சாட்டியது.

மேலும் தொற்று நோய் ஆய்வில் பாதரசத்தால் ஏற்பட்ட நோய்கள் பற்றிய எந்தக் குறிப்பும் இல்லை என்பதைச் சுட்டிக் காட்டியது குழு. குழுவின் மருத்துவச் சோதனையில் 102 பேர் பாதரச நச்சூட்டினால் பாதிக்கப்பட்டார்கள் என்பது தெளிவானது. அவர்கள் பாதரசப் பாதிப்பு அறிகுறிகளோடு இருந்தார்கள். மேலும் இப்போது உயிரோடு இருக்கும் ஐம்பத்தோரு பேரும், இறந்தோர் பதினைந்து பேரும், ஒரு பிரிட்டிஷ் குடிமகன் உட்பட உள்ளூர் மக்களும் பாதரசத்தினால் பாதிக்கப்பட்ட நோய்க் குறிகளோடு இருந்தார்கள்.

பணியின்போது இறந்த தொழிலாளர்களுக்கும், கம்பெனியை விட்டுப்போன பிறகு இறந்தவர்களுக்கும் பாதரசத்தினால் இறந்தார்கள் என்பதற்கான மருத்துவச் சான்றிதழ் இல்லை. குறைப் பிரசவத்தில் குழந்தைகளை இழந்த தாய்மார் பற்றிய விபரங்களும் இல்லை. எனவே இப்போது உயிரோடு இருப்பவர்களை ஒரு மருத்துவக் குழு ஆய்வுசெய்ய வேண்டுமென்று குழு பரிந்துரைத்தது. அந்தக் குழு பாதரச நச்சூட்டலின் அளவை நிர்ணயிக்கும். பாதிக்கப்பட்டவர்களுக்கு இழப்பீடு தர இது ஒரு முக்கியத் தேவை. பாதிப்பின் அளவின் பாதரச நச்சுக்கு உட்பட்டபோது வயது, கடைசியாகப் பெற்ற ஊதியம் ஆகியவற்றின் அடிப்படையில் இழப்பீடு வழங்கப்படும்.

சட்டத்தின்படி, பாதிப்பின் சதவீதம் கணக்கிடப்பட்டவுடன், பாதிக்கப்பட்டவர்கள் இழப்பீட்டிற்கு Employee Compensation Commissioner-ஐ அணுக வேண்டும். Employees Compensation Act 1923-இன் படி தொழிலால் ஏற்பட்ட நோய்க்கு வேலைக்கு அமர்த்துபவர் இழப்பீடு தரவேண்டும். அந்தக் காலத்திலேயே இறப்பிற்கு ரூ 1,20,000 முதல் ரூ 9,14,000 வரையிலும், நிரந்தரமாக ஊனமுற்றால் ரூ1,40,000 முதல் ரூ1,09,000 வரையிலும் இழப்பீடு தரப்பட வேண்டும். இதற்குப் பத்து விரிவான பரிந்துரைகளைக் குழு கொடுத்தது.

- உயிரோடு இருப்பவர்களுக்கும் அவர்களது குடும்பத்தினருக்கும் சமூக, மருத்துவப் பராமரிப்பு.
- உயிரிழந்த தொழிலாளர்களின் வயதான பெற்றோருக்கும், அவர்களைச் சார்ந்திருப்போருக்கும் பாதுகாப்பு.
- பாதிக்கப்பட்ட தொழிலாளர்களின் உடன் பிறந்தோர்களுக்குக் கல்வி.
- மனநலம் பாதிக்கப்பட்ட குழந்தைகளுக்குச் சிறப்புக் கல்வி வசதி.
- வயதான மனநலம் பாதிக்கப்பட்ட நோயாளிகளுக்கு மனநல மருத்துவமனையில் சிகிச்சை.
- கருவுறுதல் பிரச்சினை உள்ளவர்களுக்கு சிகிச்சை.
- உடல், மன அளவில் பாதிக்கப்பட்ட தொழிலாளர்களுக்கும் அவர்களது குடும்பத்தினருக்கும் சரியான மருத்துவ வசதி, பராமரிப்பு.
- வேலை செய்யக்கூடிய தொழிலாளர்களுக்கு மாற்று வேலை.
- பாதிக்கப்பட்ட பிற முன்னாள் தொழிலாளர்களுக்கு சுய வேலை வாய்ப்பு முயற்சிகளுக்கு நிதி உதவி.
- மறுவாழ்வுப் பணிகளுக்கான எல்லாச் செலவுகளையும் இந்துஸ்தான் லீவர் ஏற்றுக்கொள்ள வேண்டும்.

புதிய குழுவின் பரிந்துரைகள் அவர்களுக்குச் சாதகமாக இருக்காது என்பதைப் புரிந்துகொண்ட கம்பெனி தனது வழக்கறிஞர்கள் சத்தீஷ் பராசுரன், ராகுல் பாலாஜி ஆகியோரைக் கொண்டு அக்டோபர் 19 அன்று நீதிப் பேராணை மனுவை உயர் நீதிமன்றத்துக்குத் தாக்கல் செய்தது. புதிய குழுவின் வேலையை

நிறுத்தச் சொல்லிக் கேட்டுக்கொண்டது. ஆனால் நீதிமன்றம் அதை ஏற்காது என்பதால் தொழில்துறை அமைச்சகம்தான் முடிவுசெய்ய வேண்டுமென்று தீர்ப்பு கூறியது.

உயர் நீதிமன்றம் நியமித்த குழுவிற்கும் தொழில்துறை அமைச்சகம் நியமித்த குழுவிற்கும் உள்ள அடிப்படை வேறுபாடுகளை வைகை எனக்கு விளக்கினார். உயர் நீதிமன்றக் குழுவில் மருத்துவர்கள் அதிகம் இருந்ததால், அவர்கள் பாதரச நச்சூட்டலில் மருத்துவ விஷயங்களில் மட்டுமே கவனம் செலுத்தினார்கள். ஆனால் அடுத்தக் குழுவில் தொழில் சம்பந்தமான உடல்நலம் சார்ந்த வல்லுநர்கள் இருந்தார்கள். அதனால் தொழில் பாதுகாப்பில் கவனம் செலுத்தினார்கள். அவர்கள் பாதுகாப்பு நடைமுறைகளின் விபரங்களையும், விபத்து அல்லது பாதிப்பு நடந்தால் அவசரக்கால நடவடிக்கைகளையும் பற்றிக் கேட்டார்கள். தொழிலாளரின் பாதரசப் பாதிப்பை நாள் / வாரத் தவணையில் பதிவுசெய்ய வேண்டும். உச்சநிலையை அடைந்தால் தொழிலாளர்கள் இடம் மாற்றப்பட வேண்டும். ஆனால் இந்த விதிமுறைகள் கடைப்பிடிக்கவில்லை.

அறிக்கை தரப்பட்டவுடன், இந்துஸ்தான் லீவர் உச்சநீதி மன்றத்தை அணுகி அறிக்கையை ஏற்கக்கூடாது என்று கேட்டது. 2011 டிசம்பர் 17 அன்று புகழ்பெற்ற வழக்கறிஞர்கள் கம்பெனிக்கு ஆதரவாக வாதாடினார்கள். உச்சநீதிமன்றம் சாதகமாக இல்லாததால், மனுவை 2012 ஜனவரி 6 அன்று திரும்பப் பெற்றுக்கொண்டார்கள்.

அதன்பிறகு சென்னை நீதிமன்றங்களில் வேகமாக வழக்கு விசாரிக்கப்பட்டது. 2013ஆம் ஆண்டுகளுக்குப் பிறகு 2016 வரையில் வழக்கு விசாரணைக்கு வரவில்லை. 2016இல் மீண்டும் தீவிரமாக விசாரணை நடைபெற்றது.

49
கொடைக்கானல் ஏற்காது

பால் போல்மேனுடைய அம்மா ஒரு பள்ளி ஆசிரியர், அப்பா ஒரு டயர் கம்பெனியில் வேலை பார்த்தார். பால் ஒரு மருத்துவராகவே விரும்பினார். அதன் பின்பு ஒரு குருவானவராக இருக்கவே ஆசைப்பட்டார். இறுதியில் பொருளாதாரம், மேலாண்மைப் படிப்பை எடுக்க வேண்டியதாயிற்று. பிராக்டர் & கேம்பிளில் இருபது ஆண்டுகள் பணியாற்றினார். இங்கிலாந்திற்குக் கம்பெனியின் மேலாண்மை இயக்குநராகவும், 2001இல் ஐரோப்பிய வணிகச் செயல்பாடுகளுக்கான தலைவராகவும் ஆனார். அடுத்து நேப்பிள்ஸின் முதன்மை நிதி அலுவலராக ஆகி அமெரிக்காவில் அதன் தலைமைப் பொறுப்பை ஏற்றார். 2008இல் யூனிலீவரின் இரண்டாம் முதன்மை நிர்வாகியாக ஆனார்.[1]

டச்சுக்காரரான அவர் குருவாக இருக்க ஆசை வைத்து ஷாம்பூ விற்பனையாளராக ஆனார். 2018இல் யூனிலீவரிலிருந்து விலகினார். அங்கு அவர் மிக அதிகமான ஊதியம் பெற்றார். 2015ஆம் ஆண்டு அவருடைய சம்பளம் 10.3 மில்லியன் யூரோக்களாக இருந்தது. ஆனால் அடுத்த ஆண்டு உலகப் பொருளாதாரச் சிக்கல்களாலும், இந்தியாவின் பண மதிப்புக் குறைப்புக் கொள்கையாலும் அவருடைய ஊதியம் 8.4 மில்லியன் யூரோக்களாகக் குறைந்தது. எனினும் போல்மேனின் மதிப்பு சமூக, சுற்றுச்சூழலுக்குப் பொறுப்பான கூட்டங்களில் உயர்ந்தது.[2]

2010ஆம் ஆண்டு Sustainable Living Plan-ஐ அறிவித்தார். வெற்றிகரமான தொழில் நடவடிக்கைகள் சமுதாயத்தின் மேம்பாட்டோடு தொடர்புடையதாக இருக்க வேண்டும் என்பதுதான் இதன் நோக்கம். தொழிற்சாலைச் செலவுகளைக் குறைத்து, ஆபத்துகளைத் தவிர்த்து, தொழிலோடு தொடர்புடையவர்களுடைய நம்பிக்கையைக் கட்டமைக்க வேண்டும். மக்களின் நலனுக்கான தொண்டுப் பணிகள்

செய்யவேண்டும் என்பது போல்மேனின் கருத்து. அவர் ஒரு வித்தியாசமான முதன்மைச் செயல் அலுவலர். 2015 பிப்ரவரியில் தனக்கென ஒரு டிவிட்டர் கணக்குத் தொடங்கினார். இங்கிலாந்தில் கிரீன்பீஸ் இயக்கம் முதலியன பசுமைக்குக் குரல் கொடுக்கும் தடங்களைப் பார்த்தார். ஆனால், கொடைக்கானல் பாதரச நச்சு வழக்கு கிரீன்பீஸினால் தொடங்கப்படும் என்று அவருக்கு அப்போது தெரியாது.

கொடைக்கானல் பிரச்சினையைத் தீர்க்க அவர் ஆர்வம் கொண்டிருந்தார். *'Kodaikanal Won't'* என்ற சோம்பியா அஷ்ரஃபின் பாடல் வீடியோ உலகெங்கும் அதிர்வலைகளை ஏற்படுத்தின என்று ஏற்கெனவே பார்த்தோம். இந்த வீடியோவை ரத்தினம் பிரசாத் என்ற புகைப்படக்காரர்-இயக்குநர் உள்ளூர் மணத்துடன் எடுத்திருந்தார்.[3] பரதநாட்டியக்காரர்கள், டப்பாங்குத்து ஆடும் குழந்தைகள், நெரிசல் மிக்கத் தெருக்கள், தொடர் வண்டிகள், யூனிலீவருக்கு எதிராகப் பதாகைகள் ஏந்திய போராட்டக்காரர்கள் ஆகியவற்றைச் சேர்த்து அந்த மூன்று நிமிட வீடியோவை அவர் அமைத்திருந்தார்.[4]

அதுவரையில் திரைப்படங்களில் எதிர்பார்த்த வெற்றி கிடைக்காமலிருந்த பிரசாத்துக்கு இந்த வீடியோ ஒரு வரமாக அமைந்தது. "நாங்கள் 15,000 ரூபாய் செலவில் இந்தக் குறும்படத்தை ஒரே நாளில் எடுத்தோம். ஆன்லைனில் வெளியிட்டோம். உடனே உலகமெங்குமிருந்து அன்றே எங்களுக்கு அழைப்புகள் வந்தன," என்றார்.

உள்ளூர்த் தொண்டு நிறுவனமான *Jhatkaa.org*-யுடன் சேர்ந்து இதை வெளியிட்டார். கொடைக்கானல் பாதரச மாசு பற்றி சமூக ஊடகங்களில் அது எங்கும் பேசப்பட்டது. வீடியோ யூனிலீவர் அசுத்தத்தைச் சுத்தப்படுத்துங்கள் என்று கேட்டுக் கொண்டது. யூனிலீவர் பிராயச்சித்தம் செய்யாவிட்டால், கொடைக்கானல் பணியாது என்று எச்சரித்தது. இரண்டு நிமிடங்களில் கொடைக்கானல் என்ற மலை இளவரசி எவ்வாறு பாதரசத்தால் அசுத்தமானது என்ற கதையைக் கூறியது.

2015 ஆகஸ்ட் 6 அன்று போல்மேன் டிவிட்டரில் இவ்வாறு எழுதினார்.

“கொடைக்கானலுக்குத் தீர்வுகாண தீவிரமாக முயன்று வருகிறோம். உறுதி கொள்கிறோம். உண்மைகள் வெளிவர வேண்டும், மாறாக உணர்ச்சிகள் அல்ல.”[5]

வாக்கியங்கள் முடிவுறாமல், நிறுத்தக் குறிகள் இல்லாமல் இருந்தாலும், போல்மேன் தனது டிவிட்டர் பதிலில் தான் பிரச்சினைகளைத் தீர்க்கத் தீவிர நடவடிக்கைகள் எடுத்து வருவதாகத் தெரிவித்தது தெளிவாக இருந்தது. அவருடைய அறிக்கை கம்பெனி இரண்டு நாட்களுக்கு முன்னர் அறிவித்ததற்கு நேர் எதிராக இருந்தது.[6]

போல்மேன் டுவீட் செய்தது போராட்டக்காரர்களுக்கு உற்சாகம் தந்தது. ஜெயராமனும் டிவிட்டரில், *“நீங்கள் பாதரசத்தால் பாதிக்கப்பட்ட குடும்பங்களைச் சந்தித்தால், இந்த உணர்ச்சிகளின் உண்மையை உறுதிசெய்து கொள்ளலாம். இதுவரையில் மூத்த அலுவலர் யாரும் கொடைக்கானலுக்கு வரவில்லை,”* என்று விடையளித்தார். மீனாட்சி என்ற மீனாட்சி சுப்ரமணியம்தான் முதலில் போல்மேனின் டிவிட்டர் பதிலை வாசித்தார். அவர் சில நிமிடங்களில் பதில் எழுதினார்: *“பாதரச அளவை EU விதிகளின் அளவிற்குக் கொண்டு வாருங்கள், ஏழைத் தொழிலாளர்களுக்கு இழப்பீடு கொடுங்கள்.”* இது போலப் பலரும் பதில் எழுதினார்கள்.[7]

இதற்கிடையில் கம்பெனியின் உலகத் தலைமையகத்தில் போல்மேனின் எதிர்நிலை ஏற்றுக் கொள்ளப்படவில்லை. மேலும் அவர் பயன்படுத்திய மொழிநடையும் ஒரு பன்னாட்டு CEO-க்கு உரியதாக இல்லை. எனவே அவர்கள் போல்மேன் சமூக ஊடகங்களில் இனி பதிவுசெய்ய வேண்டாமென்று அறிவுரை வழங்கினார்கள். ஆகவே அதன்பிறகு பதிவு செய்வதை நிறுத்தி விட்டார்.

ஜெயராமனுக்குக் கிடைத்த பதில், “பால் இந்தப் பிரச்சினையைத் தீர்த்துவிடுவார். தீர்வுகாண வேண்டுமென்று போன வாரமே அவரிடம் கூறிவிட்டேன்,” என்று நேப்பிள்சிலிருந்து ஒரு அலுவலர் தந்த பதிவுதான்.

ஜெயராமன், “நீங்கள் யூனிலீவருக்காகப் பேசினால் நல்லது. நீங்கள் யூனிலீவருக்காகப் பேச அனுமதியளிக்கப்பட்டிருக்கிறீர்களா?” என்று கேட்டார்.

அவர், "CEO-ஐப் பற்றி எனக்குத் தெரியும். அவர் தீர்வு கண்டு விடுவார்," என்று எழுதினார்.

ஆனால், எந்தத் தீர்வும் இரண்டு மாதங்களுக்குக் கிடைக்கவில்லை. போல்மேன் பிரச்சினையை முடிவுக்குக் கொண்டுவர வேண்டும் என்று கேட்டுக் கொண்டாலும், இந்திய அதிகாரிகள் உடனடியாக நடவடிக்கை எடுக்கவில்லை.

இந்த நிலையில்தான் நியூயார்க்கில் ஐ.நா. நிலையான வளர்ச்சி இலக்குகளின் உச்சி மாநாட்டின் முடிவில் போல்மேனுக்குப் புவியின் காவலர் விருது செப்டம்பரில் வழங்கப்படவிருந்தது. அப்போது ஐம்பது கோல்ட்மேன் விருதாளர்கள் போல்மேனுக்குக் செப்டம்பர் 24 அன்று ஒரு கடிதம் எழுதினார்கள். "நாங்கள் பன்னாட்டுச் சுற்றுச்சூழல் மனித உரிமைகள் விருது பெற்றவர்கள். உங்களுக்கு *WNEP*-யின், உதவிக் காவலர் விருது கிடைத்திருப்பது குறித்து மகிழ்ச்சியடைகிறோம்."[8]

ஆனால் மின்னஞ்சலில் யூனிலீவரின் பிழைகள் சுட்டிக் காட்டப்பட்டிருந்தன. தொழிற்துறை அமைச்சகத்தின் 2011 அறிக்கையுடன் எடுத்துக் காட்டப்பட்டிருந்தது. முன்னாள் தொழிலாளர்கள் பலர் பாதரச நஞ்சினால் பாதிக்கப்பட்டவர்கள் என்றும் அவர்களிடம் அதற்கான நோய்க் குறிகள் உள்ளன என்றும் குறிப்பிட்டிருந்தது.[9]

மினமாட்டா அவலம் கொடைக்கானலில் மீண்டும் நடக்கிறது என்று குறிப்பிட்ட விருதாளர்கள், "இன்னும் முன்னாள் தொழிலாளர்களுக்கு இழப்பீடு தரப்படவில்லை. குழந்தைகளும், மக்களும் துன்பத்திற்கு உள்ளாகிறார்கள், சுற்றுச்சூழல் மாசுபட்டிருக்கிறது. ஆனால் கம்பெனி சிக்கலைத் தீர்க்க எந்த முயற்சியும் எடுக்கவில்லை," என்றார்கள். போல்மேனுக்கு காடுகளைக் காப்பாற்றுவதிலுள்ள ஆர்வத்தைச் சுட்டிக்காட்டியது. கொடைக்கானல் தொழிற்சாலையைச் சுற்றிலும் விலை மதிப்பற்ற தாவரங்கள் கொண்ட காடுகளால் சூழப்பட்டுள்ளது என்று சுட்டிக் காட்டியது. போல்மேன் இந்த விஷயத்தில் தனிப்பட்ட முறையில் தலையிட்டுத் தொழிலாளர்களுக்கு இழப்பீடு கிடைக்கவும், மாசுபட்ட சுற்றுப்புறம் பன்னாட்டுத் தரத்திற்குச் சுத்தப்படுத்தப்படவும் ஆவன செய்யவேண்டும் என்று கேட்டுக் கொண்டது.[10] இந்தோனேசியச் சுற்றுப்புற ஆர்வலர் யுயுன் இஸ்மாவதியின் முன்னெடுப்பு 2015 டிசம்பர் வரையில்

தொடர்ந்தது. இதனால் போல்மேன் இதன்மேல் கவனம் செலுத்த வேண்டியது அவசியமாயிற்று.

போல்மேன் இந்துஸ்தான் லீவர் மேலாண்மையினரை நீதிமன்றத்திற்கு வெளியில் ஒரு சுமூகமான தீர்வுகாண வலியுறுத்தினார்.

அடுத்த இரண்டு மாதங்கள் தீவிரமான நடவடிக்கைகள் மேற்கொள்ளப்பட்டன. இரு தரப்பினரிடையேயும் விவாதங்கள் நடைபெற்றன. தீர்வுக்கான நிபந்தனைகள், இழப்பீட்டுத் தொகை ஆகியவை பற்றிக் விவாதங்கள் நடந்தன.

Employee Compensation Act 1923-இன்படி நீதிமன்றத் தீர்ப்பு இருக்கும் என்பது கம்பெனிக்குத் தெளிவாகத் தெரிந்தது. இறந்த ஒவ்வொருவர் குடும்பத்திற்கும் ரூ.91,400,020, நிரந்தரமான பாதிப்புக்கு ரூ.1,097,000 என்று கம்பெனி தரவேண்டியது வரும். பாதிக்கப்பட்ட தொழிலாளர்கள் சிறப்பு மருத்துவ வாரியம் பாதிக்கப்பட்ட அளவினை முடிவுசெய்யும். மேலும் வயது, கடைசியாக வாங்கிய ஊதியம் முதலியவையும் கணக்கில் எடுத்துக் கொள்ளப்படும். பாதிக்கப்பட்ட ஒவ்வொருவருக்கும் தனித்தனியாக தொழிலாளி இழப்பீட்டு ஆணையர் கடைசி முடிவு எடுப்பார்.

குழுமம் பன்னாட்டு நிறுவனம், சட்ட வல்லுநர்கள் குழுக்களை உடையது. அது தனது முதல் திட்டத்தின்படியே சென்று கொண்டிருந்தது. ஆனால் 2015ஆம் ஆண்டு இறுதியில், போல்மேனின் ஆணையின்படி செயல்பட்டது. தேவ் பாஜ்பாய் என்ற இந்துஸ்தான் யூனிலீவர் இயக்குநர் ஒருவரின் தலைமையில் ஓர் அணி முன்னாள் பணியாளரிடமும், அவர்களது வழக்கறிஞர்களுடனும் விவாதித்தது. வழக்கறிஞர்கள் வைகை, பாலாஜி ஆகியோரின் வழிகாட்டுதலின்படி தொழிலாளர்கள் பிரதிநிதிகளுக்கும், இந்துஸ்தான் யூனிலீவருக்கும் இடையே 2016 மார்ச் 4 அன்று ஓர் ஒப்பந்தம் கையெழுத்தானது.

591 முன்னாள் தொழிலாளர்களுக்கும், அவர்களது குடும்பத்தினருக்கும் மருத்துவச் செலவுக்கும், மற்ற வாழ்வாதாரத்திற்குமான இழப்பீடு வழங்க வேண்டும்.[11] வழங்கப்படும் இழப்பீடு இரகசியமாக வைக்கப்பட வேண்டும் என்ற யூனிலீவரின் வேண்டுகோள் ஏற்றுக்கொள்ளப்பட்டது. இந்திய பெரும் நிறுவனங்களில், இந்துஸ்தான் யூனிலீவர் போபால் வாயு விபத்துக்கு அடுத்து மிக அதிகமான தொகையைக் கொடுத்தது.

தீர்வு, சென்னை உயர் நீதிமன்றத்தில் வைக்கப்பட்டது. நீதியரசர்கள் இழப்பீட்டுத் தொகை இரகசியமாக வைக்கப்பட வேண்டுமென்ற வேண்டுகோளை ஏற்றுக்கொண்டார்கள். நீதிமன்றம் சுபரித் பார்த்தசாரதி என்ற வழக்கறிஞரை இதை மேற்பார்வையிடும் ஆணையராக நியமித்தது. மீண்டும் நீதிமன்றத்துக்கு அவர் மார்ச் 28 அன்று அறிக்கை தருவார்.[12]

இதன் தொடர்ச்சியாக முன்னாள் தொழிலாளர்கள் இங்கிலாந்தில் தொடர்ந்த வழக்கைத் திரும்பப் பெற்றுக்கொண்டார்கள்.

இவ்வாறு 2001இல் கொடைக்கானலில் துண்டுக் கழிவுப் பொருட்கள் வைக்கப்பட்டிருந்த ஒரு கிட்டங்கியில் தொடங்கிய பரிதாபத்திற்குரிய தொழிலாளர்களுக்கும், பன்னாட்டு நிறுவனத்திற்கும் இடையேயான வழக்கு முடிவிற்கு வந்தது. இந்தப் போராட்டத்தில் அறிவியல், மருத்துவ அறிவியல், சட்டம், தரவுகள், மனித விடாமுயற்சி ஆகியவை உலகின் மிகப்பெரிய கூட்டிணையத்தோடு மோதின. பதினாறு ஆண்டுகள் தொடர்ந்து நீடித்தது இந்தப் போராட்டம்.

பகுதி IX

சுத்திகரிப்பதற்கான போராட்டம்

50
மீதிப் பாதரசம்

'மீதிப் பாதரசத்தைக்' கணக்கிடுவது பெரிய பிரச்சினையாக இருந்தது. பதினெட்டு ஆண்டுகள் இந்துஸ்தான் லீவர் தொழிற்சாலையை நடத்திவந்த காலத்தில் கொண்டுவந்த கலப்பில்லா பாதரசத்தின் அளவுக்கும் காய்ச்சல் வெப்பமானியில் பயன்படுத்தப்பட்ட பாதரசத்தின் அளவுக்கும் இடையில் மீதியான பாதரசத்தை இது குறிக்கிறது. இந்த மீதியான பாதரசம் எங்கே போயிற்று? அது எங்கெங்கெல்லாம் பயணித்தது?

பாம்பார் சோலையில் பாதரச ஆவியாகப் பரவிவிட்டதா? அல்லது உடைந்த கண்ணாடிகளோடும், ஆவியாகவும் சுற்றியுள்ள காட்டிற்குள் போய்விட்டதா? அல்லது பாதரசம் பட்ட கண்ணாடிக் கழிவுப் பொருள்கள் மூலம் அருகிலும் தொலைவிலுமுள்ள மக்களிடம் போய்ச்சேர்ந்துவிட்டதா? தொழிற்சாலைகள் நுகர் பொருள்களில் பயன்படுத்திவிட்டனவா? அல்லது தொழிலாளர்கள் உடல் உறுப்புகளை அடைந்துவிட்டதா? அல்லது உள்ளூர் சமூகத்தால் சுவாசிக்கப்பட்டு உடலுக்கு உள்ளே சேர்ந்துவிட்டதா? இவையெல்லாம் 2001ஆம் ஆண்டிலிருந்து அனைவருக்கும் புதிராக இருந்த கேள்விகள், குழுமத்தின் கணக்கு வழக்குகள் வெளிப்படையானவையாக இல்லை என்பது ஒரு காரணம்.

பல கணக்குகளிலிருந்து கிடைத்த தரவுகளிலிருந்து நான்கு எண்கள் கிடைத்தன. இரண்டு டேம்ஸ் & மூர் கொடுத்தது. ஒன்று உள்ளூர் மக்கள், முன்னாள் தொழிலாளர்கள், சுற்றுச்சூழலாளர்கள் கொடுத்தது. நான்காவது இந்திய அரசின் தொழில்துறை அமைச்சகம் கொடுத்தது.

2001இல் டேம்ஸ் & மூர் கணக்கில் கொண்டுவரப்பட முடியாத அளவு 550 கிலோ கிராமென்றும் அது 1075 கிலோ கிராம் வரையில் போகலாம் என்றும் கூறியது. அதனுடைய இரண்டாவது அறிக்கையில் அது இரண்டு டன்கள் (2031 கிலோ) என்று கூறியது.

அடுத்து உள்ளூர் மக்கள் முன்னாள் தொழிலாளர்கள் ஆகியோர் இன்னும் 18 டன்கள் தொழிற்சாலையைச் சுற்றியுள்ள இடங்களுக்குப் பரவியிருக்கும் என்று கூறினர். இரண்டு பக்கங்களிலிருந்தும் கிடைத்த தரவுகளின் அடிப்படையில் ராஜாராம் குழு மொத்தம் 10,974 கிலோ (பதினோரு டன்கள்) பதினெட்டு ஆண்டுகளில் சுற்றுப்புறத்தில் பரவியிருக்கும் என்று கூறியது.

தொழிற்சாலையிலிருந்து பாதரசம் இரண்டு வகைகளில் வெளியில் போயிருக்கும். முடிவடைந்த தரமற்ற வெப்பமானிகளிலிருந்து கண்ணாடிக் கழிவுத் துண்டுகள் வழியாகப் பரவியிருக்கும். மேலும் உற்பத்தி செய்யும்போது உடையும் வெப்பமானிகளிலிருந்து வெளியில் சிந்தியிருக்கும். இரண்டாவதாக, தயாரிப்பு அறையிலிருந்து ஆவியாகும் பாதரசம், வெளியேற்றும் காற்றாடிகள் மூலம் வெளியே சென்றிருக்கும்.

தொழிற்சாலை உள்ளே வரும் பாதரசம், வெளியே போகும் பாதரசம் ஆகியவற்றின் அளவுகளுக்குக் கணக்கு வைக்கப்பட்டிருந்தது. நூறு சதவீதமும் ஏற்றுமதிக்கான தயாரிப்பு. எனவே தொழிற்சாலை வாசலில் உள்ளே வரும், வெளியே போகும் அளவுகளைச் சுங்கத் துறை அலுவலர்கள் கணக்கு வைப்பார்கள். அப்படியானால் காணாமல் போன பாதரசம் பற்றித் துல்லியமான விபரங்கள் இருக்க வேண்டும். ஆனால் கிடைத்த எண்கள் அவ்வாறு இல்லை.[1]

டேம்ஸ் & மூரின் கணக்கெடுப்புப்படி பதினெட்டு ஆண்டுகள் தொழிற்சாலை செயல்பட்ட காலகட்டத்தில் 9.74 டன்கள் தொழிற்சாலையில் வைக்கப்பட்டிருந்த கண்ணாடித் துண்டுக் கழிவுகளில் இருந்தன.[1] கம்பெனியால் விற்கப்பட்ட பாதரசக் கழிவுப் பொருட்கள் 0.28 டன்கள், கை இருப்புப் பாதரசம் 2.98 டன்கள், உற்பத்தியின் போது வீணான பாதரசம் 1.91 டன்கள். இவற்றின் அடிப்படையில் டேம்ஸ் & மூர்ஸ் கணக்கில் கொண்டுவரப்படாத பாதரசம் 559 கிலோ கிராம் ஆகும். இது ஒரு டன் அளவுக்குப் போகலாம்.

இந்த 559 கிலோவில், எழுபது கிலோ பாதரசம் காற்றில் பரவி இருக்கும். 170 கிலோ தொழிற்சாலை மண்ணில் புதைந்திருக்கலாம். இக்கணக்கின்படி பாம்பார் சோலையில் இழக்கப்பட்ட பாதரசம் 300 கிலோதான் என்று டேம்ஸ் & மூர் கூறியது. இது சரியான அளவீடு என்று சாதித்தது.

இதுபற்றி ஆய்வுசெய்த மோடியும் கிருஷ்ணனும் கம்பெனி உள்நாட்டில் வாங்கிய 13 டன் பாதரசத்தையும் இறக்குமதி செய்யப்பட்ட 125 டன் பாதரசத்தையும் இந்தக் கணக்கில் சேர்க்கவில்லை என்று வாதிட்டார்கள். டேம்ஸ் & மூர் இந்த மிச்ச பாதரசத்துக்குக் கணக்குக் காட்ட வேண்டிய கட்டாயம் ஏற்பட்டது. இதற்கும் டேம்ஸ் & மூர் எளிதான வழியைக் கண்டுபிடித்தது. பாதரச வெப்பமானியில் பயன்படுத்தப்பட்ட பாதரசத்தின் அளவு கூடிக்கொண்டே வந்தது என்றது.[2] ஆனால் வெப்பமானியில் பயன்படுத்தப்பட்ட பாதரசத்தின் அளவு 1950ஆம் ஆண்டிலிருந்து குறைந்து கொண்டே வந்திருக்கிறது. ஆனால் டேம்ஸ் & மூர் ஒரு வெப்பமானி 0.66 கிராம் உடையது என்று கணக்குக் காட்டியது.[3] கணக்கீட்டில் சிறிதளவு மாறுதலைச் செய்வதின் மூலம் ஒன்பது டன் பாதரசம் சேமிப்பாகக் காட்டப்பட்டது.[4]

இந்தச் சரிசெய்தலின் மூலம், டேம்ஸ் & மூர் அதே அளவை அதாவது சேமித்து வைக்கப்பட்டிருந்த கண்ணாடிக் குப்பையில் 9.5 டன் (9,476 கிலோ) பாதரசத்தையும், தொழிற்சாலையில் 2.98 டன் (2,983 கிலோ) பாதரச இருப்பையும் வைத்துள்ளது. இருப்பினும், முந்தைய எண்ணிக்கையில் காணப்பட்ட 1.9 டன்களுக்கு (1,931 கிலோ) மாற்றாக பயன்பாட்டிலுள்ள பாதரசத்தை 1.6 டன்களாகத் (1,605 கிலோ) திருத்தியது. அவர்களின் முந்தைய அறிக்கையில் கணக்கிடப்பட்ட 284 கிலோகிராம்களை விட நிறுவனம் அப்புறப்படுத்திய கண்ணாடிக் குப்பையில் மேலும் 461 கிலோகிராம் பாதரசம் கண்டுபிடிக்கப்பட்டது. ETP கசடுகளில் கூடுதலாக மேலும் 593 கிலோகிராம் கணக்கிடப்பட்டது.[5]

இப்படிப்பட்ட கணக்கீடுகளின்படி, கம்பெனி இரண்டு டன்கள் பாதரசம்தான் கணக்கில் வராமல் இருந்ததென்று தனது இரண்டாவது அறிக்கையில் கூறியது. அப்படியிருந்தும் 1.5 டன்கள் பாதரசம் கணக்கில் கொண்டு வரப்பட முடியவில்லை.

டேம்ஸ் & மூர் கணக்கில் வராத பாதரசத்தை இவ்வாறு விளக்கியது: சுமார் 291 கிலோகிராம் பாதரசம் மண்ணில் கலந்திருக்கலாம் என்றும், தொழிற்சாலை தளம் மற்றும் அதற்கு அப்பாலுள்ள வண்டல்களில் 105 கிலோகிராமும், அருகிலுள்ள நீர்நிலைகள் உட்பட வடிகால் பகுதிகளில் மேலும் 282 கிலோகிராமும் கூடுதலாகப் பாதரசம் கலந்துள்ளது.[6]

இவ்வாறு கணக்குகளைக் காட்டி, டேம்ஸ் & மூர் கணக்கில் வராத பாதரசமான 2 டன்களில் 1.35 டன்கள் மட்டுமே சுத்தமான மலைக் காட்டுக்குள் சென்றது எனக் கூறியது. பாம்பார் சோலையில் விடப்பட்ட பாதரசத்தின் அளவு 1,350 கிலோதான் என்று அறிக்கையில் தெரிவித்தது.[7] இது ஓராண்டுக்குள் கொடுத்த அறிக்கையை விட 450 விழுக்காடு அதிகம். ஆண்டுக்கு 75 கிலோ கணக்கில் வராத இழப்பு, ஒரு நாளைக்கு 200 கிராம் அல்லது 15 மி.லி.

மோடியும், கிருஷ்ணனும் இந்த எண்களில் திருப்தி அடையவில்லை. அவர்கள் TNPCB, சுங்கத்துறை ஆகியவற்றின் ஆவணங்களை ஆராய்ந்தார்கள். அதன்படி 17 டன் பாதரசம் சுற்றுச்சூழலுக்கு இழப்பாகச் சென்றது. ஓராண்டுக்கு ஒரு டன். ஒரு நாளைக்கு 3.36 கிலோ.

அவர்கள் மீண்டும் ஆராய்ந்து ஒரு முடிவுக்கு வந்தார்கள். ஒரு வெப்பமானியில் எடை 4.59 கிராம் என்றும், ஒரு வெப்பமானியில் 0.72 கிராம் என்று கணக்கிட்டாலும் கூட ஒவ்வொரு வெப்பமானியும் 15.71 சதவீதப் பாதரசம் கொள்ளும். அதன்படி மொத்த அளவான 11.7 டன்களில் 1.6 டன்கள் பயன்பட்டது.

கிருஷ்ணன் குழுமத்தின் TNPCB-க்கு அளித்த 2002 அறிக்கையின் படி, பாதரசம் ஒட்டிய கழிவுத் துண்டுகள் 290 டன்கள். இதனோடு ஒப்பிடும்போது வீணான பாதரசம் 45 டன்கள். ஒரு வெப்பமானிக்கு ஒரு கிராம் பயன்படாமல் 0.721 கிராம் மட்டும் தான் வெப்பமானிக்குள் போகும். மீதி கழிவுப் பொருளாக, கண்ணாடித் துண்டுகளிலோ, ஆவியாகவோ போயிருக்கும். அதாவது மீதி 279 கிராம் ஒரு வெப்பமானிக்கு வீணாகியது. தொழிற்சாலையில் 165 மில்லியன் வெப்பமானிகள் தயாராகின்றன. அப்படியானால் மொத்தம் 46 டன்கள் ஆகும்.

இதில் திரும்பப் பெறப்பட்ட, மீண்டும் பயன்பட்ட பாதரசம் 10 டன்கள் என்று வைத்து கிருஷ்ணன் அதைக் கழித்துவிட்டார். தொழிற்சாலை இடத்தில் வீணானதாக 15.4 டன்களையும் கழித்தார். அதோடு இரண்டு டன்கள் டேம்ஸ் & மூர் அறிக்கையில் கொடுத்ததையும் கழித்தார். இவ்வாறு 45 டன்களைக் கழித்த பிறகு கணக்கில் வராத பாதரசமாக 17.655 டன்கள் அதிகமாக இருந்தது என்று கிருஷ்ணன் கூறினார். டேம்ஸ் & மூர் சொன்ன இரண்டு டன்களைக் கழிக்காவிட்டால் காணாமல்போன

மொத்தப் பாதரசம் 19.68 டன்கள். இது வாயுவாகப் பரவியிருக்கும், கண்ணாடிக் கழிவுத் துண்டுகளில் போயிருக்கும்.

இவ்வாறு பாதரச மிச்சத்தைத் துல்லியமாகச் சொல்ல வேண்டியது, கம்பெனியின் தவறான செயல்முறைகள் பற்றி அதிகாரிகளுக்கும், மக்களுக்கும் வெளிப்படுத்தியது. ஆனால் கெட்ட வாய்ப்பாக, இதற்காக அமைக்கப்பட்ட ஆறுக்கு மேற்பட்ட குழுக்களும் இவ்விஷயத்தை ஆழமாக ஆராயவில்லை. டாக்டர் ராஜாராம் குழு மட்டும்தான் இதுபற்றி ஆராய்ந்தது.

இவற்றையெல்லாம் ஆராய்ந்த குழு கீழ்க்கண்ட முடிவுக்கு வந்தது. 10.9 டன் பாதரசம் சுற்றுச்சூழலுக்குள் சென்றுவிட்டது. வெப்பமானிகளுக்குப் பயன்பட்டது 11,024 கிலோ, கம்பெனி கணக்கில் சொல்லப்பட்ட 11,906 கிலோ இல்லை. அதாவது 10% பாதரசம் கணக்கில் வரவில்லை.[8]

அது சுற்றுச்சூழலுக்குள் அனுப்பப்பட்டுவிட்டது. TNPCB இதுபற்றி அளவு எதுவும் சொல்லாததால் தொழில்துறை அமைச்சகத்தின் அளவீடான 11 டன் பாதரசம் பதினெட்டாண்டு காலத்தில் பல வழிகளில் பரவியிருக்கிறது என்பது இன்றுவரை அதிகாரப்பூர்வக் கணக்காக இருக்கிறது. அதாவது ஓராண்டுக்கு 610 கிலோ, ஒரு நாளைக்கு இரண்டு கிலோ.

51

இந்திய அளவீடா, டச்சு அளவீடா?

அடர் உலோகத்தால் மாசுபட்ட இடத்தைச் சுத்தப்படுத்திப் பழைய நிலைக்குக் கொண்டுவர அண்மைக் காலம் வரையில் டச்சு அளவீடுகளே சிறப்பானவையாகக் கருதப்பட்டு வந்தன. டச்சு சுற்றுச்சூழல் நிறுவனம் பல ஆய்வுகளுக்குப் பிறகு சென்ற நூற்றாண்டின் இறுதியில் நிலம், நீர், சுற்றுச்சூழல் ஆகியவற்றிற்குப் பாதுகாப்பு என்று கருதப்பட்ட அளவுகளைக் கொடுத்தது.

2000இல் டச்சு அரசு நிலத்தை மீட்டெடுக்கும் கொள்கையை வகுத்தது. இலக்கு அளவுகளையும் குறித்தது.[1] ஆய்வு முடிவுகளின்படி மண் / வண்டலில் பாதரசம் இருக்கக்கூடிய அளவு ஒரு கிலோவுக்கு 0.3 மி.கி என்றும், நிலத்தடி நீரில் ஒரு லிட்டருக்கு 0.05 மைக்ரோ கிராம் என்றும் உச்ச அளவாகக் குறித்தது. எனவே நிலத்தில் 1 கிராமிற்கு 10 மைக்ரோ கிராம் அளவையும் ஒரு லிட்டருக்கு 0.3 மைக்ரோ கிராம் அளவையும் குறைந்த அளவு அடையவேண்டும் என்று பரிந்துரைத்தது.[2] அதற்கு டச்சு குறுக்கீடு மதிப்பு (Dutch Intervention Value) என்று பெயர். இதைப் பன்னாட்டு அரசு, தனியார் நிறுவனங்கள் பின்பற்றி வந்தன.

எனவே, கொடைக்கானலில் 22 ஏக்கர் தொழிற்சாலை இடத்தில் மாசுபட்ட மண்ணை மீட்டெடுக்க, இதே அளவை டேம்ஸ் & மூர் பரிந்துரைத்திருக்க வேண்டும்.

2002ஆம் ஆண்டு மண் பரிசோதனையில் அந்த இடத்தில் பாதரச அளவு ஒரு கிலோவுக்கு 30 மைக்ரோ கிராம் முதல் 500 மைக்ரோ கிராம் வரையில் இருந்தது கண்டுபிடிக்கப்பட்டது. சில இடங்களில் ஒரு கிலோவிற்கு 26 மைக்ரோ கிராம் முதல் 110 மைக்ரோ கிராம் வரையில் இருந்தது.[3] சில இடங்களில் 1 கிலோவிற்குப் பாதரசம் 500 மைக்ரோ கிராம் அளவிற்குக்கூட இருந்தது. இது மிகவும் ஆபத்தானது.

டேம்ஸ் & மூரும் தொழிற்சாலை இடத்திற்குள் 4100 சதுர கிலோ மீட்டரில் மண் 7,400 டன்களில் 291 கிலோ பாதரசத்தை நீக்க வேண்டுமென்று கணக்கிட்டது. தொழிற்சாலைக்கு வெளியே உள்ள பகுதிகளை ஒன்றும் செய்யத் தேவையில்லை என்று கூறிவிட்டது. மோடியும், உள்ளூர் மக்களும் கடுங்கோபம் கொண்டார்கள். வெளியிலுள்ள மாசுபட்ட பகுதிகளை எப்படித் தூய்மைப்படுத்தாமல் விட்டுவிடலாம் என்று கேட்டார்கள். ஒரு கிலோவிற்கு 10 மைக்ரோ கிராம் என்ற இலக்கு மதிப்பை எப்படி அடைந்தார்கள் என்றும் கேள்வி எழுப்பினார்கள். எனவே தொழிற்சாலை இடத்தையும், சுற்றியுள்ள இடத்தையும் ஒரு கிலோவிற்கு 0.3 மைக்ரோ கிராம் அளவிற்காவது சுத்தப்படுத்த வேண்டுமென்று கேட்டார்கள்.

டேம்ஸ் & மூரின் இரண்டு பரிந்துரைகளையும் கம்பெனி உடனே நிறைவேற்றியது. வெளியில் கழிவுத்துண்டு கிட்டங்கியிலிருந்து 7.4 டன்களைச் சுத்தப்படுத்தியது. பாதரசம் கலந்த கழிவான 290 டன்களை அமெரிக்காவிற்கு மறு சுழற்சிக்காக அனுப்பியது. எனவே அதே முக்கியத்துவத்தை இதற்கும் கொடுக்க வேண்டும் என்று மோடியும், மக்களும் எதிர்பார்த்தார்கள்.

இந்நிலையில் இந்துஸ்தான் யூனிலீவரின் மேல் மட்டத்தார் சுத்தப்படுத்தும் இந்தத் தர அளவை ஏற்க மறுத்தார்கள். மேல் மண்ணை 7400 டன்களில் ஒரு கிலோவிற்கு 500 மைக்ரோ கிராமிலிருந்து, முப்பதிலிருந்து 10 கிராமாகக் குறைப்பதற்காக ஆகும் செலவை அவர்கள் கணக்கில் எடுத்திருக்க வேண்டும். இன்னொரு காரணம் ஒவ்வொரு நாடும் அடர் உலோகங்களின் குறுக்கீட்டு மதிப்புகளை ஒவ்வொரு விதமாகக் கணக்கிட்டுக் கொண்டிருந்தது. முடிவை இன்னும் சொல்லவில்லை. இந்தியாவும் அதில் ஒன்று. எனவே இந்தியா, தர அளவைக் கொடுக்கும் வரையில் காலம் தாழ்த்தும் முயற்சியாக இது இருக்கலாம். இதற்கிடையில் தொழிலாளர்கள் அடர் உலோகங்களின் குறுக்கீட்டு மதிப்பை அதிகமாக நிர்ணயிக்க மேலிடங்கள் வற்புறுத்தி வந்தன. இப்படிக் காத்திருக்கும் காலத்தில் நிலத்திலுள்ள பாதரசத்தின் பெரும்பகுதி வாயுவாகப் போய்விடும், அல்லது மண்ணின் ஆழத்திற்குள் போய் விடும்.

ஆனால், இந்துஸ்தான் லீவரின் ஆலோசகர்களான டேம்ஸ் & மூர் பரிந்துரைத்த டச்சுக் குறுக்கீட்டு மதிப்புகளை ஏற்க வாய்ப்புகள்

இருந்தன. இவ்வாய்ப்புகள் 2003 வரையில் இருந்தன. அந்த ஆண்டு நேர்மையான அதிகாரியான ராணி சுங்கத் மாற்றப்பட்டுவிட்டார்.

போராட்டக்காரர்களும் உள்ளூர் மக்களும் இந்துஸ்தான் யூனிலீவரின் யுத்தியை எதிர்பார்க்கவில்லை. நானும்கூட ஏமாந்துவிட்டேன். ஒரு கிலோவிற்கு பத்து மைக்ரோ கிராமிற்குக் குறைவாக இருக்க வேண்டும் என்று நாங்கள் வாதிட்டு வந்தோம். கொடைக்கானல் போன்ற இடங்களில் இயற்கையான அளவு ஒரு கிலோவிற்கு 0.3 மைக்ரோ கிராமுக்கு இருக்க வேண்டும். எனவே சீர்படுத்தும் முயற்சியின் இலக்கு 5 மைக்ரோ கிராமாவது இருக்க வேண்டும் என்று நாங்கள் கேட்டோம்.

டேம்ஸ் & மூரின் இரண்டாவது அறிக்கைக்குப் பிறகு 2002 அக்டோபர் 11 அன்று நடந்த ஆபத்தான கழிவுப் பொருள் மேலாண்மைக் குழுவின் கூட்டத்தில், உள்ளூர் மக்கள் இந்த இலக்கு மதிப்புக்கு எதிர்ப்புத் தெரிவித்தார்கள். TNPCB, மோடியை 0.3 மைக்ரோ கிராம் அளவுதான் பொருத்தமானது என்பதற்கான ஆவணங்களைத் தருமாறு கேட்டது. இதனால் தொழிற்சாலை இடத்தைச் சுத்தப்படுத்தும் முயற்சி அரசின் சிவப்பு நாடா நடைமுறையால் மேலும் தாமதப்பட்டது. மேலும் கருவிகள், எந்திரங்கள், பொருட்கள் ஆகியவற்றை நச்சு நீக்க வேண்டியது முதல் வேலையாக இருந்தது.

சுத்தப்படுத்தும் பணி இருபது ஆண்டுகள் தாமதமானது. இந்திய அரசு 2015 மார்ச்சின் மாசடைந்த பகுதிகளுக்கான தூய்மைப்படுத்தும் தர அளவை நிர்ணயித்தது. இது கம்பெனிக்கு மகிழ்ச்சியைத் தரக் கூடியதாகவே இருந்தது.

அமைச்சகம் ஒரு Screening level என்ற அளவைக் குறிப்பிட்டது. அதற்குக் கீழ் இருப்பதால் எந்த ஆபத்தும் மனிதருக்கோ, சுற்றுச்சூழலுக்கோ ஏற்படாது.[4] அதேபோல 'response level' அளவையும் குறிப்பிட்டு அதற்கு மேலிருந்தால் அது மனிதருக்கும் சுற்றுப்புறத்துக்கும் ஆபத்து விளைவிக்கும். Screening level ஒரு கிலோவிற்கு 6.6 மைக்ரோ கிராம், response level பாதரசத்திற்கு நிலத்தில் ஒரு கிலோவிற்கு 36 மைக்ரோ கிராம் என்று நிர்ணயித்தது.[5] எப்படி அமைச்சகம் இந்த முடிவுக்கு வந்ததென்பது அனைவருக்கும் தெரிந்த ரகசியம்.

52

NEERI-யும் கிளாட் அல்வாரிசும்

1986ஆம் ஆண்டு, The Illustrated Weekly of India-வில் 'The Great Gene Robbery' (மிகப் பெரிய மரபுக் கொள்ளை) என்ற தலைப்பில் ஒரு கட்டுரை வந்தது. அக்கட்டுரை கிளாட் அல்வாரிஸ் என்ற இளம் சுற்றுச்சூழலியலாளரால் எழுதப்பட்டது. மணிலாவிலுள்ள பன்னாட்டு அரிசி ஆய்வு நிலையம் வழியாக இந்தியாவின் மரபுள்ள தானியங்களைப் பன்னாட்டு நிறுவனங்கள் கொள்ளையடிக்கும் முயற்சிகளை அவர் அம்பலப்படுத்தினார். இந்த ஆய்வு நிலையம் ராக் ஃபெல்லர் ஃபவுண்டேஷனால் அறுபதுகளில் ஏற்படுத்தப்பட்டது.

அல்வாரிஸ், கோவா ஃபவுண்டேஷன் என்ற அமைப்பைத் தொடங்கினார். அவருடைய மனைவி ஒரு வழக்கறிஞர். சட்டப்பூர்வமாக பல்லுயிர் தன்மைக்கு எதிரான பிரச்சினைகளுக்கு எதிராகப் போராடுவது அவ்வமைப்பின் குறிக்கோள். 2004இல் அவர் உச்சநீதிமன்ற மேற்பார்வைக் குழுவில் (SCMC) உறுப்பினராக ஆக்கப்பட்டார்.[1] SCMC அமைக்கப்பட்டது உச்ச நீதிமன்றத்தின் சிறப்பான செயல். மோடி, அல்வாரிசுடன் மும்பையிலிருக்கும்போது பணியாற்றியிருக்கிறார். அவர்கள் முயற்சியால் கொடைக்கானல் பாதரசப் பிரச்சினையும் SCMC-இன் நிகழ்வு நிரலில் சேர்க்கப்பட்டது.

SCMC-இன் ஐந்து பேர் கொண்ட குழு 2004 செப்டம்பரில் கொடைக்கானலுக்கு வருகை புரிந்தது. அது நிலைமை மோசமாக இருக்கிறது என்றும் சுற்றுச்சூழல் பாதிப்பைச் சரிசெய்வதும், தொழிலாளர்களுக்கும் மற்றவர்களுக்கும் மறுவாழ்வு தர வேண்டியதும் அவசரமானவை என்றும் அறிக்கை தந்தது.[2] எனவே குழு HLL-ஐ ரூ.500 மில்லியனை TNPCB-க்கு, மீட்டெடுக்கும் வேலைக்காக உத்தரவாதம் தரவேண்டும் என்று கூறியது. இதனை மேற்பார்வையிட உள்ளூர் சுற்றுச்சூழல் குழு (Local

Area Environmental Committee) அமைக்கப்பட வேண்டும் என்றும் பரிந்துரை செய்தது.³ HLL-க்கு இது பெரும் அதிர்ச்சியாக இருந்தது.

SCMC-யின் அறிக்கை பத்து நாட்களில் வெளிவந்த உடன் உள்ளூர் மக்களுக்கு ஆதரவு பெருகியது. கம்பெனி கருவிகள், எந்திரங்கள் முதலானவற்றை அப்புறப்படுத்தத் தொடங்கியது. மேலும் SCMC தமிழ்நாடு மாசுக் கட்டுப்பாட்டு வாரியம் *National Environmental Engineering Research Institute (NEERAI)* இடம் வழிகாட்டுதல் பெறவேண்டும் என்றும் கூறியது.⁴ எனவே NEERI-யும் HLL-க்கு மேலாண்மை செய்ய உதவியாக வந்தது.

NEERI தனது பணியை 2005 ஜனவரியில் தொடங்கியது. மாதிரிகளையும் சேகரித்தது. அவற்றை ஆராய்ந்த பின் அதன் அறிவியலறிஞர் மாசுபட்ட 7,358 டன் மண் மாசு நீக்கப்பட வேண்டும் அல்லது சரிசெய்யப்பட வேண்டும் என்று கண்டனர்.⁵ அவர்கள் ஒரு கிலோவிற்கு 10 மைக்ரோ கிராம் அளவையே எடுத்துக்கொண்டார்கள். சரிசெய்வதில் அந்த இடத்தைப் பொறுத்தவரையில் 25 மைக்ரோ கிராம் என்று வைத்துக் கொண்டது. மண்ணைக் கழுவுதல், வெப்பத்தால் சுத்தப்படுத்தல் ஆகிய செய்முறைகளை அது பரிந்துரைத்தது.⁶ மண்ணைக் கழுவுவது, மாசுபட்ட மண்ணைப் பெரியதும் சிறியதுமாகப் பிரிக்கும். வெப்பப்படுத்தும் முறை, பொடியாக இருக்கும் மண்ணிலிருந்து பாதரசத்தைப் பிரித்தெடுக்கும். பொடியாக இல்லாத மண்ணில் பாதரசம் அதிகமிருந்தால் அது வெப்பப்படுத்தும் முறையில் சரியான அளவிற்குச் சுத்தப்படுத்தப்படும்.⁷

NEERI-இன் அறிவுரையின்படி, HLL மாசு நீக்கும் பணியில் ஈடுபட்டது. எந்திரங்களையும் வெளியே எடுத்துச்சென்றது. மோடி அல்வாரிசுக்கும், TNPCB தலைவர் R.ராமச்சந்திரனிடம், எந்திரங்களைப் பிரித்து அனுப்புவதில் சரியான நடைமுறை பின்பற்றப்படவில்லை, உள்ளூர் மக்கள் அப்போது அங்கு இல்லை என்று தெரிவித்தார்.

2005 ஜூலையில் NEERI-க்கும் HLL-க்கும் இடையே இரகசிய உடன்பாடு இருப்பதாகவும், எந்திரத்தை மாசு நீக்குவதில் சரியான நடைமுறை பின்பற்றப்படவில்லை என்றும் மோடி புகார் தெரிவித்தார். அப்போது சுற்றுச்சூழல் காடுகள் துறையின் அமைச்சராக இருந்த A.ராஜாவை கிரீன்பீஸ் அணுகியது. முன்னாள் தொழிலாளர்கள் அது குறித்துக் காவல் துறையில் புகாரும்

தெரிவித்தார்கள். அழுத்தம் அதிகமானவுடன் SCMC சென்னையில் ஒரு கூட்டத்தை ஏற்பாடு செய்தது. மோடியும் உள்ளூர்ப் பிரதிநிதிகளும் கலந்து கொண்டார்கள். SCMC எந்திரங்களை நச்சு நீக்கும் முறைகளுக்கும் நிலத்தை மீட்டெடுப்பதற்கும் புதிய வழிகாட்டு முறைகளைத் தந்து, ஒரு வல்லுநர் குழுவை அமைத்தது. மாசு நீக்குவதற்கான தெளிவான வழிமுறைகள் கொண்ட விரிவான திட்ட அறிக்கை (Detailed Project Report) வேண்டுமென்று உள்ளூர் மக்கள் கேட்டார்கள். SCMC நியமித்த வல்லுநர் குழு தொழிற்சாலை இடத்தைச் சுத்தப்படுத்துவதைப் பார்த்தது. சுற்றுச்சூழலாளர்கள் உயர்நீதிமன்றத்தில் 2006 பிப்ரவரியில் வழக்குத் தொடுத்தார்கள். DPR தயாரித்த பிறகே நஞ்சு நீக்கும் வேலையைத் தொடரவேண்டும் என்று கேட்டார்கள். அதுவரையில் எந்திரங்களை மாசு நீக்கும் வேலையை நிறுத்த வேண்டுமென்று கேட்டார்கள். நீதிமன்றம் அதனை ஏற்றுக்கொண்டது.[8]

TNPCB நஞ்சு நீக்கும் விதிமுறைகளைச் சமர்ப்பித்த பிறகு நீதிமன்றம் வேலையைத் தொடர அனுமதித்தது. நீதிமன்றம் உள்ளூர் மக்களையும் இவ்வேலை நடக்கும்போது இணைத்துக்கொள்ள வேண்டுமென்று கூறியது. ஆலையையும் எந்திரங்களையும் நஞ்சு நீக்கும் வேலை தொடர்பான பிரச்சினை அத்துடன் முடிந்தது.

சிறிதுகாலம் கழித்து இந்த வேலை தொடங்கியது. 2006இல் தான் முடிவுற்றது. அனுமதிக்கப்பட்ட அளவு பாதரசம் உள்ள கருவிகளும் எந்திரங்களும் தொழில் மீள் சுழற்சி செய்பவர்களுக்குக் கொடுக்கப்பட்டன.[9] பிரச்சினைக்குள்ளான NEERI-யின் மேற்பார்வையிலேயே இது நடந்தது.

53
25-இலிருந்து 20-க்கு

மாசுபட்ட மலை வாழ்விடத்திற்கு SCMC வந்த ஓராண்டிற்குப் பிறகு 2005 செப்டம்பரில், அது TNPCB-க்கு ஒரு வல்லுநர் குழுவை அமைக்கக் கேட்டுக் கொண்டது. TNPCB-யும் ஒரு புதுக் குழுவை அமைத்தது. HLL புதிதாக அமைக்கப்பட்ட குழுவுடன் பணியாற்றவே விரும்பியது. செயலாக்கக் குழுவோடும், உள்ளூர் சுற்றுச்சூழல் குழுவோடும் வேலை செய்வதை அது விரும்பவில்லை. குழுமமும், TNPCB-யும் இந்த இரண்டு குழுக்களையும் கலந்து ஆலோசிப்பது இல்லை. SCMC-க்கு முக்கியத்துவம் இல்லாமல் போயிற்று.

2007 பிப்ரவரி 28 அன்று NEERI அதன் அறிக்கையை அளித்தது. 'பாதரச மாசு படிந்த இடத்தைச் சீர்செய்யும் நெறிமுறை' என்பது அதன் தலைப்பு. அதன் அணுகுமுறை, செய்முறை, மற்ற தொழில்நுட்ப விஷயங்கள் அதில் குறிப்பிடப்பட்டிருந்தன. அது ஒரு ஆங்கிலேயக் கம்பெனியின் மாசின் ஆபத்து அளவீட்டு முறையைப் பயன்படுத்தியது. அந்தக் கம்பெனி (ERM), ஓராண்டுக்கு முன்னர் இந்துஸ்தான் லீவரால் பயன்படுத்தப்பட்டது. அப்போது ஒரு குறிப்பிட்ட இடம் சார்ந்த இலக்கு அளவைச் சீர் செய்வதற்குப் பரிந்துரைத்தது. அந்த இடத்தில் வசிப்போரின் குழந்தைகளுக்கு 25 மைக்ரோ கிராமும் விளையாடும் இடங்களுக்கு ஒரு கிலோவிற்கு 29 மைக்ரோ கிராமும் அதிக அளவு இருக்கலாம் என்று ஆலோசனை வழங்கிற்று. இது டேம்ஸ் & மூர் 2002-இன் சோதனைகளைவிட அதிகம். குழந்தைகள் வருங்காலத்தில் பாதரசத்தால் தாக்கப்படும்போது குழந்தைகள் தாங்கிக் கொள்ளக்கூடிய அளவை அது எடுத்துக்கொண்டது.[1]

ஆய்வறிக்கை அளிக்கப்பட்டவுடன் மாநில ஒழுங்குமுறை ஆணையம் SCMC-யின் வல்லுநர் குழுவின் ஒப்புதலைப் பெற வேண்டுமென்று கூறியது. ஜூன் 2இல் கூட்டப்பட்ட கூட்டத்திற்கு

HWMC, LAEL ஆகிய உள்ளூர் குழுக்கள் அழைக்கப்படவில்லை. வல்லுநர் குழு ERM சொன்ன 25 மைக்ரோ கிராம் அளவை ஏற்றுக்கொண்டது. அதன்பிறகு சுத்தப்படுத்தும் நிபந்தனைகளும் முடிவு செய்யப்பட்டன. ஆனால் ஏற்கெனவே வல்லுநர் குழு ஒரு கிலோவிற்கு 20 மைக்ரோ கிராம் அளவையே பரிந்துரைத்திருந்தது.

உள்ளூர் மக்கள் தந்த அழுத்தத்தினால் TNPCB உறுதியான முடிவுக்கு வரமுடியாமல் வல்லுநர் குழுவிற்கு ஏற்கெனவே ஏற்றுக் கொள்ளப்பட்ட அளவு 20 மைக்ரோ கிராம் என்பதைச் சுட்டிக் காட்டியது. குழு உறுப்பினர்கள், NEERI, TNPCB ஆகியோருக்கு இடையே பேச்சு வார்த்தை மூன்று மாதங்கள் நீண்டது. ஜனவரியில் TNPCB-க்கும், ஆகஸ்டில் NEERI-க்கும் இந்துஸ்தான் லீவருக்கும் தனது முடிவைத் தெரிவித்தது. சீர் செய்யப்பட்ட பிறகு பாதரசத்தின் அளவு ஆய்வு செய்யப்படும் மாதிரிகளில் 95 சதவீதத்திற்கு ஒரு கிலோவிற்கு 20 மைக்ரோ கிராம் அல்லது அதற்குக் குறைவானதே அனுமதிக்கப்படுகிறது. 5 சதவீதத்திற்கு மட்டுமே 25 மைக்ரோ கிராம் அனுமதிக்கப்பட்டது.[2]

நவம்பரில் ERM அதன் விரிவான இறுதி அறிக்கையை அளித்தது. ஒரு சில வாரங்களில் TNPCB ஒரு கூட்டத்தைக் கூட்டிற்று. அதில் TNPCB இதற்கான சுத்தப்படுத்தும் வேலையைத் தொடங்க ஏற்பாடு செய்தது. NEERI அந்த முழுநேர வேலையில் தன்னை ஈடுபடுத்திக் கொள்ளும் என்று தீர்மானிக்கப்பட்டது. 2007 டிசம்பர் 7 அன்று TNPCB தலைவர் தூய்மைப்படுத்தும் பணிக்கான ஆணையைத் தந்தார்.[3] இறுதி அனுமதி ஆறு மாதம் கழித்து மார்ச் 2008இல் தரப்பட்டது.[4]

தூய்மைப்படுத்தும் அளவை வற்புறுத்துவதில் தாங்கள் தோற்று விட்டோம் என்பது சுற்றுச்சூழல் போராளிகளுக்கும் உள்ளூர் மக்களுக்கும் தெளிவாகத் தெரிந்தது. இங்கு உள்ளூர் மக்கள் முழுவதுமாகப் புறக்கணிக்கப்பட்டுவிட்டனர். ஆகவே அவர்கள் TNPCB-க்கு உச்ச நீதிமன்றத்தின் 2003 ஆணையை எடுத்துக் கூறினார்கள். ரியோ டிக்ளரேஷன் பிரின்சிப்பிள், 10, Environment Protection Act 1966 பிரிவு 3(2), (12) ஆகியவற்றை எடுத்துக்காட்டி ஆபத்தான பொருட்களைத் தூய்மைப்படுத்துவதில் பொது மக்களின் பங்களிப்பின் அவசியம் பற்றி உச்சநீதிமன்றம் கூறியிருப்பதை எடுத்துக்காட்டினார்கள்.[5] விளக்கம் கேட்டு எழுதினார்கள். ஒழுங்குமுறை ஆணையத்திடம் உள்ளூர் மக்களைச்

சேர்க்காதது பற்றி விளக்கம் கேட்டார்கள். ஆனால் TNPCB அதற்குத் தகுந்த விடையளிக்கவில்லை.

ஆகவே போராட்டக்காரர்கள் கொடைக்கானலில் 2009 அக்டோபர் 9 அன்று ஒரு கூட்டத்தைக் கூட்டினார்கள். TNPCB, NEERI, இந்துஸ்தான் லீவர் ஆகியவற்றிற்கு இடையே இருந்த கள்ளச் சேர்க்கையைக் கண்டித்தார்கள். மக்கள் மேற்பார்வைக் குழு அமைக்கும் வரையில் சரிசெய்யும் வேலையை நிறுத்தவேண்டும் என்றார்கள். அழுத்தம் அதிமானது. TNPCB மீண்டும் கூட்டத்தைக் கூட்டியது. அறிவியல் வல்லுநர் குழு பாதரச அளவு சரிசெய்தல் ஆகியவற்றை நிர்ணயிக்கவும் மேற்பார்வை செய்யவும் ஒரு அறிவியல் வல்லுநர் குழுவை நியமிப்பதென்று முடிவு செய்யப்பட்டது.[6]

இந்த நிலையில் நடவடிக்கைக் குழுவினர் புதிய யுத்திகளைக் கையாண்டனர். முதலில் இரட்டைத் தரங்கள் என்ற தலைப்பில் ஒரு எட்டுப் பக்க அறிக்கை வெளியிடப்பட்டது. அடுத்து இரண்டு திரைப்படத் தயாரிப்பாளர்களும், ஒரு சுற்றுச்சூழலியலாளரும் அவர்களுக்கு ஆதரவான பத்திரிகையாளர்களிடம் பேசினார்கள். மூன்றாவதாக, பிரச்சினையை நேரடியாகச் சுற்றுச்சூழல் அமைச்சர் ஜெயராம் ரமேஷிடம் எடுத்துச் சென்றார்கள்.

ஜெயராமனும், மோடியும் அமைச்சரை அணுகியவுடன் அவர் உடனே பிரச்சினை பற்றி நடவடிக்கை எடுப்பதாகச் சொன்னார். அவருடைய அமைச்சகத்தின் செயலர் TNPCL-யின் தலைவருக்குக் கடிதம் எழுதினார். பதில் ஒரு வாரத்தில் வந்தது. போராட்டக்காரர்களின் அச்சம் ஆதாரமற்றது என்று கூறிய TNPCB எல்லா அமைப்புகளும் SCMC வல்லுநர் குழுவை அமைத்த பிறகு கலைக்கப்பட்டுவிட்டது. எனினும் இந்துஸ்தான் லீவர் ஒரு கிலோவிற்கு 20 மைக்ரோ கிராம் அளவுக்கு இருக்குமாறு மீட்புப் பணிகளை மேற்கொள்ள அனுமதி வழங்கிவிட்டது என்றும் தெரிவித்தது. வல்லுநர் குழு தரவுகளைச் சரிபார்க்க முடிவுசெய்தது. ஆனால் இதில் TNPCB ஒழுங்குமுறை ஆணையம் இறுதியாக ஏற்றுக்கொண்ட சுத்தப்படுத்தும் தரம் பற்றி நேரடியான பதிலளிக்கவில்லை. உடனே அமைச்சர் மத்திய மாசுக் கட்டுப்பாட்டு வாரியத்திடம் (CPCB) பொறுப்பை ஒப்படைத்தார்.

செப்டம்பரில் CPCB எழுதிய கடிதத்தில் TNPCB-ஐ அளவு 5 முதல் 25 மைக்ரோ கிராமும் ஒத்துக்கொள்ள வேண்டுமென்றும்

உள்ளூர் பகுதிச் சுற்றுச்சூழல் குழு, நகராட்சிகள், வனத்துறை, விவசாயத்துறை முதலானவர்களையும் இணைத்துக்கொள்ள வேண்டும் என்றும் TNPCB-ஐக் கேட்டுக்கொண்டது. சீர்செய்யும் பணியை TNPCB உறுப்பினர்கள், வல்லுநர் குழு உறுப்பினர்கள் உள்ளூர் மக்கள் ஆகியோர் அடங்கிய குழு மேற்பார்வை செய்யும்.

CPCB சுற்றுச்சூழல் அமைச்சகத்திற்கு எழுதிய கடிதத்தில், "மனிதர் உடல் நலம் மட்டுமின்றி, இயற்கை அமைப்புக்கும் ஆபத்து ஏற்படும் என்பதன் அடிப்படையில் இடத்திற்குத் தகுந்த இலக்கின் அளவை நிர்ணயிக்க Risk Analysis Report தயாரிக்குமாறு கூறியது.

CPCB வழிகாட்டல், மத்திய அமைச்சகத்தின் அழுத்தம் ஆகியவற்றின்படி, TNPCB அதிகமான ஆய்வுகளை மேற்கொள்ளத் தீர்மானித்தது. CPCB-இன் அறிவுரையின்படி, IIT டில்லி, தேசிய தாவர ஆராய்ச்சி நிறுவனம் லக்னோ, மண், நீர், பாதுகாப்பு ஆராய்ச்சி மையம், ஊட்டி ஆகியவற்றை ஆய்வு மேற்கொள்ள அடையாளம் கண்டது. இவை அவற்றின் முடிவுகளை 2011 பிப்ரவரியில் கொடுத்தது. டில்லி IIT குறிப்பிட்ட இடத்திற்கான அளவாக 22.4 மைக்ரோ கிராமைப் பரிந்துரைத்தது. TNPCB-யும் வல்லுநர் குழுவும் இன்னும் இரண்டு ஆண்டுகள் இவற்றை விவாதித்தன. இறுதியில் வல்லுநர் குழு ஒரு கிலோவிற்கு 20 மைக்ரோ கிராம் என்ற தரத்தை அனுமதித்தது. TNPCB இதனை CPCB-க்கு அனுப்பி அதன் ஆலோசனையைக் கேட்டது.

அடுத்த பத்து மாதங்கள் இது கிடப்பில் போடப்பட்டது. நாடாளுமன்றத் தேர்தல்கள், புதிய அமைச்சரவை முதலானவையால் காலதாமதம் ஏற்பட்டது. இருப்பினும் உள்ளூர் மக்களும், சுற்றுச்சூழல் அமைப்பினரும் தொடர்ந்து போராடி வந்தார்கள். நரேந்திர மோடி தலைமை வலதுசாரி அரசு 2014இல் பதவிக்கு வந்தது. CPCB-யின் தலையீடு தொடர்ந்தது. அதன் பிறகு டிசம்பரில் உள்ளூர் மக்கள், சுற்றுச்சூழலாளர்களின் கூட்டத்தைக் கூட்டியது. மத்திய அரசுக்குப் புதிய ஆட்சியாளர்கள் பதவிக்கு வந்ததால் தங்களுக்கு ஆதரவாகப் பேச அரசியல்வாதிகள் யாருமில்லாததால் உள்ளூர் மக்களும், சுற்றுச்சூழலாளரும் கூட்டத்தில் கலந்து கொள்ள மறுத்துவிட்டார்கள். அதற்குப் பதிலாக வேறொரு வழியைத் தேடினார்கள்.

54

பசுமைத் தீர்ப்பாயம்

'வால் ஸ்ட்ரீட் ஜர்னல்' இந்தியாவின் பெரிய பசுமை அழிக்கும் எந்திரம் என்று அமைச்சர் ஜெய்ராம் ரமேஷைக் குறிப்பிட்டு எழுதியது. அதன்பின் ஜூலை 2011இல் சுற்றுச்சூழல் அமைச்சகத்திலிருந்து ஊரக வளர்ச்சித்துறை அமைச்சராக அவர் மாற்றப்பட்டார். ஆனால், ஜெய்ராம் ரமேஷ் சுற்றுச்சூழல் அமைச்சராக இருந்தபோது சுற்றுச்சூழல் பாதுகாப்புக்குத் தன்னை முழுவதும் அர்ப்பணித்துக் கொண்டு பணியாற்றியதால் தொழில் வளர்ச்சிக்கு முட்டுக்கட்டையாக இருந்தார் என்று கருதினார்கள். இரண்டு ஆண்டு காலத்தில் அவர் சுற்றுச்சூழல் மேலாண்மையில் பல முக்கிய மாற்றங்களைக் கொண்டுவந்தார். அவற்றில் ஒன்று தேசிய பசுமைத் தீர்ப்பாயம் அமைத்தது. அந்த மசோதாவை மே 2010இல் நிறைவேற்றினார். "சுற்றுச்சூழல் பாதுகாப்பு, காடுகளின் பாதுகாப்பு, மற்ற இயற்கை ஆதாரங்களின் பாதுகாப்பு ஆகியவை தொடர்பான விஷயங்கள் உடனுக்குடன் தீர்க்கப்பட வேண்டும். மேலும் மனிதருக்கோ, உடமைக்கோ ஏற்படும் பாதிப்புகளுக்கு இழப்பீடு கொடுப்பதும் இதில் அடங்கும்."[1]

1992ஆம் ஆண்டிலேயே ரியோ தெ ஜெனோய்ரோவில் நடந்த உச்சிமாநாட்டில், அப்போதைய சுற்றுச்சூழல் அமைச்சர் சுற்றுச்சூழல் சேதத்தால் பாதிக்கப்பட்டவர்களுக்கு நிதி சார்பான, மற்றும் நிர்வாகம் சார்ந்த நிவாரணங்கள் வழங்கப்படும் என்று வாக்குறுதி அளித்திருந்தார்.[2] இருபது ஆண்டுகள் சென்ற பிறகு, ரமேஷ் சுற்றுச்சூழலை மாசுபடுத்துபவர்கள் இழப்பீடு வழங்கும் வகையில் தீர்ப்பாயத்தைக் கொண்டுவந்தார். ஆஸ்திரேலியா, நியூசிலாந்து, அடுத்தாற்போல இந்தத் தீர்ப்பாயம் கொண்டுவந்த மூன்றாவது நாடு இந்தியா. இந்தத் தீர்ப்பாயம் *Indian Code of Civil Procedure 1908*-க்குக் கட்டுப்பட்டது. இயற்கை நியதியின்படியே செயல்பட்டு ஒரு வழக்கினை ஆறு மாதங்களுக்குள் முடித்து வைக்கும்.

2014 புதிய அமைச்சரவை கூட்டிய கூட்டத்தை உள்ளூர் மக்களும், போராளிகளும் புறக்கணித்தார்கள். ஏனென்றால் அவர்களுக்குச் சாதகமாக முடிவுகள் இருக்காது என அவர்களுக்குத் தெரியும். இதற்கிடையில் இந்துஸ்தான் லீவர் விவரமான திட்ட அறிக்கையை 2015 ஆகஸ்டில் சமர்ப்பித்தது. தொடக்க வேலைகளைச் செய்ய அதற்கு அனுமதி வழங்கப்பட்டது. சென்னை உயர் நீதிமன்றம் ஜெயராமன் கொண்டு வந்த நீதிப் பேராணை மனுவைத் தள்ளுபடி செய்துவிட்டது. வழக்கு நீதிமன்றத்திற்கு வந்தபோது அவர் உள்ளூர் மக்களும் சுற்றுச்சூழல் குழுவும் நிலையைக் கண்காணித்து வருவதாகச் சொன்னார். அவரே அவருடைய மனுவைத் திரும்பப் பெற்றதுபோல ஆயிற்று.[3]

ஆனால் கம்பெனிக்கும், சுற்றுச்சூழலாளர்களுக்கும் இடையே அமைதியான முடிவு எட்டப்படவில்லை. இந்த நிலையில் போராட்டக்காரர்கள் தேசிய பசுமைத் தீர்ப்பாயத்தை அணுக முடிவு செய்தார்கள். TNPCB-யின் அனுமதியின் பேரில் மோடி பசுமைத் தீர்ப்பாயத்திற்கு 2017 ஜனவரி 25இல் விண்ணப்பம் செய்தார்.

தீர்ப்பாயம் ஏப்ரல் மாத முடிவில் கம்பெனிக்கு முதல்நிலை வேலைகளைத் தொடங்க அனுமதியளித்தது. அந்த வேலைகளை வல்லுநர் குழு, TNPCB, CPCB ஆகியவை மேற்பார்வை செய்யும். ஆகஸ்டில் இந்தக் குழுவில் மோடி உட்பட மேலும் மூன்றுபேர் சேர்க்கப்படுவார்கள்.[4] வேலையைக் கொடைக்கானல் நகராட்சியும் LAEC-யும் பார்க்க அனுமதிக்கப்படுவார்கள்.

அதன்படி மண்ணை மீட்டெடுக்கும் சோதனைப் பணி 2017 ஆகஸ்ட் 16 அன்று மீண்டும் தொடர்கிறது. அது நவம்பர் வரையிலும் தொடர்ந்தது. அதன் அடிப்படையில் சரிசெய்யும் வேலைக்கான இறுதித் திட்டம் தரப்பட்டது. TNPCB ஜனவரியில் முழு அளவிலான வேலை தொடர்ந்தது.

இதற்கிடையில் பசுமைத் தீர்ப்பாயத்தில் விவாதங்கள் தொடர்ந்தன. தீர்ப்பாயம் CPCB-யிடம் வல்லுநர் ஒருவரின் கருத்தைக் கேட்குமாறு அவரைப் பரிந்துரைத்தது. அவர் பாதரச மாசுபடல் பற்றிய ஆய்வு அனுபவம் உள்ள ஒரு நிறுவனத்தில் பணியாற்றுபவராக இருப்பார். மேலும் NEERI மேற்கொண்ட சோதனை ஆய்வின் முடிவையும் ஆராயுமாறு பணித்தது. நிலத்தைச் சீர் செய்யும் பணியில் ஒரு கிலோவிற்கு 20 மைக்ரோ கிராம் என்று வைத்துக்கொள்வது

ஏற்றுக்கொள்ளலாமா என்று அறியவே இந்தச் சோதனைகள். சீர் செய்யும் வேலையைத் தனது ஆணை கிடைக்கும் வரையில் தொடங்க வேண்டாம் என்று தீர்ப்பாயம் இந்துஸ்தான் லீவரைக் கேட்டுக்கொண்டது.[5]

இதற்கிடையில் சுற்றுச்சூழல், வன அமைச்சகம் "மாசுபட்ட இடங்களில் மீட்டெடுக்கும் தேசியத் திட்டம்" (*NPRPS*) ஒன்றை வெளியிட்டது. மாசுபட்ட இடங்களை அளவிடவும் மீட்டெடுக்கவுமான வழிகாட்டு நெறிமுறைகளை அது தந்தது. *NPRPS* இரண்டு தளங்களைக் குறிப்பிட்டிருந்தது. ஒன்று, சோதனை அளவு (*Screening level*), இன்னொன்று எதிர்வினை ஆற்றும் அளவு. இந்த எதிர்வினை அளவு என்பது, மனிதர் உடல் நலத்திற்கும் சுற்றுச்சூழலுக்கும் அதற்குமேல் இருப்பதால் ஆபத்து விளைவிக்கக் கூடிய அளவு. எனவே அதற்கு எதிர்வினை, அவற்றைப் பாதுகாக்கத் தேவையான, போதுமான அளவு. டச்சு குறுக்கீடு மதிப்பில் ஒரு கிலோ மண்ணுக்கு 36 மைக்ரோ கிராம் என்பதை மீளாய்வு செய்து *NPRPS* இந்த அளவை இறுதி செய்தது. விவசாய நிலம், குடியிருப்பு இடம் ஆகியவற்றிற்குச் சோதனை அளவை ஒரு கிலோவிற்கு 6.6 மைக்ரோ கிராம் என்று தொழில் நிறுவனங்களுக்கு 50 மைக்ரோ கிராம் என்றும் நிர்ணயித்தது.[6]

இதன்படி 6.6 மைக்ரோ கிராமுக்குக் கீழே இருந்தால்தான் மனித உடல்நலத்துக்கு ஆபத்து இல்லாமல் இருக்கும். மோடி தனது வாதத்தில் இதை முன்வைத்தார்.

IIT வல்லுநர்கள், *NEERI*, *AIIMS* முதலானவர்கள் அடங்கிய குழு இரண்டு கூட்டங்களுக்குப் பிறகு சோதனை அளவான 6.6 மைக்ரோ கிராமை கொடைக்கானல் தொழிற்சாலைக்கு ஏற்றுக் கொள்ளமுடியாது என்று கூறிவிட்டது. இது மோடிக்கும் உள்ளூர் மக்களுக்கும் பெரும் ஏமாற்றம். மோடி இந்தக் குழு அமைக்கப்பட்டதையே எதிர்த்தார். *NEERI* இந்துஸ்தான் லீவரிடமிருந்து 3.4 மில்லியன் ரூபாய் ஆலோசனைக் கட்டணமாகப் பெற்றது எனக் குற்றம் சாட்டினார். பல உறுப்பினர்கள் ஏற்கெனவே யூனிலீவரோடு தொடர்புடையவர்கள். எனவே நடுநிலையான வல்லுநர்கள் அடங்கிய சிறப்புக் குழு ஒன்று அமைக்கப்பட வேண்டும் என மோடி வாதிட்டார்.[7]

ஆதாஷ் குமார் கோடங் என்ற நீதிபதி தீர்ப்பாயத்தின் தலைவராக 2018 ஜூலை 6 அன்று பொறுப்பேற்றார். அவர் தலைமையிலான

மூன்று நீதிபதிகள் கொண்ட அமர்வு மோடியின் வாதங்களை ஏற்றுக்கொள்ளவில்லை. CPCB தேர்ந்தெடுத்த குழு உறுப்பினர்கள் நேர்மையாகச் செயல்பட்டு அறிக்கை அளித்திருப்பதாகக் கருதியது.[8] "இந்நிலையில் சரிசெய்யும் முயற்சிக்கு முக்கியத்துவம் அளிக்க வேண்டும், இன்னும் ஆய்வுகள் மேற்கொள்வதாக இல்லை, ஏனென்றால் அந்த இடம் 20 ஆண்டுகளுக்கு மேலாகச் சுற்றுச்சூழலுக்கும் மனிதருக்கும் ஆபத்து விளைவிக்கக் கூடியதாக இருந்து வந்திருக்கிறது," என்று தீர்ப்பாயம் கூறியது.[9] 2018 நவம்பர் 9 அன்று மோடியின் மனு தள்ளுபடி செய்யப்பட்டதால் கிலோ கிராமிற்கு 20 மைக்ரோ கிராம் என்ற அளவைக் கொண்டு தூய்மைப்படுத்தும் பணி தொடங்கிற்று. NPLPS-இன் சோதனை அளவான 6.6 மைக்ரோ கிராம் அளவு ஏற்றுக் கொள்ளப்பட்டிருந்தால் நிலம் விவசாயம், குடியிருப்பு, பொழுதுபோக்கு ஆகியவற்றிற்குத் தகுதியுடையதாக இருந்திருக்கும்.

அதே சமயம், IIT ஐதராபாத் ஒரு ஆய்வை வெளியிட்டது. அதன்படி சரிசெய்யும் பணி உடனே தொடங்கப்பட்டு 2020இல் முடிவுற்றாலும், நிலத்தின் பாதரச அளவு 2050-க்குள் ஒரு சிறிதே குறைந்திருக்கும் என்று தெரிவித்தது. அதேபோல காட்டில் ஏற்பட்ட மாசும் 2050-க்குள் ஒரு சிறிதே குறைந்திருக்கும்.[10]

எனினும் மோடி இதற்குமேல் செய்யக் கூடியது உச்ச நீதிமன்றத்தை அணுகுவதுதான். அவர் 2019 ஜனவரி 30 அன்று உச்ச நீதிமன்றத்தில் மனு செய்தார். உச்ச நீதிமன்றம் அதனை ஏற்றுக்கொள்ளவில்லை. இருப்பினும் மோடி விட்டுவிடவில்லை.

நீதிபதி ரோஹின்டன் நாரிமன் மற்றும் நீதிபதி வினீத் சரண் ஆகியோர் அடங்கிய டிவிஷன் பெஞ்ச் மார்ச் 5, 2019இல் அவரது சிவில் மேல்முறையீட்டு எண் 1666ஐ தள்ளுபடி செய்து பலவீனமான மூத்த குடிமக்களுக்கான அனைத்துக் கதவுகளையும் திறம்பட மூடியது.[11] இது பதினெட்டு ஆண்டு கால போராட்டத்தை முடிவுக்குக் கொண்டுவரும். ஆனால், மோடி அதைக் கைவிட மறுத்துவிட்டார்.

இன்னும் நல்ல முறையான நிலத்தை மீட்டெடுக்கும் வேலைக்கு வாய்ப்பிருப்பதாக மோடி நம்பினார். அவர் நீதிமன்றத்தை விட்டு வெளியே வந்தபோது அவருக்கு ஸ்டீபன் கிங் என்ற எழுத்தாளரின் சொற்கள் நினைவுக்கு வந்தன. "நம்பிக்கை என்பது நல்லது.

ஒருவேளை எல்லாவற்றையும் விடச் சிறந்ததாகக் கூட அது இருக்கலாம். நல்லது எதுவும் மடிவதில்லை."

எழுபது வயதான மோடி களைத்து, சோர்ந்து, அடுத்த நாள் வீடு திரும்பியபோது அவருக்கு ஓர் அதிர்ச்சி காத்திருந்தது. புனித மேரி சாலையிலுள்ள அவரது குடிசை, (அதற்குத் தொழிற்சாலையின் வயது) இடித்துத் தரைமட்டமாக ஆக்கப்பட்டிருந்தது.

பின்னுரை
நஞ்சு கலந்த மரபுரிமை

சில பிரியாணித் தயாரிப்புகள் உட்பட, சுவைமிக்க இந்திய உணவு வகைகளில் முக்கியமாகப் பயன்படும் நறுமணப் பொருள் லைக்கன். தமிழில் இதைக் கற்பாசி என்று அழைப்பார்கள். இது தோட்டங்களில் பயிரிடப்படுவதில்லை. கானகங்களிலிருந்து சேகரிக்கப்படும். லைக்கன் காற்றிலிருந்து காட்டுப் புழுக்கள், இலைகள், விலங்குகளின் வாடைகள் ஆகியவற்றின் மணத்தை நேரடியாக ஈர்க்கிறது. இதுவே அதற்குத் தனிப்பட்ட ஒரு மணத்தை அளிக்கிறது. அண்மைக் காலங்களில் பிரியாணியின் மகத்துவம் அதிகமாகி அதனை உண்பதும் அதிகமானது போலவே, லைக்கனின் தேவையும் அதிகமானது.

இருபது முப்பது ஆண்டுகளுக்கு முன்னர், சில வணிகர்கள் பளியர் என்ற பழங்குடி மக்களை அணுகி லைக்கனை அவர்களுக்குத் தொடர்ந்து தருமாறு கேட்டுக்கொண்டார்கள். பளியர்தான் தமிழ்நாட்டில் மேற்குத் தொடர்ச்சி மலைப் பகுதிகளிலிருந்து காட்டு விளைபொருட்களைச் சேகரிப்பவர்கள். தென்னிந்தியாவில் கடைசியாக மிச்சமிருக்கும் பழங்குடியினரான பளியர், பழனி மற்றும் அதன் சுற்று வட்டாரப் பகுதியில் வாழும் திராவிடப் பூர்வ குடிகள். பளியன் என்ற பெயர் 'பழனியன்' என்ற சொல்லிலிருந்து வந்ததாகக் கருதப்படுகிறது. இப்பழங்குடியினருக்குப் பழையர் அல்லது பளையர் என்ற பெயரும் உண்டு. வேட்டையாடி உணவு சேகரிக்கும் இப்பழங்குடியினர் குகைகளிலோ, பாறைகளுக்கு இடையே கட்டிய குடிசைகளிலோ வசிப்பார்கள். உணவுக்காகக் காட்டின் உள்ளே சென்று வேட்டையாடுவார்கள். ஒரு பளியர் குடும்பத்தில் சராசரியாக ஏழுபேர் இருப்பார்கள். ஓர் அறை அல்லது இரண்டு அறைகளில் எல்லோரும் அவர்களது கால்நடையோடு சேர்ந்து வசிப்பார்கள்.¹ காட்டுச் சேனைக் கிழங்கு, தேன், மூங்கில் அரிசி, நாவற்பழம், பலா, மா முதலான கனி வகைகளை உண்டு வாழ்கிறார்கள்.

சில ஆய்வுகளின்படி தமிழ்நாடு மலைப் பகுதிகளில் ஏறத்தாழ 6,000 பளியர்கள் வசிக்கிறார்கள். அவர்கள் குரலற்ற, சுரண்டப்பட்ட ஒரு பழங்குடி இனம். வரலாறு முழுவதும் அவர்கள் ஒடுக்கப்பட்டு ஓரிடத்தில் நிலையாக இல்லாமல் துரத்தப்பட்டு நலிந்து போனவர்கள்.[2,3] இன்னொரு ஆய்வின்படி அவர்களது மொத்த எண்ணிக்கை 9,500. கடந்த 40 ஆண்டுகளாகப் பளியரின் எண்ணிக்கை மிக வேகமாகக் குறைந்துகொண்டே வந்தது. அவர்கள் மலை முழுவதும் சிதறி இருப்பதாலும், இருப்பிடத்தை மாற்றிக்கொண்டே இருப்பதாலும், சமூக அறிவியலாளரே தெளிவாகச் சொல்ல முடியாமல் இருக்கிறார்கள்.

இந்த இனத்தில் உணவு சேகரிப்பவர்கள் பலர் நஞ்சினால் நரம்பு, சிறுநீரகம் போன்ற உள்ளுறுப்புகள் பாதிக்கப்பட்டவர்களாக இருக்கிறார்கள். எப்போதாவது கொடைக்கானல் மலையடிவாரங்களுக்கு இடைத் தரகர்களிடம் அவர்களது பொருட்களை விற்க வருவார்கள். அவர்களிடம் நோய்க்குறி காணப்பட்டது. பளியர்கள் அவர்களது மருத்துவ முறையான சித்த மருத்துவத்தையே சார்ந்திருப்பதால் அவர்கள் வேறு மருத்துவர்களையோ, மருத்துவமனைகளையோ அணுகுவதில்லை. எனவே அவர்களது நோய்க் குறிகள் ஆவணப்படுத்தப்படவில்லை. எப்படியிருப்பினும், அவர்களது நோய்க் குறிகளுக்கும், பாதரச நச்சூட்டலுக்கும் இடையேயான தொடர்பைப் பொறுப்பிலுள்ளோர் ஆய்வு செய்யவில்லை.

காற்றில் அல்லது நீரில் பரவிய பாதரசம் பளியர்களைப் பாதித்திருப்பது பற்றிய ஆய்வுகள் எதுவும் மேற்கொள்ளப்படாதது போலவே கொடைக்கானல் இயற்கை அமைப்புகளில் ஏற்பட்ட பாதிப்பை ஆராயவும் எந்த முயற்சியும் மேற்கொள்ளப்படவில்லை. எடுத்துக்காட்டாக, சிங்கவால் குரங்குகள் ஆபத்திற்குள்ளான உயிர் வகைகள் (endangered species) என ஐநாவின் சிகப்புப் பட்டியலில் இடம் பெற்றிருக்கின்றன. 2020 வரையில் ஆபத்திற்குட்பட்ட உயிரினமாகவே இருந்து வந்திருக்கிறது. *Centre for Wildlife Studies, Salim Ali Centre for Ornithology and Natural History* ஆகியவற்றின் ஆய்வாளர்களின் அறிக்கை இது.[4] ஓர் அறிக்கையின்படி உலக அளவில் சிங்கவால் குரங்குகளின் எண்ணிக்கை 4,000. பாதரச நச்சூட்டல் உட்படப் பல காரணங்களால் இந்த எண்ணிக்கை அடுத்த இருபத்தைந்து ஆண்டுகளில் இருபது சதவீதம் குறைந்து விடும்.

பாதரச நஞ்சுள்ள பாம்பார் சோலைப் பகுதி, கொடைக்கானல் வன விலங்கு காப்பகம், பேரிஜாம் காடுகள்-சிறிய சிங்கவால் குரங்குகள் குரங்குகளைவிட மனித இனத்திற்கு நெருக்கமான நீலகிரி மந்திகள், தொப்பிக் குரங்குகள், கறுப்புக்கால் மந்திகள் ஆகியவையும் உயிர் வாழப் போராடிக் கொண்டிருக்கின்றன. பெரிய பூனை இனங்களில் இப்போது எஞ்சியிருப்பது சிறுத்தை, புலி ஆகியன. முன்னர் புலி சோலை (*Tiger Shola*)-யில் அதிகம் காணப்படும். அங்கு அவற்றிற்கு இரைக்கான விலங்குகள் அதிகம் கிடைத்தன.[5] இப்போது அவையும் அருகி வருகின்றன.

தேன் கரடி (*Sloth Bear*) பழங்கள், எறும்புகள், பூச்சிகளைத் தின்று உயிர் வாழும். அதுவும் *IUCN* இன சிகப்புப் பட்டியலில் இடம் பெற்றது. இது கரடி சோலையிலிருந்து இருபதாண்டுகளாகக் கொஞ்சம் கொஞ்சமாக மறைந்து வருகிறது. அதன் வாழ்விடம் பாதிக்கப்பட்டதே இதற்குக் காரணம். யானையும் இப்பகுதிகளில் அருகி வருகின்றன.[6]

கால்களில் குழம்புகளுள்ள மற்ற பாலூட்டிகளும், ஆபத்தான நிலையில் உள்ளன. காட்டெருமை, குரைக்கும் மான் (சாம்பார்), காட்டு நாய் ஆகியவை அந்தப் பட்டியலில் அடங்கும். சீட்டியடிக்கும் நாய், செந்நாய், மலை ஓநாய் என்றெல்லாம் அழைக்கப்படும் நாய் வகை இப்போது இப்பகுதியில் 2,500 இருக்கின்றன. இவற்றின் எண்ணிக்கையும் குறைந்துகொண்டே வருகிறது.[7]

1970-இலிருந்து பறவைகளுக்குக் கழுத்துப் பட்டை அணிவித்துக் கொடைக்கானலில் ஆய்வுசெய்த பம்பாய் இயற்கை வரலாற்றுச் சங்கம் (*BNHS*) கொடைக்கானல் காட்டுயிர் காப்பகத்தில் 94 வகைப் பறவைகளைப் பதிவிட்டது. மேற்குத் தொடர்ச்சி மலைகளில் உயரமான பகுதிகளில் வசிக்கும் பறவைகள் முன்னர் இந்தச் சோலைகளுக்கு வரும்.[8] இப்போது அவை வருவதை நிறுத்திக் கொண்டன. எடுத்துக்காட்டாக, நீலகிரி வானம்பாடி (*Pipit*)-யின் எண்ணிக்கை இப்பகுதியில் குறைந்துவிட்டது. உளறுவாய்க் குருவி (*rufous babbler*) எண்ணிக்கையில் பெருமளவில் குறைந்து விட்டது. நடு, தரை உயரங்களிலுள்ள பொதுப் பட்டியலிலுள்ள பறவைகளான *Plum-headed Perakeet, and brahninykte, black kite, Ticket's bluc flycatcher, chest headed bee eater, red spur fowl, red-vented bul bul, Common hawk-cuckoo* ஆகியவை உயரமான இடங்களுக்குப்

போய்விட்டன. அந்தந்த இடத்திற்குரிய பறவைகளோடு அவை போட்டியிட முடியவில்லை.[9]

இந்தப் பகுதிகளில் பறவை, விலங்குகளைக் காண்பதே கொஞ்சம் கொஞ்சமாகக் குறைந்துகொண்டு வருகிறது. பயிர்த் தொழிலுக்காகக் காட்டை அழிப்பது, அதனால் மழைப் பொழிவு குறைவது, வெப்பம் அதிகரிப்பது ஆகியவை உள்ளூர் பருவ நிலையைப் பெரிதும் பாதித்துவிட்டது. எனவேதான் விலங்குகளும், பறவைகளும் வருவதும் குறைந்துவிட்டது. உல்லாசப் பயணிகளுக்கு உரிய மலை வாழ்விடம், தொழில் நகரம் கொடைக்கானல் என்றாகிவிட்ட பிறகு, அவை அப்பகுதியின் இயற்கை அமைப்பைச் சிதைத்துவிட்டன. தொழிற்சாலையும், உல்லாசப் பயணமும் விரிவடைந்ததால் மனிதர் வாழ்விடங்கள், மலை ஓரங்களிலும், காட்டுப் பகுதியிலும் அதிகமாயின. ஆனால் இவற்றினில் எல்லாம் தீவிரமானது பாதரசப் பரவல் சோலைகளில் ஏற்பட்டதால் உண்டான ஏற்றத் தாழ்வுகள் அப்பகுதிகளுக்கே உரிய உயிரினங்களைப் பாதித்துப் பலவற்றைக் காட்டின் உட்பகுதிகளுக்குள் துரத்திவிட்டிருக்கும்.

இப்பகுதியிலுள்ள தாவர, விலங்கினங்கள் பாதிக்கப்பட்டிருப்பது வெளிப்படையாகவே தெரிகிறது. உள்ளூர் கள ஆய்வு ஒன்றின் அறிக்கையின்படி, 'கரடி, புலி, நீலகிரி மான், நீலகிரி மந்தி, யானை ஆகிய பல உயிரினங்கள் மறைந்துவிட்டன. அதுபோலவே ஊர்வன, நிலத்திலும், நீரிலும் வாழும் உயிரினங்கள், மீன்கள் ஆகியவையும் மறைந்துவிட்டன.'[10] சிறிய உயிரினங்களான வண்ணத்துப் பூச்சிகள், தட்டான்கள், ஊசித் தும்பிகள் ஆகியவையும் மறையத் தொடங்கி விட்டன. பாதரசத்தின் நச்சுப் பொருள் தாக்கத்தால் தாவர, விலங்கினங்கள் மேல் ஏற்பட்டிருக்கும் பாதிப்பை அறிவியல் பூர்வமாக ஆராயவில்லை. எனவே தொழிற்சாலையிலிருந்து வந்த பாதரச வாயு, பாதரசக் கழிவு ஆகியவற்றின் தாக்கத்தால் ஏற்பட்ட அளவைத் துல்லியமாகக் கூற முடியவில்லை. எனினும் இப்போதுதான் ஆதாரங்களின் அடிப்படையில் பார்க்கும்போது தாக்கம் குறிப்பிடப்பட்ட அளவில் இருக்குமென்று முடிவு செய்ய முடியும். 2001ஆம் ஆண்டு வரையில் காடுகளில் பரவிய பாதரசமும், அங்கு கொட்டப்பட்ட பாதரசக் கழிவுகளும் கொடைக்கானலில் பேரழிவை ஏற்படுத்திவிட்டன என்பது தெளிவு.

கொடைக்கானலில் இந்துஸ்தான் லீவரின் பாதரசப் பயன்பாட்டால் ஏற்பட்ட சேதத்தை நிறுவ ஏன் அறிவியல் முற்படவில்லை என்று வாசகர் கேட்கலாம். தாவரங்களும், விலங்குகளும் பெருமளவில்

பாதிக்கப்பட்டாலும், பாதிப்பு பற்றிய ஆய்வுகள் குறிப்பிடத்தக்க அளவுக்குச் செயல்படவில்லை. விதிவிலக்கு கொடைக்கானல் ஏரியில் மீனில் பாதரசம் சேர்ந்தது எவ்வளவு என்பதைக் கண்டுபிடிக்கச் செய்யப்பட்ட ஆய்வும், தொழிற்சாலையைச் சுற்றியுள்ள பகுதிகளில் லைக்கன், பாசிகள் ஆகியவற்றுக்கு ஏற்பட்ட சேதத்தைப் பற்றிய ஆய்வும் ஆகும். இந்த ஆய்வுகள் பாதிப்பை மறுக்க முடியாத அளவு நிரூபித்துவிட்டதால், அப்பகுதியின் இயற்கை அமைப்பு பாதிக்கப்பட்டிருக்கும் என்பதை மறுக்க முடியாது. ஆனால் தாவரம், விலங்குகள், மனிதர்கள் மேல் அழிவு ஏற்படுத்தும் பாதிப்பு ஏற்பட்டிருக்கும் அல்லவா?

பல ஆண்டுகள் நடத்தப்பட்ட ஆய்வுகள் பாதரச உலோகம் தாவர இலைகளில் சேர்க்கப்படுவது மனிதரையும் பாதிக்கிறது என்று காட்டின. தாவரங்களில் பாதரச நஞ்சு இருப்பதைப் பற்றிய பாதரச ஆய்வு *Botanical Review* என்ற இதழில் வெளியானது. அதில் காற்றில் விடப்படும் பாதரச ஆவி இவைகளால் உறிஞ்சப்பட்டு மண்ணின் உயிர்ப் பகுதியான மக்கிப்போன மண்ணில் கீழே விழும் இலைகளின் மூலம் போகிறது. மேலும் காற்றில் பரவும் பாதரசம் பயிர்களையும் மனிதரையும் அடைகிறது.[11] பாதரசம் காற்றில் அதிகமிருக்கும்போது இலைகளில் ஏற்படும் ஒளிச்சேர்க்கை குறைகிறது. இதனால் தாவரங்கள் வளர்ச்சி குன்ற, காடுகள் அழிகின்றன. பாதரசம் குளோரிஃபில்லின் மைய அணுவான மக்னீசியத்தின் இடத்தை எடுத்துக்கொள்கிறது. இதனால் ஒளிச் சேர்க்கை பாதிக்கப்படுகிறது என்று இந்த ஆய்வுக் கட்டுரை கூறியது.[12] *UNEP* நிதியில் செய்யப்பட்ட ஆய்வு காற்றில் பாதரச அளவு பகல் பொழுதில் அதிகமாக இருப்பதால், இப்பகுதித் தாவரங்களின் செயல்பாட்டில் பாதிப்பு ஏற்படுகிறது என்று முடிவு செய்தது.

மேலும் *UNEP*-யின் குளோபல் மெர்க்குரி அப்சர்வேஷன் சிஸ்டம் கொடைக்கானலில் பாதரச வாயுவின் அடர்த்தி பகல் நேரத்தில் சூரியக் கதிர்வீச்சு, ஆவியாதல், மழை, பருவநிலை மாற்றம் ஆகியவற்றால் பாதிப்படைகிறது என்று கூறுகின்றது.[13]

*2019*இல் ஐதராபாத் *IIT* நடத்திய ஆய்வில், காட்டுப் பகுதிகளில் *HLL* பாதரசக் கழிவுப் பொருட்களைக் கொட்டுவதால் இயற்கை மாற்றம் பெறுகிறது என்று தெரியவந்தது.[14] அண்மைக் காலங்களில் தொழிற்சாலை இயற்கை அமைப்பின்மேல் ஏற்படுத்திய பாதிப்பு ஆய்வைப் பல ஆய்வுக் குழுக்கள் மேற்கொண்டிருக்கின்றன.

குறிப்பிடத்தக்க ஆய்வுகள் அப்பகுதியில் பாதரசத்தால் இயற்கை அமைப்பில் ஏற்பட்ட பாதிப்பை-மனிதர்கள் உட்பட உயிரினங்களுக்கு ஏற்பட்ட பாதிப்பை-அறிவியல்பூர்வமாக ஆராய்ந்து காட்டும் முயற்சிகளில் ஈடுபட்டிருக்கின்றன. பாதரசத்தினால் கொடைக்கானல் இயற்கை அமைப்புக்கு ஏற்படும் பாதிப்புகள் பற்றிய ஆய்வுகள் இன்னும்கூட அதிகமாக வருமென்று அறிவியல் சமூகம் எதிர்பார்க்கிறது. மினிமாட்டா நிகழ்வில் கனடாவில் நடந்த பூனை மூளை ஆய்வு 2020இல் முடிவுவந்தது போலவே இதிலும் வரும்.

2015 செப்டம்பரில் கோல்டுமேன் சுற்றுச்சூழல் விருதாளர்கள் பால் போல்மேனுக்கு எழுதிய கடிதத்திற்குப் பால் விடையளித்தபோது அவர் சொன்னதைவிட இந்த விஷயத்தை யார் சிறப்பாகச் சொல்ல முடியும்? "பாதரசம் தொடர்பான நோய்களின் குறிகளை அறிய, ஒரு மனிதனின் உடல்நலத்தைப் பாதிக்கக்கூடிய பாதரச அளவை நிர்ணயிப்பது அவசியம்," என்றார் அவர்.[15] அதாவது கொடைக்கானலில் பாதரசத்தினால் பாதிப்புக்கு உள்ளாவதற்குப் பாதுகாப்பான அளவுகளை அவர் அறிவியல்பூர்வமாக நிர்ணயிக்கச் சொன்னார். அதனால்தான் இருபதாண்டுகளுக்கு முன்னர் அவர் தனது குழுமத்தின் தவறுகளை ஒத்துக்கொண்டார். அதன்பிறகு முன்னாள் தொழிலாளர்களுக்கு வெளியில் சொல்லாத இழப்பீடுகளைத் தர ஆணையிட்டார். அதனால்தான் தொழிற்சாலை அமைந்துள்ள 22 ஏக்கர் நிலத்தைச் சீர்படுத்தும் பணியைத் துரிதப்படுத்தினார்.

பாதரசம் உயிரிகளில் சேர்வது மறுக்க முடியாத அளவு நிரூபிக்கப்பட்டிருக்கிறது என போல்மேனுக்குத் தெரியும். தண்ணீரில் வாழ்வனவற்றில் மீனும், முதலையும், காட்டு விலங்குகளில் புலி, சிறுத்தை, சிங்கம், பறவை இனங்களில் கழுகுகள், இராஜாளிகள் மற்றும் மனிதர்கள் என்று உணவுச் சங்கிலியில் பாதிப்பு ஏற்படுகிறது. திசுக்களில் சேரும் பாதரசம் ஓர் உயிரியிலிருந்து இன்னொரு உயிரிக்குப் போகிறது. உணவுச் சங்கிலியில் மேலே இருக்கும் உயிர்களில் சேர்கிறது. இது சரி செய்ய முடியாத சேதத்தை ஏற்படுத்துகிறது. மேலும் இது மரபணு மாற்றங்களையும் தோற்றுவிக்கும். சில உயிரினங்களில் அவை முழுவதுமே உயிர் பிழைப்பதும் சாத்தியமில்லாமல் போகக்கூடும்.

இதுபோன்ற விஷயங்களில் ஒரு காலகட்டத்திற்குள் கவனமாக மேற்பார்வையிட்டு, பகுப்பாய்வு செய்து, தொடர்ந்து

தேடியும் அறிவியல் ஆதாரம் இல்லாதபோது, மக்களுக்கும், சுற்றுப்புறத்திற்கும், நீதி தாமதமாகக் கிடைக்கும் அல்லது மறுக்கப்படும் என்ற அனுமானிப்பு தவறாகாது. இன்று வரையில் இவ்விஷயத்தில் அறிவியல் ஆதாரம் கிடைப்பது பின்தங்கியே இருக்கிறது.

நாற்பது ஆண்டுகளாக, பழனி மலைப் பகுதிகளில் இரைதேடும் பறவைகள், ஊனுண்ணும் இரைதேடி விலங்குகள் ஆகியவற்றின் எண்ணிக்கை குறைந்து வருவதால், பாதரசப் பரவலுக்கும் அதற்குமுள்ள தொடர்பைக் கண்டுபிடிக்க ஆய்வுகள் இல்லை. இதுபோலத்தான் வேட்டையாடும் விலங்குகள், பூச்சிகள், தாவரங்கள் குறைவதற்கும் பாதரசப் பரவலுக்குமுள்ள தொடர்பு ஆராயப்படவில்லை.

இதைவிட அதிர்ச்சியளிக்கக் கூடியது, இப்பகுதியில் மனிதர்மேல் பாதரச நச்சின் பாதிப்பைக் காண ஆய்வுகள் எதுவும் மேற்கொள்ளப்படவில்லை. இந்துஸ்தான் லீவர் தொழிற்சாலையில் வேலை பார்த்த தொழிலாளர்களிடம் மட்டுமே ஆய்வுகள் நடத்தப்பட்டது.

பாம்பார் சோலையின் பகுதிகளுக்குக் கரடி சோலை, புலிச் சோலை என்று பெயர் சூட்டப்பட்டது மிகப் பொருத்தமானது. அந்தப் பகுதிகளில் கரடிகளும், புலிகளும் அதிக அளவில் நடமாடியிருக்கும். அந்த விலங்குகளின் பெயர்களே அந்தச் சோலைகளுக்கும் சூட்டப்பட்டன. ஆனால் இப்போது அந்த விலங்குகள் அங்கே இல்லை. விலங்குகளும் தாவரங்களும் சோலையில் குறைந்துகொண்டு போவதற்கு அல்லது மறைந்துகொண்டு போவதற்கு உல்லாசப் பயணிகளின் வருகை மட்டும் காரணமா அல்லது பாதரசம் போன்ற வேதிப் பொருட்கள் அதிகமாக இருப்பதால் இயற்கை அமைப்பின் அடிப்படைத் தன்மையில் மாறுதல்கள் ஏற்படுவது காரணமா? பதினெட்டு ஆண்டுகளுக்கு மேலாக அப்பகுதியில் தொடர்ச்சியாக நச்சுத் தன்மையுள்ள பாதரச உலோகம் செலுத்தப்படும்போது, சாதாரண அளவிற்கு 2600 விழுக்காடு அதிகமான அளவில் சுற்றுப்புறத்தை பாதரச ஆவியில் நிரப்பும்போது, அவ்வாழ்விடத்தின் தாவரத்தையும், விலங்கினத்தையும் அது பாதிக்காமல் இருக்குமா?

தேவையான குறுக்கீட்டைச் சரியான நேரத்தில் செய்யாவிட்டால், கொடைக்கானல் பகுதியில் நஞ்சு பரவல் பேரழிவிற்குக் காரணமாக

இருக்கும். கார்ப்பரேட்டுகளின் கவனக்குறைவால் உண்டான இதுபோன்ற அவலங்களின் நீண்ட பட்டியலில் இதுவும் இப்போது இடம்பெறுகிறது. மலை வாழ்விடங்களின் இளவரசி யூனிலீவரின் நஞ்சு மரபு நிலையின் நிழலில் விடப்பட்டுவிட்டது. நிலம், நீர், காற்று, மக்கள், காட்டுயிர் ஆகியவற்றில் ஏற்பட்ட அடர் உலோகமான பாதரசத்தினால் ஏற்பட்ட நஞ்சு நீக்கப்படுவதற்கான நம்பிக்கை இல்லை. HLL ஆபத்திற்கு உள்ளாக்கப்பட்ட தொழிலாளர்களுக்கு இழப்பீடுகள் தரப் பதினைந்தாண்டுகள் போராட வேண்டியிருந்தது. அப்படி இருப்பினும் நகரத்தில் பரப்பப்பட்ட டன் கணக்கான பாதரசம் கொடைக்கானலில் குடியிருக்கும் மக்களைத் தலைமுறை தலைமுறையாகப் பாதிக்கும்.

உள்ளூர் சமுதாயம், யூனிலீவர் முழுப் பொறுப்பையும் ஏற்றுக் கொடைக்கானல் மக்கள் வாழ்வதற்குப் பாதுகாப்பான இடமாக, வாழ்வாதாரத்திற்கான இடமாக மீண்டும் மாறும் என்பதை உறுதிசெய்யத் தேவையான நடவடிக்கைகளை எடுக்கும் என்ற நம்பிக்கையில் இருக்கிறது.

☙ ☙ ☙

குறிப்புகள்

முன்னுரை

1. Quoted in an email from Paul Polman to Yuyun Ismawati on 25 September 2015, Balifokus, Indonesia.
2. *8.0 Statements and Physical Examinations of Alleged Victims*, Report of the Committee Constituted by the Ministry of Labour and Employment, Government of India, vide order No: C-18019/08/2011 ISH.II dated 9 September 2011 for submission to the Madras High Court in the writ petition 8291/2006.
3. 'Few Individual Testimonies about Health Problems', *The Indian People's Tribunal Report*, headed by Justice S. N. Bhargava, Indian People Tribunal on Environment and Human Rights, June 2003, pp. 8–16.
4. Ibid.
5. *8.0 Statements and Physical Examinations of Alleged Victims*, Report of the Committee Constituted by the Ministry of Labour and Employment, dated 9 September 2011.

1. வாட்டர்டவுன்

1. Stephen B. Sulavikm, *Adirondack of Indians and Mountains, 1535–1838*, Cooperstown: Purple Mountain Press, 2007.
2. D. H. Janzen, 'Tropical Blackwater Rivers, Animals, and Mast Fruiting by the Dipterocarpaceae', *Biotropica*, July 1974, Vol. 6, No. 2, pp. 69–103.
3. W. P. Duncan and M. N. Fernandes, 'Physicochemical characterization of the white, black, and clear water rivers of the Amazon Basin and its implications on the distribution of freshwater stingrays (Chondrichthyes, Potamotrygonidae)', *PanamJAS, 2010,* Vol. 5, No. 3, pp. 454–64.
4. 'A Combined Customer List,' The University of Tennessee Press. Available: https://utpress.org/download/9781572334915/Appendix_A_Combined_Customer_List.pdf. Retrieved on 10 August 2020.
5. 'Chesebrough-Pond's Ltd, Unilever Art', Archives and Records Management. Available:http://unilever-archives.com/Record.aspx?src=CalmView.Catalog&id=GB1752.EFL%2FCP. Retrieved on 10 August 2020.

2. சீஸ்பரோ - பாண்ட்ஸ்

1. Hugh Chisholm (ed), 'Vaseline', *Encyclopaedia Britannica, Vol. 27* (11th ed.), Cambridge: Cambridge University Press, 1911, p. 946.
2. *Standard Oil Co. of New Jersey v. United States*, US Conlawpedia. Available: https://sites.gsu.edu/us-constipedia/standard-oil-co-of-new-jersey-v-united-states-1911/. Retrieved on 13 August 2020.
3. 'Our Heritage, A story of skincare breakthroughs over more than 150 years, Pond's', About Pond's. Available: https://www.ponds.com/us/en/about-ponds.html. Retrieved on 13 August 2020.

4. 'Chesebrough-Pond's USA, Inc.', Updated on 31 August 2020, Encyclopedia. Available:https://www.encyclopedia.com/books/politics-and-business-magazines/chesebrough-ponds-usa-inc. Retrieved on 13 August 2020.

3. கிளாரென்ஸ் போரெலின் மறைவு

1. Clarence Borel, Plaintiff-appellee, v. Fibreboard Paper Products Corporation et al., defendants-appellants, National Surety Corporation, intervenor-appellee, 493 F.2d 1076 (5th Cir. 1973) *Justia US Law*. Available: https://law.justia.com/cases/federal/appellate-courts/F2/493/ 1076/4552/. Retrieved on 31 May 2020.
2. Ibid.
3. Ibid.
4. Sally Kuykendall, 'Skewed Studies: Exploring the Limits and Flaws of Health and Psychology Research,' ABC-CLIO, Santa Clara, California.
5. Ibid.
6. Jack Lewis, 'The Birth of EPA', *EPA Journal*, November 1985, US Environmental Protection Agency. Available: https://archive.epa.gov/ epa/aboutepa/birth-epa.html. Retrieved on 2 June 2020.
7. Ibid.
8. Ibid.
9. Clean Air Act Amendments, *ScienceDirect*. Available: https://www. sciencedirect.com/topics/engineering/clean-air-act-amendments. Retrieved on 10 August 2020.
10. Bruce Miller, 'Federal regulations and impact on emissions, Fossil Fuel Emissions Control Technologies,' 2015 *Science Direct*. Available: https:// www.sciencedirect.com/topics/engineering/clean-air-act-amendments. Retrieved on 31 May 2020.
11. 'Evolution of the Clean Air Act', US Environmental Protection Agency. Available: https://www.epa.gov/clean-air-act-overview/evolution-clean- air-act. Retrieved on 31 May 2020.
12. 'Mercury Pollution and Enforcement of the Refuse Act of 1899: Hearing Before a Sub-committee of the US Congress House Committee on Government Operations,' Conservation and Natural Resources Subcommittee.
13. EPA History: Clean Air Act of 1970/1977, US Environmental Protection Agency. Available:https://www.epa.gov/history/epa-history-clean-air-act-19701977. Retrieved on 2 June 2020.
14. Dichlorodiphenyltrichloroethane (DDT) is an insecticide used in agriculture, and polychlorinated biphenyls are industrial products or chemicals.
15. Phil Wisman, 'EPA History (1970-1985),' November 1985, US Environmental Protection Agency. Available: https://archive.epa.gov/ epa/aboutepa/epa-history-1970-1985.html. Retrieved on 2 June 2020.

4. கொடைக்கானல்

1. Rudyard Kipling, *Something of Myself: For My Friends Known and Unknown*, New Delhi: Asian Educational Services, 1997.
2. Capt. B. S. Ward, 'Memoir of the Vuragherry and Kunnandaven Mountains', *Madras Journal of Literature and Science*, October 1837, Vol. 6, p. 280; Nirmal

Tej Singh, *Irrigation and Soil Salinity in the Indian Subcontinent: Past and Present*, Cranbury, NJ: Lehigh University Press.
3. Capt. B. S. Ward, 'Memoir of the Vurraghery and Kunnundevan mountains', *Madras Journal of Literature and Science*, October 1837, Vol. 6, p. 280. Available: https://www.biodiversitylibrary.org/ item/176523#page/13/mode/1up. Retrieved on 6 June 2020.
4. K. S. Jayaraman, 'Protests at Indian solar observatory refit', *Nature*, 1999, Vol. 400, p. 606. Available: https://www.nature.com/articles/23109. Retrieved on 2 June 2020.

5. வெள்ளித்திரையிலிருந்து பாதரசத்திற்கு

1. John Waterbury, *Exposed to Innumerable Delusions: Public Enterprise and State Power in Egypt, India, Mexico, and Turkey*, New York: Cambridge University Press, 1993.
2. Helen Mary Jacqueline, *Dynamics of industrial growth in Tamil Nadu: A structural and spatial analysis*, PhD Thesis, Department of Economics, Madurai Kamaraj University, 2012. Available: https://shodhganga. inflibnet.ac.in/bitstream/10603/133392/11/11_chapter%205.pdf. Retrieved on 2 June 2020.
3. Ibid.

6. பழனி மலைகளும் பாம்பார் சோலையும்

1. Premalatha S., Sanil R. and Franklin Charles Jose, 'Shola trees in the upper Nilgiris of Western Ghats', *Journal of Basic & Applied Biology* 3(3&4), 2009, pp. 97–102.
2. Zai Whitaker, 'Remembering Bob and Tanya, saviours of the Western Ghats' sky islands', *Firstpost*, 18 October 2020. Available: https:// www.firstpost.com/living/the-zai-whitaker-column-remembering-bob-and-tanya-saviours-of-the-western-ghats-sky-islands-8916621.html. Retrieved on 28 October 2020.
3. 'About Us', Vattakanal Conservation Trust. Available: https://www. vattakanal.org/. Retrieved on 28 October 2020.
4. Joseph Satish Vedanayagam, 'Engaging Religion in the Fight for Environmental Justice: Jesuits and Conservation in the Palni Hills of South India', Environment & Society Portal, Rachel Carson Center for Environment and Society, *Arcadia*, Summer 2019, No. 24.
5. 'Palni Hills', Vattakkanal Conservation Trust, Archived at Wayback Machine. Available: http://www.vattakanalconservationtrust.org/ Home/activities/palni-hills. Retrieved on 28 October 2020.
6. 'Pambar shola: A Biodiversity Treasure Trove under Threat', Greenpeace Archives. Available: https://archive.is/20070619150805/ http://www.greenpeace.org/india/campaigns/toxics-free-future/ toxic-hotspots/kodaikanal-tamil-nadu/pambar-shola-a-biodiversity- t#selection-805.0-805.56. Retrieved on 30 October 2020.
7. Palani Hills Threatened Plants, Marcus Sherman, *Flickr Album*. Available: https://www.flickr.com/photos/marcus334/albums/7215763 3090525857/. Retrieved on 30 October 2020.
8. K. M. Matthew, *The Flora of the Palani Hills, South India*, Tiruchirapalli: Rapinat Herbarium, St Joseph's College, 1999.

7. இந்தியாவில் தயாரிக்கப்பட்டது

1. R. Kannan, *MGR: A Life*, Gurgaon: Penguin Random House India, 2017.
2. URS Dames & Moore, *Environmental Site Assessment and Preliminary Risk Assessment for Mercury, Kodaikanal Thermometer Factory, Tamil Nadu, India*, Summary Report prepared for Hindustan Lever Limited, 24 May 2001. Available: https://kodaimercury.org/backdoor/wp-content/uploads/2015/08/Annexure-1-URS-Dames-More-2001.pdf.
3. URS Dames & Moore, *Environmental Site Assessment and Risk Assessment for Mercury HLL Thermometer Factory Site, Kodaikanal, Tamil Nadu, India*, 8 May 2002.
4. Report of the Committee, constituted by Ministry of Labor and Employment, Government of India, vide order No.C-18019/08/2011 ISH.II dated 9 September 2011 to examine the technical and rehabilitation issues raised in the write petition no. 8291/2006 before the High Court of Madras, 9 November 2011.
5. Atul Dev, 'The Unending Fallout of Unilever's Thermometer Factory in Kodaikanal', *Caravan*, 18 August 2015. Available: https:// caravanmagazine.in/vantage/unending-fallout-unilever-thermometer-factory-kodaikanal. Retrieved on 14 August 2020.
6. URS Dames & Moore, *Environmental Site Assessment and Preliminary Risk Assessment for Mercury*, 24 May 2001.
7. Ibid.

8. எந்நேரமும் வெடிக்கும் நேரம் குறிப்பிடப்பட்ட வெடிகுண்டு

1. 'About Us', Bombay Natural History Society. Available: https://www.bnhs.org/. Retrieved on 12 August 2020.
2. Ian Lockwood, 'On the danger list', *Frontline*, August 2003, Vol. 20, No. 16, pp. 2–15.
3. 'Declaration of Areas as Critical Tiger Habitats in the three Tiger Reserves of the State, Tamil Nadu', *Government Gazette Extraordinary*, Part II – Section 2, 13 August 2012.

9. பாதரசத்தைக் கொட்டுமிடம்

1. Atul Dev, 'The Unending Fallout of Unilever's Thermometer Factory in Kodaikanal', *Caravan, 18 August 2015. Available: https://* caravanmagazine.in/vantage/unending-fallout-unilever-thermometer-factory-kodaikanal. Retrieved on 2 June 2020.
2. Navroz Mody, 'Mercury in the Mist: Portrait of a corporate crime',*Sanctury Asia*, August 2003.
3. Anusha Parthasarathy, 'The Nity Gritty', *Hindu Metro Plus*, 17 October 2013. Available: https://www.thehindu.com/features/metroplus/the-nity-gritty/article5243995.ece. Retrieved on 2 June 2020.
4. 'Activists expose Hindustan Lever's illegal Mercury waste dumps in Kodaikanal', Press Release by Greenpeace & PHCC, 28 February 2001. Available: https://www.geocities.ws/priyaflorence/pr17.htm. Retrieved on 14 March 2022.

10. எங்குப் பார்த்தாலும் திரவ உலோகம்

1. Nityanand Jayaraman, 'Unilever's Mercury Fever', *Indiatogether.org*, October 2001. Republished with permission from *Corpwatch.org*. Available: http://www.indiatogether.org/environment/articles/unilever. html. Retrieved on 2 June 2020.
2. Ibid.
3. Email dated 7 March 2001 from Debasis Ray, Corporate Communications Manager, Hindustan Lever Limited to Nityanand Jayaraman with the subject line: YOUR QUERIES ON THERMOMETER FACTORY, 7 March 2001.
4. 'Our Corporate Purpose', Unilever Annual Review 2000 and Summary Financial Statement, p. 1. Available: https://www.unilever.com/Images/ 2000-unilever-annual-review-part1_tcm244-424108_en.pdf. Retrieved on 13 August 2020.
5. 'HLL orders comprehensive audit & review at thermometer plant, suspends operation for the time being'. Press Release by Hindustan Lever Limited, 8 March 2001.
6. 'Lever, Clean up, Don't Cover up'. Press Release by Palni Hills Conservation Council, United Citizens Council of Kodaikanal, Greenpeace and Toxics Link, 9 March 2001.
7. 'Tamil Nadu groups launch alliance against Mercury and Lever.' Press Release by Tamil Nadu Alliance Against Mercury, 12 March 2001.
8. Proc No: HWM/4280/TNPCB/2001-01 dated 23 March 2001, Tamil Nadu Pollution Control Board, Chennai.
9. Ibid.
10. DO Lr No: HWMM/BC/MERC/KODK/2001 dated 19 March 2001by TNPCB to Hindustan Lever Ltd, 123 GN Chetty Road, T Nagar, Chennai.
11. 'Hindustan Lever admits to Dumping of Mercury-containing Wastes.' Press Release by Greenpeace, 23 March 2001.
12. 'Greenpeace India seeks apology from HLL', *Times of India*, 23 March 2001.

11. கிரீன்பீஸ் X இந்துஸ்தான் லீவர்

1. URS Dames & Moore, *Environmental Site Assessment and Preliminary Risk Assessment for Mercury*, 24 May 2001.
2. Ibid.
3. Proc. No. HWM/12391/D1/DGL/MERCURY dated 9 May 2001, Tamil Nadu Pollution Control Board, Chennai.
4. URS Dames & Moore, *Environmental Site Assessment and Preliminary Risk Assessment for Mercury*, 24 May 2001.
5. Jayaraman, 'Unilever's Mercury Fever', *Indiatogether.org*, October 2001, Republished with permission from *Corpwatch.org*. Available: http:// www.indiatogether.org/environment/articles/unilever.html. Retrieved on 2 June 2020.
6. Sarah Hiddleston, 'Poisoned ground', *Frontline*, 24 September 2010. Available: https://frontline.thehindu.com/cover-story/poisoned-ground/ article30181769.ece. Retrieved on 20 October 2020.
7. Navroz Mody, 'Mercury in the Mist: portrait of a corporate crime',*Sanctuary Asia*, August 2003.

8. 'Hard Talk with Niall Fitzgerald, Chairman, Unilever Plc', *BBC News 24*, 21 August, 2001.
9. Mody, 'Mercury in the Mist', *Sanctuary Asia*.

12. கிறிஸ்டோபர் மார்டின் கோலோரன்ட்

1. Justice Bhargava, *The Indian People's Tribunal Report*, p. 9.
2. Nahla Nainartiruchi, 'Medicine man', *Hindu*, 8 November 2013. Available: https://www.thehindu.com/features/friday-review/history- and-culture/medicine-man/article5329791.ece.
3. Justice Bhargava, *The Indian People's Tribunal Report*, pp. 9–10.
4. 4. Ibid., p. 10.

13. சிறுநீர் மாதிரிகள்

1. Dr Mohan Isaac and Arun Praveen, *Report of Preliminary Assessment done by Community Health Cell, Bangalore, of persons exposed to Mercury in Kodaikanal*, Community Health Cell (CHC), Bangalore, 2002.
2. Justice Bhargava, *The Indian People's Tribunal Report*.
3. Advertisements inviting employees for health checks up in *Dinamalar* and *Dinamani*, 2 April 2001.
4. *A study presented by HLL team on workers in the HLL thermometer factory in Kodaikanal*, Community Health Cell (CHC), Bangalore, 2001.
5. T. Rajgopal, H. V. Ravimohan and P. Mascarenhas, 'Epidemiological surveillance of employees in an Epidemiological surveillance of employees in a mercury thermometer plant: An occupational health study', Hindustan Lever Limited, India, *Indian Journal of Occupational and Environmental Medicine*, April 2006, Vol. 10, No. 1.

14. இந்திய மக்களின் தீர்ப்பாயம்

1. *Memorandum of Settlement arrived at Under section 12(3) of the Industrial Disputes Act*, 1947, Department of Labour, Government of Tamil Nadu.
2. *9.3 Rehabilitation and Healthcare Requirements of the Victims*, Report of the Technical Committee constituted by the Ministry of Labour and Employment, Government of India in connection with the Writ Petition No 8291 of 2006 in the Honorable High Court of Madras, Directorate General Factory Advice Service and Labour Institutes Ministry of Labour & Employment, 9 November 2011, p. 124.
3. TNN, 'Greenpeace Wants Probe into Kodaikanal Mercury Pollution', *Times of India*, 30 June 2002. Available: https://timesofindia.indiatimes.com/Greenpeace-wants-probe-into-Kodaikanal-mercury-pollution/ articleshow/14589307.cms. Retrieved on 9 September 2020.
4. Michael L. Lewis, *Inventing Global Ecology: Tracking the Biodiversity Ideal in India, 1947-1997* (Series in Ecology and History), Illinois: Ohio University Press, 2004.
5. Ananth V. Krishna, *India Since Independence: Making Sense of Indian Politics*, New Delhi: Pearson Education India, 2011.

6. Tarunabh Khaitan, 'Dealing with Discrimination', *Frontline,* 10May 2008. Available:https://frontline.thehindu.com/the-nation/article30196011.ece. Retrieved 16 August 2020.
7. Justice Bhargava, *The Indian People's Tribunal Report.*

15. உப்பு முதல் அழகுநிலைய சாம்ராஜ்யம் வரை

1. Alice Morse Earle, *Home Life in Colonial Days,* Massachusetts: Berkshire Traveller Press, 1898. Available: http://www.gutenberg.org/ files/22675/22675-h/22675-h.html.
2. Ibid.
3. 'Unilever Art, Archives and Records Management', Unilever. Available: https://www.unilever.com/about/who-we-are/our-history/unilever-archives.html. Retrieved on 1 September 2020.
4. 'An Indian Journey, HUL 75 Years Special Issue, Doing Well by Doing Good,' Hindustan Unilever Limited, Corporate Communications Department, 165/166 Backbay Reclamation, Mumbai, pp. 7–13. Available: https://www.hul.co.in/Images/hul_75years_special_issue tcm1255-447470_en.pdf.
5. 'Unilever Art', Archives and Records Management, Unilever.
6. 'History and Background of the Unilever Company', UKEssays, 1 January 1970. Available: https://www.ukessays.com/essays/commerce/ history-and-background-of-unilever-company-commerce-essay.php. Retrieved on 31 August 2020.
7. 'Our History 1920–29', Unilever. Available: http://www.unilever. com/about/who-we-are/our-history/1920-1929.html. Retrieved on 2 September 2020.
8. The event is recorded in the Gazetteer of India (Maharashtra State, Greater Bombay District, Volume II, published by the Government of Maharashtra); *An Indian Journey, HUL 75 Years Special Issue,*Doing Well by Doing Good, Hindustan Unilever Limited, Corporate Communications Department, 165/166 Backbay Reclamation, Mumbai, pp. 8–11. Available:https://assets.unilever.com/files/92ui5egz/producti on/5adee4ae34e4573926212ee0bee9b8271e388600.pdf/hul--- 75-years-special-issue.pdf.
9. 'Company History – Hindustan Unilever', Moneycontrol. Available: https://www.moneycontrol.com/stocks/company_info/company_history.php?sc_did=HU. Retrieved on 1 September 2020.

16. T. தாமசும், லீவரின் இந்தியாவுடன் உடன்படிக்கை பேச்சு

1. *Unilever Reports & Accounts,* 1956. Available: https://www.unilever. com/Images/1956-annual-report_tcm244-509318_1_en.pdf. Retrieved on 2 September 2020.
2. Simon Williams and Ruth Karen, *Agribusiness and the Small-scale Farmer: A Dynamic Partnership for Development,* London: Routledge, 1985.
3. 'The Gift of Hope & Other Stories', HUL 75 Years Special Issue, pp 14–23. Available: https://www.hul.co.in/Images/hul_75years_special_ issue tcm1255-447470_en.pdf.
4. Ibid.
5. Ibid.

17. அன்னை தெரசாவும் ஆஷா டானும்

1. 'Asha Daan – The gift of hope', Planet & Society, Hindustan Unilever Limited. Available: https://www.hul.co.in/sustainable-living/Copy_of_ case-studies/asha-daan-the-gift-of-hope.html. Retrieved on 1 September 2020.

18. 'ஃபோ & லவ்லி'யிலிருந்து 'டவ்'விற்கு

1. Sohini Das and Sayantani Kar, '40 years ago...and now: Nirma girl endears, but brand's seen better days', *Business Standard*, 6 November 2014.
2. A. S. Ganguly, 'From Challenges to Opportunities', HUL 75 Years Special Issue, *Doing Well by Doing Good*. Available: https://www.hul. co.in/Images/hul_75years_special_issue__tcm1255-447470_en.pdf. Retrieved on 2 September 2020.
3. Quoted in 'In Remembrance: Vincent Lamberti '47, '51 PhD', Obituaries, *Yale Alumni Magazine*. April 2014. Available: https:// yalealumnimagazine.com/obituaries/1326. Retrieved on September 2, 2020.
4. John Crudele, 'Unilever Sets Deal for Pond's', *New York Times*, 2 December 1986. Available: https://www.nytimes.com/1986/12/02/ business/unilever-sets-deal-for-pond-s.html. Retrieved on 5 September 2020.

19. 100 பில்லியன் ரூபாய் கம்பெனி

1. Ruth Kassinger, *Build a Better Mousetrap: Make Classic Inventions, Discover Your Problem Solving Genius, and Take the Inventor's Challenge*, Hoboken, NJ: John Wiley & Sons., 2002.
2. S. M. Datta, 'From Strength to Strength', HUL 75 Years Special Issue. Available: https://www.hul.co.in/Images/hul_75years_special_issuetcm1255-447470_en.pdf.
3. Ibid.
4. H. R. Machiraju, *Merchant Banking: Principles and Practice*, New Delhi: New Age International, 2007.
5. 'Corporate Governance, Mergers & Demergers', HUL Annual Report 2011-12. Available:https://www.hul.co.in/Images/mergers-and-demergers_2011-12_tcm1255-436392_en.pdf. Retrieved on 4September 2020.
6. Datta, 'From Strength to Strength', HUL 75 Years Special Issue, pp. 28–33.
7. 'Lakme by Leo Delibes, From the Montreal Opera', *NPR Music*, NPR.org, 11 May 2007. Available: https://www.npr.org/2007/05/11/10112052/ lakme-by-leo-delibes. Retrieved on 4 September 2020.
8. Robin Abreu, 'Proposed merger of HLL, Brooke Bond Lipton to be India's largest consumer-goods company', *India Today*, 15 May1996. Available: https://www.indiatoday.in/magazine/economy/story/19960515-proposed-merger-of-hll-brooke-bond-lipton-to-be-india-largest-consumer-goods-company-833184-1996-05-15. Retrieved on 4 September 2020.
9. 'Foods & Refreshment, Annapurna', Hindustan Unilever Limited. Available: https://www.hul.co.in/brands/food-and-ink/annapurna.html. Retrieved on 5 September 2020.
10. 'Annapurna', Hindustan Unilever Limited, Available: https://www. hul.co.in/

brands/foods-refreshment/annapurna/.html. Retrieved on 16 March 2022
11. Datta, 'From Strength to Strength'.
12. '3:4 Ratio Announced For HLL, Ponds Merger', *Business Standard*, 17 March 1998. Available:https://www.business-standard.com/article/specials/3-4-ratio-announced-for-hll-ponds-merger-198031701020_1.html.Retrieved on5 September 2020.
13. Ibid.

20. பங்கா யுகம்

1. PTI, 'Everstone takes over Modern Foods, eyes Rs 1,000-cr turnover', *Business Standard*, 1 April 2016. Available: https://www.business- standard.com/article/pti-stories/everstone-takes-over-modern-foods-eyes-rs-1-000-cr-turnover-116040100971_1.html. Retrieved on 6 September, 2020.
2. Hindustan Unilever Factsheet, 2017-2018. Available: https://www.hul.co.in/Images/hul-factsheet_tcm1255-537653_en.pdf. Retrieved on 2 September 2020.
3. V. Kasturi Rangan and Mona Sinha, 'Hindustan Unilever's "Pureit" Water Purifier', *Harvard Business School Case Study*, 28 March 2011.
4. 'HUL's efforts in health and hygiene have reached over 150 million people in India', *Business India Social Responsibility*, 13 February 2020. Available: https://businessindia.co/csr/huls-efforts-in-health-and- hygiene-have-reached-over-150-million-people-in-india. Retrieved on 5 September, 2020.
5. John Lancaster, 'Building Wealth by the Penny in Rural India, a Sales Force in Saris Delivers Soap, Social Change', *Washington Post*, 14 March 2006.
6. 'Unilever Sustainable Living Plan India Progress 2018', Unilever. Available: https://www.hul.co.in/Images/pdf_27may_uslp-india-report-2018_ tcm1255-537316_1_en.pdf. Retrieved on 4 September 2020.
7. 'Project Prabhat - Developing local communities: Case Studies', Hindustan Unilever Limited, Available: https://www.hul.co.in/ sustainable-living/Copy_of_case-studies/developing-local-communities- with-project-prabhat.html. Retrieved on 7 September 2020.
8. Ibid.

21. அளவு 30

1. 'Sharp Focus on FMCG, M. S. Banga, Chairman – 2000-2005', *Doing Well by Doing Good*, HUL 75 years of Special Issue, 2009, Hindustan Unilever Limited, pp. 38-43.
2. Govindkrishna Seshan and Satish Sarangarajan, 'Power brands, the new FMCG mantra', *Rediff.com*, 15 November 2005. Available: https://www.rediff.com/money/2005/nov/15spec.html. Retrieved on 5 September 2020.
3. 'Antitrust: Commission fines producers of washing powder €315.2 million in cartel settlement case', Press Release by the European Commission, Brussels, 13 April 2011. Available: https://ec.europa. eu/commission/presscorner/detail/en/IP_11_473. Retrieved on 7September 2020.
4. Reuters, 'Unilever raises stake in Indian unit to 67 per cent', 5 July 2013. Available: https://in.reuters.com/article/us-unilever-openoffer/unilever-raises-stake-in-indian-

unit-to-67-per cent-idINBRE9630Q320130704. Retrieved on 6 September 2020.
5. 'GlaxoSmithKline Consumer Healthcare Limited merges with Hindustan Unilever Limited', Press Release by Hindustan Unilever Limited, 1 April 2020. Available: https://www.hul.co.in/news/press-releases/2020/glaxosmithkline-consumer-healthcare-limited-merges-with-hindustan-unilever-limited.html. Retrieved on 6 September 2020.
6. 'Unilever Sustainable Living Plan Launch', 15 November 2010,Hindustan Unilever Limited. Available: https://www.hul.co.in/Images/ unilever-sustainable-living-plan-launch_tcm1255-463864_en.pdf. Retrieved on 12 September 2020.
7. *Unilever Sustainable Living Plan India Report*, 2019, Hindustan Unilever Limited. Available:https://www.hul.co.in/Images/unilever-sustainable-living-plan---hul-summary-of-progress-2019_tcm1255-551089_1_ en.pdf. Retrieved on 6 September 2020.

22. எதிர்பாராத வலி

1. Eleanor Lawrence, 'Microbial Mercury Mop', *Nature*, 5 January 2000. Available: https://doi.org/10.1038/news000106-8.
2. *Co-ordinated Research Projects (CRP) Annual Report of Activities and Statistics for 2002*, August 2003. Research Contracts Administration Section, Department of Nuclear Sciences and Applications, International Atomic Energy Agency. Available: http://cra.iaea.org/cra/ documents/2002-annual-report.pdf. Retrieved on 6 September 2020.
3. PTI, 'Closed Unilever factory source of Mercury Pollution', *Deccan Herald*, 17 January 2004. Available: https://web.archive.org/ web/20140222041628/http://archive.deccanherald.com/Deccanherald/ jan172004/n9.asp. Retrieved on 24 August 2020.
4. M.V. Balarama Krishna, D. Karunasagar and Dr J. Arunachalam, 'Study of mercury pollution near a thermometer factory using lichens and mosses', National Centre for Compositional Characterisation of Materials (CCCM), Department of Atomic Energy, India, *Environmental Pollution 124*, 2003, pp. 357–360.
5. Ibid.
6. Ibid.
7. Ibid.
8. Excerpts from the *Report from SCMC visit to Tamilnadu*, dated 20–22 September 2004, Supreme Court Monitoring Committee On Hazardous Wastes, Reproduced by Greenpeace on 21 March 2005 under 'Kodaikanal, Tamil Nadu'. Available: https://wayback.archive- it.org/9650/20191118115508/http://p3-raw.greenpeace.org/india/en/news/bahut-ho-gaya-greenpeace-and1/kodaikanal-tamil-nadu/. Retrieved on 9 September 2020.
9. M. Horvat, Z. Jeran, Z. Špirič, R. Jaćimović and V. Miklavčič, 'Mercury and other elements in lichens near the INA Naftaplin gas treatment plant, Molve, Croatia', *Journal of Environmental Monitoring*, Vol. 2, No. 2, pp. 139–144.
10. B. V. Elsevier, *Environmental Pollution*, Available: https://www.journals. elsevier.com/environmental-pollution. Retrieved on 9 November 2020.

23. தடயங்கள் மிக்க பூஞ்சைப் பாசி

1. Krishna, Karunasagar and Arunachalam, 'Study of mercury pollution near a thermometer factory using lichens and mosses', *Environmental Pollution* 124, 2003, pp. 357–60.
2. K. Bridgen and Ruth Stringer, 'Atmospheric dispersal of mercury from the Hindustan Lever Limited thermometer factory, Kodaikainal, Tamil Nadu, India, using Lichen as a bio-monitor, Greenpeace Research Laboratories', Technical Note 04/2003, November 2003.
3. Robert Anderson, 'Who's Smiling Now', *Frontline*, 24 June 2000; 'Smiling Buddha: 1974', India's Nuclear Weapons Program, Nuclear Weapon Archives. Available: http://nuclearweaponarchive.org/India/ IndiaSmiling.html. Retrieved on 6 September 2020.
4. K. S. Jayaraman, 'How to be an investigative science journalist', *SciDevNet*, 30 March 2013. Available: https://www.scidev.net/global/ communication/practical-guide/how-to-be-an-investigative-science- journalist-1.html. Retrieved on 6 September 2020.
5. PTI, 'Closed Unilever factory source of Mercury Pollution', *Deccan Herald*, 17 January 2004. Available: https://web.archive.org/ web/20140222041628/http://archive.deccanherald.com/Deccanherald/ jan172004/n9.asp. Retrieved on 24 August 2020.
6. Ibid.
7. Ibid.

24. பாதரசம் ஊட்டப்பட்ட மீன்

1. URS Dames & Moore, 'Introduction, Section 1', *Mercury Levels in Sediments and Fish in Kodai Lake, Environmental Site Assessment and Risk Assessment for Mercury HLL*, 8 May 2002.
2. Ibid.
3. URS Dames & Moore, 'Table 5-11', *Mercury Levels in Sediments and Fish in Kodai Lake*, 8 May 2002.
4. Ibid.
5. URS Dames & Moore, 'Table 7, Total Mercury Concentration in Soil/ Sediment/ Lichen/Water samples, North Site, including Kodai Lake, *Mercury Levels in Sediments and Fish in Kodai Lake*, 8 May 2002.
6. Ibid.
7. Ibid.
8. URS Dames & Moore, 'Table 8, Total Mercury Concentration in Soil/ Sediment/ Lichen/Water samples, South of Site, including Kodai Lake, *Mercury Levels in Sediments and Fish in Kodai Lake*, 8 May 2002.
9. URS Dames & Moore, 'Table 5-11', *Mercury Levels in Sediments and Fish in Kodai Lake*, 8 May 2002.

25. DAE மீண்டும் வருகிறது

1. M. V. Karunasagar, Balarama Krishna, Y. Anjaneyulu, J. Arunachalam, 'Studies of mercury pollution in a lake due to a thermometer factory situated in a tourist resort: Kodaikkanal, India', *Environmental Pollution,* 2006, Vol. 143, No. 1, pp. 153–58.
2. Ibid.
3. Ibid.
4. Ibid.
5. Ibid.
6. Ibid.

26. ஹக்கில்பி குடும்ப அவலம்

1. Martin Walon, 'Mercury in Food: A Family Tragedy', *New York Times,* 10 August 1970.
2. Ibid.
3. A. Curley, V. A. Sedlak, et al, 'Organic Mercury Identified as the Cause of Poisoning in Humans and Hogs', *Science,* 1971, Vol. 172, No. 3978, pp. 65–67.
4. Russel D. Snyder and Don F. Seelinger, 'Methylmercury poisoning, Clinical follow-up and sensory nerve conduction studies', Department of Neurology, University of New Mexico, School of Medicine, Albuquerque, New Mexico, USA, *Journal of Neurology, Neurosurgery, and Psychiatry,* 1976, Vol. 39, pp. 701–04.
5. 'As we live and breathe: the challenge of our environment.' *National Geographic,* 1971, National Geographic Society, Special Publications Division, Washington, D.C.
6. Robin Hill Gardens, 'Who Remembers Ernestine Huckleby?' Available: https://blog.bolandbol.com/2007/05/30/who-remembers-ernestine-huckleby/. Retrieved on 18 June 2020.
7. Snyder and Seelinger, 'Methylmercury poisoning, Clinical follow-up and sensory nerve conduction studies', *Journal of Neurology, Neurosurgery, and Psychiatry, 1976,* pp. 701–04.

27. பார்ட்டன் பூத்தும் கறுப்பு மாத்திரைகளும்

1. Thomas Dormandy, *The Worst of Evils: Man's Fight Against Pain, a History,* New Haven: Yale University Press, 2006.
2. Dr Lydia Kang and Nate Pedersen, *Quackery: A Brief History of the Worst Ways to Cure Everything,* New York: Workman Publishing, 2017.
3. Jeremy Manier, 'For Lincoln, ancient cure worse than his malady', *Chicago Tribue,* 17 June 2021. Available: https://chicagotribune.com/ news/ct-xpm-2001-07-17010770220-story.html. Retrived on 19 March 2022.
4. Richard M. Swiderski, *Quicksilver: A History of the Use, Lore and Effects of Mercury,* Jefferson: McFarland & Company Inc., 2008.
5. Ibid.
6. Ibid.
7. 'Tibetan Medical and Astro-Sciences Institute, Men-Tsee-Khang.' Available: https://www.men-tsee-khang.org/index2.html. Retrieved on 2 September 2020.

28. மினமாட்டா வளைகுடா மர்மம்

1. H. A. Walon, 'Did the Mad Hatter have mercury poisoning?', *British Medical Journal (Clinical Research Edition)*, 1983.
2. David Edelstein, 'Burton's 'Alice': A Curious Kind Of Wonderful,' *NPR.org,* 4 March 2010. Available: https://www. npr.org/2010/03/04/124244102/burtons-alice-a-curious-kind-of- wonderful. Retrieved on 1 September 2020.
3. S. J. Withrow and D. M. Vail, *Withrow and MacEwen's Small Animal Clinical Oncology* (4th ed), St. Louis, MO: Elsevier, 2007.
4. Shabnum Nabi, '*Toxic Effects of Mercury*', New Delhi: Springer, 2014.
5. Lee T. Ostrom, A. Cheryl and Wilhelmsen, '*Risk Assessment: Tools, Techniques, and Their Applications*' (Second Edition), New York: John Wiley and Sons Inc., 2012.
6. M. Harada, 'Minamata Disease: Methylmercury Poisoning in Japan Caused by Environmental Pollution', *Critical Reviews in Toxicology*, Vol. 25(1), 1995, pp. 1–24.
7. Ibid.
8. George, S. Timothy. '*Minamata: Pollution and the Struggle for Democracy in Postwar Japan*', Cambridge: Harvard University Press, 2001.
9. Jun Ui (ed), *Industrial pollution in Japan,* The University of Okinawa, United Nations University Press, 1992.
10. Katherine Montague and Peter Montague, *Mercury*, Oakland, CA: Sierra Club, 1971.
11. Ibid.
12. Ashley K. James, Susan Nehzati, Natalia V. Dolgova, Dimosthenis Sokaras, Thomas Kroll, Komyo Eto, John L. O'Donoghue, Gene E. Watson, Gary J. Myers, Patrick H. Krone, Ingrid J. Pickering, and Graham N. George, 'Rethinking the Minamata Tragedy: What Mercury Species Was Really Responsible?', *Environ. Sci. Technol.*, Vol. 54 (5), 2020, pp. 2726–2733.
13. UN Environment Program, Minamata Convention on Mercury. Available: http://www.mercuryconvention.org/. Retrieved on 21 June 2020.

29. அலாய்ஸ் அல்சமீர்

1. Antonio Tagarelli, Anna Piro, Giuseppe Tagarelli, Paolo Lagonia and Aldo Quattrone, 'Alois Alzheimer: A Hundred Years after the Discovery of the Eponymous Disorder,' *Int J Biomed Sci,* June 2006, Vol. 2, No. 2, pp. 196–204.
2. Alois Alzheimer, *Alzheimer's Disease International*. Available: https:// www.alz.co.uk/alois-alzheimer. Retrieved on 22 June 2020.
3. Robert Siblerud, Joachim Mutter, Elaine Moore, Johannes Naumann and Harald Walach, 'A Hypothesis and Evidence That Mercury May be an Etiological Factor in Alzheimer's Disease', *Int J Environ Res Public Health*, 2019, Vol. 16, No. 24, p. 5152.
4. Ibid.
5. Tetsuya Takahashi et al, 'Methylmercury Causes Blood-Brain Barrier Damage in Rats via Upregulation of Vascular Endothelial Growth Factor Expression', *PLoS One*, January 2017.

6. Tetsuya Takahashi and Takayoshi Shimohata, 'Vascular Dysfunction Induced by Mercury Exposure', *International Journal of Molecular Sciences*, 2019.
7. Giuseppe Genchi, Maria Stefania Sinicropi, Alessia Carocci, Graziantonio Lauria and Alessia Catalano, 'Mercury Exposure and Heart Diseases', *Int J Environ Res Public Health*, January 2017, Vol. 14, No. 1, p. 74.
8. G. Bjorklund, V. Stejskal, M. A. Urbina, M. Dadar, S. Chirumbolo and J. Mutter, 'Metals and Parkinson's Disease: Mechanisms and Biochemical Processes', *Current Medicinal Chemistry*, 2018, Vol. 25, No. 19, pp. 2198–214.

30. மீன் பாதரசத்தை உண்கிறது, மனிதன் மீனை உண்கிறான்

1. Michael B. Parsons and Jeanne B. Percival, *'A brief History of Mercury and its Environmental Impact'*, Geological Survey of Canada, Mineralogical Association of Canada Short Course 34, Halifax, Nova Scotia.
2. *Mercury Emissions from Coal-fired Power Plants, The Case for Regulatory Action*, Northeast States for Coordinated Air Use Management 101 Merrimac Street Boston, Massachusetts 02114, October 2003.
3. *Mercury Study Report to Congress*, Volume I: Executive Summary, December 1997, Office of Air Quality Planning and Standards and Office of Research and Development, US. Environmental Protection Agency.
4. UN Environment, Artisanal and Small-Scale Gold Mining (ASGM), Available: https://web.unep.org/globalmercurypartnership/our-work/artisanal-and-small-scale-gold-mining-asgm. Retrieved on 20 July, 2020.

31. அல்மேடனிலிருந்து புதிய அல்மேடனுக்கு

1. M. Garcia Gomez, et al, 'Exposure to mercury in the mine of Almaden', *Occupational and Environmental Medicine*, Vol. 64(6), 2006, pp. 389– 95.
2. Ellen Czaika and Bethanie Edwards, 'History of Mercury Use in Products and Processes', *Mercury Science and Policy at MIT*, 15 January 2013. Available: https://mercurypolicy.scripts.mit.edu/blog/?p=367. Retrieved on 1 September 2020.
3. Ibid.
4. U.S. Geological Survey, 'Mercury', *Mineral Commodity Summaries*, January 2020. Available:https://pubs.usgs.gov/periodicals/mcs2020/mcs2020-mercury.pdf. Retrieved on 17 July 2020

32. காய்ச்சல் வெப்பமானிகள், ஒளி விளக்குகள், பல்புகள்

1. Interstate Mercury Education and Reduction Clearinghouse (IMERC), 'IMERC Fact Sheet Mercury Use in Batteries', December 2018.Available: http://www.newmoa.org/prevention/mercury/imerc/factsheets/ batteries_2018.pdf. Retrieved on 21 July 2020.
2. Ibid.
3. Ibid.
4. E. G. Pacyna, J. M. Pacyna, K. Sundseth, J. Munthe, K. Kindbom, S. Wilson, P. Maxson, 'Global emission of mercury to the atmosphere from anthropogenic

sources in 2005 and projections to 2020', *Atmospheric Environment*, 2010, Vol. 44, No. 20, pp. 2487–499.
5. IMERC Fact Sheet Mercury Use in Lighting, December 2018.
6. Supra.

33. குப்பையைக் கொட்டும் குப்பை மேடு

1. Permission to export Mercury bearing waste to M/z Bethlehem Apparatus Co, Pennsylvania USA, vide Lt No: HWM/27566/93-1, TNPCB letter dated 12 March 2003.
2. 'Bethlehem Apparatus in Hellertown, Pennsylvania'. Available: http://www.bethlehemapparatus.com/. Retrieved on 2 September 2020.
3. PTI, 'India Sends Hazardous Waste Back to US', *Times of India*, 17 April 2003. Available: https://timesofindia.indiatimes.com/india/ India-sends-hazardous-waste-back-to-US/articleshow/43609694.cms. Retrieved on 27 August 2020.
4. Ibid.
5. PTI, 'Dump for a dump, from India to U.S.', *The Statesman*, 17 April 2003.
6. Raja Simhan T. E., 'HLL mercury waste to leave for NY on May 7', *Hindu BusinessLine*, 4 May 2003. Available: https://www. thehindubusinessline.com/todays-paper/tp-news/article28912604.ece. Retrieved on 27 August 2020.
7. 'Part 263-Standards Applicable to Transporters of Hazardous Waste', Electronic Code of Federal Regulations, US GovernmentPublishing House. Available: https://www.ecfr.gov/cgi-bin/text- idx?node=pt40.26.263&rgn=div5. Retrieved on 27 August 2020.
8. Simhan, 'HLL mercury waste to leave for NY on May 7'.
9. Saritha Rai, 'Hazardous Waste Is Shipped From India to U.S. Recycling Plant', *New York Times*, 7 May 2003. Available: https://www.nytimes. com/2003/05/07/world/hazardous-waste-is-shipped-from-india-to-us-recycling-plant.html. Retrieved on 6 June 2019.
10. Ibid.

34. நேரடி நடவடிக்கை

1. L. J. Bunin, 'Reconceptualising Radical Environmentalism: Greenpeace's Campaign to Ban the Burning of Toxic Waste at Sea', *New Political Science*, 1997, Vol. 19, No. 3, pp. 75–88.
2. PTI, 'Greenpeace to monitor Periyar waters', *Times of India*, 21 November 2002. Available: https://timesofindia.indiatimes.com/ city/thiruvananthapuram/Greenpeace-to-monitor-Periyar-waters/ articleshow/28990384.cms. Retrieved on 10 September 2020.
3. 'Hindustan Lever Limited Reports and Accounts, 2002,' *Annual Report*, 2002. Available: https://www.hul.co.in/Images/annual-report-2002_ tcm1255-436198_en.pdf. Retrieved on 30 August 2020.
4. 'Greenpeace Confronts HLL at its own AGM: Address Your Pending Liabilities in Kodaikanal,' Press Release by Greenpeace India, 13 June 2003.

5. 'Thermometer plant acted responsibly, says Banga', *Hindu BusinessLine*, 14 June 2003.
6. Indian People Tribunal *Report on Kodaikanal*, Press Release by Hindustan Lever Limited, Mumbai, 14 June 2003.
7. 'HLL's Denials Persist Along Expected Tracks: The Truth is Out', Press Release by Greenpeace India, 15 June 2003.
8. Ibid.

35. மும்பையில் ரெயின்போ வாரியர்

1. Michael Brown and John May, *The Greenpeace Story*, London: Dorling Kindersley Limited, 1989, pp. 12–13.
2. 'Rainbow Warrior Sails into Grand Welcome; However, Greenpeace Activists Not allowed to Disembark from the ship', Press Release by Greenpeace India, 6 December 2003. Available: https://wayback. archive-it.org/9650/20200405171611/http://p3-raw.greenpeace. org/india/en/news/rainbow-warrior-sails-into-gra/. Retrieved on 9September 2020.
3. Ibid.
4. Bridgen and Stringer, *Atmospheric dispersal of mercury from the Hindustan Lever Limited thermometer factory*, November 2003.

36. பங்குதாரர்களின் செயல் முனைப்பு

1. M. S. Banga, 'Reinventing Distribution, 2004 AGM Speech', Speech by Chairman of Hindustan Lever Limited. Available: https://www.hul. co.in/Images/agm_ speech_2004_reinventing-distribution_tcm1255- 434445_en.pdf. Retrieved on 12 September 2020.
2. 'Greenpeace spooks HLL AGM; Demand Public Apology for Kodaikanal Mercury', Press Release by Greenpeace India, 4 August 2004. Available: https://wayback.archive-it.org/9650/20200405061357/http://p3- raw.greenpeace.org/india/en/news/greenpeace-spooks-hll-agm-dem/. Retrieved on 29 August 2020.
3. Sumitra Nair, 'Film production goes beyond ordering, catering and lighting: Miriam Joseph', *The Week*, 13 January 2019. Available: https:// www.theweek. in/leisure/society/2019/01/13/film-production-goes-beyond-ordering-catering-lighting-miriam-joseph.html. Retrieved on 30 August 2020.
4. 'Greenpeace spooks HLL AGM; Demand Public Apology for Kodaikanal Mercury', Press Release by Greenpeace India, 4 August 2004. Available: https://wayback. archive-it.org/9650/20200405061357/http://p3-raw.greenpeace.org/india/en/news/greenpeace-spooks-hll-agm-dem/. Retrieved on 29 August 2020.

37. அலுவலக அறைகளிலிருந்து தொலைக்காட்சி நிலையங்களுக்கு

1. 'On the Kodaikanal Mercury Issue' with Sreenivasan Jain, *NDTV*, 8.30 p.m., 29 June 2004.
2. Hindustan Lever Limited, Reports and Accounts, 2003. Available: https://www.hul.co.in/Images/annualreport2003_tcm1255-436199_ en.pdf. Retrieved on 30 August 2020.

3. Vishakh Unnikrishnan, '45 dead, 600 poisoned: HUL finally responds to mercury poisoning victims', *Catch News*, 2 July 2015. Available: http:// www.catchnews.com/india-news/48-dead-600-poisoned-hindustan-unilever-finally-responds-to-mercury-poisoning-victims-1435723835. html. Retrieved on 10 September 2020.
4. 'Poison case puts Polman's green boasts on the line, Nicci Smith in Kodaikanal', *Sunday Times*, 26 April 2015. Available: https://www. thetimes.co.uk/article/poison-case-puts-polmans-green-boasts-on-the- line-5fsrscj02nl. Retrieved on 8 November 2020.
5. Michael Skapinker and Scheherazade Daneshkhu, 'Can Unilever's Paul Polman change the way we do business?' *Financial Times,* 29 September 2016. Available: https://www.ft.com/content/e6696b4a-8505-11e6-8897-2359a58ac7a5. Retrieved on 10 September 2020.

38. "கிறீன்பீஸாக ஆக்குங்கள்"

1. Brown and May, *The Greenpeace Story*.
2. Ibid.
3. Brown and May, *The Greenpeace Story*; Chuck Davis, *The Greater Vancouver Book: An Urban Encyclopedia*, Vancouver: Linkman Press, 1997.

39. ஃபிலிஸ் கார்மாக், எட்ஜ் வாட்டர் ஃபார்ச்சூன், கான்னிகின்

1. Robert Hunter, *'Warriors of the Rainbow, A Chronicle of the Greenpeace Movement from 1971 to 1979'*, Western Australia: Greenpeace with Fremantle Press, Fremantle, 1971.
2. Brown and May, *The Greenpeace Story*, p. 12.
3. Ibid., p. 14.
4. Ibid.
5. '1971-Cannikin, Accomplishments in the 1970s: Lawrence Livermore National Laboratory'. Available: https://web.archive.org/ web/20050217061020/http://www.llnl.gov/50th_anniv/decades/1970s. html. Retrieved on 15 September 2020.
6. Brown and May, *The Greenpeace Story*, p. 15.
7. Sally Eden, 'Greenpeace,' *New Political Economy*, 2004, Vol. 9, No. 4, pp. 595–610.

40. காதல் கால்வாய்

1. 'Hooker Electrochemical Claim Deed to Board of Education'. Available: https://upload.wikimedia.org/wikipedia/commons/2/2c/Hooker_Electrochemical_Quit_Claim_Deed_to_Board_of_Education.pdf.
2. 'The Antitoxics Movement, Environmental History', Global Warming Causes, 2 May 2020. Available: https://www.brianwilliams.us/ environmental-history/the-antitoxics-movement.html. Retrieved on 12 September 2020.
3. Headline No. 1: Love Canal timeline, *Niagara Gazette*, 26 July 2006. Available: https://www.niagara-gazette.com/news/local_news/headline-no-1-love-canal-timeline/article_a049cccd-77a1 5692-a824-706a200b927f.html. Retrieved on 12 September 2020.
4. Ibid.

5. Greenpeace Testimony before the US Environmental Protection Agency: Review of aft Permit for Ocean Incineration Aboard M/T Vulcanus, 31 August 1982; Greenpeace Testimony before the US Environmental Protection Agency on the Proposed Designation of the North Atlantic Incineration Site, 14 April 1983.
6. 'The Anti-toxics Movement', *The Environmental Movement in Ireland*, Springer, 2008. Available: https://doi.org/10.1007/978-1-4020-6812- 6_8. Retrieved on 10 September 2020.
7. Ibid.

41. "நச்சு வாயு பரவுகிறது!"

1. R. Varma and D. R. Varma, 'The Bhopal Disaster of 1984', *Bulletin of Science, Technology & Society*, 2005, Vol. 25, No. 1, pp. 37–45.
2. Sreekanth Khandekar and Suman Dubey, City of Death, *India Today*, 31 December 1984.
3. Varma and Varma, 'The Bhopal Disaster of 1984'.
4. Ibid.

42. ரெயின்போ வாரியரின் பிறப்பு

1. Interview with Michael Niman, author of *People of the Rainbow: A Nomadic Utopia*; John Tarleton, July 1999. Available: http://www.johntarleton.net/niman.html. Retrieved on 2020.
2. Brown and May, *The Greenpeace Story*, p. 53. 3. Ibid., p. 54.
4. Ibid., p. 113.
5. Catherine Field, '"Third team" in Rainbow Warrior plot,' *New Zealand Herald*, 30 June 2005. Available: https://www.nzherald.co.nz/nz/news/ article.cfm?c_id=1&objectid=10333480. Retrieved on 17 September 2020.
6. Brown and May, *The Greenpeace Story*, pp. 113–14. 7. Ibid., p. 117.
8. Rainbows and Warriors, An interview with Steve Sawyer by Fred Steward, *Marxism Today*, November 1985, p. 20. Available: http:// banmarchive.org.uk/collections/mt/pdf/85_11_20.pdf. Retrieved on 18 September 2020
9. Ibid.

45. மோடி, முகமது, கிருஷ்ணன்

1. WP No. 8291 of 2006 before the High Court of Madras by *Ponds Hindustan Lever Limited Ex-Mercury Employees' Welfare Association vs Hindustan Unilever, State of Tamil Nadu and Others*.
2. Ibid.
3. Interim Order dated 29 June 2007 by the High Court of Madras in the WP No.8291 of 2006 between *Ponds Hindustan Lever Limited Ex- Mercury Employees' Welfare Association vs Hindustan Unilever, State of Tamil Nadu and Others*.
4. Dr P. N. Vishwanathan, *Report - Thermometer Factory, Hindustan Lever Ltd*, Kodaikanal, 2-A, Way Line, Lucknow-226001, March 2001.
5. 'Kodaikanal Mercury Factory – Contamination Response, India, Press Release by

Hindustan Unilever, 20 June 2018. Available: https://www. hul.co.in/news/2018/ kodaikanal-mercury-factory/. Retrieved on 23March 2022.
6. Sarah Hiddleston, 'Poisoned ground', *Frontline*, 24 September 2010. Available: https://frontline.thehindu.com/cover-story/poisoned-ground/article30181769.ece. Retrieved on 20 October 2020.
7. Ibid.
8. Ibid.
9. Annexure 8, Report of S. K. Dave of the site visit and clinical evaluation of ex-employees of Kodaikanal, Report of the Committee of Experts appointed under the directions of the Honorable High Court of Judicature of Madras in Writ Petition No. 8291/2006, Submitted in 2006 to the High Court.
10. T. Rajgopal, H. V. Ravimohan, P. Mascarenhas, 'Epidemiological surveillance of employees in an Epidemiological surveillance of employees in a mercury thermometer plant: An occupational health study', Hindustan Lever Limited, India. *Indian Journal of Occupational and Environmental Medicine – April 2006,* Vol. 10, Issue 1.
11. Editorial Board, *Indian Journal of Occupational and Environmental Medicine*, Official Publication of Indian Association of Occupational Health (IAOH). Available: https://www.ijoem.com/editorialboard.asp. Retrieved on 13 October 2020.
12. Supra.
13. Ibid.
14. Ibid.

46. அடிப்படை பாதரசம்

1. Profile of Tom van Teunenbroek, Ministry of Infrastructure and Environment, The Netherlands, Nanosafety Research and Legislation in European Union: Future Activities. Available: https://www.linkedin.com/ in/tom-van-teunenbroek-46633745/?originalSubdomain=nl. https:// na.eventscloud.com/file_uploads/ bfa9a9b84080eef3ef5a5e51008f367a_ vanTeunenbroek.pdf. Retrieved on 12 October 2020.
2. Tom van Teunenbroek, *A Review of the Occupational Health Surveillance of Employees of the Kodaikanal Thermometer Plant of Hindustan Lever Ltd*, TNO Milieu Energie En Procesinnovatie, Number 01/05/201, 28 May 2001.
3. van Teunenbroek, *A Review of the Occupational Health Surveillance of Employees at the Kodaikanal Thermometer Plant of Hindustan Lever Limited - Final Report*, Rotterdam, 1 October 2003.

47. வழக்கறிஞர் வைகை

1. Annexure 8, Report of S. K. Dave of the site visit and clinical evaluation of ex-employees of Kodaikanal. Report of the Committee of Experts appointed under the directions of the Honorable High Court of Judicature of Madras in Writ Petition No. 8291/2006. Submitted in 2006 to the High Court.
2. Brian J. Koos, D. Lawrence, M. D. Longo, 'Mercury toxicity in the pregnant woman, foetus, and newborn infant: A review,' *American Journal of Obstetrics and Gynecology*, 1 October 1976, Vol. 126, No. 3, pp. 390–409.

3. 'Justice Bhargava, *The Indian People's Tribunal Report*, p. 13.
4. Annexure 8, 'Report of S. K. Dave of the site visit and clinical evaluation of ex-employees of Kodaikanal', Report of the Committee of Experts appointed under the directions of the Honourable High Court of Judicature of Madras in Writ Petition No. 8291/2006. Submitted in 2006 to the High Court.
5. Report of the Committee of Experts appointed under the directions of the Honourable High Court of Judicature of Madras in Writ Petition No. 8291/2006. Submitted in 2006 to the High Court.
6. Ibid.
7. *Point-Counterpoint – A Detailed and Referenced Counter to Unilever's Arguments Against a Thorough Clean-up*, Chennai Solidarity Group, kodaimercury.org, 15 April 2016. Available: http://kodaimercury.org/ point-counterpoint-a-detailed-and-referenced-counter-to-unilevers-arguments-against-a-thorough-clean-up/. Retrieved on 13 October 2020
8. Hiddleston, 'Poisoned ground'.
9. Ibid.
10. Ibid.

48. தூங்கும் சிங்கம்

1. Order by the Ministry of Labour and Employment, Government of India, Order No. C-18019/08/2011-ISH.II dated 9 September 2011.
2. Ibid.
3. Analysis and Recommendations, 9.2 Compensation Requirements, Report of the Technical Committee constituted by the Ministry of Labour and Employment, Government of India in connection with the Writ Petition No. 8291 of 2006 in the Honorable High Court of Madras, Directorate General Factory Advice Service and Labour Institutes, Ministry of Labour and Employment, 9 November 2011, p. 120.

49. கொடைக்கானல் ஏற்காது

1. David Jones and Mark Potter, 'Unilever names Nestle's Polman as CEO, shares leap', *Reuters*, 4 September 2008. Available: https://in.reuters. com/article/us-unilever/unilever-names-nestles-polman-as-ceo-shares- leap-idUSL44874120080904
2. Ibid.
3. 'Kodaikanal Won't,' Jathaka.org, July 30, 2015. Available: https://www. youtube.com/watch?v=nSal-ms0vcI.
4. Parshathy J. Nath, 'How the Kodaikanal Won't video went viral', *Hindu*,5 August 2015. Available: https://www.thehindu.com/news/national/tamil-nadu/how-the-kodaikanal-wont-video-went-viral/article7500019. ece.
5. Paul Polman's tweet with hashtag #UnliverPollutes, 8.27 am, 6 August 2015 from Twitter for iPad. Available: https://twitter.com/paulpolman/ status/629124033716559873?lang+en. Retrieved on 24 March 2022
6. Unilever's tweet, 8.30 am, 4 August 2015 from Twitter Web Client, Available: https://twitter.com/unilever/status/628581316972388352. Retrieved on 24 March 2022.

7. Responses to Paul Polman's tweet with hashtag #UnliverPollutes. Available: https://twitter.com/paulpolman/status/629124033716559873?lang+en. Retrieved on 24 March 2022.
8. Email by Yuyun Ismawati and others to Paul Polman, Chief Executive Officer, Unilever Plc, dated 24 September 2015.
9. Ibid.
10. Ibid.
11. 'HUL & former employees of Kodaikanal factory sign settlement', Press Release by Hindustan Unilever Limited, 9 March 2016. Available: https://www.hul.co.in/news/press-releases/2016/hul-former-employees-of-Kodaikanal-factory-sign-settlement.html.
12. Order of the High Court of Judicature, Madras dated 9 March 2016 in WP Nos. 8291 of 2006, 23748 & 23749 of 2011 & WP Nos. 9228, 9236 of 2006; 40 of 2013 and 7761 of 2006.

50. மீதிப் பாதரசம்

1. URS Dames & Moore, 'Environmental Site Assessment and Risk Assessment for Mercury HLL', 8 May 2002.
2. Ibid.
3. 'Mercury Thermometers', US Environmental Protection Agency. Available: https://www.epa.gov/mercury/mercury-thermometers. Retrieved on 18 October 2020.
4. URS Dames & Moore, 'Mercury Balance, Environmental Site Assessment and Risk Assessment for Mercury HLL Thermometer Factory Site, Kodaikanal, Tamil Nadu, India', 8 May 2002.
5. Ibid.
6. Ibid.
7. Ibid.
8. *Report of the Technical Committee Constituted by the Ministry of Labour and Employment*, Government of India, in connection with the Writ Petition No. 8291 of 2006 in the Honourable High Court of Madras, Directorate General Factory Advice Service and Labour Institutes Ministry of Labour and Employment, 9 November 2011, p. 115.

51. இந்திய அளவீடா, டச்சு அளவீடா?

1. The Netherlands Government Parliamentary Proceedings, Ministry of Housing, Spatial Planning and the Environment (VROM), Lower House of Parliament, 1988–1989, No. 5.
2. Circular on target values and intervention values for soil remediation, Dutch Target and Intervention Values, 2000 (the New Dutch List), Ministry of Housing, Spatial Planning and the Environment (VROM), pp. 2–51. Available: https://www.esdat.net/environmental%20standards/dutch/annexs_i2000dutch%20environmental%20standards.pdf. Retrieved on 20 October 2020.
3. 5.3 'Mercury Distribution on Site, Environmental Site Assessment and Risk Assessment for Mercury HLL Thermometer Factory Site.

4. 'Volume II-2.1-b Screening and Response levels, Guidance document for assessment and remediation of contaminated sites in India, Volume II – Standards and checklists', National Program for Rehabilitation of Polluted Sites in India, 1st Edition, March 2015, Ministry of Environment and Forests, Government of India.
5. Ibid.

52. NEERI-யும் கிளாட் அல்வாரிசும்

1. Order dated 14 October 2003 and further proceedings on Writ Petition(C) No.657 of 1995, Research Foundation for *Science, Technology and Natural Resource vs Union of India & Ors.*
2. Report of the Visit of the SCMC to Tamil Nadu, 20–22 September 2004, Supreme Court Monitoring Committee (Ref: SC CWP 657 of 1995). Available: http://www.sipcotcuddalore.com/downloads/scmc_ tn_visit.pdf. Retrieved on 21 October 2020.
3. Ibid.
4. Tamil Nadu Pollution Control Board Proceedings No. HWM/27566/ D1/DGL / Mercury Vol 18-2 / dated 14 December 2004.
5. Dr Tapan Chakrabarti, 'Setting-up of a risk based remediation goal at a mercury contaminated site in Kodaikanal (TamilNadu)' *National Networking Workshop on 'Contaminated Sites: Subsurface Investigations and Remediation,* 12 and 13 July 2018, New Delhi.
6. Dr Tapan Chakrabarti, Mahena P. Patil, A. Deshkar and Atul Narayan Vaidya, 'Setting-Up of a Risk Based Remediation Goal at a Mercury contaminated site in India', *IWWG International Waste Working Group, Specialized Session C*, October 2007. Available: https://www. wtert.net/paper/1047/setting-up-of-a-risk-based-remediation-goal-at- a-mercurycontaminated-site-in-india.html. Retrieved on 21 October 2020.
7. *8.0 Feasibility Studies on Soil Washing and Thermal Retorting*, Protocol for Remediation of Mercury Contaminated Site at HLL Thermometer Factory, Kodaikanal, National Environmental Engineering Research Institute, Nehru Marg, Nagpur-440020, February 2007.
8. WP No. 4686 of 2006 *Nityanand Jayaraman vs Union of India* before the High Court of Court of Judicature at Madras.
9. Kodaikanal, India – The Facts, Unilever. Available: https://www. unilever.com/sustainable-living/what-matters-to-you/kodaikanal-india. html. Retrieved on 21 October 2020.

53. 25-இலிருந்து 20-க்கு

1. Former HLL Mercury Thermometer Factory, Kodaikanal, Tamil Nadu, India: Site Specific Target Levels, ERM, 2006.
2. TNPCB Letter No. T14/TNPCB/HWM/F.27566/HLL/DGL/07 dated 20 August 2007 to T. Chakrabarti, NEERI, and the Factory Manager, M/s HLL, Kodaikanal.
3. TNPCB Letter No. T14/TNPCB/HWM/F.27566/HLL/DGL/2007 dated 7 December 2007 from N. Sundaradevan, Chairman, TNPCB to the Factory Manager, M/s HLL, Kodaikanal.

4. TNPCB Letter No. T4/TNPCB/HWM/F-27566/DGL/2008/Dated: 19 June 2008 from R. Ramachanan, Member Secretary, TNPCB, to Factory Manager, Hindustan Unilever Ltd, Kodaikanal.
5. Order of the Supreme Court of India on *Research Foundation for Science Technology and Natural Resource Policy vs Union of India and others*. Writ Petition No. 657 of 1995, dated 14 October 2003.
6. Minutes of meeting of Scientific Experts Committee (SEC) and TNPCB officials on Remediation of Mercury contaminated soil at M/s Hindustan Unilever Ltd, Thermometer Factory Premises, Kodaikanal, dated 9 January 2010.

54. பசுமைத் தீர்ப்பாயம்

1. The National Green Tribunal Act, 2010 (No 19 of 2010), National Green Tribunal, 2 June 2010. Available: https://greentribunal.gov.in/ sites/default/files/act_rules/National_Green_Tribunal_Act,_2010.pdf. Retrieved on 23 October 2010.
2. James Brooke, 'The Earth Summit; Delegates From 4 Nations Warm to a High-Profile Role: Global Powerbroker', *The New York Times*, 12 June 1992. Available: https://www.nytimes.com/1992/06/12/world/earth-summit-delegates-4-nations-warm-high-profile-role-global- powerbroker.html. Retrieved on 23 October 2020.
3. Order on WP No. /4686/2006 *Nityanand Jayaraman vs Union of India & Others*, before the High Court of Judicature, Madras, 12 July 2016.
4. Order on Original Application No. 211/2018 (M.A. No. 1011/2018, M.A. No. 1125/2018 & M.A. No. 1341/2018) (Earlier O.A. No. 22/2017) (SZ), *Navroz Mody vs Union of India & Ors* before the National Green Tribunal Principal Bench, New Delhi.
5. Ibid.
6. 'Volume II–2.1-b Screening and Response levels, National Program for Rehabilitation of Polluted Sites in India, Guidance document for assessment and remediation of contaminated sites in India Volume II– Standards and checklists', 1st Edition, Ministry of Environment and Forests, Government of India, March 2015.
7. Order on Original Application No. 211/2018 (M.A. No. 1011/2018, M.A. No. 1125/2018 & M.A. No. 1341/2018) (Earlier O.A. No. 22/2017) (SZ), *Navroz Mody vs Union of India & Ors* before the National Green Tribunal Principal Bench, New Delhi.
8. Ibid.
9. 'NGT Rejects "Conflict of Interest" Charge, Clears Way for Kodaikanal Mercury Remediation,' *News18*, 19 November 2019. Available: https:// www.news18.com/news/india/ngt-rejects-conflict-of-interest-charge-clears-way-for-kodaikanal-mercury-remediation-1934609.html. Retrieved on 31 October 2020.
10. A. Qureshi, and K. Subhavana, 'Multimedia Mercury Cycling in a Legacy Contaminated Tropical Montane Forest (Kodaikanal, India) and Implications for Monitoring and Assessment of Future Contaminated Regions,' *Journal of Hazardous, Toxic, and Radioactive Waste*, 2002, Vol. 24(4).
11. Order on Civil Appeal No: 1666 of 2019, *Navroz Mody vs Union of India* on 5 March 2019, In the Supreme Court of India, Civil Appellate Jurisdiction.

பின்னுரை

1. K. Shenbaham, 'Culture and lifestyle of Paliyan tribes at Palani hill, Dindigul district', *International Journal of Humanities and Social Science Research*, February 2016, Vol. 2, No. 3, pp. 37–40.
2. Ibid.
3. V. Selvakumar, 'The Paliyars and Shiva Temples of the Caturagiri Hills, Virudunagar District, Tamil Nadu, South India and the Caturagiri Vazhinadaiccindu', *International Journal of Research in Humanities and Social Sciences*, 2018, Vol. 5, No. 2, pp. 60–73.
4. Wilson Thomas, 'Habitat loss puts lion-tailed macaque in IUCN endangered list for the sixth time', *Hindu*, 25 September 2020. Retrieved on 28 October 2020.
5. C. Arivazhagan, R. Arumugam and K. Thiyagesan, 'Food Habits of Leopard (Panthera Pardus Fusca), Dhole (Cuon Alpinus) and Striped Hyena (Hyaena Hyaena) in a Tropical Dry Thorn Forest of Southern India', *Journal of Animal Ecology*, May 2005, Vol. 64, No. 4, pp. 439–50.
6. A. R. Rahmani, M. Z. Islam and R. M. Kasambe, *Important Bird and Biodiversity Areas in India: Priority Sites for Conservation (Revised and updated)*, Bombay: Bombay Natural History Society, Indian Bird Conservation Network, Society for the Protection of Birds and BirdLife International U.K., 2016, pp. 1992 + xii.
7. Nilgiri Marten Martes gwatkinsii, D. Mudappa, D. Jathana and T. R.S. Raman, The IUCN Red List of Threatened Species 2015, Martes gwatkinsii (errata version published in 2016). Available: https://www.iucnredlist.org/species/12847/86161239. Retrieved on 8 November 2020.
8. Rahmani, Islam and Kasambe, '*Important Bird and Biodiversity Areas in India*', 2016, pp. 1992 + xii.
9. Ibid.
10. Ibid.
11. M. Patra, and A. Sharma, 'Mercury Toxicity in Plants', *The Botanical Review*, 2000, Vol. 66, No. 3, pp. 379–422.
12. Ibid.
13. R. Karthik et al, 'Temporal variability of atmospheric Total Gaseous Mercury and its correlation with meteorological parameters at a high- altitude station of the South India', *Atmospheric Pollution Research*, 2016, pp. 1–10.
14. A. Qureshi and K. Subhavana, 'Multimedia Mercury Cycling in a Legacy Contaminated Tropical Montane Forest (Kodaikanal, India) and Implications for Monitoring and Assessment of Future Contaminated Regions', *Journal of Hazardous, Toxic, and Radioactive Waste*, 2020, Vol. 24, No. 4, 05020002.
15. Email to Mrs Ismawati from Paul Polman on Friday, 25 September 2015, 1:03 p.m.

முக்கிய நபர்கள்

Chesebrough-Pond's Inc, Unilever Plc, Hindustan Lever Limited (HLL), Hindustan Unilever Limited (HUL)
Douglas Baillie: CEO of Hindustan Lever during 2006–08, who was responsible for changing the name of the company from Hindustan Lever to Hindustan Unilever
Manvinder Singh Banga or Vindi Banga: Chairman of HLL from 2000 to 2010
Sir Robert Augustus Chesebrough: founder of the Chesebrough Manufacturing Company
S. M. Dutta: Chairman of HLL until 1996
A. S. Ganguly: former Chairman of HLL
A. J. C. Hoskyns-Abrahall: Dutch Chairman of Unilever in 1956 Paul Polman: CEO of Unilever PLC from 2009 to 2019
Dr T. Rajagopal: Chief Medical Officer of HLL
M. K. Sharma: Vice-chairman of HLL, who was in charge of the Kodaikanal issue
Prakash Tandon: first Indian Chairman and Managing Director of HLL in 1961
T. Thomas: Tandon's successor as HLL's CEO, who navigated HLL through the Emergency

Greenpeace India, Greenpeace USA, Greenpeace International
G. Ananthapadmanabhan: Executive Director of Greenpeace India from 2001 to 2008
Kevin Bridgen: Greenpeace activist, who worked on issues of environmental impact of toxic heavy metals in UK
Casey Harrell: campaigner with Greenpeace USA during 2002–06 Nirmala Karunan: first employee of Greenpeace in India
Annie Leonard: presently co-Executive Director of Greenpeace USA David McTaggart: Executive Director of Greenpeace International until 2001
Malini Morzaria: anti-toxics campaigner at Greenpeace International Samir Nazareth: action team leader at Greenpeace India
Ganesh Nochur: Greenpeace and Narmada Bachao Andolan (NBA) campaigner
David Santillo: head of the Greenpeace Research Laboratory at University of Exeter
Ruth Stringer: researcher at the University of Exeter lab of Greenpeace, who had also surveyed waste stockpiles at the Union Carbide site in Bhopal
Adarsh Varshney: action team leader at Greenpeace India

Judges and Lawyers
Rahul Balaji: legal counsel of HUL before the Madras High Court
S. N. Bhargava, Justice (retd): Chairman of the Indian People's Tribunal (IPT) and former Chief Justice of Sikkim High Court Dushyant Dave: Supreme Court lawyer, who represented HUL at
the Madras High Court
A. K. Ganguly, Justice: Chief Justice of Madras High Court, who headed the division bench that heard the ex-workers case till 2008
Satish Parasaran: legal counsel of HUL before the Madras High Court
Suhrith Parthasarathy: lawyer appointed as the Commissioner by the Madras High Court to implement the settlement
Vaigai Ramamurthy: counsel representing the ex-workers before the Madras High Court
Mukul Rohatgi: former Attorney-General of India, who moved the Supreme Court on HUL's behalf

Environmentalists
Claude Alvares: Goa-based environmentalist, who was a member in the Supreme Court Monitoring Committee in 2004–05
Clarence Borel: an industrial worker in the 1930s, who suffered from a form of lung cancer after being exposed to asbestos dust, and initiated the landmark asbestos case in the US
Lois Marie Gibbs: a woman who started the Not In My Back Yard (NIMBY) campaign and ended up fighting with Hooker Chemical Company in the US
Yuyun Ismawati: Indonesian environmentalist who led the fifty Goldman Environmental Prize winners in taking up the Kodaikanal issue with Unilever CEO Paul Polman
Nityanand Jayaraman: Chennai-based environmental activist who initially worked with Greenpeace and had been involved in the Kodaikanal case since 2001
Saleh Mamon: UK-based environmental activist, who raided the Unilever AGM in London
Medha Patkar: environmental activist, who heads the NBA Pradeep Sharma: civil rights activist and campaigner with NBA

Local Community
Gynanasundari Jayaprakash: a local Kodaikanal resident who, after living close to the factory for years, suffered miscarriages and gave birth to two children with congenital defects
Navroz Mody: an environmental activist in Kodaikanal pursuing the mercury poisoning case
Selvi Meenakshi: a young activist who worked for the Palani Hills Conservation Council (PHCC) alongside Mody

Ex-Workers and their Kith and Kin

S. A. Mahindran: one of the leaders of the ex-workers' front working alongside Mody; also known as Mahendra Babu

Christopher Martin Colorant: an ex-worker of the thermometer factory, who allegedly died due to mercury poisoning

K. Gopala Krishnan: one of the leaders of the ex-workers' front working alongside Mody

Raja Mohamed: one of the leaders of the ex-workers' front working alongside Mody

Ruby Martin: mother of Christopher Martin Colorant

Ruth Priya: a factory worker in the mercury packing division from 1991 to 2001

Arokiaselva Raja: a worker at the mercury thermometer manufacturing factory, who allegedly died due to mercury exposure in 1997

Ve Paneerselvam Yesudas: a worker at the factory, who allegedly died due to mercury exposure in 1997

Scientists, Researchers and Medical Practitioners

Dr J. Arunachalam: Director of the Department of Atomic Energy's National Centre for Compositional Characterization of Materials (NCCCM), Hyderabad

Dr K. Anand: representative from All India Institute of Medical Sciences (AIIMS) in the high court-appointed Expert Committee in 2006

Dr Tapan Chakrabarti: heavy metal remediation scientist at CSIR- NEERI, Nagpur

Dr S. K. Dave: occupational health expert of the National Institute of Occupational Health (NIOH), who was the clinical expert in the high court-appointed Expert Committee

Dr Rakhal Gaitonde: a public health expert, who reviewed the study conducted by the high court-appointed Expert Committee

Dr Mohan Isaac: Professor at the National Institute of Mental Health and Neuro Sciences (NIMHANS) who visited the contaminated site and physically examined thirty workers exposed to mercury in 2002

Dr D. Karunasagar: scientist at the Department of Atomic Energy's NCCCM, Hyderabad

Dr M. V. Balarama Krishna: scientist at the Department of Atomic Energy's NCCCM, Hyderabad

Dr Jayaprakash Muliyil: a community health specialist representing the Christian Medical College, Vellore, and a member in the 2006 high court-appointed Expert Committee

Dr C. S. Pandav: a doctor, who wrote a report on behalf of AIIMS Dr Mahena Patil: mercury remediation expert from CSIR-NEERI,Nagpur

Dr A. K. Srivastava: Deputy Director and head of Epidemiology division at the Industrial Toxicology Research Centre (ITRC), Lucknow

Tom van Teunenbroek: expert environmental consultant at the Dutch organization Toegepast Natuurwetenschappelijk Onderzoek (TNO)

Dr P. N. Vishwanathan: director-grade scientist at the ITRC (retired), who carried out an assessment for the company in March 2001

Administrators and Policymakers
Sheela Rani Chunkath: chairperson of the Tamil Nadu Pollution Control Board (TNPCB)
Mallikarjun Kharge: Congress politician and the minister of Labour and Employment in Manmohan Singh's government during 2009–2013
Dr M. Rajaram: Deputy Director of the Directorate General Factory Advice Service & Labour Institutes (DGFASLI)
Jairam Ramesh: Congress politician and the cabinet minister for Environment and Forests from 2009 to 2011

Media
Sofia Ashraf: artiste from Chennai who performed the viral rap song 'Kodaikanal Won't'
Sarah Hiddleston: the British journalist who wrote an article in Frontline about the Kodaikanal case
George Iype: correspondent for the Associated Press in south India Sreenivasan Jain: anchor at NDTV
Dr K. S. Jayaraman: founder of the science division at Press Trust of India and India editor of Nature
Rathinan Prasad: photographer turned director, who shot the video for 'Kodaikanal Won't'
Saritha Rai: India correspondent of the New York Times
T. E. Rajasimhan: shipping correspondent in 2003 and, currently, Senior Assistant Editor at the Hindu BusinessLine
M. R. Subramani: news editor with the Hindu BusinessLine from 2000 to 2015

Organizations
Bombay Natural History Society (BNHS) Community Health Cell (CHC)
Council of Scientific and Industrial Research–National Environmental Engineering Research Institute (CSIR–NEERI); formerly known as NEERI
CSIR–Indian Institute of Toxicology Research (CSIR-IITR); formerly known as Industrial Toxicology Research Centre (ITRC)
Department of Atomic Energy (DAE)
Directorate General Factory Advice Service & Labour Institutes (DGFASLI)
Environment Protection Agency (EPA)
Global Mercury Observation System (GMOS) Indian Institute of Technology (IIT)
Indian People's Tribunal (IPT)
National Centre for Compositional Characterization of Materials (NCCCM)

National Institute of Mental Health and Neurosciences (NIMHANS)
National Institute of Occupation Safety and Health (NIOSH) National Institute of Occupational Health (NIOH)
Tamil Nadu Pollution Control Board (TNPCB)
United Nations Environment Programme (formerly UNEP, now UN Environment)